I0718400

VÒNG ĐAI XANH

VÒNG ĐAI XANH — THE GREEN BELT
Tiểu thuyết Ngô Thế Vinh
Ấn bản Song ngữ Việt - Anh
Đọc bản thảo TT Nguyệt Mai
Dàn trang Lê Giang Trần
Kỹ thuật Lê Hân, Nguyễn Thành
Văn Học Press & Việt Ecology Press 2020

VÒNG ĐAI XANH
Ấn bản Việt ngữ
Thái Độ 1970, Văn Nghệ 1987, Văn Học Press 2018

THE GREEN BELT
Ấn bản Anh ngữ
Ivy House Publishing Group 2004

Mẫu bìa: Khánh Trường 2004 — Lê Giang Trần 2020
Ảnh bìa: Người Thượng trốn chạy khỏi vùng giao tranh trên
Cao nguyên Trung phần Việt Nam 1973 (Wild World Photo)

NGÔ THẾ VINH

VÒNG ĐAI XANH

tiểu thuyết

Văn Học Press & Việt Ecology Press

2020

TÁC GIẢ - TÁC PHẨM

Hành quân Liên Đoàn 81 Biệt Cách Dù tháng 5, 1971, căn cứ xuất phát từ Dakto, với nhiệm vụ thám sát theo dõi sự di chuyển của Bắc quân dọc biên giới xuống tới vùng Tam Biên Việt, Miên, Lào. Trong hình từ trái: Trung úy Nguyễn Sơn, Liên Toán Trưởng các Toán Thám Sát; Trung úy Nguyễn Ích Đoan, Đại Đội Trưởng Đại Đội 1 Xung Kích, Y sĩ Trung úy Ngô Thế Vinh; Trung úy Nguyễn Hiền, sĩ quan Ban 2.

Ngô Thế Vinh, sinh năm 1941 tại Thanh Hóa, nguyên quán Hà Nội. Tốt nghiệp Đại học Y Khoa Sài Gòn 1968. Trong ban biên tập, nguyên tổng thư ký rồi chủ bút báo sinh viên Tình Thương trường Y khoa Sài Gòn từ 1963 tới 1967. Nguyên Y sĩ trưởng Liên Đoàn 81 Biệt Cách Dù. Tu nghiệp ngành Y khoa Phục hồi tại Letterman General Hospital San Francisco. Sau 1975, tù hơn ba năm qua các trại tù cải tạo. Tới Mỹ cuối 1983, bác sĩ nội trú và thường trú các bệnh viện Đại học SUNY Downstate, New York. Tốt nghiệp ngành Nội khoa, bác sĩ điều trị và giảng huấn tại một bệnh viện miền nam California.

Tác phẩm đã xuất bản:

Tiếng Việt:
- *Mây Bão* [Sông Mã, Sài Gòn 1963, Văn Nghệ, California 1993]
- *Bóng Đêm* [Khai Trí, Sài Gòn 1964]

- *Gió Mùa* [Sông Mã, Sài Gòn 1965]
- *Vòng Đai Xanh* [Thái Độ; Sài Gòn 1970; Văn Nghệ, California 1967; Văn Học Press, California 2018]
- *Mặt Trận Ở Sài Gòn* [Văn Nghệ, California 1996]
- *Cửu Long Cạn Dòng Biển Đông Dậy Sóng* [Văn Nghệ, California 2000, tái bản 2001; Nxb Giấy Vụn Việt Nam 2014]
- *Mekong – Dòng Sông Nghẽn Mạch* [Văn Nghệ, California 3/2007, Văn Nghệ Mới 12/2007, Nxb Giấy Vụn, Việt Nam 2012]
- *Audiobook Mekong – Dòng Sông Nghẽn Mạch* [Văn Nghệ Mới, California 2007; Việt Ecology Press & Nhân Ảnh 2017]
- *Chân Dung Văn Học Nghệ Thuật và Văn Hóa,* [Việt Ecology Press 2017]
- *Y Sĩ Tiền Tuyến Nghiêm Sỹ Tuấn, Người Đi Tìm Mùa Xuân,* [Tập San Y Sĩ Việt Nam Canada, Việt Ecology Press 2019]

Tiếng Anh:
- *The Green Belt* [Ivy House 2004]
- *The Battle of Saigon* [Xlibris 2005]
- *Mekong – The Occluding River* [iUniverse 2010]
- *The Nine Dragons Drained Dry, The East Sea in Turmoil* [Việt Ecology Press & Nxb Giấy Vụn, Vietnam 2016]

Song ngữ Việt-Anh:
- *Mặt Trận Ở Sài Gòn / The Battle of Saigon* [Văn Học Press & Việt Ecology Press 2020]
- *Vòng Đai Xanh / The Green Belt* [Văn Học Press & Việt Ecology Press 2020]
- *Mekong Dòng Sông Nghẽn Mạch / Mekong The Occluding River* [Văn Học Press & Việt Ecology Press 2021]

LỜI NHÀ XUẤT BẢN

Cuốn tiểu thuyết *Vòng Đai Xanh* của nhà văn Ngô Thế Vinh được khởi viết từ những năm giữa của thập niên 60, khi có phong trào FULRO nổi dậy trên Tây Nguyên (1964). Lúc đó tác giả đang giữ chức Chủ bút báo *Tình Thương* (1964-1967), một cơ quan tranh đấu văn hóa xã hội của sinh viên Y khoa Sài Gòn. Cuốn sách được hoàn tất trong thời gian ông gia nhập Lực lượng Đặc biệt, giữ chức vụ Y sĩ trưởng Liên đoàn 81 Biệt cách Dù, với địa bàn hoạt động chính là Tây Nguyên, nhà Thái Độ xuất bản lần đầu năm 1970, và năm sau, được trao tặng giải thưởng Văn chương Toàn quốc bộ môn Văn.

Khi tác giả Ngô Thế Vinh hoàn tất cuốn sách này, chiến tranh Việt Nam đang đi vào giai đoạn khốc liệt nhất, đó là đầu thập niên 70 khi chính quyền Mỹ đẩy mạnh cuộc "Việt Nam hóa" chiến tranh để tìm cách rút lui khỏi miền Nam trong danh dự sau khi nhận ra họ không thể chiến thắng bằng quân sự mặc dù đã đổ không biết bao nhiêu tài nguyên và xương máu vào cuộc chiến. Cuộc chiến kết thúc năm năm sau đó với một kết quả và hệ quả cực kỳ bi thảm cho một tập thể con người miền Nam, hoặc bị ném vào những trại giam khắc nghiệt mệnh danh là "trại cải tạo" hoặc phải bồng bế nhau liều chết vượt biên đi kiếm sống ở những chân trời xa lạ đầy trắc trở, khó khăn. Cuộc chiến đã gây chấn thương trong lòng dân tộc, một vết thương quá lớn đến nỗi dù đã hơn 40 năm từ ngày tiếng súng ngưng nổ mà dư âm và nỗi ám ảnh quá khứ vẫn đau nhức khôn nguôi trong tâm tư người dân Việt, dù ở bên này hay bên kia chiến tuyến.

Sinh trưởng trong một bối cảnh lịch sử nhiễu nhương cộng thêm nhiệt huyết phẫn nộ của tuổi trẻ và lòng yêu quê hương tha thiết, nhà văn Ngô Thế Vinh đã hoàn tất tác phẩm của mình như một thực chứng cho một giai đoạn lịch sử. *Vòng Đai Xanh* được đánh giá bởi giới trí thức và phê bình là một trong những tác phẩm viết về chiến tranh Việt Nam trung thực nhất. Ở đây không thấy "ta-địch", không thấy "chính-ngụy" mà chỉ thấy nỗi thống khổ của những nạn nhân bất hạnh bị ném vào lò lửa chiến tranh bởi những mưu đồ thâm hiểm và tàn bạo của những thế lực đối nghịch sử dụng ý thức hệ và những lý tưởng tuy đẹp đẽ nhưng đầy màu sắc hoang tưởng để biện minh cho một cuộc phân liệt tranh giành ảnh hưởng, đất đai trong bối cảnh một cuộc Chiến tranh Lạnh toàn cầu.

Cuốn sách viết về số phận bi đát của những người Thượng sống trên Tây Nguyên. Sẵn có mối mâu thuẫn lịch sử với người Kinh, cộng thêm chính sách "Dinh điền" đầy bất công dưới thời Đệ Nhất Cộng Hòa, người Thượng dang rộng vòng tay đón nhận sự trợ giúp của đoàn quân Mũ Xanh Mỹ với niềm hy vọng thiết lập một quốc gia Đông Sơn riêng biệt, hoặc chí ít một vùng đất tự trị bao gồm gần 30 sắc dân khác nhau sinh sống trên suốt dải đất miền cao đó. Giấc mơ của họ đã bị đập tan không thương tiếc, một phần vì họ đã quá ngây thơ, *"Một quốc gia Đông Sơn riêng biệt chỉ là sự nhiễm độc của vài bộ óc non nớt khi giao tiếp với những người lính Mũ Xanh."* Đó chính là nhận định của nhà văn Ngô Thế Vinh trong cuốn *Vòng Đai Xanh*. Kỳ thực, "Vòng đai xanh" là kế hoạch chiến lược của chính quyền Mỹ nhằm thiết lập một chiến tuyến phòng thủ xuyên quốc gia toàn vùng Đông Nam Á để ngăn chặn sự bành trướng của khối Cộng từ phương Bắc tràn xuống, mà lực lượng chủ yếu được giao nhiệm vụ thực hiện kế hoạch là Lực lượng Đặc biệt Mỹ, những người lính Mũ Xanh. Được Hollywood "anh hùng hóa" bằng hình ảnh một John Wayne anh dũng, kiêu hùng, trừ gian diệt bạo, nhưng thực chất những người lính Mũ Xanh chỉ là một đoàn quân viễn chinh với tất cả sự tàn bạo khiếp hãi của chiến tranh. Khi chấp nhận cộng tác với lính Mũ Xanh Mỹ, những người Thượng hiểu rõ họ đã trở thành thù địch của phe Cộng, và khi bị phe lính Mũ Xanh bỏ rơi, thật mau chóng và dễ dàng họ biến thành miếng mồi ngon cho phe Cộng, và đối với phe Cộng hình phạt nhẹ nhất cho kẻ phản bội là chặt đầu, ném xác xuống suối! Nặng hơn thì cả một buôn bản bị tàn sát, không chừa một mống dù là con vật.

"Tranh đấu cho quyền tiến bộ của người Thượng rất ư là chánh đáng nhưng biến nó thành một phiêu lưu của thù hận là điều không thể nào chấp nhận được..." Ngô Thế Vinh viết như thế trong cuốn *Vòng Đai Xanh*. Ở đoạn khác ông nói thêm, *"... Tôi tự hỏi liệu còn phải đổ thêm bao nhiêu máu và nước mắt để có một cuộc sống canh tân ở cao nguyên."* Sự phẫn nộ trong ngòi bút của Ngô Thế Vinh bắt nguồn từ lòng thương cảm sâu sắc với nỗi bất hạnh của người dân Thượng, mà theo ông thì, *"... nguyên nhân tấn thảm kịch dai dẳng ở cao nguyên không bắt nguồn từ một mâu thuẫn chủng tộc mà là sự bất bình đẳng về quyền lợi và cơ hội tiến bộ giữa Kinh, Thượng."*

Ở chừng mực nào đó, tính cách phi lý đầy mâu thuẫn của cuộc chiến cao nguyên, qua trang viết của Ngô Thế Vinh, cũng là những gì người ta trông thấy nơi cuộc chiến lớn hơn trên khắp lãnh thổ miền Nam Việt Nam lúc bấy giờ: sự nghi ky, mâu thuẫn nặng nề giữa chính quyền Sài Gòn và thành phần lãnh đạo lực lượng đồng minh Mỹ; sự nhu nhược, bất tài và bất xứng của các tướng lãnh Nam Việt Nam chỉ huy trực tiếp cuộc chiến và thi hành chính sách cai trị dân; mưu đồ riêng tư của các thành phần con buôn chiến tranh mạo danh tôn giáo hay viện trợ; sự bất ổn và phân hóa trầm trọng của hậu phương; áp lực to lớn đòi chấm dứt chiến tranh vô điều kiện của cánh tả bên Mỹ, v.v… Tất cả những sự thật bi thảm ấy đều được Ngô Thế Vinh phơi bày trong tác phẩm. Riêng đối với chính sách của Mỹ, ông đã không ngần ngại nói thẳng quan điểm của mình như sau (qua lời nhân vật nhà báo Mỹ Davis):

> … với kinh nghiệm những năm dài sống ở lục địa Á châu tôi thấy rõ nguyên nhân sự thất bại của Mỹ. Tôi vẫn bảo Ross là người Mỹ các ông tới đây phải tự coi là khách, vấn đề thể diện có thể không được quan tâm ở Mỹ nhưng đối với người Á châu thì đó là lẽ sống chết của họ. Các ông sẽ thất bại nếu cứ khăng khăng hành động như chủ nhân ông đất nước này và bắt họ phải làm theo ý mình.

Cuốn sách đưa ra nhiều vấn nạn to lớn mà kỳ thực cho đến ngày nay chúng ta vẫn chưa thấy có một đáp án thỏa đáng nào khả dĩ giúp đưa đất nước tiến bộ mạnh mẽ trên nhiều bình diện, từ kinh tế cho đến đạo đức nhân quần, nhằm chống lại mối đe dọa thường xuyên và kinh khiếp từ Bắc phương. Cơn mê giáo điều, không chấp nhận quan điểm người khác, thậm chí xem người có quan điểm khác mình là kẻ thù địch cần diệt trừ, đã được nhà văn Ngô Thế Vinh nhìn thấy cách đây cả nửa thế kỷ như cái gì cần xóa bỏ trong tâm thức dân tộc nếu muốn có tiến bộ:

> Đối với người trí thức Việt Nam thì cuộc chiến tranh tại đây tự trong bản thân nó mang tất cả sức nặng của một vấn đề quốc tế, một cuộc phiêu lưu thí nghiệm đầy nguy hiểm và dĩ nhiên không phải bằng hỏa lực mà người ta tìm ra lối thoát. Mối bế tắc chính là cơn mê giáo điều có từ lâu giữa hai phía, đã đến lúc họ phải ý thức được rằng chiến tranh có thể đốt cháy tất cả, kể cả tương lai và mơ ước của cả một dân tộc. Bởi vậy họ phải tìm cách tỉnh dậy và thoát ra.

Điều bi thảm cực kỳ phi lý là cuộc chiến đấu sống còn đầy cam khổ của người Thượng vùng Tây Nguyên vẫn tiếp diễn cho đến ngày nay. Sau khi Cộng sản chiếm trọn miền Nam năm 1975, hàng chục ngàn người Thượng đã bị lùa vào các "trại cải tạo," lãnh tụ bị hành quyết, buôn bản cô lập, từng đoàn người già trẻ lớn bé phải vượt đường bộ tìm lẽ sống qua cái chết sang tị nạn tại các quốc gia láng giềng. Sự ngược đãi tưởng như chưa sắc dân nào trên thế giới chịu đựng nhiều hơn. Thậm chí gần đây, làn sóng người Thượng từ Việt Nam sang Campuchia tị nạn vẫn không ngưng, nó chỉ chậm lại khi chính quyền Campuchia ra lệnh trao trả lại Việt Nam những người tị nạn đó.

Bởi thế, tính thời sự cấp bách của cuốn tiểu thuyết *Vòng Đai Xanh* không hề suy giảm. Mặc dù sự va chạm giữa Kinh-Thượng không đến nỗi tàn bạo và khốc liệt như những cuộc chiến tranh diệt chủng xảy ra ở Thổ Nhĩ Kỳ hồi đầu thế kỷ XX, hay ở Kosovo thập niên 80 và gần đây nhất ở Myanmar, nhưng sự sinh tồn của những sắc dân Thượng Việt Nam vẫn là vấn đề nóng bỏng với những chất vấn đớn đau cho lương tâm nhân loại ở kỷ nguyên hiện đại này.

Nhà xuất bản Văn Học Press hân hạnh được cộng tác với nhà xuất bản Việt Ecology Press xuất bản cuốn tiểu thuyết *Vòng Đai Xanh* dưới dạng song ngữ.

Với ấn bản 2020 này, ngoài phần văn bản chính dựa trên ấn bản 1970 của nhà Thái Độ, chúng tôi cũng đưa vào bộ sách phần "Phụ lục" gồm những bài viết, cảm nhận, điểm sách, v.v… của nhiều học giả, nhà văn, trí thức… về tác phẩm hoặc những vấn đề liên quan. Rất mong, một lần nữa, tác phẩm của một nhà văn nhiều tâm huyết, luôn luôn trăn trở với những vấn nạn lớn của dân tộc, được độc giả khắp nơi trong và ngoài nước nhiệt tình đón nhận.

Văn Học Press, 2020

NHỮNG CHỮ VIẾT TẮT

AP	Associated Press
BBC	British Broadcasting Corporation
CIA	Central Intelligence Agency
CIDG	Civilian Irregular Defense Group
DSCĐ	Dân Sự Chiến Đấu Thượng / CIDG
FULRO	Front Unifié de Lutte des Races Opprimées
3K	Ku Klux Klan
LLĐB	Lực Lượng Đặc Biệt / Special Forces
MACV	Military Assistance Command, Vietnam
NLF	National Liberation Front
USIS	United States Information Service
USOM	United States Operations Mission
VOA	Voice of America

NGÔ THẾ VINH

Vòng Đai Xấnh
NXB Thái Độ, Sài Gòn 1970

CHINA
HANOI
Haiphong
Gulf of
Tonkin
HAINAN
Luang Prabang
VIENTIANE
THAILAND
LAOS
DMZ
Khe Sanh
Quang Tri
Hue
Da Nang
Tam Ky
DAK TO
Chu Lai
Quang Ngai
Ngoc Linh
Attopeu
DAK PEK
Plateau
of the
area
KONTUM
PLEIKU
Qui Nhon
An Khe
Ban Ban
BANGKOK
Ban Don
Tuy Hoa
CAMBODIA
BAN ME THUOT
Nha Trang
Dak Lac
Cam Ranh
Gulf of
Thailand
Song Pha
Cam Nghia
VIETNAM
PHNOM
PENH
South
China
Sea
SAIGON
Po Lo
Ca Mau
VIETNAM &
Central Highlands
0
250
KM

CHƯƠNG MỘT

Thẻ nhà báo của Thông tin xem ra không mấy hữu dụng. Những ngày di chuyển ở cao nguyên cho tôi thấy rõ điều đó. Ở một thời kỳ mà người Mỹ đã bước qua giai đoạn cố vấn, ai cũng hiểu rằng đây là một cuộc chiến tranh của họ. Một cuộc chiến được nuôi dưỡng và giải quyết theo quan điểm quyền lợi nước Mỹ. Không có được một cái thẻ MACV mọi cửa ngõ đều khó lọt. Làm sao bảo người Mỹ tin được một mảnh giấy không do họ cấp. Tất cả đều có thể liệt vào thành phần khả nghi, bởi vậy không lý gì tôi được quyền hạn rộng hơn. Báo chí bị chánh quyền coi như thù nghịch và người dân nghi ngờ, không phương tiện, không sức hậu thuẫn tự vệ, bị cô lập trong những khó khăn của phận sự tôi cảm thấy bị chìm đắm. Nếu quả đúng như nhận định của nhà văn lão thành thì ở xứ mình sống lâu trong nghề báo nếu không bồi bút để vinh thân thì ít ra cũng trở nên cay đắng. Là một họa sĩ mà lẽ sống vốn là sự viễn vông, tôi không có nhiều khả năng liên hệ với thực tế, bởi vậy tôi vẫn giữ được những lạc quan mơ mộng.

Dù chỉ chưa đầy một tháng tôi đã bị lôi cuốn vào biết bao nhiêu là biến cố nghề nghiệp và cả những thay đổi thói quen trong nếp sống. Tôi không ngờ đã dễ dàng thuyết phục được ông chủ nhiệm để trở thành một phóng viên lưu động hơn là ngồi lì ở tòa soạn làm công việc tô điểm vẽ vời cho mấy trang báo. Mặc dù đã chấp nhận tôi sau thử thách, ông vẫn đưa ra những nhận định có phần nghiêm khắc. Ông bảo văn của tôi có nhiều hình ảnh màu sắc nhưng đó chưa phải là văn chương báo chí. Theo ông sự mô tả của tôi còn mang nhiều cảm tính hơn là nói lên một thực tại khách quan, mà điều đó rất cần thiết cho nghề báo. Ông bảo không có gì là ngạc nhiên nếu biết người viết trước đó là một họa sĩ. Dường như ông ta cũng thấy được nơi tôi một điểm đắc ý nào đó nên ông vẫn tỏ ra có những khuyến khích. Đã có lần ông bảo, làm phong phú một sự nghèo nàn ấy mới là điều khó và không nên hy vọng, còn chuyển từ một sự bay bướm trở về thể văn nghiêm trang chỉ cần tinh thần kỷ luật và một chút cố gắng. Một cách để hiểu ý ông là tôi phải tự thú nhận đã có một chút gì vô kỷ luật trong ngòi bút và lúc này là giai đoạn để tôi đi vào phép tắc và lấy lại sự nghiêm trang. Kể cũng nên biết thêm là ông chủ nhiệm vốn là một tư bản miền Nam tiếng tăm. Ông đã có một quá khứ gần bốn mươi năm với nghiệp báo. Ông là một gạch nối giữa thế hệ làm báo tiền phong và đám hậu sinh hiện tại. Ông rất mê nghề và đó là điều thiết tha có thể được của một người Việt vốn đã giàu có. Vẫn quan niệm của một phú ông, ông là người rất khoái trọng bằng cấp. Dĩ nhiên ông vẫn đủ sáng suốt để đánh giá một bài báo hay nhưng thêm vào đó nếu có ghi chú một dấu hiệu khoa bảng thì vẫn là điều được ông chủ nhiệm khoái hơn. Tỉ như cấp bằng Tiến sĩ Y khoa và tài viết phóng sự chiến trường tưởng như chẳng chút ăn nhập gì nhưng với ông đó là một ghi chú vinh hạnh và rất đáng quan tâm. Riêng với tôi thì cái nghề vẽ hay nói cho văn hoa hơn hai chữ họa sĩ chẳng được coi là một cấp bậc khoa bảng nên tên tuổi mình chỉ xuất hiện với một vẻ trần trụi đáng phàn nàn.

Rồi cũng như mọi buổi sáng khi tờ báo lên khuôn là lúc tôi có thể rời tòa soạn xuống tán dăm ba câu chuyện gẫu với cô thư ký hay ra đầu ngõ kêu một ly cà phê bít tất đắng, ngồi nói chuyện tầm phào với bất kỳ người nào có mặt ở đó, thường là đám công nhân nhà in hay thợ sắp chữ. Cái còn lại của một ngày là tất cả sự vắng lặng êm ái. Từ một cầu thang xoắn ốc và mờ tối, không khí căn phòng như ngưng đọng lạnh lẽo. Những chiếc bàn máy đen sẫm im ngủ. Bàn ghế cũng có những tương quan chỗ đứng của chúng. Đôi khi sự quen thuộc cũng nhuốm vẻ xa lạ như ngày mới tới. Nếu còn vẽ chắc tôi có thể làm việc với những cảm giác đầu tiên như vậy. Bỏ xa khung vải tôi không tránh được những cảm giác nhớ nhung. Sau vụ cháy thiêu hủy tất cả, tôi đã dứt khoát từ bỏ giá vẽ chưa biết đến bao giờ. Dù vậy mà ở lần triển lãm mới nhất tôi vẫn góp mặt với bốn bức tranh lớn, những bức tranh còn lại rải rác trong đám bạn hữu. Sự kiện có thêm tên tôi cũng không có gì để phản đối và thêm ý kiến. Nhưng điều ngạc nhiên là ngay trong buổi đầu, tôi là người đầu tiên có tranh bán được, ba trong số bốn bức. Riêng bức Mèo Đen Trên Thảm Hồng do một người đàn bà tên Như Nguyện hỏi mua, còn hai bức kia do một người khách Mỹ mà sau này tôi được biết là nhà báo Davis. Tranh tôi thuộc loại khó được ưa thích và vì khó bán nên giá thường rất cao. Cũng bởi vậy lần này tôi đủ tiền để trả những món nợ lớn, sắm thêm một bàn máy đánh chữ nhỏ và một ống ảnh thật tốt. Như một nhà nông hưởng vụ gặt trái mùa, tôi dứt khoát từ bỏ hội họa với những ưu đãi thật trễ muộn của nó.

Trời đầy bụi và nóng. Davis như đoán được sự bực bội của tôi tại các cơ quan khi sáng, anh quay sang hỏi dò ý:

– Tôi thì vẫn muốn được chính anh cộng tác, vả lại với danh hiệu một tờ báo Mỹ anh sẽ có tất cả giấy tờ một cách dễ dàng.

Vì những giao kết với tòa báo, lúc này tôi không thể trả lời dứt khoát. Tôi hướng sang bảo đùa Davis:

– Không kể ký giả ngoại quốc, chỉ vài phóng viên của hãng thông tấn chánh phủ mới có đặc quyền đó, tấm thẻ MACV cũng là một ưu thế nghề nghiệp có thể đem khoe.

Sự thật vẫn được Davis cười như một châm biếm trào phúng. Chiếc Jeep chạy rất xóc trên một mặt nhựa bốc mù bụi đỏ. Dưới sàn xe sắp đầy ắp những bao cát khiến cuộc di chuyển thêm nặng nề. Chẳng thà chậm chạp như vậy khi đụng mìn người ta vẫn hy vọng còn mạng hoặc khỏi mất chân. Đã nằm trong vùng kiểm soát, ngày nào cũng có lính Mỹ đi mở đường nên con lộ khá an ninh. Dù không sợ những vụ tấn công hay phục kích, nhưng vài lần trong tháng cũng không tránh được những chuyến đụng mìn hoặc các vụ bắn sẻ. Viên cố vấn Mỹ khuyên nên đi trực thăng nhưng không có bởi vậy chúng tôi quyết định mượn xe di chuyển bằng đường bộ. Davis bảo:

– Ở Việt Nam phương tiện di chuyển là cả một vấn đề, có khi phải mất nhiều ngày để tới một nơi chỉ xa hai ba chục cây số.

Tôi cười bảo điều đó càng đúng khi khu vực hoạt động lại là vùng cao nguyên. Cũng trên con đường này, ông mục sư bị tụi nó bắn trúng vai khi lái xe về buôn lúc sẩm chiều. Vậy mà ông vẫn cố chạy gần mười cây số đường núi về tới nơi mới ngất vì mất quá nhiều máu. Cộng sản vẫn coi các nhà truyền giáo da trắng là những chiếc gai mà họ muốn nhổ đi, nhất là với bác sĩ Denman.

– Davis, anh cũng muốn lái xe một tay như ông mục sư sao?

– Nếu biết sắp được về Mỹ chắc tôi cũng ngán, chứ còn phải sống lâu dài với cuộc chiến tranh này... Những lính Mỹ mới sang Việt Nam đều như vậy cả, can đảm liều lĩnh chẳng biết sợ là gì vậy mà đến những ngày cuối sắp về nước, anh nào còn nguyên vẹn sống sót đều nhát như cáy, về đến Sài Gòn rồi vẫn còn sợ chết vì lựu đạn hoặc vì plastic.

Tôi cười bảo điều đó chắc là không đúng với bọn lính Mũ Xanh. Davis công nhận ý kiến đó và cho biết họ là một bọn người ngoại khổ:

– Họ là một giai cấp mới của triều đại Kennedy, ngoài khả năng ưu tú giết người thì đó là một bọn cứng đầu vô kỷ luật, nhiều tướng lãnh Mỹ vẫn không chịu nhìn nhận họ là một thành phần nghiêm chỉnh của quân đội như các binh chủng khác.

Phải mất hơn ba giờ để vượt qua một đoạn đường không quá bốn chục cây số. Chúng tôi bắt đầu đi vào một buôn Rhadé rất lớn. Đó là một bộ lạc tương đối văn minh, nổi tiếng là hiếu chiến và chuyên sống về săn bắn. Do ảnh hưởng của viên mục sư, một số khá đông đã theo đạo Thiên chúa. Những mái nhà chòi thấp thoáng dưới tàn cây. Những đứa trẻ đen đủi trần truồng thấy xe lạ chạy ra hò reo mừng rỡ. Đám đàn ông vác mác và đeo gùi, đầu tóc cứng xù da cháy nắng, lệ làng đứng nép cả vào ven lộ. Họ nhe cả lợi ra cười, dạn dĩ quen thuộc với máy móc và văn minh. Qua khỏi một nhà Rông là tới chỗ ở của bác sĩ Denman. Căn nhà đứng biệt lập và gần trại Lực lượng Đặc biệt. Ở đó vẫn là thứ vũ trụ tinh khiết của thế giới người da trắng với tất cả tiện nghi của một xã hội sung túc Tây phương. Bàn thờ Chúa sáng rực ánh điện, máy truyền thanh, tủ lạnh và những thực phẩm nguồn gốc mang từ bên Mỹ. Ở góc nhà là cả một điện đài tài tử. Davis giới thiệu tôi với bác sĩ Denman. Tôi đã từng biết tiếng ông mục sư, đọc các bài điểm sách của ông trên các tờ báo lớn, được nghe những huyền thoại rất khác nhau về ông. Chính danh ông là một mục sư truyền giáo, một nhà ngữ học, một giáo sư chuyên về khoa nhân chủng, tác giả của bộ sách nghiên cứu nổi tiếng *Ethnic Groups of Mainland Southeast Asia*. Là một người Việt đọc sách ông, tôi cũng tự ngượng do sự thiếu hiểu biết về đất nước mình. Và điều lạ lùng là các chuyên viên về vấn đề Việt Nam thường là những giáo sư ngoại quốc, trước kia là Pháp bây giờ là người Mỹ. Hiện thời trên cao nguyên, ông mục sư là người có rất nhiều ảnh hưởng, nhờ ông mà LLĐB Mỹ xây dựng được những cơ sở đầu tiên trên các bộ lạc hẻo lánh. Vùng ảnh hưởng của ông mục sư cũng là vùng mà ảnh hưởng cộng sản bị đánh bật. Sống ở cao nguyên nhiều năm, ông rất được cảm tình của một số đông dân Thượng, vì những giúp đỡ thực tế đem lại cho họ. Cũng vẫn theo Davis thì gần đây, nhờ sự tiếp tay của LLĐB Mỹ, bác sĩ Denman thiết lập được một bệnh xá và mở rộng tầm hoạt động ra xa hơn. Ngoài tiếng Việt nói lưu loát, ông mục sư còn thông thạo một số thổ ngữ. Ông thiên về hoạt động xã hội và nghiên cứu hơn là công tác truyền giáo. Công việc sau này đã có sự giúp sức đắc lực của bà vợ. Hai ông bà chung sống với một đứa con gái tám tuổi, chính nó được sinh hạ ngay giữa vùng đồng núi hoang vu của cao nguyên. Ông mục sư tự tay rót vào những ly sứ trắng dòng cà phê bốc hơi đặc sánh, ông nói:

– Cà phê trồng trên này có vị thơm đặc biệt, cả trà cũng vậy nữa. Tôi tin là không thua bất cứ loại cà phê nào ngon nhất của Nam Mỹ.

Ông nâng ly nhắp một chút để tự tán thưởng rồi tươi cười quay qua hỏi thăm tôi. Ông sẵn có những cử chỉ vồn vã quen thuộc. Rồi ông đưa ra nhận xét về cái giá trị đáng phàn nàn của báo chí Việt ở đây. Ông có những nhận định chỉ xác đáng với phương tiện phong phú và nền dân chủ quá rộng rãi của nước Mỹ. Riêng tôi thì chờ đợi ông ở một lãnh vực khác. Ông vẫn hỏi ý kiến tôi về những nguyên nhân, tôi chỉ trả lời chiếu lệ, đổ lỗi cho thiếu phương tiện và những khắt khe của chế độ kiểm duyệt. Rồi ông lại xoay qua bàn tới sự cần thiết giới hạn tự do báo chí trong những xứ đang có cộng sản, ông nhắc tới trường hợp của một vài nước Nam Mỹ mà ông đã có kinh nghiệm để tự biện minh.

Như đoán được sự nôn nóng chờ đợi của tôi, Davis nhắc ông mục sư về mục đích cuộc gặp gỡ. Nhưng vẫn không có vẻ gì vội vã sốt sắng, ông thản nhiên kể sang một chuyện khác. Ông nói:

– Sáng nay tôi tới thăm một buôn Rhadé cách đây chừng tám cây số, tình cờ tôi phải chứng kiến một cuộc mua bán giằng co giữa một người Mỹ và viên tù trưởng. Viên Đại úy LLĐB thì nài nỉ mua cho được ít thớt voi để vận tải tiếp tế cho mấy trại tân lập trong rừng rú, thương lượng giá cả mãi cũng chẳng được, tức mình viên Đại úy phải hằn học hét lên:

– Sao ông không chịu giúp chúng tôi diệt hết bọn cộng sản, thì đằng nào tụi nó cũng là người Việt mà ông thì muốn giết bọn họ có phải vậy không?... Và kết quả thật kỳ lạ không ngờ, các anh có biết sao không, chỉ với một giá rẻ mạt, viên Đại úy có ngay số thớt voi cần thiết.

Kể câu chuyện đó, bác sĩ Denman không bày tỏ một thái độ nào. Đến lúc này ông mới bắt đầu đi vào câu chuyện chi tiết:

– Theo tôi trên thực tế vẫn có mối cừu hận thường xuyên giữa đám dân miền núi và số người Việt ở đồng bằng, tất cả bắt nguồn từ một mặc cảm kỳ thị và khinh bỉ; mối tương quan Kinh Thượng hết sức suy đốn do bởi những đối xử tệ hại của đám người Kinh với một thiểu số mà họ khinh miệt quen gọi là Mọi. Thực sự cũng có những người Thượng học thức, họ vẫn chẳng được tham dự chánh phủ, họ không được hưởng thêm một quyền lợi gì khi làm một công dân Việt Nam. Đôi lúc họ lại bị ném lên xe như những con vật, chở về thành phố để đón rước một số ông lớn tới thăm họ. Mỗi lần như vậy là họ phải giết trâu ăn thề làm lễ rửa chân đeo vòng để tỏ sự trung thành và tình thân hữu đối với quan khách. Sau đó họ lại bị ném trả vào rừng núi, tiếp tục cuộc sống đói khát thiếu thốn.

Miệng vẫn bập đều chiếc píp, từng làn khói xanh thở ra mơn man. Ông mục sư có một lối nói chuyện rất bình thản. Biết ông còn là một nhà nhân chủng, tôi hỏi ông về những yếu tố chủng tộc trong những mâu thuẫn dị biệt hiện tại. Ông nói:

– Theo lịch sử truyền kỳ thì cả miền Trung và cao nguyên xưa kia là của người Thượng với kinh đô ở gần bờ biển phía đông, có lẽ là tỉnh Nha Trang hiện giờ. Những người già cả còn sống sót cũng kể lại rằng quê hương ông cha họ trước kia cũng ở phía mặt trời mọc, cho đến vị vua cuối cùng của họ vì say mê cưới một nàng công chúa người Việt ở phương Bắc, và chính nàng công chúa này đã âm mưu hãm hại nhà vua. Kể từ đấy họ hoàn toàn bơ vơ không ai hướng dẫn và bị người Kinh tàn ác xua đuổi họ vào mãi tận rừng sâu sống khổ cực cho đến ngày nay.

Bản chất thơ mộng của tôi lại bị kích thích mãnh liệt vì một quá khứ bi đát nhưng đầy lãng mạn của một dân tộc bị điêu đứng chỉ vì tật mê gái của nhà vua. Có tiếng Davis xoay qua hỏi bác sĩ Denman về kết quả của những ấp Tân sinh Thượng. Ông mục sư chán nản lắc đầu cho biết:

– Họ bị khinh bỉ về tinh thần, chịu sự bóc lột tàn nhẫn về kinh tế, đa số người Thượng chán ghét gia nhập xã hội đời sống người Việt. Đang tự do sống quen thuộc giữa thiên nhiên và rừng núi, họ bị cưỡng bách tập trung vào những làng ấp của chánh phủ, đó là những thay đổi khó chịu về nếp sống, hơn nữa an ninh của họ cũng không được bảo vệ. Mỗi đêm cộng sản lại mò về hăm dọa quấy nhiễu cướp bóc thực phẩm của họ. Nhưng nếu họ tìm cách thoát ly cả hai phía chánh phủ và cộng sản, bằng cách trốn ra ngoài xây dựng những buôn ấp riêng thì chính họ lúc đó trở thành mục tiêu cho không lực chánh phủ bỏ bom oanh kích không chút thương tiếc. Nói tóm lại họ không còn gì, kể cả tương lai tồn tại của dân tộc họ.

Bức tranh Kinh Thượng được ông mục sư mô tả thật u tối. Sau khi gõ lanh canh chiếc píp trên một chiếc khay gỗ, ông mục sư lại bậm môi nhả những cụm khói xanh biếc. Ông có đủ cái phong thái nhàn nhã của Đông phương, không có cái vội vã thôi thúc của cuộc sống nơi thành phố. Khác hẳn với khuôn mặt mà tôi đã tự vẽ trong trí tưởng, ông có tất cả vẻ hiền lành vô tội. Tôi chú ý tới vết thương ở vai ông đã trở lại bình thường, cử chỉ của ông vẫn giữ được sự mềm mại đầy bao dung. Với một giọng điệu nhiều bày tỏ, ông mục sư tiếp:

– Kể từ khi kế hoạch bình định cao nguyên rơi vào tay người Mỹ, đã có nhiều điều được cải thiện. Khác hẳn với người Việt, dân Thượng sống rất hòa thuận với những người lính da trắng. Họ tin cậy vào các viên chức này sẽ bênh vực họ. Những lãnh tụ Thượng khi gặp tôi họ đều có vẻ tin tưởng rằng sau người Pháp, người Mỹ có thể giúp họ kiến thiết lại một xứ cao nguyên tự trị. Đó là nguyện vọng của dân tộc họ, tôi không có thêm ý kiến. Nhưng có một điều rất lạ lùng là người Việt tỏ ra rất nhạy cảm về vấn đề chủng tộc như vấn đề đen trắng ở Mỹ, vậy mà chính họ dường như không thấy được vết nhơ đó ngay tại quốc gia này với không thiếu những áp bức đen tối. Và sự tiếp tay giúp đỡ của người Mỹ vẫn bị tai tiếng vi phạm chủ quyền hay xâm lấn nội bộ của người Việt. Chính tôi cũng không hiểu tại sao.

Trong cuộc gặp gỡ này tôi thấy không có lợi gì để gây ra một cuộc tranh biện nhiều mâu thuẫn. Tôi chỉ muốn gợi chuyện để nghe ông mục sư nói. Tôi cũng nhắc tới một bài báo ở Mỹ chỉ trích gay gắt rằng cường quốc Mỹ trợ giúp

Việt Nam để chống cộng sản nhưng không lý gì sức mạnh hỏa lực của Mỹ lại cùng một lúc tiếp tay cho quốc gia cỏn con này thực hiện giấc mộng ngớ ngẩn về đế quốc của họ trên những thiểu số chủng tộc khác. Tôi cố tưởng tượng ra một khuôn mặt đế quốc của đám cùng dân nghèo khổ bị ông Diệm cưỡng bách bỏ làng mạc đi vào rừng khai hoang với từng tấc đất. Tôi cũng nói ý nghĩ đó ra với ông mục sư nhưng giọng ông vẫn lạnh lùng mai mỉa:

— Cũng không hoàn toàn là như vậy. Sự vùng dậy của những dân tộc nghèo khổ cùng cực cũng vẫn có những lý lẽ chánh đáng của nó.

Tôi phải kìm hãm để khỏi có phản ứng giận dữ. Một điếu thuốc ấm giúp tôi lấy lại sự bình tĩnh. Bằng một giọng tình cờ tôi hỏi ông mục sư:

— Với bức thư gửi ông Đại sứ Mỹ và cả Liên Hiệp Quốc của nhóm lãnh tụ Thượng, dường như ông mục sư đã nhiều lần được họ hỏi ý kiến.

Chỉ thoáng một dấu kinh ngạc, nét mặt ông mục sư lại không gợi thêm một cảm xúc gì sau đó. Ông mục sư hỏi tôi đã biết gì về nội dung bức thư. Tôi trả lời đã có đọc và không chắc gì giống với nguyên bản. Sau một chút do dự nhìn tôi và đưa mắt thăm dò Davis, ông mục sư trở lại giọng thản nhiên của khi nãy:

— Như tôi đã nói vừa rồi, mọi sáng kiến là của họ, tôi không có ý riêng để bàn góp. Hơn nữa tôi không muốn để xảy ra những ngộ nhận có hại cho cánh đồng truyền giáo của tôi tiến triển rất tốt đẹp từ hơn mười năm nay. Cộng sản gán cho tôi đội lốt mục sư làm gián điệp tay sai đế quốc Mỹ, điều đó không làm tôi khó chịu vì nó nằm trong sách lược bôi nhọ và tuyên truyền của cộng sản. Nhưng còn mọi phía khác tôi rất muốn giữ tiếng. Tôi đã nhiều lần từ chối nhưng họ thì van nài tôi giúp. Điều mà tôi nhận làm chỉ là dịch bức thư đó ra các bản tiếng Anh và tiếng Pháp, rồi họ đánh máy ra nhiều bản để gửi cho ông Đại sứ, ông Tổng thư ký Liên Hiệp Quốc và nhiều nơi khác. Sau đó xảy ra cuộc bạo động đẫm máu, như anh đã biết, là điều mà tôi hoàn toàn không đồng ý và tôi không còn liên lạc nào với họ nữa. Vậy mà sau đó tôi gặp biết bao nhiêu khó chịu và ngộ nhận về phía một số người Việt nhất là với ông tướng Thuyết.

Một vài điều hiểu biết của tôi đã như sợi dây vô hình ràng buộc tôi với ông mục sư vào câu chuyện. Hướng về phía tôi, bằng một dáng điệu bày tỏ ông muốn gây nơi tôi một không khí tin cậy. Ông mục sư bảo có thể đưa cho tôi coi bức thư nếu tôi muốn, nhưng theo ông thì chưa phải lúc để đưa lên mặt báo. Vì làm như vậy ông tự thấy là không *"fair-play"* với những người đã tin cậy ông và họ đang theo đuổi cuộc tranh đấu.

Mục sư Denman đi về phía tủ sách, Davis thì đang ngồi nói chuyện với bà mục sư, thỉnh thoảng hai người lại cất tiếng cười to có vẻ tương đắc. Từ phía tủ nói vọng lại, bác sĩ Denman còn cho biết vì có sự bao vây rình rập của chánh quyền Việt Nam thời bấy giờ, nhóm đại diện tranh đấu xuống Sài Gòn không sao tiếp xúc được với tòa Đại sứ Mỹ và cũng theo ông ta thì vì họ quá khẩn nài, ông đã giới thiệu họ với một đồng nghiệp lúc đó đang dạy Đại học Huế, giáo sư Milton Ross. Và sau đó bức thư dường như đã êm thấm tới tay ông Đại sứ Mỹ qua sự chuyển giao trực tiếp của ông Viện trưởng Đại học Michigan. Tôi ngạc nhiên về vai trò hiện diện của giáo sư Ross trong biến cố này. Davis đang mải nói chuyện với bà mục sư nên có vẻ không quan tâm. Denman trở lại trao vào tay tôi một tập bìa cứng kẹp giữa những trang giấy đánh máy. Tôi không hy vọng gì có trong tay những tài liệu quý như vậy, đây là cơ hội bắt buộc tôi phải vận dụng tất cả trí óc để ghi nhận. Tôi chọn lấy bản Pháp văn đọc rất nhanh và giản lược mọi chi tiết. Những dòng chữ tràn lan chỉ gồm những lời kêu than thống thiết. Tôi thấy khổ tâm để biết thêm những điều đó. Nỗi cảm xúc của tôi như đang bị theo dõi. Khi nhìn lên, tôi bắt gặp vẻ mặt rất lạ của ông mục sư. Ánh mắt ông vẫn chứa đầy những nghi vấn dò xét. Đọc tới những dòng cuối với những tiếng những chữ là mũi kim đâm trong óc. Ông mục sư cũng cho biết là dường như có cuộc tiếp xúc và hứa hẹn giúp đỡ trong giới hạn có thể được của tòa Đại sứ. Sau đó nhóm lãnh tụ tranh đấu tỏ vẻ thất vọng vì những hậu thuẫn quá yếu ớt không được như ý họ mong muốn. Một số đã bắt đầu có liên lạc với cộng sản cốt để làm săn-ta với chánh phủ Mỹ. Một số khác ly khai rút vào rừng với đủ khí giới tính chuyện trường kỳ chiến đấu, dù có hay không sự giúp đỡ của Hoa Thịnh Đốn.

— Anh cũng thấy sự khó khăn về phía người Mỹ là thế nào.

Tôi trả lại bức thư cho bác sĩ Denman khi đã tự cho là nhớ tạm đủ để có thể ghi lại trên bàn máy vào buổi tối. Buổi chiều hôm đó, tôi và Davis ở lại dùng cơm với ông bà mục sư. Nhằm ngày lễ, tôi vẫn được bà Denman mở cho ăn riêng những món thịt hộp. Chúng tôi uống cả rượu, không phải thứ rượu cần đựng trong hũ và uống bằng ống hút mà là Whisky rất gắt... Tất cả đơn giản trong không khí ấm áp. Nhìn lên tường là bức tượng Chúa Vàng. Chưa bao giờ xem tranh tôi lại thấy cảm động như vậy. Quên đi nỗi giận hờn và những tham vọng đấu tranh nhọc mệt, bỗng chốc thấy mình trở lại bản chất một con người đa cảm và như chưa từng bao giờ, tôi tự thấy mình thực sự là một họa sĩ. Nửa đêm trở về tuy có hơi say nhưng chưa bao giờ tôi tìm lại được sự hứng khởi làm việc đến như vậy. Vào bàn máy ghi lại bức thư chỉ còn lại một phần ba với những nhận xét đáng chú ý của cuộc nói chuyện buổi tối.

CHƯƠNG HAI

Trời đổ tối rừng bắt đầu khó đi dù đoạn đường chỉ còn dăm điếu thuốc. Người Tây phương ước lượng bằng giờ bay, người Thượng có thói quen tính khoảng cách bằng thời gian nhẩn nha hút xong một điếu thuốc, thứ thuốc rê đặc biệt cay nồng của họ. Để tránh mọi bất trắc, viên sĩ quan cho lệnh hạ trại với ý định tiến vào ấp mục tiêu khi trời vừa sáng. Bước sang ngày thứ ba của cuộc hành quân thuộc chiến dịch Đồng Tiến nhằm giải thoát và di tản đồng bào Thượng từ các hốc núi hẻo lánh đến bờ quốc lộ 21, một xa lộ tối tân không thua kém những con đường tốt nhất của Âu Mỹ. Cách đây ngót một trăm năm, nó chỉ là một con đường mòn thương mại dẫn những người Thượng xuống miền xuôi trao đổi buôn bán. Cũng chính bằng con đường mòn M'Drack này, vào đầu thế kỷ thứ XIX bác sĩ Yersin đã từ Nha Trang tiến sâu vào cao nguyên và tìm ra khu nghỉ mát Đà Lạt và sau đó những đoàn quân viễn chinh Pháp nối gót bác sĩ Yersin đánh chiếm cao nguyên và đã gặp sức kháng cự anh dũng của những người dân thiểu số. Cuối cùng phải nhờ sự chiêu dụ của các linh mục thừa sai, người Pháp mới bắt đầu vững chân ở cao nguyên và cũng tương tự sau này chính các vị mục sư như Denman giúp người Mỹ thiết lập những trại Lực lượng Đặc biệt đầu tiên trên đó.

– Trong số những vị tù trưởng nổi tiếng chống Pháp thì Y Knul dòng dõi dân Rhadé là tay cừ khôi nhất. Ngay cả bây giờ khi nhắc tới ông ta, các vị già cả bô lão của chúng tôi còn nhớ và kể lại những chiến công oanh liệt, tài săn voi thần tình và cả sức mạnh vô địch khiến mọi thổ dân phải thần phục và tôn xưng ông làm Chúa.

Tên hướng dẫn người Thượng là Y Chơn, tốt nghiệp tiểu học nguyên là thông ngôn và là trung sĩ Lực lượng Đặc biệt Mỹ giải ngũ. Ngoài tiếng Pháp tiếng Mỹ hắn nói tiếng Việt thật sành sỏi. Theo Y Chơn thì ngày mai chúng tôi sẽ tới một buôn Nueng thuộc sắc dân Djarai, dân ở đó còn giữ tục cà răng căng tai nên vẻ mặt trông dữ tợn nhưng bản chất hiền lành, sống cuộc đời thiếu thốn nhưng thật nhàn nhã chẳng lo gì tới ngày mai. Một năm họ chỉ đốt rừng làm rẫy vào mùa tháng Mười còn sau đó thì vào rừng kiếm mật ong vỏ quế và đan những đồ mây để đổi chác. Trong việc trao đổi với người miền xuôi, vì họ chưa biết sử dụng tiền bạc bằng giấy mà chỉ quý trọng những vật có hình thể nên họ thiệt thòi và bị lợi dụng khi buôn bán. Nói về cộng sản, không những người Thượng chán ghét mà họ còn khiếp sợ. Đã từng có những cán bộ cộng sản cũng cà răng, nói tiếng thổ ngữ sống trà trộn với người Thượng trong các buôn ấp nhưng cuối cùng đã thất bại chẳng lôi kéo được họ vì người Thượng thấy bị lợi dụng với những hứa hẹn hão huyền chẳng đưa họ tới đâu. Có tiếng gọi Y Chơn của viên sĩ quan trong máy, hắn vội vã bỏ đi. Trời đã sẩm tối, tôi ở lại loay hoay với những cành cây để móc xong chiếc võng. Và nỗi hoang mang lo sợ trong rừng sâu cũng giảm bớt vì những xông pha can đảm của đám lính. Vả lại tài nghệ của viên sĩ quan chỉ huy khiến tôi tin tưởng, hắn tốt nghiệp trường võ bị Đà Lạt, thấm nhuần lửa đạn mang đầy vẻ phong sương chiến đấu. Dù mới chỉ là một sĩ quan cấp úy nhưng với rất nhiều thành tích và huy chương. Lính thuộc cấp vừa sợ vừa mến phục hắn: ngoài tài đánh giặc, viên Trung úy còn nổi tiếng là một tay chịu chơi, một thanh niên hào hoa, sống với trận địa nhưng không phải là xa lạ với thế giới ăn chơi của Sài Gòn, hắn có thể nói tên những cô đào của sàn nhảy Baccara cũng dễ như khi đọc bản đồ quân sự rắc rối. Nói về chiến dịch Đồng Tiến nhằm định cư các đồng bào Thượng ra ven quốc lộ, viên Trung úy bảo:

– Gây oán là mình, gia ân là tụi nó. Mỹ nó thâm và đểu thế đấy ông nhà báo ạ. Xua dân đốt làng thì mình lãnh, còn công việc cứu trợ thì tụi nó giành lấy. Bất cứ cái gì không nên không phải là tụi nó oán chánh phủ trong khi chỉ biết một mực tri ân tòa Đại sứ Mỹ. Anh cũng biết khi tụi nó cúp trợ cấp thì kế hoạch sụp đổ hết, chúng ta đã có kinh nghiệm đó từ những ấp chiến lược Thượng mấy năm trước.

Risque contre risque, hắn bảo thế. Mình ở cái thế yếu không thể làm khác hơn. Giữa cộng sản và Mỹ, chúng ta chọn một kẻ thù ít nguy hiểm hơn nhưng không mang những ảo tưởng về nó. Và tôi không ngạc nhiên khi phải chứng kiến ở ngày thứ hai một xô xát giữa viên sĩ quan và tên cố vấn Mỹ. "Ông chỉ có thể cố vấn viện trợ chứ còn kinh nghiệm chiến trường các ông còn phải học hỏi lại tụi tôi." Viên Trung úy đã trả lời như vậy trước sự hoạnh họe của tên cố vấn, cùng một lúc hắn ý thức rằng đơn vị không thể không cần cố vấn để yểm trợ và không vận. Sang đến ngày thứ tư, phần vì khó chịu sự thiếu hợp tác phần vì vất vả quá mức trong vấn đề di chuyển, Schmidt cáo bệnh rời khỏi đơn vị bằng chuyến trực thăng riêng của bộ Tư lệnh; khó khăn chờ chúng tôi ở những ngày tới.

Khi Y Chơn trở lại thì trăng đã lên cao, qua kẽ hở của những cành cây và khe lá, trăng rừng mang một vẻ đẹp vừa hoang sơ vừa hùng vĩ. Tôi nghĩ tới cái nhạt nhẽo của những mảnh trăng treo nơi thành phố, nghĩ tới đám bạn hữu đang lặng lẽ sống ở đó. Tôi vừa sống với họ ở những hôm qua và lạc lõng trong rừng sâu hiện giờ, giữa hai cái hiện tại dường như có cả một khoảng cách.

— Anh chưa ngủ sao, có nghe thấy gì lạ không?

Tôi không hiểu câu nói của Y Chơn, tôi cũng không nhận ra một âm thanh khác lạ nào ngoài cái không khí quen thuộc của rừng núi như vượn rúc cú kêu hay tiếng vỗ cánh khô khan của một giống chim lạ nào đó. Nơi dừng quân cách buôn bên kia một con suối, tiếng nước đổ từ một ghềnh cao và những cơn gió hút. Trong suốt mấy ngày di chuyển, tôi cũng chưa hề gặp dấu vết của thú dữ, trừ những loại rắn. Bom đạn và chiến cuộc xua đuổi khiến thú rừng ít hẳn đi mặc dầu trước kia những bộ lạc ở khu rừng này nổi tiếng về tài săn bắn.

— Không, mà sao, Y Chơn?

— Cũng không xa nhưng tại anh ở ngược chiều gió, đội thám sát về báo là dân làng đang đốt đuốc đánh trống khua cồng rộn rã. Đó là dấu hiệu bất thân thiện của thổ dân sửa soạn chống cự và ngăn khách. May là chúng ta chưa qua suối, không có dấu hiệu gì là họ sẽ tấn công nhưng vấn đề an ninh phải đặt ra cho đêm nay nghĩa là tất cả ở tình trạng ứng chiến. Tôi cũng mong là không có gì xảy ra cho tới ngày mai, nếu không nhiệm vụ của chúng ta trở nên khó khăn hơn nữa. Vả lại anh cũng biết là tiếng Djarai tôi nói được rất ít.

— Chắc trong buôn có mấy người biết tiếng Pháp?

— Tôi cũng hy vọng là như vậy, nhưng điều cốt yếu là chúng ta phải kiên nhẫn tỏ thân thiện dù bị tấn công hay khiêu khích trước. Nợ máu thì lại gọi tới máu, tôi đã nói với ông Trung úy như thế.

Tiếng gọi của máu, đó là một trong những câu nói văn hoa của tướng Thuyết trong những bài tùy bút ông viết về cao nguyên; núi rừng đã nhiễm vào tâm hồn ông vẻ thi sĩ. Nhắc tới tướng Thuyết, Y Chơn bảo ông là nhà cai trị có bàn tay sắt bọc nhung, các tay tranh đấu nghe tên đều ngán ông ấy hết.

— Ông ấy chịu khó học các thổ ngữ Thượng mặc dầu rất giỏi về tiếng Pháp và trong bộ tham mưu không thiếu gì những thông ngôn.

— Nhưng làm thế nào để học tiếng Djarai khi mà họ chưa có chữ viết?

Nghe tôi nói Y Chơn cười kể lại rằng không phải là chưa có mà người Thượng đã sơ ý đánh mất chữ viết của họ.

— Tục truyền rằng khi Đức Phật đi vào cao nguyên truyền giảng, đồ đệ theo Ngài đông vô kể, người Thượng cũng đến nghe và được Ngài dạy viết cho. Trong khi mọi người dùng lá cây khô để viết thì người Thượng giết trâu lột da để viết. Khi về tới nhà vì không chịu cất giấu kỹ nên khi chủ nhà ngủ say, nửa đêm con chó ngửi thấy mùi thịt liền ngậm miếng da mà ăn đi, từ đó người Thượng mất luôn cả chữ viết.

Giai thoại vì xao lãng ngủ say làm mất cả chữ viết gợi lại một quá khứ mất nước vì tật mê gái của nhà vua khiến người Thượng bơ vơ tới ngày nay. Nỗi mệt nhọc của một ngày cũng tan biến theo ý nghĩ đấu tranh bải hoải để chỉ sống với những tâm hồn giản dị và nỗi đe dọa hoang sơ của rừng núi. Những bếp lửa thổi cơm đã dập tắt còn ánh lên một chút than hồng heo hút. Tiếng côn trùng nỉ non, tiếng một con rắn huýt gió và từng chập những tiếng bước chân người đạp lên lá khô. Từ một gốc cây gần đâu đây, thoảng một giọng ca Huế gợi nhớ và buồn ảo não của người lính không rõ mặt mũi. Tôi nghĩ tới Nguyện, dòng sông Hương và khung cảnh sống của những ngày sắp tới. Người đàn bà trụy lạc nhưng không thể đồng hóa với người khác; giữa nàng và đời sống vẫn có một bức tường ngăn cách. Tôi cô đơn khi xa nàng nhưng đồng thời sự gần gũi cuồng nhiệt của dục vọng chính là những phút run rẩy hấp hối của hạnh phúc. Sự cô đơn thật khủng khiếp khi thân thể bị lạm dụng cho mục đích khám phá cảm giác. Tôi hoàn toàn mất Nguyện ở những giây phút giãy giụa đó.

– Anh có nghe thấy gì không?

Y Chơn hỏi tôi. Hình như gió trở nên mạnh và đổi chiều. Bóng trăng lung lay trên nền lá. Tiếng cồng tiếng trống nghe khoan nhặt và thoảng xa như một điệu nhạc tan trong sương, đầy vẻ man dại nhưng không có dấu hiệu hung dữ. Có thể lúc này các chiến sĩ Djarai đang nhảy múa bên ngọn lửa hồng, thúc trống đôn quân chờ đón những người khách lạ dừng bước từ bên kia con suối. Y Chơn bảo:

– Sự dừng bước bên ta được coi là dấu hiệu thân thiện cho ngày mai đi tới. Tốt nhất đừng có đổ máu vì chúng ta sẽ đụng phải những chiến sĩ Djarai quả cảm, sự thiệt hại đôi bên sẽ rất lớn. Họ là những tay thiện xạ nếu không là cung nỏ thì là súng, đủ thứ có thể là AK của Tiệp Khắc hoặc M16 tối tân nhất của Mỹ.

Chờ vấn xong một điếu thuốc rê rồi mồi lửa, Y Chơn bắt đầu tự cười mình nói châm biếm:

– Cái khoản như tôi không thể nào được họ chấp nhận làm chiến sĩ vì có một hàm răng họ coi giống như dã thú. Lẽ ra ở vào tuổi 14, tôi phải chịu tục cà răng như họ. Anh có biết không, họ coi đó là một biểu lộ dũng cảm và lòng can đảm, và nếu yếu bóng vía mà phải chứng kiến thì đó là một hành hạ thể xác thật khủng khiếp. Chỉ trong một ngày gã thiếu niên phải tự mình dùng đá mài hay dao rừng tiện tới sát chân cả hàm răng sau đó chỉ dùng một chút khói cỏ đốt trên lưỡi dao trít vào vết thương để cầm máu.

Cảm giác ghê rợn khi đọc những truyện của Jack London về lột da người cũng không làm tôi rùng mình bằng sự đau đớn hấp hối của những đầu dây thần kinh bị mòn mỏi chà xát. Sự mô tả của Y Chơn khiến tôi rùng mình cảm giác như đau buốt thấu tận óc. Không phải chỉ bởi quan niệm thẩm mỹ của người Thượng về một hàm răng giống dã thú mà là một chứa đựng triết lý lớn lao về sự đau khổ trên thân xác, họ đã vượt xa ác thú bằng một lựa chọn thử thách cũng như những Sa-môn trên bước đường tự hành xác. Y Chơn khuyên tôi nên ngủ để lấy sức cho cuộc hành trình cả ngày mai. Khi y bỏ đi, tôi cũng chui mình vào túi vải hưởng thụ một cách thấm thía cảm giác ấm áp của thú gối chăn giữa cái lạnh cắt da của rừng núi. Sự mỏi mệt dìm sâu tôi vào một giấc ngủ đầy mộng mị với bùng bình những tiếng trống phèng la từ một buôn ấp nào đó ở trên cao và đàng xa mãi bên kia ngọn suối.

Trời còn tối hơn đêm, đám lính tráng đã trở dậy lo cơm nước. Con trăng chìm sâu vào biển sương đục mờ mờ như sữa, những giọt sương từ lá nhỏ xuống má tê buốt. Cả chiếc túi ngủ cũng ướt đẫm như trải qua một cơn mưa lớn. Những người lính thật khổ cực, không làm gì có một giờ giấc ăn ngủ cho đời sống, ăn thì toàn lương khô uống nước suối, xót ruột thì hái rau chuối lót lòng. Vậy mà họ vẫn ca hát với đời sống gần bên nỗi chết không rời.

Cũng như từ ba hôm, sáng nay tôi ngồi nhai một túi cơm khô nở mềm trong nước. Vị ngọt của từng miếng cơm pha chút xì dầu làm ngon miệng khiến tôi cảm tưởng có thể ngồi ăn mãi. Mấy người lính ngốn ngấu ăn sống hết cả rổ rau má thay cho xà lách. Cơm nước và lều trại dọn cuốn xong cũng chỉ vừa đúng năm giờ sáng. Tiểu đội tiền sát được lệnh khởi hành trước, chúng tôi chỉ bắt đầu di chuyển vào lúc bảy giờ sáng khi bình minh đã ló dạng. Tôi đến hỏi Y Chơn:

— Tại sao lại có dấu hiệu chống đối của thổ dân. Liệu có Thượng cộng trà trộn trong buôn đó không?

— Nếu có cũng không có gì đáng kể, tụi nó rất tránh đụng độ như anh đã thấy. Còn sự chống đối theo tôi có nhiều lý do trong đó có sự sợ hãi trả thù của cộng sản. Người Thượng không ưa gì cộng sản nhưng rất sợ sự tàn bạo của họ. Chiến dịch Đồng Tiến sẽ sụp đổ nếu không gây được niềm tin là họ sẽ được chánh phủ hoàn toàn bảo vệ.

— Thiện chiến và can đảm như vậy tại sao họ không tự chiến đấu mà lại chờ đợi ở chánh phủ?

— Súng phun lửa và võ khí tối tân có thể thiêu cháy cả thân thể và lòng dũng cảm của họ, bởi vậy triết lý của họ là phải tồn tại trước đã.

Y Chơn giúp tôi hiểu rằng đã qua rồi thời kỳ của cung nỏ, gậy tầm vông và áo vải, cũng qua rồi thời kỳ an toàn của rừng sâu và trận chiến tranh du kích. Tất cả đã biến thể và mang một kích thước mới. Mặt trời của buổi mai trên cao nguyên không rực rỡ nhưng cũng đủ ấm và làm tan những lớp sương đêm. Nắng rẽ quạt sau những thân cây, cảnh đẹp ước lệ của một buổi bình minh đầy tiếng chim ca hót. Tiểu đoàn chia làm ba cánh quân cách nhau vượt qua suối. Tôi tháp tùng bộ chỉ huy ở đạo quân đi giữa. Phải mất hơn hai giờ để vượt qua một đoạn rừng chưa đầy hai cây số. Tiểu đội thám sát điện về cho biết không có dấu hiệu kháng cự nào của đồng bào. Công việc còn lại chỉ là giải thích, canh giữ an ninh và cho khuân tải đồ đạc để di chuyển về hậu trạm, chờ phương tiện xe cộ chở tất cả ra vùng bìa của quốc lộ đã ấn định sẵn.

Khác với những chờ đợi căng thẳng của hôm qua, tôi không ngờ tình trạng có vẻ dễ dàng đến như vậy. Những người lính xúm vào phụ khiêng vác. Bên trong những ngôi nhà sàn thơ mộng, ngoài con dao và chiếc gùi, không còn gì thực sự đáng giá. Vị trưởng buôn nói tiếng Pháp cho biết thỉnh thoảng cộng sản có mò về sách nhiễu dân chúng nhưng khi nghe quân đội tới, chúng đào tẩu mất hết. Ông tỏ vẻ thân thiện và chấp nhận cuộc tản cư của chánh phủ. Mọi sự diễn ra tốt đẹp, tôi thu vào ống ảnh nhiều bức hình độc đáo. Mấy thiếu nữ Djarai ngực trần có vẻ đẹp của những bức tượng khỏe mạnh chứ không gợi dục như tranh vẽ của ông mục sư Denman. Vì không chịu bán, tôi cho gã thanh niên chiếc bật lửa để đổi lấy cây khèn bằng trúc mà tôi có ý định mang về tặng Davis. Bỗng có một tiếng thét khủng khiếp, thật là đau đớn, tiếp theo là những tràng súng nổ vang của những người lính có bổn phận canh gác. Cả khu rừng ầm ĩ những tiếng súng và tiếng hô xung phong. Tất cả nhanh nhẹn phân tán vào vị trí chiến đấu, bỏ trơ lại tôi với những người dân Thượng không biết gì nhưng cũng xanh xao sợ hãi. Tôi mất mọi phản ứng và hầu như tê liệt trong giây lát. Tôi vững tâm với tinh thần chiến đấu cuồng nhiệt của những người lính, hỏa lực mở rộng ra khu rừng ngoài. Y Chơn bị trúng phải một mũi tên độc thật sâu nơi mắt trái, chắc thuốc ngấm làm hắn oằn oại rên la đau đớn. Y tá và cả viên sĩ quan trợ y đều xúm lại nhưng thật lính quýnh. Mũi tên được rút ra kéo theo dòng máu đỏ tươi, thân tên đầy nhựa đen và ngả sang màu tím thẫm. Schmidt đi rồi, không có viên cố vấn Mỹ khó mà gọi trực thăng di tản. Thuốc độc cực mạnh chạy vào máu chắc hắn sẽ không qua khỏi trước khi về đến hậu trạm.

Rồi mọi tiếng súng im bặt làm nổi bật cái vắng lặng thê lương của rừng núi. Đám lính tụ tập trở về kéo theo xác một người đàn ông Thượng, giỏ tên độc còn bên lưng, đầu bị đạn M16 xuyên nát không còn nhận ra được mặt mũi. Có lẽ để tránh phần trách nhiệm, vị trưởng buôn bảo hắn là Việt cộng. Sự thật ra sao cũng không biết nữa. Y Chơn được cứu chữa bằng lá thuốc, dù hy vọng qua khỏi hắn vẫn bị hư một mắt. Không chết, dầu sao hắn cũng may mắn. Mặt trời đứng bóng và đổ nắng. Say khói súng đám lính trở nên nặng tay và nóng nảy, họ nổi lửa đốt từng chiếc nhà sàn ngay trước những vẻ mặt đầy bơ vơ ngơ ngác. Khi ngọn lửa đỏ còn cháy hừng hực, họ xua người và vật rời xa khỏi chốn thôn bản, nơi chôn nhau cắt rốn.

Sau nhiều giờ phá mở đường, đoàn xe đưa đồng bào ấp Nueng từ hậu trạm ra đến khu định cư ven quốc lộ. Không xa khu định cư là trại binh Mỹ với một dàn đại pháo cao ngất trời. Tôi gặp lại ông bà mục sư Denman ở khu tiếp cư. Đến lúc này hình ảnh giết người của mũi tên độc với sức công phá dữ dội của những viên đạn M16 vẫn còn ám ảnh tôi mãi. Hình như tất cả thảm kịch và diễn trình tiến bộ văn minh nhân loại mấy ngàn năm thể hiện đầy đủ trên cái xác của gã đàn ông Thượng Djarai bị ném vào đống lửa hồng hôm đó.

CHƯƠNG BA

Trên khắp cao nguyên tôi ít thấy những người lính Mỹ nói tốt về các đồng minh Việt Nam của họ. Đó cũng là một lối diễn tả được coi là nhẹ nhất khi nói về mối ác cảm của dư luận báo chí Mỹ đối với những khó khăn Kinh Thượng ở cao nguyên. Chẳng hạn trong một cuốn sách nổ như một trái bom và bán chạy nhất nước Mỹ, ngoài khía cạnh đề cao anh hùng tính của những người lính Mũ Xanh Mỹ, còn lại chỉ là sự miệt thị và hạ giá người Việt. Và đặc biệt hơn nữa là những mô tả về tính cách tàn bạo man rợ của những người đồng bằng đối với người Thượng thiểu số mà họ cho là bị bạc đãi hiếp đáp và tàn sát không một chút thương xót.

— Những cuốn sách như vậy không thể gợi cho quần chúng Mỹ và cả dư luận thế giới những hình ảnh đẹp về dân tộc Việt Nam đang theo đuổi cuộc chiến đấu.

Thật không phải lúc khi chúng tôi đang đứng ở một cứ điểm nóng nhất của cuộc chiến tranh để nghĩ vẩn vơ về một dư luận bên trời Âu hay mãi tận nước Mỹ. Buổi trưa nóng đổ xuống hầm hập, Davis mặt đỏ gay hai hàng mi cong đọng lăn tăn những hạt mồ hôi nhỏ. Gió tây khô khan thổi rát qua những khe áo. Mấy trăm nóc tôn tụ lại như một hội chợ mới cất, cách khoảng quốc lộ trong vòng một trăm thước. Nơi khúc quanh xa lộ như một dải lưng láng nhẫy. Những kiểu nhà tiền chế được dựng sẵn trên vùng đất hoang phì nhiêu sát trục giao thông và dồi dào những ngọn suối. Chỗ nào cũng có dấu vết của những bàn tay săn sóc. Rút từ những kinh nghiệm trước, khu tiếp cư lần này được sửa soạn với nhiều thiện chí và công phu đáng kể. Nhưng chẳng ai có thể dự liệu được tất cả những tai ương biến chứng. Tai ương đó có thể là một nạn dịch phát xuất từ cái chết của một người đàn ông đêm qua. Khó khăn đầu tiên là làm sao thuyết phục tang chủ đừng giữ lâu xác chết đó trong nhà và chịu đem chôn cất sớm. Khó khăn thứ hai là phải tìm cách chích thuốc ngừa cho họ trước khi bệnh dịch có thể lan tràn và số chết chóc không biết là thế nào. Đoàn chích ngừa với đầy đủ thuốc men được huy động tới nhưng đồng bào tìm cách lẩn trốn hết, nếu cưỡng bách là họ chống cự la hoảng và khóc lóc. Chỉ sau một buổi sáng không khí lo sợ bàng hoàng đè trĩu trên mấy trăm nóc gia đình. Cuối cùng phải dùng xảo thuật quyến dụ và cả cưỡng ép nữa để chích thuốc cho hơn một ngàn dân, dù mất lòng nhưng một giai đoạn khó khăn cũng tạm qua đi. Davis như xúc động bồn chồn trước sự mạnh tay của một vài người lính.

— Hàng mấy trăm năm sống cách biệt với thế giới bên ngoài, sự thích ứng theo tôi cũng đòi hỏi một thời gian. Tình cảnh ở đây không khác gì với những đợt hồi hương đầu tiên của các sắc dân Do Thái: cách biệt xa lạ và những đụng chạm không thể nào tránh khỏi. Tôi hy vọng đây sẽ là kiểu mẫu cho những *kibbutzim* đào tạo giáo dục người Thượng mau sống kịp với thời đại chúng ta trong tương lai.

Giống một tờ báo sinh viên, một lần nữa Davis đề nghị một công thức *kibbutz* cho vùng đất hứa cao nguyên. Tôi bảo một mai khi hòa bình thì đó cũng là điều đáng suy nghĩ tới.

— Không, *kibbutz* là một công thức hữu hiệu trong thời chiến. Tôi có cảm tưởng các căn cứ biên phòng của LLĐB Mỹ chỉ là một mô phỏng vụng về mà thôi.

— Đó chỉ là những căn cứ quân sự thuần túy của Mỹ mà căn bản cứu trợ chỉ là sự bố thí. Chữ *kibbutz* sẽ không có ý nghĩa gì nếu trong đó không bao hàm một tinh thần cộng đồng *kibbutz*.

— Vậy thì những trại tị nạn cộng sản này được tổ chức theo quan niệm chiều hướng nào?

— Nguyên mấy chữ tị nạn đã nói lên tính cách tạm bợ của nó. Thật ra đây là một cơ hội bằng vàng để thực hiện những dự định tốt đẹp manh nha từ nhiều năm trước, quy tụ những cư dân thiểu số sống rải rác trong các hẻm hốc rừng rú, tổ chức thành những Buôn Hdíp Mrâo kiểu như các đại xã gần các trục giao thông, giúp đỡ giáo dục họ làm quen với nếp sống cộng đồng, chấp nhận cải tiến lề lối canh tác và tin tưởng vào khoa học văn minh hơn là phó mặc cho thần linh và sự cúng quảy. Ngoài những eo hẹp về vật chất, theo tôi những sửa soạn về tâm lý mới thật sự là vấn đề khó khăn cho chánh phủ. Một thí dụ nhỏ như kế hoạch cải tiến nông cụ, vấn đề không phải có đủ liềm phân phát cho nông dân mà chính là làm sao thuyết phục họ chịu dùng liềm để gặt thay vì dùng tay tuốt từng bông lúa mà khỏi sợ các đấng thần linh quở phạt.

Davis có vẻ chú tâm tới những điều tôi nói, hắn luôn luôn đưa ra những câu hỏi để có một xác định chi tiết. Mô phỏng từ một tư tưởng của Einstein, tôi tiếp:

— Để trừ bỏ những thành kiến mê tín dị đoan có lẽ khó hơn phá vỡ một nguyên tử. Anh có biết không, cũng thiện chí đó đem ra áp dụng vội vã, ông Diệm đã gặp phải sự chống đối và phong trào tự trị ly khai cũng phát xuất từ đó. Điều tôi muốn nhắc lại đó là một sửa soạn tâm lý.

Tôi không rõ Davis đã đặt chân lên cao nguyên từ bao lâu, nhưng rõ ràng hắn có những am hiểu về cả những khúc mắc chánh trị dính dáng đến phe tranh đấu. Davis hỏi tôi:

— Đã có giấy bảo đảm của Thủ tướng chánh phủ tại sao lãnh tụ phe thiểu số ly khai còn đòi hỏi một văn kiện khác có bảo đảm của tòa Đại sứ Mỹ mới chịu ra mặt thương thuyết?

Đó là một sự kiện hoàn toàn mới mẻ, có lẽ Davis biết nhiều hơn tôi ở một lãnh vực nào đó. Bằng luận lý suy diễn, chính tôi cũng đang tự tìm một giải thích:

—Xa hơn cả nguyện vọng tự trị đã có lúc họ đòi trở thành một tiểu bang của Hiệp Chủng Quốc. Sự chất phác ngây thơ của họ là một kích thích không mỏi mệt cho những tay phù thủy chánh trị muốn đưa đẩy số phận cao nguyên theo những bước phiêu lưu xa hơn. Khôn ngoan như người Pháp cũng đã chẳng làm được gì trong ngót một trăm năm ngăn chặn bưng bít, huống chi bây giờ mọi cánh cửa đã hé mở, dù nhất thời bị lôi cuốn vào cơn lốc chánh trị, thực tế sẽ phá vỡ những ảo tưởng. Bằng cớ là đã có một số lãnh tụ trong phe ly khai trở về, tôi muốn nói tới sự giác ngộ của chính những người Thượng. Điều đó chỉ có được bằng giáo dục và nâng cao dân trí. Cũng như cuộc chiến tranh đang diễn ra ở nông thôn Việt Nam, cuộc chiến bị bỏ quên này sẽ đương nhiên tắt lịm dần đi khi đã thực hiện được những cuộc cải cách xã hội và nâng cao nếp sống.

Hình như trong thâm tâm tôi không lạc quan được đến như vậy, nỗi lo sợ gia tăng khi tôi nghĩ tới căn bản thiếu thốn về nhân sự, tâm trạng dửng dưng và sự rã mục về những hy vọng của quần chúng. Cả cái gọi là chánh sách của cấp lãnh đạo cao nhất cũng không ngoài việc bưng bít những lỗ vỡ của một ống nước đã cũ nát. Hình ảnh những Ross, Tacelosky và Denman nhắc nhở tôi rằng là xa hơn một ly rượu tới môi, con đường dẫn tới một tốt đẹp ở cao nguyên còn phải trải qua nhiều máu và nước mắt.

— Theo anh người Mỹ có lợi gì để hành động mâu thuẫn như vậy khi họ đang phải sát cánh chiến đấu sống chết bên cạnh đồng minh Việt Nam?

Davis đưa ra một câu hỏi trực tiếp và đột ngột nhưng tôi nhớ mang máng là có một ký giả người Nhật tên Takashi Oka đã từng hỏi tôi như vậy. Tôi cũng đã tự hỏi và câu trả lời là những chuyến đi liên tiếp trên cao nguyên. Cùng một lúc tôi ý thức được rằng mình đang là một nhà báo, một thành phần trong cuộc với những thao thức lo âu cho vận mệnh của tổ quốc. Đã nhiều lần tôi bị giằng co giữa những sự lựa chọn: chỉ phô bày hay phải đánh giá tác dụng của những dữ kiện mình có. Ở trường hợp này tôi chỉ có thể trả lời gián tiếp. Hình như Davis không hiểu được ngụ ý tôi định nói gì, hắn cười không hỏi thêm, cả hai chúng tôi rảo bước tới trụ sở quản trị với hy vọng thiếu tá Y Ksor tới đón chúng tôi ở đó. Davis cũng nhờ tôi dẫn qua một phòng phát thuốc. Phản ứng của thuốc chủng làm hắn bắt đầu phát sốt, riêng tôi chỉ thấy hơi đau nhức ở một cánh tay. Những dấu hiệu này có thể làm cho hơn một ngàn người vùng dậy bất chợt chỉ vì những dị đoan lo sợ hoảng hốt.

Rồi tới buổi chiếu phim tối cho khoảng ngót năm trăm người hiếu kỳ đông đảo, bỗng dưng bị tan vỡ chỉ vì một đám cháy trên màn bạc, đó là điều mà cả tôi và Davis không tưởng tượng nổi. Từng sinh hoạt với họ, tự hào về những hiểu biết phong tục tập quán của họ, tôi vẫn luôn luôn đụng đầu với những khám phá và va chạm mới. Davis hỏi tôi về tình trạng ra sao của đồng bào thượng du miền Bắc. Tôi nói:

— Nếp sống của họ đã cao hơn vì những giao tiếp thông thương dễ dàng với các người ở đồng bằng châu thổ nhưng những khó khăn chủng tộc không phải không có. Riêng ở cao nguyên miền Nam kể từ ngày bác sĩ Yersin đặt chân tới, cho đến nay hơn một trăm năm như anh đã thấy vừa rồi kết quả chánh sách khai hóa của người Pháp. Cùng với những cây cổ thụ hàng ngàn năm, thời gian như ngủ im lìm trong các đồi nương buôn sóc. Kể cũng đáng buồn là vào cuối thế kỷ hai mươi tại một quốc gia tự hào với bốn ngàn năm văn hiến mà vẫn tồn tại mấy chục sắc dân với trình độ văn minh chưa quá xa thời đại thạch khí.

— Tôi được đọc một tài liệu của viện Đại học Stockholm, chính một nhà nhân chủng học Việt Nam mà tôi không nhớ tên chống lại quan niệm đồng hóa các người thiểu số ở miền núi, ông ta chỉ chịu chấp nhận cái mà ông gọi là thích nghi văn hóa.

Có lẽ tôi cũng biết ít nhiều về ông ta, nguyên là giáo sư Đại học Văn khoa hiểu rõ các sắc dân Thượng và có tham vọng nối gót những người như Rondon lập các sở bảo vệ thổ dân Mỹ châu ở Ba Tây. Là nhà báo nhìn vấn đề theo khía cạnh chánh trị và xã hội nên tôi không có những thắc mắc như ông. Tôi cười và bảo Davis:

— Đối tượng của khoa nhân chủng là những giống người mà nhà khoa học định nghiên cứu, cũng như đề tài đối với họa sĩ, ông ta càng thích thú khi có được những đề tài mới lạ và khan hiếm. Sự pha trộn chủng tộc và những biến đổi về tập quán thường khiến ông ta tỏ ý tiếc. Hãy để cho nghệ sĩ say sưa với đề tài của ông ta, chuyện lập hội bảo vệ cũng không phải là một cần thiết vì ở đây không hề có cảnh lùng giết người Da Đỏ như người ta đi săn thú ở bên châu Mỹ. Vấn đề cấp thiết chính là san bằng cách biệt bằng một chánh sách quy mô tiến bộ và khai hóa. Chẳng hạn trong những buôn ấp sơn thôn mới, chúng ta có thể khuyến dụ người Thượng thôi đóng khố, sống theo phương pháp vệ sinh mà vẫn không đụng tới cái gọi là những mỹ tục về văn hóa riêng của họ. Không thể bình tĩnh nhìn sự lạc hậu bán khai là văn hóa và méo mó nhìn mỗi thổ dân như các cổ vật nghiên cứu và cần phải bảo trì.

Hình như tôi đang ngấm ngầm bất mãn với một con người không quen biết và vắng mặt, có lẽ bởi thái độ trí thức tiêu cực của ông ta quá tương phản với một hình ảnh không mỏi mệt của ông mục sư. Sự mỉa mai đến cay đắng khi Davis bảo muốn tìm hiểu vấn đề sắc tộc ở Việt Nam không có cách gì hơn là tìm đọc các tác giả ngoại quốc. Tôi đã hơn một lần có kinh nghiệm đó, và tôi cũng có lý do để khỏi hối tiếc bỏ cơ hội trải qua những năm dài ở Đại học Việt Nam. Văn hiến bốn ngàn năm mà tựa hồ hoàn toàn trống vắng. Dù sao chuyến về Sài Gòn lần này, tôi cũng định sẽ tìm gặp ông ta, vào nghề báo tôi đã quen với những gặp gỡ ngoài ý thích.

– Anh cũng biết ở một tình trạng chánh trị rối bời như Việt Nam, cả khoa nghiên cứu nhân chủng cũng bị sử dụng như một phương tiện cho mục tiêu phân hóa chánh trị không hơn không kém.

Buổi tối không khí dịu mát lại, bầu trời thấp xuống. Dàn đại pháo của trại binh Mỹ đang nhả từng loạt đạn vào mãi xa trong rừng sâu, tiếng nổ rung chuyển cả đồi núi làm lung lay tới tận trăng sao. Nạn nhân có thể là những tên cộng sản lẩn lút, đám người Thượng nào đó còn sót lại hoặc là cả những con thú vô phước có mặt trong một khu được coi là oanh kích tự do. Súng đạn dù không thù nghịch vẫn làm những người Thượng kinh hãi. Rồi bất chợt im lặng trở lại, sự im lặng cũng ngỡ ngàng như một náo động khởi đầu, không nguyên do, không một cảm xúc buồn vui. Ở những lúc này tôi chợt nghĩ và nhớ tới Nguyện tha thiết. Phải chi Davis là nàng, tôi sẽ vui sướng để nhận lời mời của mấy vị chủ làng buổi tối. Nguyện cũng sẽ tập uống rượu cần, tôi sẽ chỉ dẫn cho nàng cách nhận một ống triêng bằng tay phải, bởi vì tôi nhớ Nguyện có thói quen dùng bàn tay trái mà người Thượng thì lại không mấy quý bàn tay trái, sử dụng nó được coi như dấu hiệu khiêu khích và khinh bỉ. Cái không biết và vô tình của nàng có thể làm suy giảm mối giao hảo thân hữu giữa chủ và khách. Nhưng tôi hiểu rằng Nguyện không thể nào chọn quê hương là nơi đây và để có được tình yêu tôi và Nguyện, một trong hai người phải hy sinh cái thế giới mộng tưởng của mình. Và dẫu sao, tôi cũng đã có một quyết định dứt khoát bỏ nghề báo và ra Huế.

Thiếu tá Y Ksor cho người mời chúng tôi trở lại nhà làng. Trong bữa ăn tối, Davis bảo lần đầu tiên hắn được thưởng thức bữa thịt rừng nướng ngon như thế. Dù có những khó khăn về ngôn ngữ, chủ và khách đối xử với nhau bằng tất cả sự kính trọng và mối thâm tình. Có mấy người cà răng bị đau nên ăn một cách khó khăn, ngày thường họ chỉ có thể ăn cháo hay một thứ gạo kê lên men thật mềm nhuyễn. Đến tuần rượu, Davis là người bỏ cuộc đầu tiên, có lẽ tại vị rượu không quen mà hắn cho là hơi chua và đắng. Tôi theo bén gót Y Ksor, khật khưỡng sang tuần thứ ba bên ghè rượu lúc nào cũng được vị chủ làng đổ thêm nước nên đầy ắp. Độ rượu không có vẻ gì phai lạt vẫn ngọt ấm và hơi cay. Mọi phiền muộn và lo âu như dừng lại từ ngoài khung cửa và tôi hiểu tại sao người Thượng có thể đói từ ba đến năm tháng trong một năm nhưng vẫn không thiếu gạo để cấy rượu vui Xuân ròng rã suốt mấy tháng.

CHƯƠNG BỐN

Điện tín báo tin Như Nguyện chờ tôi ở Đà Lạt, vẫn tại ngôi biệt thự như một tòa lâu đài ở đường Hoa Hồng. Tôi thì còn phải bận rộn trong ít hôm nữa. Thời gian làm việc thật gấp rút vì viên Trung tá phòng Năm sắp bị tướng Trị đổi đi. Trên đường tới Quân đoàn, tôi rẽ qua ty bưu điện nhỏ như cái hộp gởi một điện tín cho Nguyện hẹn có thể gặp nàng trong vòng hai hôm nữa. Biết tính Nguyện, tôi không hy vọng Nguyện chờ đợi và có thể nàng sẽ trở lại Sài Gòn ngay buổi chiều. Phải chi tôi có Nguyện lúc này, đó là những phút hạnh phúc mà Nguyện chẳng thể chia sẻ hoặc chẳng bao giờ nàng nghĩ tới. Lúc này bỗng dưng tôi cảm thấy ngại khi nghĩ tới tối nay trở về căn phòng khách sạn tồi tàn, một mình lụi cụi gõ chiếc bàn máy để có bài gửi kịp chuyến bay buổi sáng. Có lẽ chỉ là một bài tạp ghi những điều tai nghe mắt thấy trong những ngày theo chân chiến dịch định cư đồng bào Thượng. Khi ném cây cọ để cầm bút, tôi vốn chán sự chỉ trích dù là xây dựng, không phải tôi ngại sự khó khăn xảy ra với các giới chức nhất là với tướng Trị, nhưng là mức độ hữu dụng của ngòi viết. Tôi không muốn cố gắng cái mà người Thượng Rhadé gọi là dìm sâu những ống tre khô dưới mặt nước. Ở một hoàn cảnh đã quá nhiều đen tối, hy vọng phải được thắp lên dù chỉ là một vài đốm sáng yếu ớt.

— Tôi xuống thế này là hết rồi, đưa đi đâu cũng chỉ có khá hơn, đổi sang đơn vị tác chiến càng thích hợp với khả năng của tôi nữa.

Đến lúc sắp ra đi, đây là lần đầu tiên ông Trung tá tỏ lộ sự bất mãn. Đó là một sĩ quan xuất sắc dưới thời ông Diệm, nguyên làm tỉnh trưởng Bến Tre và chịu biện pháp đầy ải lên cao nguyên sau cách mạng. Đó thực sự là một công bộc quốc gia với tất cả tận tâm và cần mẫn, ngay ở địa vị hiện tại. Tôi cũng được biết thêm chi tiết rằng những năm đầu dưới thời ông Diệm khi ông là Thiếu tá thì tướng Trị mới là sĩ quan cấp úy và hiện giờ ông được kể là thâm niên nhất ở nguyên vị cấp bậc của mình.

Khi trao vào tay tôi tập giấy đóng bìa cứng, viên Trung tá bảo nếu có thể anh hãy cho tôi một đặc ân là đừng phổ biến gì lên trên mặt báo. Đây là một hồ sơ mật, đối với tướng Trị nó như một cái xương hóc nuốt không trôi cũng chẳng thể lấy ra. Tôi cũng không hiểu tại sao ông Trung tá đã xử sự đặc biệt cảm tình với tôi, ông bảo mới gặp lần đầu tiên ông đã tin cậy tôi ngay và cho đến bây giờ ông vẫn tin ở trực giác của mình đúng. Dầu sao thì ông cũng vẫn tỏ lộ sự e ngại và khuyên tôi nên thận trọng:

— Anh coi chừng ông Tướng cũng chẳng ưa gì đám nhà báo. Sự có mặt của anh nơi đây như một cái gai mà ai cũng muốn nhổ đi. Sự khó dễ lúc nào cũng có thể có. Riêng đối với tôi còn ở đây ngày nào tôi còn cố sức giúp anh trong quyền hạn có thể của mình. Tôi trọng kỷ luật và nguyên tắc nhưng cũng biết đâu là giới hạn và cả ngoại lệ nữa.

Ông cười nhưng không giấu được vẻ thoáng buồn trong câu nói. Tôi đang có trước mặt những tập hồ sơ đầy dấu chữ đỏ mật hoặc tối mật. Một lần nữa trí óc tôi phải làm việc chứ không thể cầm viết ghi chép. Đây là những bức thư và tài liệu của phe ly khai, phần lớn viết bằng tiếng Pháp kể cả truyền đơn hô hào người Thượng nổi dậy, đám người mà ai cũng biết có tới 99 phần trăm mù chữ dốt nát. Cả lịch sử bi hùng của cao nguyên như gói trọn trong huyền sử cuộc đời của một người đàn ông Thượng đã từng được mang họ cụ Hồ để chiến đấu bên cạnh người Mỹ. Và những chữ nối nhau chỉ là những chi tiết của một trang sử máu. Và thường tình máu chỉ gọi tới máu, đó cũng là giai đoạn không nương tay của tướng Thuyết, khi ông còn ngự trị trên đồng rừng cao nguyên.

Khi biết tướng Trị sắp tới, tôi gấp trả lại tập hồ sơ với lời hứa cho phép trở lại của viên Trung tá. Lúc này còn quá sớm cho cuộc hẹn gặp Davis. Tôi rảo một vòng xuống phố mua mấy tờ báo. Báo gửi chậm một ngày nhưng vẫn ghi đúng ngày tháng. Và giữa những trang báo quen thuộc, tôi lại thấy xuất hiện cái bút pháp kịch liệt của ông Hoàng Thái Trung khi chỉ trích cuốn sách của một tác giả Mỹ viết về những người lính Mũ Xanh. Ngoài cái sắc bén thâm sâu, giọng ông lúc này còn đượm nhiều vẻ ngầy ngà cay đắng. Lần đầu tiên ông để mất cái phong thái trầm tĩnh cố hữu để bị lôi cuốn vào những luận cứ đầy cảm tính. Cái trẻ trung của một trí thức đáng mến ở chỗ còn nguyên chất lửa ấy. Tôi nghĩ tới ông Trung, tới Huế và những ngày sẽ sống với Nguyện ở ngoài đó, chính tôi cũng không thể ý niệm rõ. Lần gặp gỡ đầu tiên với ông Trung trong một hoàn cảnh đặc biệt với những kỷ niệm thật đậm đà. Tưởng cũng nên nhắc lại rằng, sau lần triển lãm có vẻ thành công, có một cuộc họp mặt của những văn nghệ sĩ thời danh do sáng kiến của ông Ngoại giao. Ở một thời kỳ mệnh danh là cách mạng,

ai cũng thấy phải làm một cái gì. Bộ Giáo dục thì tấp nập
thành lập những phái đoàn sinh viên xuất ngoại để giải độc
dư luận gây thành tích ngoại giao, trong khi Bộ Ngoại giao
thì lại có cả một kế hoạch giải tỏa văn hóa rộng lớn. Hôm
đó ngoài số họa sĩ bạn thân, tôi còn thấy hiện diện một số
khuôn mặt văn nghệ lớn. Một nhà văn tiêu biểu chống cộng
thuộc thế hệ bốn mươi, một văn trẻ thuộc thế hệ lạc lõng
với nhân vật tôi cố hữu là đàn bà, một kịch tác gia nổi tiếng
chưa hề viết kịch. Tôi chú ý tới sự có mặt của nhà phê bình
văn học Hoàng Thái Trung. Ông vừa là một nhà báo, một
giáo sư đại học rất trẻ, luôn đề cao sự hoài nghi về ý nghĩa
mù mịt của trận chiến tranh hiện tại. Ngòi bút của ông ảnh
hưởng mạnh mẽ trong giới trẻ và được coi như biểu hiện
một thái độ trí thức đứng đắn. Cũng bởi đó ông bị nhiều
người gán cho là cộng sản, cũng rất may ông là người Thiên
chúa giáo, mà đã là Công giáo thì không thể sống chung với
cộng sản. Nhưng tiền đề này cũng không hoàn toàn đúng
khi được biết sau này ông Trung đã rời hàng ngũ để đi sang
con đường bên kia. Cũng bởi sự có mặt của nhân vật Hoàng
Thái Trung hôm đó đã gây cho ông Ngoại giao những cảm
giác khớp kháp khó chịu. Khi còn là nhà báo, hai người đã
có những xung khắc thể hiện bằng mấy cuộc bút chiến và
sau đó Hoàng quân bị chánh quyền và người Mỹ liệt xếp
vào thành phần thiên tả nguy hiểm. Riêng với ông Ngoại
giao, từ lâu tôi vẫn chỉ được nghe tiếng ông hơn là biết mặt.
Ông xuất thân từ một dòng dõi Nho học nhiều tiếng tăm,
vậy mà dư luận vẫn gán cho ông là một trong những thành
phần nội các có dính líu nặng nề với người Mỹ. Ở một thời
đại mà lời đồn đãi quá nhiều khiến người ta nghi ngờ tất cả
ngay như đó là một hành vi tố cáo. Tôi chỉ biết nguyên ông
ta là chủ bút một trong hai tờ báo Anh ngữ ở Việt Nam, có
thái độ thân Mỹ rõ rệt và bênh vực vô điều kiện sự có mặt
của quân đội Mỹ trong vùng Đông Nam Á châu. Ông có
thái độ chống cộng thật hăng hái, điều đó không ai có thể

phủ nhận. Đó cũng là lý lẽ ông được người Mỹ tin dùng nhưng theo nhận định của giới thân cận thì ông ta là hình ảnh của một tinh thần quốc gia mờ nhạt đến độ đáng phàn nàn. Là nhà ngoại giao Việt Nam nhưng ông là phát ngôn viên trung thực cho chánh sách đang theo đuổi của người Mỹ.

Trở lại mục đích cuộc họp mặt là cố gắng giới thiệu các công trình văn hóa ra ngoại quốc, như điều mà miền Bắc cũng đã làm. Dự định to lớn nhưng đúc kết buổi nói chuyện thật còm cõi và chẳng đưa tới một kết quả cụ thể nào. Tôi không muốn nhắc tới những đường hướng dẫn lối của ông Ngoại giao bắt đầu từ một quan niệm nghệ thuật vô cùng sơ đẳng, tôi cũng không muốn nhắc lại những chi tiết không mấy đẹp hôm đó do thái độ cầu cạnh của một số mệnh danh là văn nghệ sĩ. Tôi cũng gặp Như Nguyện, người đàn bà mua tranh tôi trong vai trò tùy viên văn hóa của sứ quán và tôi cũng không thể nghĩ rằng sẽ có những ràng buộc định mệnh giữa tôi và nàng sau này. Thực sự cho đến bây giờ tôi không biết gì hơn về người đàn bà ngoài cái hiện tại của một cuộc sống phóng thả và rất nhiều tai tiếng. Nguyện đối với tôi có một sức hấp dẫn kỳ lạ của một loài chim bay rất cao để có một tiếng hót hay. Có lần từ Tokyo, Nguyện viết thư cho tôi, thư khá dài không đề cập tới một chuyện gì rõ rệt nhưng chứng tỏ tâm hồn nàng đang có những dao động. Nguyện bảo, nàng như một con chim nhỏ đi trốn tuyết và rất cô đơn. Phải chi Nguyện được anh giam hãm như anh đã từng giam hãm con mèo đen trên cái ấm áp của một thảm hồng. Tôi thấy nhớ Nguyện và nghĩ rằng nếu tôi trở lại với hội họa cũng bởi tại một nỗi thầm kín riêng tư nào. Tôi trở lại chỗ hẹn, Davis đang nôn nóng chờ tôi tới. Y Ksor khẩn cấp cho người mời chúng tôi lại nhà làng. Không khí đang trở nên thù nghịch, sự căng thẳng lên tới cực điểm khi có nhuốm vẻ thần linh tôn giáo. Cả Buôn Hdíp Mrao vừa ổn định cuộc sống hiền hòa hôm qua nay bỗng trở lại nhốn nháo như sẵn sàng cho một cuộc nổi loạn.

– Kdi rai Cam, ram Yuăn.

Y Ksor bảo thế, mọi sự đã tan tành như sau trận chiến giữa người Chàm với người Kinh. Bao nhiêu công trình sửa soạn cho khu định cư bỗng dưng thất bại trở thành mây khói. Hơn một ngàn người nhất tề đứng dậy đòi trở lại rừng sâu. Họ sợ hãi nhưng quyết liệt chống cự lại những người lính ngăn cản.

– Tại sao vậy, thiếu tá Ksor? Hay là họ bất mãn vì trợ cấp quá thiếu thốn?

– Đâu có, đây chính là thí điểm tiếp cư kiểu mẫu nên khả năng tiếp liệu được coi là dư thừa nhất. Chỉ tại ông Trung úy thì còn trẻ và hăng hái quá lại là người miền xuôi nên không biết rõ họ.

Nghe nói vậy viên Trung úy tỏ vẻ kháng cự Y Ksor, hắn quả quyết thủ phạm là một tên Thượng cộng nằm vùng và chính tên này bày đặt ra bùa phép xúi giục dân chúng. Ở những trường hợp bối rối khó khăn, thiếu tá Y Ksor tỏ ra bình tĩnh hơn bao giờ:

– Tôi biết và cả phục Trung úy nữa về những kinh nghiệm chiến tranh rừng rú nhưng còn sự am hiểu người Thượng với tập quán phong tục đầy mê tín dị đoan của họ chắc Trung úy không thể nào bằng tôi bởi rõ ràng chính tôi là một người Thượng. Không phải tôi cố ý quy lỗi nhưng chính vì sự bắt bớ tra tấn người thầy cúng của họ nên mới gây ra tình trạng căng thẳng. Điều mà tôi lấy làm tiếc là với những đồng bào còn quá mê tín như vậy lẽ ra phải tìm cách thuyết phục người thầy cúng của họ trước.

Thì ra đã quen với nếp sống du mục đốt rừng làm rẫy, khi dời tới một địa điểm mới nào dân làng đều có nhờ một vị thầy cúng làm lễ xin phép thần Nhang xem có cho họ ở lại vùng đất mới hay không. Nếu không thì họ tin rằng thần linh sẽ quở phạt, làm ra bệnh tật và chết chóc và bây giờ họ đang tìm cách chạy xa mảnh đất mà họ tin là nhiều ma quỷ và chết chóc. Y Ksor nói với tôi giọng bày tỏ:

– Ông nhà báo thấy không dù phương tiện trang bị tới mức nào cũng rất có thể thất bại nếu quên khía cạnh chuẩn bị tư tưởng trong việc di dời.

Viên Trung úy tỏ vẻ biết phục thiện và hỏi lại thiếu tá Y Ksor là hắn ta và những người lính có thể làm gì được trong giới hạn hiện tại. Dường như đã nắm vững tình thế, viên Thiếu tá đưa ra ngay một giải pháp khả hữu:

– Những người Thượng bản chất rất hiền lành nhưng họ trở nên hung bạo khi sợ hãi. Việc ngăn chặn lưu giữ họ lâu thêm trên mảnh đất này chỉ làm tăng thêm mối sợ hãi đó. Theo tôi, Trung úy cứ để họ ra đi và tiếp tục canh chừng cũng như giúp đỡ, họ cũng chẳng vào ngay trong rừng sâu để bị bắn lầm hoặc gặp lại những tên du kích cộng sản mà họ vốn thù ghét. Địa điểm này chắc chắn không còn dùng thêm được nhưng cũng không thể bỏ phí, chúng ta sẽ di dời họ tới một nơi cách đây chừng vài cây số, cũng bên trục quốc lộ và tôi sẽ cố thuyết phục người thầy Nhang của họ chấp nhận nơi đó.

Y Ksor còn phải giải quyết thật nhiều những khó khăn, trong đó có việc mua chuộc người thầy cúng vô tội đã bị tra tấn sưng vù cả mặt mũi. Ông cũng tỏ ý lo ngại sự hiện diện của mấy nhà báo Mỹ vì rất có thể sự đụng chạm này được họ giải thích như hậu quả của sự miệt thị và bạc đãi đối với những người Thượng bị dồn vào những nơi mà họ gọi là trại tập trung để đầy đọa và tiêu diệt và vì thế người Thượng phải vùng dậy liều chết trở lại rừng sâu. Có lẽ mục sư Denman đã khôn khéo rút lui trước để tránh một ngộ nhận tai tiếng như thế.

Cả buổi tối bên ghè rượu, như một nhà ngoại giao đại tài, Y Ksor đã thuyết phục thiệt hơn với người thầy cúng và cả những vị chủ làng với lời nhận lỗi và hứa hẹn tiếp tục giúp đỡ. Ông cũng hứa sẽ bắt đầu xây cất lại một Buôn Hdíp Mrão mới trên một vùng đất lành mà vị thần Nhang cho phép tới.

Không khí có vẻ hòa hoãn và dịu hẳn xuống nhưng cũng không tránh được quyết định cho họ ra đi. Buổi sáng, viên Trung úy cho lệnh vòng vây được giải tỏa, từng đoàn người bồng bế với gia súc đi thành hàng dài về phía mặt trời mọc, hướng về dãy núi lam và khu rừng xanh phía xa. Chưa ai có một ý niệm gì về cái đích sẽ đặt chân tới. Khi đám những người Thượng cuối cùng đi khỏi, nhìn ngôi làng mới lấp loáng nắng trên những mái tôn, vắng hoe như một ngôi chợ dựng lên rồi bỏ hoang, thiếu tá Y Ksor mắt nhòa lệ, nét mặt đanh lại để cố dằn một tiếng khóc.

CHƯƠNG NĂM

Vẫn theo lời viên Trung tá phòng Năm, kể từ ngày tướng Thuyết phải đổi ra Trung, ông Tướng mới rất được lòng người Mỹ vì chủ trương chung sống hòa thuận. Trong một cuộc chiến tranh mà ông hiểu rằng đã Mỹ hóa, ông không quá khó khăn để có những đòi hỏi và dễ dàng thỏa mãn những yêu sách của họ. Đó là một đặc điểm khiến ông khác xa với tướng Thuyết. Chẳng hạn vấn đề Thượng đã gây nhiều phiền nhiễu cho tướng Thuyết khi ông ấy cố ôm lấy, bây giờ được giao trọn vào tay người Mỹ và mọi sự đối với tướng Trị đều có vẻ êm thấm. Có thể đó là cái êm thấm giết người và đến một lúc nào đó sẽ vô phương cứu chữa. Kế hoạch Đồng Tiến đang tiến những bước chập chững với mọi nỗi khó khăn không thể lường trước. Quân đội chỉ có thể mở những cuộc hành quân vào rừng sâu và di tản đồng bào ra bờ quốc lộ nhưng mọi kế hoạch định cư và cứu trợ phụ thuộc nặng nề vào khả năng tiếp vận của người Mỹ. Và những đòn chí tử khi cần sẽ được giáng vào đó.

Vụ hỗn loạn của Buôn Hdíp Mrâo vừa mới được Thiếu tá Y Ksor dàn xếp êm thấm với người thầy cúng, bất ngờ tướng Trị lại phải đối đầu với một khó khăn mới. Số là hôm qua có một người đàn ông Thượng đã can đảm vượt vòng vây và nhiều cây số rừng rậm sống sót để về đây xin được quân đội tiếp cứu. Vấn đề đặt ra là có hơn sáu trăm đồng bào Thượng ở Dakto bị Việt cộng cưỡng bách đi dân công và sắp bị lùa qua bên kia biên giới chậm nhất là trong vòng ba ngày. Ngoài khả năng quyết định, Y Ksor phải dẫn người đàn ông vào gặp tướng Trị. Tiếng Việt của gã phát âm khó khăn và các chữ dùng thì thô kệch, nếu cố chấp thì có thể cho hắn là vô lễ ngay đối với cả ông Tướng. Thấy tướng Trị có vẻ bực, Y Ksor hỏi gã ngay bằng một câu tiếng Pháp, gã đàn ông hiểu dễ dàng và đáp lại lưu loát. Ông Tướng cho phép hắn được sử dụng ngôn ngữ quen thuộc. Khi được hỏi về cảm tình của dân chúng đối với cộng sản, gã bảo:

– Nói đến Việt cộng là chúng tôi hết hồn vía, dân làng vẫn thường gọi chúng là chim Dụng tức là con dơi, còn nói về tàn bạo thì chúng tôi sợ họ như cọp dữ. Họ bắt đồng bào chúng tôi đi dân công tải đạn, chúng lại còn thâu thuế cướp bóc gạo và gia súc của dân làng. Nếu chúng tôi có ý định bỏ đi thì họ dọa bắn giết cả làng, không ai có thể đi xa khỏi vùng quá mấy cây số.

Tướng Trị hỏi vặn ngay gã:

– Vậy sao mày mò được tới đây, hay chính tụi nó sai mày tới nói với chúng tao như vậy?

Mối nghi ngờ của ông Tướng làm gã đàn ông hoảng hốt, nhưng khi thấy nét mặt mọi người vẫn hiền dịu gã an tâm hơn, giọng lắp bắp trở sang mấy câu tiếng Việt:

– Ông Tướng biết chớ, khổ quá mà. Tôi có nói dối thì cả nhà vợ con tôi chỉ có lên trời mà ở. Mấy trăm dân làng chúng tôi chỉ có cầu nguyện được chánh phủ che chở để khỏi bị chúng bắt sang bên kia biên giới làm nô lệ cho chúng.

Không cần chú ý tới vẻ khẩn cầu của gã đàn ông Thượng, tướng Trị hất cằm về phía Y Ksor hỏi:

– Sao Thiếu tá, có thể tin được bao nhiêu phần trăm lời khai của tên đó?

Y Ksor chưa trả lời ngay ông Tướng, ông nói với gã đàn ông Thượng bằng một tràng thổ ngữ, người kia cũng hối hả đáp lại. Vẫn những âm thanh rổn rảng nối tiếp như những chu kỳ hùng biện. Ngoài Y Ksor và hắn, còn lại bộ tham mưu chẳng ai hiểu gì. Nếu có tướng Thuyết, ông ta có thể nói thẳng với người này bằng ngôn ngữ của họ. Y Ksor cho gã đàn ông ra ngoài chờ, sau đó ông trở lại nói bằng một giọng cả quyết với tướng Trị:

– Tôi xin bảo đảm với ông Tướng bằng cấp bậc của tôi về sự thật vụ này; điều không thể phủ nhận được là lòng chán ghét của đồng bào chúng tôi đối với cộng sản. Điều đó cũng dễ hiểu là tại sao, sau bao nhiêu năm thả cán bộ ăn nằm với dân làng để chiêu dụ mua chuộc, cả đến chuyện họ mài răng đóng khố, nói tiếng thổ ngữ mà cho đến hôm nay họ vẫn không được lòng dân chúng. Đồng bào Thượng chúng tôi đã giác ngộ, biết ai thực sự giúp đỡ, họ biết ai bóc lột và lợi dụng. Chánh phủ ta cũng nên biết đây là lúc chứng tỏ cho dân làng là mình thực lòng muốn giúp đỡ họ và đối với một cử chỉ tốt như vậy chắc họ không bao giờ quên ơn.

Y Ksor giọng đầy xúc cảm và nói miên man khiến tướng Trị phải cắt ngang, ông hướng câu hỏi về mọi người:

– Thì tôi biết rồi, chúng ta sẽ giúp đỡ họ nhưng bằng cách nào?

Như chưa bằng lòng với chỗ ngưng vừa rồi, viên Thiếu tá Y Ksor lại nói tiếp ngay sau ông Tướng:

– Xin ông Tướng lưu ý cho vấn đề thời gian. Gã đàn ông nói với tôi rằng chỉ còn hai ngày nữa là Việt cộng sẽ lùa tất cả hơn sáu trăm dân làng sang vùng bên kia biên giới. Đồng bào lấy cớ phải làm xong vụ gặt nên chúng mới cho hoãn, và lại chúng cũng đang thiếu lúa. Thành ra vấn đề không phải chánh phủ có thiện chí cứu giúp mà là làm sao kịp giải thoát họ khỏi sự kềm kẹp nô lệ. Hơn nữa cái gọi là Phong trào Tự trị Tây nguyên chỉ mong thấy sự bất lực của ta để làm đề tài xách động khai thác.

Hướng về viên sĩ quan trưởng phòng Ba hành quân, tướng Trị đòi bản tóm tắt tình hình. Viên sĩ quan cầm chiếc gậy bước ra trước tấm bản đồ xoáy vòng một vùng, bắt đầu cất tiếng nói:

– Đây là một khu nằm giữa ngã ba biên giới, gần cực nam giáp ranh với Cam Bốt, trên đường mòn Hồ Chí Minh theo ngả Lào. Đó là một khu lòng chảo cô lập với mọi phía, trước đây tạm có an ninh nhờ một trại LLĐB Mỹ trấn đóng. Sau vụ nổi loạn thất bại với đa số binh lính Thượng đem cả khí giới trốn qua Cam Bốt, các cố vấn Mỹ gặp nhiều khó khăn cũng rút đi thì đó là một nơi vô chánh phủ và là hậu cứ cho những đơn vị Việt cộng trú đóng ở đó. Tính theo đường chim bay thì nơi này xa ta không đầy một trăm cây số, toàn là rừng với rải rác các quân du kích, rất nhiều mìn và cạm bẫy. Mặc dù chúng không thể tập trung đủ quân số để đánh những trận lớn nhưng địch vẫn có thể gây tổn thất cho ta bằng vô số phương kế nếu đi sâu vào đất chúng. Đối với các tiểu đoàn Biệt Động quân thiện chiến, họ có thể tới đây bằng những đơn vị nhỏ nhưng sau đó lại rút đi. Vấn đề đặt ra cho chúng ta bây giờ có hai khía cạnh: Thứ nhất là làm sao đem tới một lực lượng đủ hùng hậu trong vòng hai ngày để trì hoãn bọn chúng lùa dân làng sang bên kia biên giới, thứ hai là phương tiện di chuyển cho hơn sáu trăm người với gia tài của họ. Cả hai khía cạnh đó chỉ thực hiện được với sự giúp sức của không lực Mỹ.

Tướng Trị nghe tới giải pháp phải nhờ người Mỹ ông có vẻ ngao ngán khi nghĩ tới khuôn mặt lạnh như tiền của viên Trung tá cố vấn. Không có một giúp đỡ nào mà không phải là một cuộc trả giá trơ trẽn. Bằng một giọng dứt khoát, viên sĩ quan trưởng phòng Ba tham mưu đi vào những trình bày chi tiết của cuộc hành quân và cuối cùng ông kết luận:

– Tóm lại phương tiện mà chúng ta cần là năm mươi chuyến trực thăng dùng cho việc chuyển quân và di tản, chỉ có căn cứ An Khê mới đủ khả năng giúp ta vụ này. Chuyện đó phải nhờ tới sự can thiệp của ông Tướng.

Viên Trung tá trưởng phòng Năm đưa ra một nhận định không mấy lạc quan với ông Tướng:

– Làm sao có thể liên lạc thẳng với tướng Peter Hunting bên An Khê giúp chúng ta phương tiện một cách trực tiếp mà không phải qua tay của Tacelosky. Chuyện gì qua tay hắn cũng có thể bị làm săn-ta một cách dễ dàng nhất là hắn muốn chứng tỏ sự bất lực của chánh phủ Việt Nam trong việc giúp đỡ che chở bọn Thượng.

Kế hoạch phải được kể là chu đáo và được sự đồng ý hoàn toàn của tướng Trị. Cho gọi ngay người đàn ông Thượng trở vào, ông Tướng công khai hứa hẹn giúp đỡ và cũng cho biết những khó khăn có thể xảy ra. Phòng truyền tin được lệnh thiết lập ngay liên lạc với căn cứ An Khê. Rất may tướng Hunting cũng vừa từ Sài Gòn trở về. Đó là một vị tướng lãnh Mỹ rất hòa nhã và nguyên tắc, xuất thân trường võ bị West Point. Ông tạo được mối giao hảo thân hữu với các sĩ quan Việt Nam. Ông tỏ ý mau mắn giúp đỡ tướng Trị và hứa đồng ý trên nguyên tắc. Nhưng cũng chính vì nguyên tắc mà ông phải hỏi lại ý kiến của bộ Tư lệnh Viện trợ mà sĩ quan liên lạc là Tacelosky.

Mặc dầu không ưa gì viên Trung tá này, tướng Trị vẫn phải cho mời hắn tới dùng cơm trưa với ông tại tư dinh. Và quả là tướng Trị đã có lý khi e ngại về khó khăn của một cuộc gặp gỡ như thế. Để tránh khỏi bị *fuite* ra ngoài về một đụng độ có thể xảy ra và cũng vì thể diện ông Tướng chỉ để hai sĩ quan thân tín cùng có mặt. Câu chuyện khởi đầu bâng quơ bằng những chi tiết về mấy ngày Đại hội. Nhưng Tacelosky đặt vấn đề thẳng băng với ông Tướng:

– Tôi đã nghe tướng Hunting đủ cả, vấn đề thực ra không có gì để mà phản đối nhưng có một vài chi tiết mà tôi muốn được nói chuyện thêm với ông Tướng.

Lại vẫn chữ "nhưng", tướng Trị hiểu rằng tất cả vấn đề khởi đầu và cũng kết thúc ở đó. Chính ông đã thối lui nhiều bước để có lại cái không khí hòa hoãn của những ngày hôm nay. Và bây giờ hắn lại đòi ông phải nhân nhượng điều gì, ông đang chờ đợi và cũng không biết nữa. Tướng Trị cố thu hẹp một vấn đề mà ông cho là vắn tắt:

– Kế hoạch của cuộc hành quân chúng tôi đã phác họa xong cả rồi, chỉ còn một vấn đề cần Trung tá giúp đỡ: Năm mươi chuyến trực thăng cần cho cuộc di chuyển. Tôi cũng đã điện đàm với tướng Hunting sáng nay và ông ta đã chấp thuận trên nguyên tắc.

Tacelosky ngắt lời tướng Trị, hắn đi vào vấn đề nhưng với một ngả khác:

– Ông Tướng có biết Dakto ngày hôm nay là kết quả của chánh sách nào không, trước đây đó là một khu đầy đủ an ninh với một trại LLĐB rất kiên cố ở đó. Từ ngày ông Thuyết xô đẩy những người lính Thượng can đảm sang bên kia biên giới thì đó là một khu tệ hại nhất, hoàn toàn nằm ngoài vòng kiểm soát của chánh phủ Sài Gòn. Có bao nhiêu lầm lẫn như vậy của tướng Thuyết trên vùng cao nguyên này mà nay chính ông Tướng phải gánh chịu hậu quả. Lịch sử là một sự liên tục chứ không tái diễn, theo tôi ngày phải trả lại cho một nền tự trị cao nguyên là điều không thể tránh được.

Phải rồi tướng Thuyết đã lầm lẫn, và ông đã phải trả giá bằng sự ra đi của mình. Dù có điểm không đồng ý, dù không làm giống tướng Thuyết, tướng Trị vẫn thầm phục sự rắn rỏi và hành động thẳng băng như ông ta. Rồi ông tự hỏi mình phải chơi trò leo dây này đến bao giờ. Tướng Trị như ngồi trên đống lửa, ông chỉ còn 48 tiếng phải đuổi chạy trước kế hoãn binh của viên Trung tá Mỹ. Ông nói:

— Trung tá nên nhớ chúng ta chỉ có không đầy 48 tiếng để thực hiện một cuộc hành quân qua nhiều giai đoạn như vậy.

Tướng Trị tỏ vẻ lo âu, riêng Tacelosky vẫn giữ vẻ mặt bình thản của một tên sa-đích trơ trẽn, hắn trắng trợn vật con bài xuống trước mặt ông Tướng:

— Dakto phải được coi là một trường hợp điển hình của bao nhiêu buôn ấp khác, đồng ý là nếu có phương tiện di chuyển, ông Tướng có thể đem mấy trăm dân làng về đây nhưng sau đó vấn đề sẽ đặt ra thế nào? Bắt họ bỏ hết đất đai gia súc rồi lại ném họ vào mấy trại tị nạn sống lây lất như những con vật là điều mà người Mỹ hoàn toàn không muốn. Chúng tôi luôn luôn phải nghe những lời ta thán của đám người tị nạn rằng đồ viện trợ dù thừa thãi cũng chẳng bao giờ tới được tay họ, có bao giờ ông Tướng tự hỏi về trách nhiệm của những viên chức Việt Nam.

Tướng Trị bắt đầu thấy rát mặt vì những sổ sàng của viên Trung tá với lớp da mặt lúc nào cũng dày cộm lún những lỗ và không gợi chút cảm xúc. Rồi ông lại tự hỏi, ở vị trí tướng Thuyết khi ngồi đây thì mọi sự sẽ ra sao, chắc chắn ông Thuyết sẽ chẳng bao giờ để Tacelosky nói những câu như thế. Phải chi nếu không có những cái *gaffes* tầy trời của bà Tướng mà ông chắc bọn Mỹ cũng đã biết, ông sẽ làm mạnh một lần rồi rũ áo ra đi, bây giờ thì ông kẹt quá rồi. Chỉ còn cách leo tiếp một đoạn dây để chờ một tình thế biến đổi khác. Ông cố đưa ra một giải pháp hòa dịu với viên Trung tá:

— Vấn đề cải thiện các trung tâm tị nạn là điều mà chúng tôi hoàn toàn đồng ý với Trung tá nhưng cần yếu tố thời gian. Việc cấp bách bây giờ là làm sao giải thoát kịp thời những người dân lành ở đó trước khi Vi-xi có thể lùa họ đi.

Như một cuộc đối thoại giữa hai kẻ điếc, Tacelosky vẫn đi trên lối cũ của mình:

– Tại sao ông Tướng không nghĩ là nên giao việc tổ chức và phân phát đồ cứu trợ vào chính tay những người Thượng này, họ chỉ cần liên lạc trực tiếp với các ban cố vấn chúng tôi và như vậy chính nhân viên các ông lại khỏi phải mang tiếng. Cũng như việc bảo vệ cao nguyên, huấn luyện và nuôi dưỡng những người lính Thượng can đảm và kỷ luật là điều rất nên làm, tôi không hiểu tại sao các ông lại muốn chống. Điều quan trọng là một cuộc chiến nhân tâm với đối phương. Người Việt Nam các ông đã thất bại trong việc thu phục lòng tin cậy, thiết tưởng ông Tướng cũng nên để yên cho chúng tôi chu đáo làm công việc đó.

Viên Trung tá Mỹ còn nói với ông Tướng nhiều điều nữa và xem ra hắn không chút nao núng vì những đuổi chạy của thời gian. Tướng Trị cố gắng chịu đựng suốt bữa ăn, sau đó là phần *briefing* sơ lược về cuộc hành quân. Khi rời bộ Tư lệnh, Tacelosky nói với ông Tướng:

– Tôi sẽ gặp lại tướng Hunting ngay chiều nay để bàn định về kế hoạch giúp đỡ. Tôi hứa với ông Tướng sẽ hết sức cố gắng trong giới hạn có thể của không lực Mỹ tại đây.

Tướng Trị có vẻ rất bi quan về một hứa hẹn nhiều mơ hồ như vậy. Ông lại triệu tập ngay bộ tham mưu phác họa thêm một kế hoạch khác nếu không có sự trợ giúp của không lực Mỹ, cùng một lúc ông cố gắng bắt liên lạc một lần nữa với tướng Hunting để hy vọng sự giúp đỡ trực tiếp.

CHƯƠNG SÁU

Hai giai đoạn của cuộc hành quân giải thoát trại Dakto thành công mỹ mãn. Có lẽ tướng Trị là người hân hoan nhất mặc dù viên Trung tá Tacelosky cố tình ngăn cản. Ông không ngờ một nhà báo như Davis có thể giúp ông hữu hiệu như vậy. Davis là bạn thân của tướng Hunting và chính anh đã can thiệp kịp thời để ông tướng Mỹ này hiểu rõ tánh cách chánh trị rắc rối do Tacelosky gây ra. Hơn sáu trăm dân làng được di tản an toàn về trung tâm định cư. Tacelosky bỏ về Sài Gòn vì giận dỗi. Việc cứu trợ, tướng Trị phải nhờ tới ông bà mục sư Denman, cũng lại qua sự trung gian của Davis. Có nhiều dấu hiệu căng thẳng về mối bất đồng giữa các nhà quân sự Mỹ thuần túy và giới cố vấn dân sự. Điển hình là lối giải quyết vụ Dakto qua hai quan điểm khác biệt giữa tướng Hunting và Tacelosky. Davis định về Sài Gòn trước, riêng tôi còn muốn lưu lại ít hôm để thăm thú những buôn ấp gần đó và nhất là mấy trại tị nạn mà nhà báo Mỹ gán cho đó là chỗ đầy đọa của những con thú. Tôi thì không mấy ngạc nhiên về tình trạng thiếu thốn nơi đây. Cũng tình trạng suy đốn đó mà tôi phải chứng kiến từ mấy tuần trước ở những căn cứ như Chu Lai hay Lệ Mỹ. Tài liệu để viết thiên phóng sự mới về cao nguyên cũng sắp xong và cũng chính lần này tôi lại khám phá ra những khía cạnh phức tạp mới. Chẳng hạn không làm gì có một chủng tộc Thượng đồng nhất, mà là sự cọ xát của hơn ba mươi sắc dân với những căn bản quyền lợi nhiều khi rất mâu thuẫn. Việc đặt để những người Thượng tự quản trị lấy cũng lại gây thêm nhiều khó khăn. Chung sống trong một hoàn cảnh xã hội chậm tiến như Việt Nam, người Thượng vẫn còn ngót một thế kỷ xa cách với thời đại văn minh. Một quốc gia Đông Sơn riêng biệt chỉ là sự nhiễm độc của vài bộ óc non nớt khi giao tiếp với những người lính Mũ Xanh. Cách đây ngót ba mươi năm, một Nam Kỳ tự trị cũng được nhen nhúm khai sinh khi dải đất miền Nam đã bị giẫm nát bởi gót chân của những người lính Pháp. Lịch sử không phải là một sự liên tục như Tacelosky đã nói, đó là sự tái diễn ở trong những hoàn cảnh khác. Ngày cuối cùng tôi được viên Thiếu tá Y Ksor mời ăn tối, cùng với tôi có Nay Ry một nhân sĩ Thượng rất trẻ, một trong số những người Thượng hiếm hoi có học thức, xuất thân từ trường Yersin Đà Lạt, tốt nghiệp thủ khoa về các vấn đề cao nguyên tại học viện Quốc gia Hành chánh. Gốc người Djarai, là một nhân vật có uy tín với nhiều phía: chánh phủ, người Mỹ và kể cả phe tranh đấu. Ông cũng đang hoàn thành một cuốn sách nghiên cứu vấn đề thiểu số mà theo ông đã có rất nhiều ngộ nhận từ trước đến nay ở các nhà bác học Pháp và Mỹ. Khi được tôi hỏi về yếu tố chủng tộc chi phối các phong trào nổi dậy, quan niệm của Nay Ry rất rõ rệt:

— Trên thế giới ngày nay không còn một dân tộc nào tự hào rằng mình còn giữ nguyên được sự thuần khiết về huyết thống. Đem yếu tố huyết thống vào cuộc tranh đấu chẳng phải là điều hữu lý. Thí dụ như Hiệp Chủng Quốc quy tụ gồm bao nhiêu sắc dân, mỗi sắc dân vẫn có thể giữ những tập tục và sinh hoạt cá biệt nhưng họ vẫn có thể hợp nhất để tạo thành một quốc gia hùng mạnh. Với một Âu châu văn minh nhưng phân tán người ta còn cố gắng đi tới một khối thống nhất huống chi một quốc gia quá nhỏ bé như Việt Nam; nếu không tìm được một liên minh trong cộng đồng Á châu để tồn tại thì làm sao đối phó với lục địa của hơn 700 triệu dân Trung Hoa, còn nói chi tới sự xâu xé phân tán.

Với một thanh niên Thượng, quan niệm như vậy phải được kể là uyên bác. Nay Ry nói nhiều về tương lai của một nền chánh trị toàn cầu mà Việt Nam hay những người tranh đấu cho một quốc gia Đông Sơn không thể tách rời. Thiếu tá Y Ksor cũng góp ý kiến trong việc đi tìm nguyên nhân:

– Ngoài trách nhiệm vì sự lơ là của chánh phủ trong việc cải thiện đời sống đồng bào thiểu số, theo tôi còn phải kể tới chủ đích của người Mỹ. Tôi đã có kinh nghiệm đó từ người Pháp trước đây.

Y Ksor nhắc lại âm mưu xúi giục của người Pháp với ông trước khi họ xuống tầu rút lui. Nay Ry nắm lấy luận cứ đó và đưa ra một nhận định sắc bén:

– Theo tôi nên tự hỏi trách nhiệm đầu tiên là ở mình. Người ta gán cho Mỹ đủ thứ tội: chia rẽ đảng phái, địa phương, tôn giáo và cụ thể nhất là xúi giục các cuộc nổi loạn của người Thượng ở cao nguyên. Nhưng có bao giờ chúng ta tự hỏi trách nhiệm về sự yếu kém của mình, nếu chúng ta mạnh và đoàn kết thì Pháp hay Mỹ cũng vậy thôi, bởi vậy tôi phần nào không đồng ý với thái độ cứng rắn của tướng Thuyết đưa đến chỗ bài Mỹ. Không phải bằng cách đó mà chúng ta có thể giải quyết những khó khăn của cao nguyên.

Y Ksor tỏ vẻ không mấy đồng ý về một thái độ quá lý tưởng của Nay Ry, ông nói bằng một giọng xác định mạnh mẽ:

– Đó chẳng phải là một trách nhiệm tinh thần mà là một vụ nhúng tay trực tiếp, một vụ nhúng tay có vấy máu của những nạn nhân vô tội ở cả hai phía. Một người Mỹ như

Tacelosky không thể được chúng ta coi là bạn trong khi hắn có thể hy sinh tất cả dân làng của một buôn ấp cho mưu toan chánh trị của hắn.

Tuổi trẻ thường lý luận gay gắt vậy mà Nay Ry lại rất ôn hòa trong việc xoa dịu viên Thiếu tá tóc đã ngả hoa râm:

— Sự quá khích chẳng thể đưa chúng ta tới đâu, tại sao chúng ta chỉ nhìn người Mỹ qua khuôn mặt nham nhở của viên Trung tá Tacelosky mà không nghĩ tới một nhà báo như Davis, như ông bà mục sư Denman. Theo tôi chúng ta nên thực tế, kế hoạch phát triển cao nguyên hiện tại và trong tương lai chẳng thể thiếu sự góp sức của bàn tay người Mỹ.

Tôi bảo đùa với nhân sĩ Nay Ry:

— Denman là thầy tu còn ông nhà báo Davis đã bị Á châu hóa.

— Đâu có phải vậy, những năm du học ở Mỹ cho thấy tất cả dân chúng Mỹ chẳng phải là những tên lính Mũ Xanh đang sống phiêu lưu ở đây. Cũng như chẳng phải tất cả những người Thượng chúng tôi đều dễ bị xúi giục và cám dỗ. Chính tôi là một trong những người sáng lập và theo đuổi phong trào tranh đấu, cũng chính tôi đã hết sức phải ngăn cản sự quá đà của họ mặc dù họ gán cho tôi danh nghĩa một tên phản bội đã ra đi. Tôi quan niệm rất ư rõ rệt: Tranh đấu cho quyền tiến bộ của người Thượng rất ư là chánh đáng nhưng biến nó thành một phiêu lưu của thù hận là điều không thể nào chấp nhận được. Khôn ngoan như người Pháp rồi cũng phải ra đi, người Mỹ còn cách xa chúng ta cả một đại dương mênh mông, vậy không lý gì người Thượng chúng tôi lại nhẹ dạ chạy theo họ. Hơn ai hết chúng tôi hiểu rằng cuối cùng chỉ còn lại những người Kinh mà chúng tôi phải chung sống với để tồn tại và hy vọng tiến bộ.

Tôi hỏi Nay Ry là có bao nhiêu phần trăm sự thật trong bản đúc kết nguyện vọng của phe tranh đấu ly khai, ông cho biết:

– Một màu cờ riêng, một quân đội tách biệt, một quốc gia Đông Sơn ly khai: đó chẳng phải là nguyện vọng thiết yếu của đồng bào Thượng. Còn những đòi hỏi khác thì không sai với những đúc kết của Đại hội, chẳng hạn việc xin chánh phủ lập bộ Thượng vụ, số người đại diện xứng đáng trong quốc hội, lập thêm trường học và duy trì việc giảng dạy thổ ngữ, trả lại những đất đai từ trước đến nay bị chiếm hữu, cho phép lập lại tòa án phong tục Thượng... Đó là những điều hợp lý và không mấy khó khăn mà chánh phủ có thể thỏa mãn ngay để làm yên lòng họ. Đặc tính của người Thượng chất phác, rất dễ tin và cũng rất dễ nghi ngờ, bởi vậy tục ngữ chúng tôi có câu hứa tay mặt phải cho ngay tay trái là nghĩa như vậy.

Giữa bữa ăn, một người đàn ông Thượng đi vào dẫn theo một vị bô lão. Chính người đàn ông này đã được Y Ksor bảo đảm bằng tất cả cấp bậc của ông với tướng Trị. Thì ra vị trưởng buôn ở Dakto tới để tỏ lòng tri ân ông Thiếu tá vì những quan tâm giúp đỡ trong việc giải thoát dân làng. Tặng vật mà họ đem tới biếu ông là bức hình tượng bằng ngà voi, một bộ nỏ và cung tên tuyệt đẹp. Thiếu tá Y Ksor nhìn sang tôi nói ngay:

– Đó là bổn phận tối thiểu mà ở vị trí tôi có thể làm, còn công ơn là phải nói tới ông nhà báo kia. Đấy ông coi, người Thượng chúng tôi lúc nào cũng chất phác và biết ơn những ai đã giúp đỡ họ. Xin ông vui lòng nhận cho cả hai món quà này và kể như tôi cũng đã có phần tri ân trong đó.

Đối với người Thượng tôi hiểu rằng không nên có sự khách sáo, tôi vui vẻ nhận và cũng nói thêm về vai trò của nhà báo Davis:

– Tất cả công lao trong vụ này là của ông nhà báo Davis, nhờ mối quen thân với ông tướng Hunting bên An Khê. Tôi chỉ tình cờ nói chuyện những khó khăn với ông ta và không ngờ được sự giúp đỡ sốt sắng đến như thế.

Y Ksor bày tỏ cảm tưởng đối với lần gặp gỡ nhà báo Davis:

– Đó là nhà báo Mỹ đầu tiên tôi gặp và có ngay cảm tình, chứ như bọn khác đa số xấc xược và hỗn láo chẳng coi ai vào đâu, cả đến những bài báo đầy ác ý của chúng nữa.

Nay Ry tỏ vẻ am hiểu về báo chí Mỹ hơn, nói:

– Người dân Mỹ hiểu sai về Việt Nam cũng vì vậy. Hệ thống thông tin của họ quá chớp nhoáng, có những nguồn tin của họ truyền đi mà chưa kịp phối kiểm đưa tới những nhận định tai hại, ngay như ở Mỹ, một người da đen bị bắn chết ở Chicago, chỉ năm phút sau toàn nước Mỹ đã biết tin đó và mỗi người tự do suy diễn theo quan điểm riêng của mình. Máy móc và sự tiến bộ đã khiến cho dư luận khắp nơi trên thế giới gần như bị điều kiện hóa kiểu Pavlov. Theo tôi, điều đáng trách là khả năng thông tin và báo chí của Việt Nam, chính chúng ta còn khai thác tin quốc nội qua mấy hãng thông tấn ngoại quốc thì còn trách chi họ nữa. Trong một tờ báo sinh viên mới đây có quan điểm chỉ trích mạnh mẽ báo chí Việt Nam vì tính cách ỷ lại đó, tôi hoàn toàn đồng ý. Tiên trách kỷ hậu trách nhân là thế.

Nay Ry đã gây nơi tôi một ấn tượng mạnh ngay lần gặp gỡ đầu tiên, tôi có ý định sẽ thuyết phục tướng Trị hoặc tướng Thuyết quan niệm đúng vai trò của những thành phần ưu tú Thượng trong các trách vụ tương lai. Viên Thiếu tá xoay qua người đàn ông hỏi thăm:

– Mẹ nó và cháu bé ra sao?

– Cháu vẫn mạnh, nhà tôi được bác sĩ mổ khỏe rồi, lúc đầu tôi cứ lo mụ ấy chết.

Thiếu tá Y Ksor quay ra nói với tôi:

– Đấy ông nhà báo coi, ở thời đại văn minh này mà người Thượng vẫn chỉ biết chữa bệnh bằng lá thuốc, để thì đứng vịn vào xà nhà như vợ ông này đây, thai ra mau quá con rớt xuống đất, tử cung cũng theo ra luôn. May mà sanh ở đây chứ như còn ở Dakto thì cả hai mẹ con chết hết rồi còn gì.

Nay Ry thì lúc nào cũng có thêm những ý kiến mới:

– Vấn đề không phải là cấp cho họ y sĩ và đầy đủ thuốc men, giai đoạn chính là giáo dục sao cho họ tin vào sự hữu ích của tiến bộ và canh tân, muốn thích ứng với hoàn cảnh mới. Thành ra cái khó khởi đầu vẫn là sự cưỡng bách giáo dục quần chúng.

Nay Ry như một chiến sĩ xã hội đầy nhiệt tình, với vấn đề nào ông cũng có một cái nhìn xa và đi từ căn bản. Khuôn mặt Nay Ry vạm vỡ nhưng có vẻ trí thức, một trí thức khỏe mạnh trong đầy đủ ý nghĩa của danh từ. Buổi nói chuyện kéo dài tới tận đêm khuya với rượu cần sủi tăm và cả thức ăn ngon. Đêm với những vũng nước đọng trắng trên con đường đất đỏ trở về khách sạn. Chất rượu trong máu sưởi ấm cả người, tôi thấy hơi say ở hai chân. Tôi sẽ lên Đà Lạt ngày mai dù không có Nguyện. Tôi vẫn nhờ giữ chỗ ở Đại khách sạn với hy vọng mỏng manh là Nguyện vẫn chờ tôi trên đó.

CHƯƠNG BẢY

Không trở lại Sài Gòn, theo đề nghị của nhà báo Davis, ngày mai hai chúng tôi sẽ cùng xuống Ban Mê Thuột dự Đại hội Thượng vụ do tướng Trị tổ chức. Đại hội được sửa soạn gấp rút nhưng đủ mọi lễ nghi và liên hoan. Buổi khai mạc, ngoài Thủ tướng là một ông Tướng, còn có đông đủ chánh khách ngoại giao đoàn và đặc biệt là cả ông Đại sứ Mỹ. Tướng Trị có vẻ thành công trong chánh sách thỏa hiệp mềm dẻo, trái hẳn với đường lối cứng rắn thẳng băng của tướng Thuyết. Lại cũng vẫn tái diễn hơn một lần cảnh giết trâu ăn thề và những nghi thức tỏ lòng trung thành với chánh phủ Sài Gòn. Với sự họp mặt đông đủ của đại diện hơn ba mươi sắc dân rải rác trên khắp lãnh thổ, đó là một sự kiện hiếm có và cũng là công lao của viên Thiếu tá Y Ksor trong cố gắng tiến tới chỗ hàn gắn. Cử tọa đã phải đặc biệt chú ý tới bài diễn văn đọc bằng một giọng bùi ngùi đầy nước mắt của Nay Ry, một nhân sĩ Thượng. Ông thống thiết nói lên cái ước muốn tuyệt vọng để tồn tại trong cộng đồng Kinh

Thượng cùng với sự cần thiết vẹn toàn lãnh thổ. Vết thương nào cũng là một thảm kịch gói ghém trong sự tráng lệ của chữ nghĩa văn chương. Trải qua nhiều giai đoạn thăng trầm lịch sử, trải qua bao nhiêu biến đổi tang thương, cho đến cả mỗi người Thượng cũng không còn chút gì gọi là nguyên vẹn nữa. Giữa một cuộc chiến kéo dài 25 năm còn cả những vận chuyển của một thảm kịch và âm mưu kéo dài hàng thế kỷ. Tôi tự hỏi liệu còn phải đổ thêm bao nhiêu máu và nước mắt để có một cuộc sống canh tân ở cao nguyên. Hình ảnh mờ nhạt của tướng Trị giữa lố nhố những người lính Mũ Xanh Mỹ không đủ thắp sáng niềm hy vọng đó. Tôi nghĩ tới tướng Thuyết đang ngự trị ở miền Trung và huyền sử xoay quanh đường lối cai trị bằng bàn tay sắt bọc nhung của ông. Xem ra ông là một cần thiết cho nhiều người nuôi hy vọng xây dựng đó. Trước khi trở lại Sài Gòn, tướng Trị đã huy động một đại đội thiện chiến gốc Rhadé lặn lội vào rừng lùa thú săn cho phái đoàn chánh phủ. Ông Tướng Thủ tướng vốn thích săn cọp, những con cọp bị xua đuổi thất thế tới trước những họng súng. Viên Trung tá phòng Năm đã theo bén gót ông Tướng để bày tỏ sự lo lắng thiết tha tới vận mệnh mà ông cho là lâm nguy của một vùng Đất Hứa Cao nguyên. Khi kể lại, ông ta không giấu được vẻ cay đắng xen lẫn hài hước khi nói về cuộc gặp gỡ:

— Ông ấy tưởng rừng rậm cũng khoảng khoát như trời xanh nên mới bảo khi hòa bình trở lại chỉ cần hai giờ để dẹp tan lũ phiến loạn Thượng, một lực lượng ly khai mà ông coi là không đáng kể. Phải nói là tôi thất vọng, thực sự thất vọng vì hơn ai hết tôi thấy rõ mối hiểm nguy là thế nào. Không phải chỉ có bọn lính Mũ Xanh mà chính đám Trung ương Tình báo Mỹ giẫm nát cao nguyên. Mọi biến cố hay dở ở đây không thể coi đơn giản chỉ là mối bất hòa Kinh Thượng. Bọn chúng lộ liễu lắm, mua chuộc mời đám lãnh tụ Thượng tới nhà nói thẳng với họ là chính người Việt dù cộng sản hay không cũng tìm cách tiêu diệt dân thiểu số, bởi vậy chỉ còn một cách là đi tới cùng con đường ly khai của họ. Ông nhà báo có biết ai đã nói với họ câu đó không. Chẳng phải Tacelosky, viên tư lệnh LLĐB Mỹ mà là ông mục sư; nhưng lão Denman không ngờ là trong đám người Thượng tưởng đã hoàn toàn mua chuộc được lại có lẫn cả người của mình, khi trở về họ kể lại với tôi hết.

— Thật khó mà tin, cả Y Ksor cũng tỏ lòng tôn kính ông mục sư hết sức.

Mối hoài nghi của tôi như là một kích thích đối với viên Trung tá, ông hăng hái phân tích và trưng ra những bằng cớ:

— Phải tôi cũng nghĩ như anh nếu chỉ thấy được chiếc áo thầy tu và những hoạt động xã hội bề ngoài của ông ta. Nhưng sự thật thì rất khác, tôi dám chắc cả tướng Thuyết cũng không biết rõ điều mới mẻ này. Mối nguy hiểm cho sự chia lìa cao nguyên không phải ở một Tacelosky hung ác mà chính là bộ óc đầy tính toán trầm tĩnh của ông già Denman. Chắc anh không thể tưởng tượng được tác giả của những sáng kiến các bức thư cùng những văn kiện của phe tranh đấu đều do một tay lão ấy. Còn trường hợp của Thiếu tá Y Ksor cũng dễ hiểu, vốn là người có đạo nên lòng sùng kính ông mục sư chỉ mang nặng tính cách tôn giáo.

— Thế còn vai trò của những ông cố đạo người Pháp?

— Dĩ nhiên họ vẫn được cảm tình của những người Thượng nhưng chẳng thể làm được gì dù có sự trợ lực của Hội Trồng tỉa Pháp. Bởi người Thượng rất thực tế mà chánh sách của Mỹ là thứ chánh trị con nhà giàu nên họ đánh bại ảnh hưởng trăm năm của người Pháp một cách dễ dàng. Mâu thuẫn và cay cú, chính các chủ đồn điền người Pháp đã ve vãn thỏa hiệp với du kích quân cộng sản và chính trong các đồn điền cao su bây giờ được coi như là khu an ninh nhất. Kẻ tử thù của cộng sản cách đây ít năm bây giờ bỗng nhiên trở thành đồng minh thân tín của họ.

Khi tôi hỏi về cái đích xa nhất mà người Mỹ muốn đi tới ở cao nguyên thì viên Trung tá đưa ra nhận định một cách xác tín:

– Hơn sáu mươi trại LLĐB là những miếng mồi ngon tung ra giữa một hoang địa thiếu ăn, nó quyến rũ người Thượng xúm lại như những đàn kiến, phần lớn dân số quy tụ ở đấy được người Mỹ nuôi ăn, mộ lính tổ chức thành những đội Dân sự Chiến đấu và hoàn toàn ngoài quyền kiểm soát của chánh phủ. Đó là những thùng thuốc súng sẵn sàng nổ tung khi đụng một tia lửa nhỏ, một ngày đẹp trời nào đó người Mỹ sẽ mồi tia lửa này, chúng ta sẽ đứng trước một sự kiện đã rồi vô phương cứu chữa. Rất có thể một cuộc trưng cầu dân ý được tổ chức với sự giám sát quốc tế và anh biết chắc chắn kết quả sẽ thế nào.

– Rồi làm sao nữa?

– Sau chế độ ông Diệm, sự suy sụp của miền Nam chỉ còn là vấn đề thời gian, trong khi Mỹ lại sắp phải trả căn cứ Okinawa cho Nhật, phi cảng Clark cho Phi và sự ra đi ở mấy nơi khác. Cho dù mất Sài Gòn, người Mỹ vẫn còn được tất cả với dải đất từ vĩ tuyến 17 tới Đồng Xoài trong đó có Đà Nẵng Chu Lai và nhất là hải cảng Cam Ranh. Có thấy tận mắt công trình xây cất của người Mỹ ở hải cảng này mới biết rằng họ trông xa đầu tư hàng trăm năm mà thời gian đó sự hợp tác chung thủy và bền vững chỉ có với những người Thượng. Theo nguồn tin tình báo thì ngay ở Nam Vang, có cả một mạng lưới gián điệp nhằm móc nối chiêu dụ cả những lãnh tụ Thượng cộng bất mãn.

Không phải là không tin nhưng tôi vẫn cười bảo với viên Trung tá rằng đó là một loại điệp vụ giả tưởng *Mission Impossible*, sự phủ nhận của tôi luôn luôn là một kích thích đối với ông ta:

– Thì chính Trung ương Tình báo Mỹ là cơ quan chuyên môn thực hiện những đặc vụ không thể được đó. Ý muốn của họ đôi khi ngây ngô nhưng với thủ đoạn và khả năng vô biên về tiền bạc họ cũng đã thành công ở nhiều nơi trên thế giới. Còn ở đây, với sự thần phục dễ dàng của đám người Thượng, tôi có thể quả quyết với anh còn lâu mới có sự mỏi mệt trong tham vọng của một số người Mỹ.

Viên Trung tá tỏ vẻ e ngại thực sự về cái mà ông gọi là sự xóa đi bày lại của những tay phù thủy chánh trị như ông già Denman. Hiện giờ vẫn có những dấu hiệu chuyển động, những đám mây đen báo trước những cơn dông bão; chúng ta còn phải đổ thêm nhiều máu và nước mắt cho một tương lai tốt đẹp ở cao nguyên.

Người con gái của viên Trung tá ra mời chúng tôi vào bàn, tôi để ý tới bàn tay mềm mại với những ngón búp măng trắng muốt khi nàng khệ nệ bưng ra mâm cơm. Ở một vùng đất đen đủi với mù bụi đỏ, hiện diện một người con gái trắng đẹp như vậy thật hiếm.

– Nhiều dịp lên cao nguyên đây là lần đầu tiên tôi được hân hạnh mời ông nhà báo một bữa ăn theo lối Nam do chính tay con gái tôi nấu. Đặc biệt hôm nay có cả rượu nếp than, uống mãi Whisky với rượu cần đâm ra nhàm chán. Bắt đầu nâng ly đi ông nhà báo.

Dù gia cảnh đơn sơ, ông Trung tá đã tiếp đãi tôi bằng tất cả cởi mở thuần hậu của tâm hồn người Nam với nặng mối thâm tình. Trong men rượu cao hứng ông bảo đùa sẽ gả con gái cho tôi khiến má nàng thẹn đỏ. Đó là hình ảnh đẹp của người đàn bà muôn thuở mà người đàn ông mơ ước cưới làm vợ. Ở những phút trơ trụi của đời sống mới thấy sự cần thiết xoa dịu của đôi bàn tay người đàn bà.

– Với tôi đi đâu cũng được nhưng khi con gái tôi lên đại học, tôi không muốn ở xa nó, nó muốn thi vào trường Cao đẳng Mỹ thuật thì phải.

– Ra Tết tôi sẽ tạm nghỉ làm báo và nhận dạy Mỹ thuật ở Huế, nếu Trung tá đổi ra Vùng I, ông có thể gởi cô ấy theo học ngoài đó.

Ông Trung tá đầy vẻ ngạc nhiên khi khám phá ra tôi nguyên là một họa sĩ. Tôi cũng bảo với ông rằng tuy là giáo sư Mỹ thuật nhưng tôi không mấy tin vào hiệu quả của sự dạy dỗ và điều tôi không thể nói ra là động cơ thúc đẩy tôi quyết định là Nguyện.

— Vậy có hy vọng gặp anh ở ngoài đó.

— Trung tá biết nhiệm sở mới rồi sao?

— Tướng Trị giao hoàn tôi về bộ Quốc phòng nhưng tôi đã liên lạc được với tướng Thuyết và ông chấp thuận cho tôi ra vùng hỏa tuyến. Quan điểm của tôi rõ lắm, một là xin giải ngũ về dạy học, hai là nếu còn trong quân đội tôi muốn được phục vụ đúng với khả năng và cương vị của mình và tôi chắc sẽ không phải thất vọng khi ra làm việc với ông Thuyết.

Tôi không ngờ rằng tướng Thuyết lại là một cần thiết cho nhiều người và cho cả tương lai sống động trên cao nguyên. Có tiếng chó sủa, thấp thoáng từ ngoài ngõ chiếc áo già lam của một nhà sư. Khỏi cần đợi giới thiệu, tôi cũng đã nhận ra Giác Nghiệp, một tu sĩ rất trẻ tuổi từ Phương Bối Am sang chơi. Tên ông đã một thời sáng chói trong cuộc vận động tranh đấu của Phật giáo nhưng sau đó rút lui vào bóng tối, ẩn nhẫn tiếp tục con đường tu hành và thực hiện những công tác xã hội. Dù Giác Nghiệp tôn xưng nhà sư Pháp Viên lên làm thầy nhưng ông ta có cốt cách tu hành hơn. Tôi không ngờ một người suy tôn ông Diệm như viên Trung tá lại có thể là một bạn thân của một nhà sư tranh đấu hạ ngã ông ta. Cuộc nói chuyện thân mật dễ dàng và có vẻ tương đắc. Giác Nghiệp có nhiều điểm đối chọi với bậc thầy của mình: Lý luận sắc bén và tình cảm nồng nhiệt của nhà sư Pháp Viên dễ gây cảm phục nhưng Giác Nghiệp thì khác hẳn, như một đạo sĩ ông có lối nói chuyện tự nhiên và trầm tĩnh và dễ cảm lòng người. Từng sống nhiều năm ở một đại học Mỹ mà ông ta không có vẻ gì Tây phương hóa, dễ dãi hòa mình và đầy tình tự dân tộc. Giác Nghiệp có vẻ là một thi sĩ đồng quê, yêu mến lao động hơn nơi thị tứ. Ông còn là một lý thuyết gia của nhóm tu sĩ tiến bộ chủ trương hiện đại hóa Phật giáo, ông rất quan tâm tới khía cạnh xã hội và đang tìm kiếm một địa bàn hoạt động cho các lớp tăng sinh. Khi nhắc tới những thực hiện ở Phương Bối Am, không phải là Giác Nghiệp mà là viên Trung tá kiêu hãnh nói với tôi:

– Chỉ trong vòng không đầy một năm, trở lại đó anh sẽ ngạc nhiên khi chứng kiến sinh hoạt của một nông trại kiểu mẫu. Tôi đã có lần tường trình với tướng Thuyết việc tổ chức những Buôn Hdíp Mrâo nên theo phương thức của Phương Bối Am nhưng...

Viên Trung tá không nói tiếp nhưng đó chính là những nghi kỵ của nhà cầm quyền đối với Phật giáo đưa tới tình trạng gần như bất hợp tác. Không có những chỉ trích trách móc, Giác Nghiệp vẫn lạc quan nhận định:

– Dù bị giới hạn về điều kiện an ninh nhưng vẫn có những địa điểm thí nghiệm thật tốt. Phương Bối Am chỉ là một thí điểm đầu tiên do các anh em tăng sinh thực hiện bằng những phương thức nghèo nhất. Nó mang mô hình của những *kibbutzim* nhưng có những biến đổi thích ứng khác. Theo tôi khi hòa bình trở lại với ngót một triệu quân nhân giải ngũ và một con số tương đương thợ thuyền sẽ thất nghiệp thì cao nguyên sẽ là vùng Đất Hứa cho căn bản kinh tế hậu chiến để điều hòa mật độ dân số trên toàn quốc. Tôi cũng đã gửi bản điều trần về vấn đề này cho ông Lilienthal ở Sài Gòn và hy vọng sẽ được Ủy ban đó chú ý.

Với viên Trung tá, Lilienthal là một cái tên xa lạ. Riêng tôi biết trong Ủy ban này có mặt cả ông giáo sư Luật khoa, một cố vấn rất thân cận của tướng Thuyết.

– Lilienthal là một người Mỹ rất nổi tiếng về những kế hoạch kinh tế tại các nước chậm tiến mà thành quả lớn nhất là công cuộc mở mang vùng tây nam Iran. Bây giờ người ta cũng hy vọng ông sẽ đem lại một phép lạ tương tự cho Việt Nam.

Giác Nghiệp thì mỉm cười, nụ cười tin tưởng độ lượng chứ không nhuốm vẻ mỉa mai chua xót.

– Kế hoạch gì thì cũng cần có những cán bộ và bàn tay cần mẫn của những người dân Việt Nam.

Ông ta tiếp. Khi đứng dậy giã từ, Giác Nghiệp còn ân cần mời tôi tới thăm Phương Bối Am và có thể thì sống ít lâu với ông ta. Cuộc gặp gỡ đầu tiên với nhà sư đã lưu lại nơi tôi những cảm tình trong sáng nhất.

CHƯƠNG TÁM

Không có Nguyện, hai ngày sống ở Đà Lạt trong nỗi nhớ mong và buồn rầu. Đêm rất lạnh, tôi không ngủ được và phải trở dậy làm việc đến thật khuya. Gió hú qua rừng thông và trườn lên sườn đồi, lay động những khung cửa, tôi bỗng dưng có ý nghĩ là Nguyện không còn yêu tôi nữa. Tôi trở về Sài Gòn với thiên phóng sự cao nguyên cũng vừa kết thúc. Ném bài qua tòa soạn, tôi tới ngay nhà riêng tìm Nguyện. Người bõ già cho biết nàng đi Genève từ ba hôm. Nguyện đi và không để lại một dòng chữ nào, căn nhà nhuốm vẻ dửng dưng và hoang vắng. Nguyện đi rồi, tôi trở lại với công việc nhà báo. Đến lúc này câu chuyện *Vòng Đai Xanh* không còn là một giả thuyết mà đã là một sự kiện với đống chất liệu ngày càng đầy ứ. Hiện giờ thì tôi chưa cầm bút viết được gì cho chương đầu của cuốn sách nhưng vẫn cố gắng mỗi ngày bôi lấm hai trang giấy như một thói quen cần thiết. Ghi lại một vấn đề, một suy tưởng. Chỉ lúc đó tôi mới cảm tưởng được nghỉ ngơi, theo dõi đời sống như một tiểu thuyết, hơn thế nữa gồm những thảm kịch và ngang trái không có bên dưới sự tưởng tượng. Bước đầu của nghề báo đã cung hiến bao nhiêu kinh nghiệm dồi dào của cuộc sống mà tôi đã ghi lại được những gì. Từ những phản ứng cá nhân trơ trọi và buồn bã đi tới tham vọng của một cuộc phiêu lưu trí tuệ bao la. Kinh nghiệm sống không còn là một nối tiếp trải qua của những khung cảnh mà là một sự liên tục của suy tưởng. Từ ngày có Nguyện, đời sống như thêm vào một chất men. Những ngày Nguyện đi, đã để lại cho tôi nhiều khủng hoảng. Có một lúc tôi đã không viết được gì ngoài những kỷ niệm và hồi tưởng. Khủng hoảng nếu không mang được tính sáng tạo thì đó quả là một tai nạn hủy diệt và hao mòn. Đó cũng là những dòng chữ cuối cùng tôi đã viết ở những ngày trống vắng.

Từ khung cửa sổ bầu trời buổi chiều nhiều màu xanh qua những khe lá. Gió im, tiếng động vẫn lao xao từ ngoài phố. Tôi ao ước có được sự yên tĩnh và nghĩ tới những ngày ở Huế, với nhiều hứa hẹn náo động ở ngoài đó. Từ Huế, sau những bài viết về cao nguyên, tôi nhận được thêm mớ tài liệu do ông Hoàng Thái Trung gửi vào. Tôi rất quan tâm tới những sưu khảo rất công phu này. Vấn đề Thượng qua lịch sử, sự góp phần mật thiết giữa các sắc dân Kinh Thượng vào lịch sử dân tộc Việt bị sụp đổ do chánh sách chia để trị của Pháp. Có lẽ cảm thấy rõ sự nguy hại do mối đoàn kết Kinh Thượng, người Pháp đã ra lệnh cấm mọi giao dịch và ngăn ngừa mọi trà trộn của người Kinh. Họ coi người Thượng như một loại động vật sắp sửa biến mất, một loại đồ cổ cần phải bảo trì trong tình trạng nguyên thủy. Và vấn đề trở nên khó khăn từ đó. Lại những người lính Mũ Xanh làm ung thối thêm bằng ý muốn đi nốt đoạn cuối của con đường mòn. Quan điểm của ông Trung đối chọi với quan điểm rất lệch lạc trong cuốn sách của ông mục sư Denman. Ở ông mục sư cũng như một số học giả ngoại quốc khác, lý luận mà họ đi tối là một đứt đoạn, một chia lìa lịch sử giữa những sắc dân sinh sống ở Đông Nam bán đảo Á châu. Điều này phù hợp và biện minh cho những cuộc biến động và xô xát. Ngoài mấy bài sưu khảo của ông Trung tôi không tìm được một cuốn sách Việt Nam khả dĩ đứng đắn để làm căn bản nghiên cứu.

Bây giờ tôi có thể đến thăm Davis sau chuyến gặp nhau ở Pleiku. Tôi đem tới cho Davis tặng vật của dân làng. Khi tôi đến nơi thì bác sĩ Ross cũng vừa đi khỏi. Trên bàn còn rải rác những chai 33 và các vòng thẩm của đáy ly ướt. Đúng như tôi dự đoán, Davis thích thú chọn ngay bộ cung nỏ, còn lại bức tượng bằng ngà mà tôi có ý định tặng Nguyện khi nàng trở về. Chiếc nỏ được treo ngay lên bờ tường trắng muốt, đối diện với bên kia là bức tranh Thanh Thoát. Tôi nói:

– Davis, Y Ksor bảo anh không giống một người Mỹ nào.

Davis nhếch mép cười khiêm tốn đáp:

– Có lẽ vậy mà bác sĩ Ross chỉ trích tôi. Ông ta bảo tôi sống ở Việt Nam lâu thành ra nhiễm nhiều vẻ Á châu quá. Vụ can thiệp với tướng Hunting cũng để lại cho tôi nhiều rắc rối sau đó.

Nghĩ tới nỗi bực dọc của viên Trung tá Tacelosky, tôi nói ngay:

– Chỉ có một người chống lại việc làm tốt của anh là Tacelosky nhưng bù lại anh cứu hơn sáu trăm mạng dân làng và lòng tri ân sâu xa của họ.

– Nếu chỉ có hắn thì không có gì làm tôi phải suy nghĩ, Triết à. Như anh đã biết, tính tôi khi quyết định làm một điều gì nếu ai chống đối chỉ vì sự thiệt thời cho quan điểm quyền lợi cá nhân như Tacelosky thì tôi không bao giờ để tâm tới, đàng này Ross đã nhân danh nhiều thứ ràng buộc để chỉ trích tôi. Đó không phải là điều không làm cho tôi suy nghĩ.

Quả đúng như bác sĩ Ross nhận xét, trước mắt tôi bây giờ Davis không phải là một người Mỹ thuần túy những tự mãn, mà là một con người trầm lặng mang nhiều tra hỏi băn khoăn. Bằng một giọng lãnh đạm, Davis nhắc tới những luận cứ của bác sĩ Ross:

— Ross bảo rằng anh đang sống giữa một Á châu chiến tranh đầy phản bội và vô ơn, trước sau anh vẫn chỉ là người Mỹ với tóc vàng mắt xanh. Dù sống ở đây bao nhiêu năm đi nữa, anh cũng không thể có được màu da vàng, ánh mắt và mái tóc đen như họ... Tôi thì hoàn toàn không đồng ý với Ross, với kinh nghiệm những năm dài sống ở lục địa Á châu tôi thấy rõ nguyên nhân sự thất bại của Mỹ. Tôi vẫn bảo Ross là người Mỹ các ông tới đây phải tự coi là khách, vấn đề thể diện có thể không được quan tâm ở Mỹ nhưng đối với người Á châu thì đó là lẽ sống chết của họ. Các ông sẽ thất bại nếu cứ khăng khăng hành động như chủ nhân ông đất nước này và bắt họ phải làm theo ý mình. Những huyền thoại về sự giúp đỡ khai hóa không còn quyến rũ được một Á châu có một nền văn minh cổ kính hơn lịch sử nước Mỹ.

Tôi nhắc với Davis mẩu tin hãng AP về lời tố cáo của một tờ báo Á Căn Đình vì sự nhúng tay của những người lính Mũ Xanh giúp đỡ phe nổi loạn khuynh đảo chánh phủ. Davis cười bảo:

— Thì cũng như ở cao nguyên, một số người Mỹ tự hào am hiểu thời cuộc, tự cho là thích ứng được với một cuộc chiến tranh vô quy ước bằng một đường lối không tôn trọng cả những quy ước sơ đẳng với đồng minh của họ. Hiểu như vậy, anh sẽ không ngạc nhiên khi thấy những mâu thuẫn như ở Á Căn Đình. Theo tôi đã tới lúc người Mỹ phải dứt khoát lựa chọn giữa những đồng minh và thứ quyền lợi nhất thời của họ nếu không muốn để mất tất cả.

Tôi đưa ra một nghi vấn hỏi Davis:

— Tại sao bác sĩ Ross cũng quan tâm tới vụ này, nhất là với Tacelosky, ông có ưa gì hắn ta đâu?

– Ở đây không có gì chính thức thuộc quyền ông ta, cũng không sót điều gì mà không được ông ta quan tâm. Và theo tôi, Ross vẫn là một người có rất nhiều ảnh hưởng không những với tòa Đại sứ ở Việt Nam mà ngay cả với Hoa Thịnh Đốn.

Nhìn dáng Davis gầy cao khô khan như một cây trúc bền bỉ, lạc lõng trên lục địa Á châu đầy không khí chiến tranh sôi bỏng. Davis đứng dậy đi về phía quầy rượu, hỏi tôi như một thói quen:

– Một *cognac soda* chứ?

Tôi mỉm cười gật đầu và nói với Davis:

– Vị bô lão niên trưởng dân làng Dakto mong đợi được tiếp rước anh. Davis ạ, anh sẽ được họ cho thưởng thức một thứ rượu cần cất đặc biệt thật ngon, đựng trong một cái lu và chủ khách cùng uống chung bằng những ống hút.

– Tôi đã được thưởng thức rượu cần đôi lần khi theo chân các cuộc hành quân của Pháp trước kia.

Ở tuổi gần bốn mươi, nửa cuộc đời Davis đã gắn liền với cuộc chiến tranh này, Davis am hiểu Việt Nam và lục địa Á châu trong cái ý nghĩa sâu xa nhất của nó. Tôi nói:

– Những người đã từng biết anh, họ nhận định anh nhiễm vẻ Đông phương hơn cả người Á châu bây giờ.

– Điều Ross trách móc được tôi cho là niềm kiêu hãnh của riêng mình. Trước kia tôi tưởng lầm về ông ta, bây giờ tôi thấy rằng tâm hồn Ross không vượt qua khung cửa sổ để thấy khoảng trời xanh của Á châu tươi mát. Những năm dài sống ở đây, tôi thấy mình chịu ảnh hưởng rất nhiều cái không khí thâm trầm của đạo Phật, cao siêu vô vi của đạo Lão mặc dù tôi vẫn là một tín đồ Thiên chúa giáo.

– Hình như anh có đọc và nói được tiếng Trung Hoa?

– Đó là một thiệt thời lớn cho tôi trong việc tìm hiểu văn minh Đông phương, mấy năm ở Trung Hoa tôi học nói được tiếng Quan Thoại, một ngôn ngữ thật đẹp phát âm đầy nhịp điệu như một bài ca, tôi cũng nói được vài câu tiếng Quảng Đông nhưng lại không đọc được chữ Hán. Thành ra tôi phải đọc các sách khảo cứu gián tiếp bởi các học giả Tây phương mà tôi tin rằng đã có ít nhiều biến thái và thiên lệch. À, tôi nghe nói nhà sư Pháp Viên rất giỏi về thần học và ngôi bực đáng kể là một vị cao tăng; tôi cũng muốn được làm quen với ông ta không phải với tư cách một nhà báo mà mong được hướng dẫn trên con đường tìm ánh sáng Đạo Vàng. Hình như anh vẫn duy trì mối giao hảo mật thiết với nhà sư?

Tôi biết rõ bản tính của nhà sư Pháp Viên, ông sống thâm trầm và suy tưởng, không thích ra ánh sáng nhất là với báo chí, nhưng Davis chắc là mẫu người mà ông thích. Tôi nói:

— Nhà sư rất giỏi về cổ ngữ, tiếng Tàu, tiếng Phạn nhưng ông lại không mấy thông thạo các ngoại ngữ, đó cũng là một trở ngại để ông có thể tìm một con đường dung hợp hòa mình với Tây phương. Một số nhà báo Mỹ không am hiểu cho ông có tinh thần bài ngoại cũng vì vậy. Hiện giờ thì ông ta đang bị cô lập vì biện pháp bảo vệ của chánh phủ Sài Gòn; khi nào nhà sư trở về chùa tôi sẽ giới thiệu để anh tới đánh cờ tướng với ông ta. Là một tay cao cờ, ông có thể hiểu rõ cá tính anh bằng mỗi nước đi và cách gỡ những thế bí. Ông ta có một tâm hồn rất nghệ sĩ, mối tương giao tốt đẹp giữa chúng tôi chắc chắn không phải vì nghề báo mà bởi ông biết tôi trước đó là một họa sĩ. Báo chí Việt lúc này ngột ngạt bế tắc, tôi đang tính trở lại với cây cọ và giá vẽ, tôi nhận lời ra dạy Cao đẳng Mỹ thuật Huế từ sau Tết cũng vì vậy.

Davis cười thích thú khi nhắc lại một câu nói với tôi trong lần gặp gỡ đầu tiên:

— Triết, tôi nói có sai đâu sớm muộn anh cũng sẽ trở lại với hội họa vì đích thực anh là một họa sĩ. Tôi vẫn mong một cuộc sống nghệ sĩ như anh, đó là một ước vọng từ nhỏ mà tôi không thực hiện được và vẫn phải sống bằng nghề báo như hiện giờ.

– Nhưng anh đã thành công rực rỡ với nghề báo bất đắc dĩ của mình, đó là một cái đích mà bất cứ ai mới vào nghề cũng đều mong mỏi.

Những xưng tụng giữa chúng tôi đã ra ngoài tính cách giao tế, Davis có vẻ sung sướng thành thực về lời khen của tôi. Anh đi lại bàn giấy, cầm một điện tín trao cho tôi nói:

– Coi bộ những hình ảnh đau thương của chiến tranh Việt Nam vẫn còn ăn khách. Tôi vừa nhận được điện tín này từ Hồng Kông sáng nay báo tin Hiệp hội Nhiếp ảnh Báo chí Quốc tế quyết định trao tặng giải thưởng năm nay cho những tấm hình tôi chụp về những trận đánh lớn trong Mùa Mưa trên cao nguyên. Cuộc chiến này đã đãi ngộ tôi quá nhiều, những vinh quang có vấy máu đối với tôi thật sự cũng là điều mỉa mai. Có thể tôi sẽ xin đổi sang làm việc tại Bureau bên Paris, tôi sẽ bắt đầu viết sách về Việt Nam, điều mà bấy lâu tôi ao ước.

– Thế bao giờ anh đi Paris?

– Chưa, cũng còn lâu, vấn đề là làm sao kiếm ra một người khả dĩ thay tôi ở đây, như anh biết Việt Nam vẫn còn là một cái đinh trong vấn đề thời sự quốc tế.

Tôi nghĩ ngay tới hoàn cảnh của Phương Nghi và khả năng Anh ngữ của nàng, tôi muốn giới thiệu nàng với Davis:

– Tôi đã tìm được một *assistant* cho anh. Có điều đó là một cô gái, nàng là vợ chưa cưới và có con với một bác sĩ quân y vừa tử trận ở Đà Nẵng. Tôi tin là Phương Nghi có thể giúp anh hữu hiệu và đó cũng là cách giải quyết cho vấn đề sinh kế của nàng.

– Anh cứ dẫn cô ấy lại đây, ngay như cô ta không thích nghề báo tôi vẫn có thể giới thiệu cho một công việc thích hợp với khả năng của nàng. Mà tại sao bác sĩ thường đi với bộ Chỉ huy, đâu có dễ bị sát hại?

–Đúng vậy nhưng trận địa chiến bị tràn ngập, cả bộ Chỉ huy gần như bị tiêu diệt hết. Chiến tranh bây giờ không còn ở giai đoạn du kích nữa mà là những trận địa chiến khốc liệt, con số tám y sĩ tử trận trong những tháng gần đây chứng tỏ điều đó.

Câu chuyện Phương Nghi lại nhắc tôi nhớ tới Nguyện, cảm xúc như chùng hẳn xuống. Trong một buổi họp báo tiếp tân, khi nhắc tới chuyến đi Genève của ông Ủy viên Ngoại giao, một đồng nghiệp đã vô tình thốt ra là có Như Nguyện theo phái đoàn không, bí thư riêng của ông Ngoại giao chắc không thể thiếu. Dù không biết có bao nhiêu phần trăm sự thật, điều nghe thấy cũng đủ khiến tôi hoang mang và đau đớn. Davis bảo:

— Sao lâu lắm tôi chưa gặp Như Nguyện, tôi muốn mời anh và Như Nguyện đi ăn ở Kyo một nhà hàng thuần túy Nhật mới khai trương. Về thức ăn Nhật chắc Như Nguyện phải sành hơn anh và tôi.

— Nguyện mới đi Genève không biết là bao lâu, nếu tiện tôi có thể giới thiệu Phương Nghi cô *assistant* của anh trong bữa ăn ở Kyo hôm đó.

Tôi hẹn Davis sẽ đi ăn vào ngày thứ hai sớm hơn ngày nghỉ. Tôi rời tòa soạn của Davis bước ra thang máy với câu chuyện không đâu về Nguyện cứ ám ảnh tôi mãi.

CHƯƠNG CHÍN

— Đây là đêm cuối cùng tôi ở Việt Nam.

— Ông chấm dứt nhiệm vụ ở đây rồi sao? Người Thượng và cao nguyên đang cần sao ông lại bỏ đi?

— Không phải, sau hơn một năm tôi trở lại làm việc tại Mỹ.

— Hy vọng gặp lại ông.

— Ồ không, tôi muốn trả lại cho dân tộc Việt Nam một xứ sở hòa bình.

Tôi cười nói với tướng Hunting rằng dầu sao tôi cũng muốn ông trở lại nhưng lần này với tư cách một du khách. Hunting bảo ông rất lấy làm buồn phải đi khỏi Việt Nam. Mấy chục năm trong quân ngũ, từng sống trong nhiều nước, không nơi nào khi ra đi khiến tôi quyến luyến bằng nơi đây: một xứ sở tan nát và kiệt lực với một dân tộc còn nguyên lòng dũng cảm và gan dạ chiến đấu. Câu nói từ cửa miệng một tướng lãnh như Hunting không mang vẻ ngoại giao trước những người bạn như tôi và Davis. Khác với cái vẻ mảnh khảnh hơi thiếu da thịt của Davis, Hunting to lớn với giọng nói khỏe và khuôn mặt vạm vỡ. Tôi nói:

– Khi nghe ông bất chợt phải đổi đi, những người Thượng có vẻ nuối tiếc mất đi một ân nhân của họ. Một nhân sĩ Thượng tiên đoán một cách lo sợ rằng sẽ có một điềm gì chẳng lành xảy ra trên cao nguyên. Sự thật có gì bất thường không trong chuyện ông trở về Mỹ. Nay Ry nói là ông đổi tới vùng An Khê mới hơn một năm.

– Thời gian hơn một năm đó đủ làm già đi một phần đời người. Không có gì gọi là bất thường trong đời sống quân ngũ, chỉ có kỷ luật và mệnh lệnh của thượng cấp. Duy chỉ tiếc có một điều là chương trình Dân sự vụ đi sâu vào các buôn sóc phải bỏ lại dở dang và không chắc gì sẽ được tiếp tục như ý chúng tôi muốn.

Tuy không nói rõ ra nhưng tôi hiểu những khó khăn nội bộ mà tướng Hunting phải đương đầu: một Tacelosky lì lợm và những biệt đội lính Mũ Xanh vô kỷ luật chiến đấu như một loại *mercenaires* đầy dũng cảm, trên cao nữa tôi không thể không nghĩ tới bác sĩ Ross. Davis thì vẫn có giọng hài hước đầy vẻ Á đông cố hữu:

– Có tướng Mỹ nào như Hunting được một lúc cả ba huy chương: một ngôi sao bạc, một chương mỹ bội tinh lại thêm một kim khánh của tổng thống Hàn Quốc. Sự trở về làm việc ở tòa Lầu Năm Góc được coi như một vinh thăng kiểu tướng Westy.

– Tướng đánh trận mà được đưa về ngồi văn phòng cũng như cho về hưu chẳng thích thú gì. Bận rộn mệt nhọc ở trên đó tôi không phải nghĩ ngợi, xuống Sài Gòn để nay mai lên đường về Mỹ tôi mới chợt nghĩ tới là dầu sao cũng đã hơn năm mươi tuổi rồi. Davis nhỉ, vậy đã gần 25 năm kể từ ngày Đệ nhị Thế chiến: hai chúng ta có thể nâng ly mừng cho tình bạn vừa được hai mươi tuổi. Cả ông nhà báo nữa, cùng nâng ly mừng cho chúng tôi.

Tôi nốc cạn ly rượu chợt nghĩ tới hình ảnh của Nhất Linh, con voi già nằm trong sở thú, đó cũng là hình ảnh của Hunting khi trở về tòa Lầu Năm Góc. Bất chợt tướng Hunting trở lại vấn đề cao nguyên, ông quay sang hỏi tôi và Davis:

– Theo các anh thì mối mâu thuẫn Kinh Thượng có thật là trầm trọng đến độ được mô tả như là không thể hòa giải được theo quan điểm của một số người Mỹ như Tacelosky hay không?

Câu trả lời ở vị trí tôi không thể coi là nhận định khách quan, tôi nhường phần Davis có tiếng nói:

– Mâu thuẫn đó không phải là không có, nhưng không rõ rệt như trắng với đen mà là giữa những màu xám. Tuyệt nhiên không có mặc cảm kỳ thị về chủng tộc đúng nghĩa như người Đức với dân Do Thái, như sự thù hằn đen trắng ở Mỹ. Bằng chứng là chẳng bao giờ có trong lịch sử ở đây một chiến dịch diệt chủng như Hitler diệt dân Do Thái hay một phong trào kiểu như 3K ở Mỹ. Có một điều kỳ lạ là sự dễ dàng chung sống giữa các sắc dân, giữa các tôn giáo qua mấy ngàn năm trên lục địa Á châu này: hiện tượng Tam giáo ở Việt Nam là một bằng chứng. Theo tôi nguyên nhân tấn thảm kịch dai dẳng ở cao nguyên không bắt nguồn từ một mâu thuẫn chủng tộc mà là sự bất bình đẳng về quyền lợi và cơ hội tiến bộ giữa Kinh Thượng. Có điều là sự cách biệt đó sắc nét hơn giữa sự nghèo khó ở thôn quê và trong thành thị nhưng chúng cùng đối tượng cho một phương thức giải quyết, đó là một cuộc cách mạng về công bằng xã hội. Cả cuộc chiến tranh hiện tại cũng vậy nữa, nó sẽ đương nhiên tắt lịm dần dần khi những nguyên nhân đấu tranh không còn nữa.

Tôi không ngờ Davis lại đưa ra một nhận định bình tĩnh và sáng suốt như vậy, điều đó đòi hỏi ở anh một kiến thức Á châu uyên bác. Tôi chắc rằng không có một người Mỹ thứ hai nào có thể đưa ra những ý kiến tương tự. Để mô tả tính cách phồn tạp của nhiều sắc dân ở đây, tôi kể cho Hunting và Davis nghe cái truyền thuyết trăm trứng sinh ra trăm họ từ thời bà Âu Cơ để tạo ra Bách Việt và tồn tại tới ngày nay. Tôi nói thêm:

– Họ như sống trên một dải đất định mệnh với nỗi ám ảnh lịch sử truyền kiếp là sự bành trướng thôn tính về phía nam của một nước Trung Hoa, bởi vậy họ đã sống khá hòa hợp và đoàn kết để có một lịch sử hơn bốn ngàn năm cho đến ngày nay.

Góp thêm vào ý kiến của tôi, Davis nói với tướng Hunting:

– Mà trong bốn ngàn năm đó có hơn một ngàn năm họ phải sống dưới ách đô hộ của Trung Hoa vậy mà vẫn không bị đồng hóa và còn nguyên vẹn một quốc gia Việt Nam ngày nay. Với một bài học lịch sử như thế theo tôi người ta đã lầm, trong đó có một số người Mỹ khi khai thác một số mâu thuẫn nhỏ để mong tạo nên một chia lìa lịch sử ở quốc gia đang suy yếu này, chúng ta tới đây để giải quyết một cuộc chiến tranh, cũng chính chúng ta manh nha gieo mầm cho một cuộc chiến tranh mới. Đã đến lúc chấm dứt cái thực tế ảo tưởng đó.

Hunting vẫn chưa hiểu được những uẩn khúc đằng sau các rắc rối về chánh trị trên cao nguyên, ông Tướng còn có những thắc mắc:

– Nhưng phải có một nguyên nhân sâu xa nào để khiến những người Mỹ đó hành động như vậy. Theo chỗ tôi biết, thì những năm trước năm 54, cao nguyên vốn là chốn mai phục trường kỳ của du kích quân cộng sản và là một sa trường đẫm máu của liên quân Việt Pháp và kể từ ngày tái phát cuộc chiến tranh, chốn đó là mối quan tâm đầu tiên của giới quân sự Mỹ. Hơn sáu mươi trại LLĐB kiên cố được thiết lập không ngoài mục đích nắm vững bàn đạp cao nguyên và khóa trái mọi cửa ngõ xâm nhập những vòng đai biên giới. Phải công nhận là chính những người lính Mũ Xanh đầu tiên từ Fort Bragg đã có công đầu trong việc thiết lập một hệ thống phòng thủ hữu hiệu đầu tiên trên cao nguyên. Và theo chỗ tôi biết thì cho tới nay mối giao hảo giữa họ và những người Thượng khá tốt đẹp và đầm ấm. Và có điều lạ là không phải chỉ ở Việt Nam, bọn lính Mũ Xanh đó đã thành công với nhiều sắc dân thiểu số bán khai ở cả những quốc gia khác.

Davis thoáng nhếch mép cười, cái cười của một người biết quá nhiều và thông hiểu mọi sự với những uẩn khúc sâu xa nhất:

– Phải rồi họ được đào tạo để đương đầu với một cuộc chiến tranh vô quy ước nhưng cũng không vì lẽ đó mà họ hỗ trợ cho một cuộc vận động ngây thơ biến cao nguyên thành một tiểu bang của Hiệp Chủng Quốc. Phải không biết một tí gì về Á châu mới tin tưởng được một cách ngây ngô như vậy. Khi Tổng thống Kennedy khai sanh ra họ với ước mong đó là những chiến sĩ dũng cảm của tự do và giải phóng thì ngược lại tại hầu hết các quốc gia đều không mấy chấp nhận và nhìn họ qua hình ảnh của những tay phá hoại và các chuyên viên khuynh đảo.

Có lẽ Davis là người duy nhất bất mãn với vai trò Mỹ trong chiến cuộc Việt Nam. Không khí đối thoại hăng hái tới độ hơi căng thẳng, không thích hợp cho một bữa ăn đưa tiễn. Để làm nhẹ không khí tôi bảo đùa nếu quả thật người Mỹ nhúng tay vào nhiều thứ cho đến độ mọi biến cố hay dở ở đây đều được giải thích như những công trình của CIA thì nước Mỹ quá mạnh và các ông đáng nên kiêu hãnh.

Davis thì không chia sẻ lối hài hước đó, anh nói:

– Đó mới là nguy hại cho thanh danh nước Mỹ và chính sức mạnh của chúng ta sẽ bị cô lập với thế giới. Trở lại vấn để Việt Nam, điển hình là vụ cao nguyên, tôi đã viết nhiều lần là đã tới lúc Hoa Thịnh Đốn phải lựa chọn dứt khoát giữa những ảo tưởng quyền lợi nhất thời và đồng minh của họ. Dù bộ Ngoại giao Mỹ có thanh minh bao nhiêu đi nữa, ai cũng hiểu rằng Hoa Thịnh Đốn tuy không chính thức nhưng đã hỗ trợ ngầm hay cố tình làm ngơ cho một số người Mỹ công khai giày xéo chủ quyền của quốc gia này trong khi chúng ta cần sát cánh với họ chiến đấu. Về bên đó ở vị trí anh, anh phải nói cho cấp lãnh đạo bên đó biết rằng dù đương đầu với cuộc chiến tranh vô quy ước, nước Mỹ cũng không thể từ bỏ những quy ước sơ đẳng đối với đồng minh của mình. Chẳng còn bao lâu nữa chúng ta đã bước chân sang đầu thế kỷ 21, đã qua rồi thời kỳ thuộc địa vàng son của người Da Trắng và Thái Bình Dương cũng chấm dứt luôn những bước Tây tiến không mỏi mệt của một số người Mỹ...

Davis bỗng ngưng nói và hình như thấy được cái căng thẳng của câu chuyện, anh xuống giọng trầm tĩnh:

– Bây giờ là thời kỳ của những bước nhảy vọt chinh phục không gian, chúng ta phải biết sống với thời đại của mình.

Hunting có vẻ bị ảnh hưởng thấm thía những câu nói của nhà báo Davis. Trái với bản chất lạnh lùng ít nói, giữa những bạn thân Davis lại hăng hái bày tỏ:

– Lịch sử cận đại Việt Nam đã hơn một lần chứng minh điều này: một Nam Kỳ thuộc Pháp là một giấc mơ không thể được dù nước Pháp lúc đó có đủ tất cả điều kiện chủ quan và khách quan thuận lợi. Cũng như người Pháp, điều người Mỹ cố tâm làm trên cao nguyên sẽ chẳng đi tới đâu mà kết quả chỉ để lại một vết nhơ trong lịch sử mối bang giao của hai nước Việt Mỹ, và là một kinh nghiệm đắng cay cho những người bạn đồng minh khác. Giả thiết lấy chống cộng làm cứu cánh thì cứu cánh đó cũng không thể biện minh cho những phương tiện chúng ta đang sử dụng ở đây. Tôi cũng không tin là hơn sáu mươi trại LLĐB dù là kiên cố mà đủ sức khóa chặt biên giới, vì nếu vậy thì làm gì có những trận đánh khốc liệt Mùa Mưa mà chính anh phải nhọc công chống đỡ. Theo tôi chính mối bất hòa Kinh Thượng bị lợi dụng khai thác làm cho hệ thống phòng thủ cao nguyên suy yếu và chính đối phương được thủ lợi hơn ai hết.

Tướng Hunting cười hòa dịu, ông nói:

– Thảo nào anh vẫn bị một số người Mỹ cho anh là Á đông hóa, mà có phải vậy không Davis?

– Cũng như anh, Hunting bị coi là quá nhân đạo đối với sách lược của một trận chiến tranh đã trở thành vô quy ước. Rồi tôi tự hỏi nhân đạo có phải là điều đáng cho chúng ta ân hận không?

Đột ngột Hunting hỏi bao giờ Davis đổi sang *Bureau* Paris, Davis bảo:

– Cũng như anh, tôi luyến tiếc chẳng muốn rời khỏi Việt Nam mặc dầu Paris là chỗ mà nhiều người mong ước.

Davis nói tiếp rằng nếu không có những thay đổi lớn lao trong đời sống, anh sẽ tiếp tục ở đây, sống với cái vận thăng trầm của bán đảo đông nam lục địa Á châu này. Thực sự những năm khó khăn ở đây đối với tôi là một chuỗi ngày hạnh phúc.

– Hạnh phúc đó trọn vẹn nếu anh chịu lấy thêm một cô vợ Á châu thật xinh xắn. Nhà tôi vẫn hỏi đến bao giờ thì Davis mới chịu chấm dứt cuộc đời độc thân ấy.

Mỗi lần nói tới chuyện đàn bà là Davis mất hết vẻ tự nhiên và bối rối, tôi cũng chợt nghĩ tới Phương Nghi và khúc rẽ tương lai cuộc đời Davis.

– Bức họa mà anh gửi cho chắc chắn Marcolina sẽ quý lắm, nàng rất sành về hội họa và tôi biết là nàng thích.

Đó là bức tranh Thanh Thoát và cũng là đầu mối tương giao giữa tôi và Davis. Hunting có vẻ thích thú khi biết tôi là tác giả bức họa đó và ông cũng thật ngạc nhiên khi biết tôi đã ngưng vẽ để bước sang nghề báo. Davis nói:

— Anh bảo với Marcolina rằng tôi gửi biếu nàng bức tranh nhiều kỷ niệm mà tôi quý nhất và tôi cảm ơn nàng săn sóc bà mẹ già cô độc của tôi bên ấy.

Davis cũng nhờ Hunting chuyển về hai cuộn băng mới, đó là lối thư tín giữa hai mẹ con Davis. Tôi hẹn với Davis khi ra Huế nếu vẽ trở lại được, tôi sẽ gửi tặng anh một bức tranh khác để lấp vào khoảng tường trống. Hunting cũng bảo đùa nếu vợ chồng ông trở qua Việt Nam với tư cách du khách thì ông mong được tới thăm tôi ở một xưởng vẽ hơn là trong một tòa báo.

CHƯƠNG MƯỜI

Tôi không ngờ Nguyện đi đã mang theo tất cả niềm vui và may mắn của nhiều ngày. Ngoài những phút bận rộn, phần còn lại của một ngày trĩu nặng những mong ngóng. Cả tòa báo sáng nay hoang vắng, mới gặp mặt tôi ông chủ nhiệm đã lên tiếng ngầy ngà. Mặc dầu cảm thông với nỗi khổ tâm của ông vì đứa con mới tốt nghiệp ở Pháp xong lại quyết định về ngoài kia; tôi cũng không tránh được những ý nghĩ bực bội. Dưới nhà in lại mới bị cúp điện, thêm một lý do để gặp ai ông cũng la hét. Sự bình thản tha thứ của tôi được ông coi như khiêu khích. Ông khó chịu hỏi tôi:

— Sao gần một tuần nay anh biến đâu? Lên hoài cao nguyên làm chi, cái Đại hội Thượng vụ mà anh thấy cũng cần đi lắm sao? Anh phải có một chọn lựa, hoặc một nhà khảo cổ hoặc một nhà báo.

Chưa bao giờ ông nói với tôi như vậy. Tôi đi lại phía cửa sổ yên lặng nhìn xuống những đoàn xe cộ dưới mặt đường, ở phía bên kia là một dãy thùng phuy trắng ngăn riêng một khu cao ốc, chỉ có bóng dáng những người Mỹ. Tôi vẫn còn hứng khởi để làm báo trong những điều kiện hiện tại, tôi cũng chưa có một chọn lựa dứt khoát khác. Nhận ra dạy trường Mỹ thuật ngoài Huế chỉ do một ngẫu hứng hơn là một dự định đứng đắn. Như không có một định mệnh, tôi tự do dàn trải đời sống tương lai của mình. Khi thấy khuôn mặt ông bắt đầu dịu xuống, tôi tìm cách gợi chuyện lại. Tôi hỏi ông chủ nhiệm về một phái đoàn báo chí được mời đi viếng thăm Hàn Quốc, như chợt nhớ ra ông bảo tôi:

— Chẳng thà mất thì giờ cho những chuyến đi như vậy. Nếu muốn tôi sẽ đề nghị anh vào phái đoàn, theo tôi sau chiến tranh Cao Ly tàn phá, kinh nghiệm mười năm tái thiết của họ là điều chúng ta nên nghiên cứu và quan tâm. Chiến tranh Việt Nam rồi cũng phải chấm dứt. Sửa soạn đón nhận hòa bình trong tình trạng một đất nước chiến tranh là thái độ sáng suốt cần thiết.

Với tôi, ông chủ nhiệm đối xử chân tình, tôi biết ông cũng không cấm cản tôi ở những chuyến đi cao nguyên sau đó. Tôi không thể dứt khoát với tờ báo nhỏ hẹp này để nhận lời làm việc với Davis cũng vì thế. Rồi ông chủ nhiệm lấy từ ngăn kéo đưa cho tôi một phong thư:

— Hôm kia có ông Trung tá tới đây kiếm anh, để lại gói đó nói là của ông Tướng gửi biếu trước khi trở ra Trung. Mà sao anh có vẻ thân với tướng Thuyết quá vậy?

— Cũng không phải là thân, tôi thường gặp và ăn cơm với ông ta vài lần. Cảm tình sâu đậm của ông ta nếu có cũng bởi thanh danh uy tín của tờ báo.

Ông chủ nhiệm tỏ vẻ cảm kích vì sự chân thật của câu nói. Tướng Thuyết tặng tôi hai cuốn tiểu luận bản đặc biệt vừa mới in xong. *Chiến Thắng Mùa Mưa* đề cập tới những trận đánh lớn trên cao nguyên; *Triết Lý Hai Cuộc Cách Mạng* là suy tư của riêng ông về sự cần thiết cách mạng trong tương lai; và một bức hình màu thật đẹp chân dung ông Tướng với lời để tặng. Cầm những cuốn sách trong tay, ông chủ nhiệm tỏ vẻ ngạc nhiên:

– Không ngờ ông Tướng mà cũng viết sách, vậy mà chưa bao giờ tôi nghe ai nói.

Chỉ cần đọc những dòng chữ mở đầu tôi biết đó phải là ngôn từ phù thủy của nhà văn, ông đã tìm lại được sự hăng say làm việc dưới trướng của ông Tướng. Tôi nói:

– Tôi để ông chủ nhiệm đọc trước. Xem ra tướng Thuyết dành nhiều cảm tình cho báo chí vậy mà không hiểu sao các nhà báo Mỹ lại cay ghét ông đến như vậy. Tôi chưa thấy một bài báo Mỹ nào khi đề cập tới giới tướng lãnh Việt Nam mà có lời khen ngợi ông, đến nỗi tôi cảm tưởng là có cả một chiến dịch báo chí bôi nhọ ông nhất là các sự việc liên quan tới một chánh sách cứng rắn ở cao nguyên.

Tôi cũng kể lại cho ông chủ nghiệm nghe trong một chuyến lên Pleiku, tướng Thuyết đã gửi tặng tôi một số tiền khá lớn và rồi tất cả những nỗi khó khăn để chối từ sau đó. Tướng Thuyết bảo đó là hảo ý thường xuyên của ông đối với nhà báo lên đây. Tôi nói tiếp:

– Tôi vẫn quan niệm độc lập báo chí khởi từ sự độc lập tài chánh. Tôi muốn ngòi bút được tự do trong vấn đề phán xét và khen chê ông ta, ở bất cứ trường hợp nào tôi cũng sẽ không cảm thấy là mình đã không "*fair-play*" với ông Tướng.

Ông chủ nhiệm ngả lưng ra sau ghế, hạ thấp gọng kính xuống, nói giọng nhỏ nhẹ với tôi:

– Tôi hoàn toàn đồng ý thái độ cư xử độc lập của anh, tôi không bao giờ tiếc đã đặt để ở anh nhiều sự tin cậy. Hơn bốn mươi năm trong nghề báo, tôi tự hào đã giữ được mình trong sạch đến ngày nay, ngay cả bây giờ không thiếu gì những cám dỗ khi mà người ta hứa bỏ tiền ra không thêm một điều kiện nào để mở rộng tờ báo, tôi vẫn cương quyết từ chối.

Thật rất khác với nhận định của nhà văn cố vấn của tướng Thuyết, thì ở xứ mình sống lâu trong nghề báo cũng không đến nỗi phải bồi bút để vinh thân hoặc trở nên cay đắng. Trải qua nhiều cuộc thăng trầm, ông chủ nhiệm vẫn là con người nhiều lý tưởng bảo thủ. Với một ký giả theo cái ý nghĩa tự do như tôi, dù có vui đến đâu, ông chủ nhiệm cũng tìm ra ít nhất một khuyết điểm để kềm hãm chỉ trích:

– Phải cái anh nghệ sĩ quá, điều đó chẳng phải là tôi không thích nhưng khi đã bước chân vào nghề báo thì cũng phải chấp nhận kỷ luật của nó và khi thích nghi được anh có hy vọng sẽ trở nên rất khá.

Theo quan điểm của ông chủ nhiệm thì cái khá trong con người tôi lúc nào cũng ở phía tương lai, cũng như sự nghiệp hội họa thì tác phẩm lớn là ở trong sự hình thành và cuốn sách lớn tạo bởi những dòng chữ chưa viết. Tôi mỉm cười nhìn ông chủ nhiệm lụ khụ như một vị sư già và thích thú với những suy diễn đó. Khi ông chủ nhiệm đi khỏi, tôi bắt đầu với công việc thường nhật. Soạn đống thư ngổn ngang của độc giả, tôi tìm ra dấu những con tem Takashi Oka gửi từ *Bureau* bên Paris, người Á châu mà lại là người Nhật mới có lối cư xử nhiều cẩn trọng như vậy. Bức thư chỉ gồm những trao đổi xã giao và ước mong duy trì mối liên hệ và tình bằng hữu. Số thư còn lại là công việc phân loại của cô thư ký. Sách báo gửi tới cũng thật nhiều, tôi không có thì giờ đọc hết, đọc một cách đứng đắn. Cuốn sách 500 trang của Đỗ nhờ tôi làm bìa, được gởi tặng với lời lẽ thật vuốt ve: là cuốn sách ưng ý nhất về hình thức của tác giả. Lại thêm một số báo đặc biệt của sinh viên nói về chủ quyền Việt Nam trên cao nguyên, họ đưa ra những nhận định quá khích mạnh bạo và còn nguyên sự trong sáng. Với chủ đề cao nguyên, "Một cỗ xe với ba tên xà ích", họ tấn công và mạt sát người Mỹ. Tội nghiệp là tướng Thuyết cũng không tránh được mũi dùi đó. Xem ra hai kẻ thù vẫn có thể bị coi là đối nghịch với một thành phần thứ ba. Họ chỉ là những sinh viên mà khả năng duy nhất chỉ là sự đối kháng. Tôi có ý định sẽ gặp gỡ những nhà báo tài tử này để nói chuyện với họ, biết đâu sẽ có thêm vô số những ý kiến mới. Chẳng hạn đề nghị của họ lập thêm một phân khoa Nhân chủng, trực thuộc viện Đại học, hỗ trợ cho công việc nghiên cứu của bộ Thượng vụ. Chỉ có những sinh viên trẻ này mới hy vọng đem lại một sinh khí mới cho cao nguyên. Một lần nữa tướng Thuyết đã có lý khi muốn đầu tư vào lớp người trẻ.

Đồng hồ tay chỉ sáu giờ năm phút, như thường lệ tôi mở đài để nghe bản tin vắn tắt buổi chiều. Có lẽ đồng hồ nhanh nhiều phút, bây giờ mới là giữa phần nhạc chuyển mục. Lại một bản đàn mà mỗi nốt nhạc là một nụ hôn quấn quýt, gợi nhớ kỷ niệm những ngày đầu tiên chung sống với Nguyện. Đó là những ngày thực sự êm đềm sống bên một người đàn bà. Tôi chưa có một dự định gì về tương lai nhưng có lẽ Nguyện sẽ là người đàn bà tôi có thể cưới làm vợ. Với nếp sống hiện tại, một người vợ cổ điển ngoan và hiền thực là điều khó có thể chấp nhận.

Ngay phần mở đầu của bản tin ngắn năm phút, như một luồng điện giật, tôi bàng hoàng khi nghe tin cộng sản tấn công dân làng tị nạn từ ấp Dakto. Ngót sáu trăm dân làng bị thảm sát mà đài Mỹ mệnh danh là một lối trả thù Việt Nam – *Vietnam Vengeance*, đó là một tổn hại về dân sự cao nhất trong năm kể từ ngày khai diễn những trận địa chiến. Tắt máy tôi vội vã lái xe tới tìm Davis, nhưng tòa báo đóng kín. Trở lại tòa soạn, rời một vòng cầu thang tối, bước vào một văn phòng im vắng chỉ còn cô thư ký ngồi đó. Tôi điện thoại đi khắp nơi với hy vọng có thể gặp Davis nhưng đều không thành tựu. Chỉ còn cách là đúng hẹn gặp Davis ở bữa ăn trong *Cercle* buổi tối.

Tôi tới chỗ hẹn sớm. Mọi người đang còn quần banh ở dưới sân buổi chiều. Một người đàn bà đẹp ngồi trong đám trẻ đùa chơi dưới mặt nước, ánh mắt vui và mơ mộng. Tôi cũng khó chịu phải gặp lại viên Trung tá Tacelosky với bộ râu con kiến và một cô gái Á châu khác của hắn. Đặc trách về cao nguyên nhưng hắn lại có mặt thường xuyên ở Sài Gòn. Vẻ mặt dầy cộm lúc nào cũng bình thản bên ly rượu và khói thuốc khiến tôi tự hỏi về những phút làm việc của hắn. Tacelosky nhận ra tôi dễ dàng và khi nghe tôi nói về vụ thảm sát, vẻ mặt hắn lạnh như tiền và không để lộ một cảm xúc. Hắn nói:

— Có vụ đó nữa hả, có lẽ ông nhà báo Davis biết nhiều hơn tôi, sao anh không tìm gặp chính ngay ông ấy.

Hắn cư xử với tôi lịch sự, Tacelosky kéo ghế mời tôi ngồi:

— Dùng với tôi một *cognac soda* chứ?

Tôi thán phục trước trí nhớ phi thường của hắn, chỉ một thói quen không đâu sau một lần gặp gỡ cũng được hắn ghi nhận. Vào nghề báo tôi đã quen với những phút chịu đựng ngay cả với người đối thoại không mấy ưa mình. Lúc này tôi hiểu rằng không phải vô tình tên của tướng Thuyết được Tacelosky nhắc đến, hắn bảo đùa:

— Sống với một nền dân chủ không ngờ các anh vẫn còn lại những ông quan của đời vua nhà Nguyễn.

Tôi mỉm cười phụ họa như tán thưởng sự so sánh bóng bẩy của hắn. Trong lòng tôi nao núng với những phút chờ đợi Davis. Và kết quả là Davis lỡ hẹn, điều đó thật hiếm. Tôi trở ra xe và đi tới văn phòng Davis, không ngờ phải chứng kiến một tấn thảm kịch sau đó. Bằng một giọng đầy nước mắt, Davis bảo:

— Hơn sáu trăm dân làng tị nạn không còn một ai nguyên vẹn sống sót. Đó là một vụ trả thù dã man nhất từ hai phía. Vì không quyến dụ được theo chúng, cộng sản huy động toàn lực tiêu diệt trung tâm định cư này. Chúng dùng lựu đạn ném vào từng nhà, sử dụng cả súng phun lửa để thiêu cả đàn bà trẻ con chui trốn dưới hầm, nói tóm lại cảnh tượng chỉ còn là đống than củi với mấy trăm cái xác.

Tôi thắc mắc về sự bảo vệ của phía quân chánh phủ, Davis cho biết:

– Như anh biết an ninh ở trên đó chia từng khu vực, hoặc Việt hoặc Mỹ. Khu tị nạn thuộc vùng trách nhiệm của một trại LLĐB Mỹ, cộng sản không dễ gì tràn ngập một cứ điểm kiên cố như vậy. Có thể là một kế hoạch bỏ rơi của Tacelosky để chứng tỏ sự bất lực của quân chánh phủ với bọn Thượng tranh đấu khác. Nếu quả đúng như vậy thì dã man hết sức.

Tôi nghĩ với ai chứ Tacelosky, hắn có thể hành động như vậy, thí sáu trăm sinh mạng chỉ để chứng tỏ một điều: hạnh phúc và an ninh của người Thượng chỉ có thể bảo đảm hữu hiệu bởi những người lính Mũ Xanh Mỹ. Không kềm hãm được tình cảm, Davis đã khóc mùi mẫn khi đưa ra những tấm hình với cảnh đổ nát và hàng đống những xác chết. Tấm hình người mẹ tay còn ôm con, cả hai bị súng phun lửa thiêu thành than. Căn phòng bỗng trở nên lạnh lẽo, bộ cung nỏ chỉ còn là một vệt sẫm trên nền tường trắng muốt, dấu vết kỷ niệm của mấy trăm cuộc sống tang thương. Ánh mắt tôi được đôi chút nghỉ ngơi ở những tảng màu trắng và xanh trên một tấm bản đồ phóng lớn. Trên bàn máy chữ, Davis đã viết những dòng đầu tiên về tấn thảm kịch còn vấy máu. "Đó là sự vỡ mộng của người Thượng về hy vọng tồn tại sau những hình thức trả đũa dã man nhất của các phe tham chiến ở cao nguyên." Rồi Davis tự đặt câu hỏi: "Vậy thì họ muốn toàn thế giới nghĩ gì về những vụ đổ máu bẩn thỉu đó?"

Chính những người như tướng Thuyết, Tacelosky và Mặt trận Giải phóng Tây nguyên phải trả lời. Tôi thì chỉ quan tâm tới những dữ kiện, và tôi có ý định sẽ trở lên cao nguyên ngày mai để đào sâu tấn thảm kịch ở những giờ phút chót.

CHƯƠNG MƯỜI MỘT

What do they expect the world to think of this?
Câu hỏi của Davis được trả lời bằng những xúc động và kinh hoàng của toàn thế giới. Và báo chí ngoại quốc mệnh danh đó là một "lối trả thù Việt Nam." Riêng tại cao nguyên thì đó là những ngày tang tóc nhất của thiểu số các sắc dân Thượng đang sống trong một chuỗi những đen tối với niềm hy vọng chỉ là tồn tại. Phe Thượng ly khai lợi dụng tấn thảm kịch như một yếu tố để xách động. Ngay các nhân sĩ thỏa hiệp và ôn hòa nhất như Y Ksor, Nay Ry cũng tìm cách liên lạc vận động gửi một kháng thư lên chánh phủ với rất nhiều chữ ký để đòi quyền sinh sống và được bảo vệ trên mảnh đất sở hữu của mình. Còn đối với những người lính Mũ Xanh thì việc thí sáu trăm sinh mạng là một chứng tỏ đắc thắng của họ. Hậu thuẫn vững chắc của bọn này là những đơn vị Dân sự Chiến đấu Thượng và một lũ những thông ngôn. Nay Ry đã làm một so sánh số phận người Thượng như vuông vải, mỗi phe nắm một góc, níu kéo giành giật sao cho được phần hơn về phía mình.

Khi tôi tới nơi, nghĩa là hai hôm sau biến cố, khu định cư vẫn như một vùng chiến địa nồng nặc mùi tử khí. Tất cả đều cháy thiêu rụi với những miếng tôn cong queo. Mặc dù số xác chết đã được thu dọn và chôn chung vào một hố lớn, mùi hôi thối vẫn còn phảng phất đâu đó. Tôi nghĩ tới một cảnh tượng *Guernica* nhưng với những màu sắc thật dữ dội và buồn thảm trên sự đổ nát. Người ta vẫn cố tìm ra những tiếng vang thoát ra từ đống xác chết đó. Các dòng chữ sơn đỏ lòe loẹt trên những tấm vải sô trắng kết án cộng sản và kêu gọi tình đoàn kết Kinh Thượng trong ý nghĩa cộng đồng đồng tiến, tất cả đều được phiên dịch ra tiếng Mỹ. Viên sĩ quan cấp úy hướng dẫn tôi đến địa điểm tị nạn nói:

– Ngay đêm đó, bọn Thượng ly khai mò về treo cờ ba màu của quốc gia Đông Sơn, rải truyền đơn lên án cộng sản và cả chánh phủ đồng lõa âm mưu tiêu diệt dân tộc Thượng. Tụi nó cũng yêu cầu Mỹ duyệt lại chánh sách viện trợ cho Việt Nam, họ kêu gọi cả sự can thiệp của Liên Hiệp Quốc qua ngả Nam Vang với hậu thuẫn hùng hậu của Đại hội các Sắc dân Đông Dương, một tổ chức con đẻ của bọn Pháp.

Viên Đại úy có một khuôn mặt vạm vỡ của con nhà võ, nói giọng Bùi Chu và có lẽ là một tay Công giáo quá khích. Hắn đưa cho tôi xem những truyền đơn và tiếp theo là một vài nhận xét:

– Đấy ông nhà báo coi, từ chất giấy tới kỹ thuật ấn loát không thể không nghĩ tới gốc gác của những bàn tay và vật liệu của phòng Thông tin USIS.

Ở đám những người Thượng sống lạc lõng và chui rúc trong rừng rú với rình rập đe dọa săn đuổi, họ vẫn liên lạc và sinh hoạt với các phương tiện thật dễ dàng, thì nhận xét của viên Đại úy không phải thiếu hữu lý. Hàng chân mày rậm nhíu lại, giọng viên Đại úy bực tức:

– Ông nhà báo biết sao không, bọn nó kêu cứu đánh đuổi người Việt ra khỏi cao nguyên để thiết lập một quốc gia tự trị dưới sự bảo hộ của Mỹ. Theo tôi, chúng ta sẽ làm chủ được tình hình và những rắc rối trên cao nguyên cũng chấm dứt khi vấn đề người Thượng không còn nữa. Có một dúm người sống rời rạc như vậy chẳng phải là điều khó.

Tôi không hiểu câu nói của viên Đại úy Việt Nam tàn nhẫn tới mức độ nào nhưng nó gợi cho tôi ý kiến kỳ lạ của một tướng lãnh Mỹ; tôi nói điều đó ra với viên Đại úy:

– Giải quyết vấn đề không phải là thủ tiêu luôn nó, cũng không khác với câu tuyên bố của giới lãnh đạo quân sự Mỹ rằng họ đã có thể chiến thắng dễ dàng cộng sản ở Việt Nam nếu phía họ không có những đồng minh là người Việt.

Viên sĩ quan xịu mặt xuống im lặng, hắn có vẻ không hài lòng về quan điểm của tôi vừa rồi. Hắn không chịu nói nữa, đó cũng là điều hay vì ngoài ý nghĩa phương tiện di chuyển, tôi đang cần sự khách quan yên lặng. Tôi ngỏ ý muốn được đi thăm những khu định cư khác của người Thượng, ngoài tấn thảm kịch nơi đây. Lịch sử vẫn là những tái diễn, còn bao nhiêu sinh mạng nữa bị hy sinh để mỗi phe giật được vuông vải lớn về phía mình. Trái với bản chất một quân nhân kỷ luật ít nói, viên Đại úy luôn luôn phát biểu những ý kiến:

– Tôi không đồng ý với tướng Trị khi giao việc cứu trợ các trại tị nạn Thượng cho người Mỹ ngay như đó là ông bà mục sư Denman. Bọn Mọi chỉ biết ơn và vâng lời những ai nhét thức ăn vào miệng họ. Bởi vậy không phải là không có dụng ý khi họ cố giành độc quyền tiếp tế ngay cả dưới thời tướng Thuyết. Tôi thì chịu tướng Thuyết nơi lập trường dứt khoát của ông ta.

Xem ra tướng Thuyết còn để lại nhiều ảnh hưởng và dấu vết trên cao nguyên bằng chánh sách cứng rắn của ông. Vụ thảm sát chắc chắn gây nơi ông phản ứng và cả sự phẫn nộ nữa. Ở ngoài Huế, nhưng ông vẫn xem cao nguyên như quê hương thứ hai với nhiều bổn phận ràng buộc với. Ở những ngày khó khăn trên cao nguyên, ông là một điểm tựa tinh thần để cho các cấp thuộc hạ nghĩ tới, họ cũng tin rằng ngày tướng Thuyết trở lại cao nguyên không còn xa. Viên Đại úy hỏi tôi:

– Ông nhà báo có nghe nói gì về tin tướng Trị sắp lên Trung tướng không?

– Hình như vậy, vào dịp lễ Quốc khánh này nhiều ông tướng được thêm sao nhưng tôi không thấy tên tướng Thuyết.

Lòng không ưa tướng Trị được tỏ rõ khi viên sĩ quan nói với tôi:

– Nhiều khi vinh thăng là một cách sửa soạn êm đẹp cho sự ra đi. Theo tôi tướng Trị không phải là ca-líp để đương đầu với cộng sản và tụi Mỹ. Là một sĩ quan thuộc cấp, phải chứng kiến lối cư xử của viên Trung tá Tacelosky với ông Tướng tôi cũng phải thấy rát mặt và cảm thương cho ông ta. Chứ tôi hỏi ông nhà báo, nó có là gì đâu: một sĩ quan cấp tá LLĐB giải ngũ đại diện USOM ở cao nguyên, vậy mà tướng Trị có vẻ ngán hắn ta.

Riêng tôi thì hiểu rõ tại sao tướng Trị ngán viên Trung tá Tacelosky. Mất quyền kiểm soát ngay từ bà vợ, ông Tướng cũng bị chìm đắm vào nhiều vụ lem lấm, từ những chiếm hữu đất đai cho tới những vụ tham nhũng về kế hoạch mở mang An Khê. Đó là một con tẩy mà Tacelosky nắm được để bất cứ lúc nào cũng có thể làm săn-ta với ông. Bởi vậy chánh sách của ông là thỏa hiệp mềm dẻo và chịu đựng cho đến ngày ông êm thấm ra đi. Càng nói chuyện, viên Đại úy càng chứng tỏ hắn là một thành phần kinh niên bất mãn. Hắn trở giọng tâm tình nói với tôi:

– Ông cũng biết tôi là một thành phần Công giáo di cư, tha thiết với việc chống cộng và chấp nhận sự hiện diện của người Mỹ. Vậy mà tôi không ngờ giữa thế kỷ hai mươi này, vẫn có những người Mỹ thực dân ra mặt như kiểu Tacelosky. Sự hiện diện của những tên đó làm mất ý nghĩa tốt đẹp của viện trợ Mỹ.

Tôi được biết hắn là một thành phần bướng bỉnh và như một số đông viên chức khác, hắn bị đổi lên cao nguyên như một biện pháp đầy ải và xem ra hắn còn mang nhiều ảo tưởng về lòng nghĩa hiệp của người Mỹ. Nhân tiện tôi hỏi hắn về vai trò ông bà mục sư, hắn nheo cặp chân mày đến dữ tợn nói:

— Không chỗ nào trên cao nguyên mà không có dấu chân của ông bà Denman. LLĐB Mỹ thiết lập được các căn cứ trong buôn sóc cũng là nhờ ông mục sư. Mặc dầu tôi là một tín đồ Công giáo thuần thành, trong thâm tâm tôi không mấy tin tưởng ở tính cách thuần túy xã hội của các giáo hội truyền giáo. Ở quan điểm của một người Việt Nam biết rút ra những bài học quý giá trong lịch sử, tôi không thể không nghĩ như vậy.

Và riêng tôi cũng không thể ngờ rằng viên Đại úy có thể ăn nói văn hoa đến thế. Hắn cũng cho biết ảnh hưởng trực tiếp của ông bà mục sư trên Tacelosky, rồi hắn đưa ra một nghi vấn xác đáng:

— Tacelosky, mục sư Denman hay tướng Hunting, theo tôi chỉ là những con đường khác nhau của người Mỹ và tất cả đồng quy về một mục đích. Mục đích đó ra sao đôi khi tôi thấy vượt quá những dữ kiện hiểu biết của mình, bởi càng lý luận tôi càng thấy nhiều sự mâu thuẫn.

Riêng tôi cũng thấy một mâu thuẫn trong cách giao tiếp của đám người Thượng với những cặn bã của văn minh. Các cô sơn nữ tập tễnh mang dép, đàn ông Thượng có người bận *Jupe*. Hướng dẫn tôi đi thăm ấp là một bô lão vẫn đóng khố nhưng lại trịnh trọng bận *veste* và đi chân không. Đó là những áo quần phế thải được mệnh danh là quà tặng của dân chúng Hoa Kỳ gửi đến giúp những người bạn Thế giới Tự do. Tôi cũng gặp lại ông bà Denman, cuộc đối thoại với những người Thượng dễ dàng hơn sau đó. Tôi để nốt phần còn lại của buổi sáng để làm phóng sự thu hình trong mấy buôn sóc. Tôi đùa bảo ông mục sư:

– Người đàn ông mặc *Jupe* đỏ kia là một hình ảnh lạ và đối với nhà báo là có được một cái tin.

Ở mọi khi khác hẳn ông mục sư đã cười và tán thưởng câu nói, nhưng đặc biệt vẻ mặt của ông hôm nay rất trầm trọng, ánh mắt của ông còn mang nguyên sự tang tóc của tấn thảm kịch mới mẻ trên cao nguyên. Như một giáo sư tâm lý, ông đưa ra một nhận định:

– Suốt những ngày hôm nay họ sống trong tình trạng hoang mang lo sợ. Chính sự sợ hãi thái quá thường đưa tới những hành vi tàn bạo không biết là thế nào. Anh cũng biết là với bọn cộng sản hay quốc gia cũng chỉ là người Việt; tội ác vụ thảm sát do cộng sản gây ra nhưng chính chúng ta phải gánh chịu hậu quả. Tôi sợ bất ngờ một ngày nào đó họ đồng lòng cùng nổi dậy khắp cao nguyên, viễn tượng một cuộc tàn sát cả hai phía không biết tới đâu mà lường.

Tôi để ý tới lối nói chuyện khéo léo của ông mục sư khi ông tự đồng hóa mình như là người Việt. Nếu chưa được biết rõ ông, tôi sẽ dễ dàng chia sẻ quan điểm của ông mục sư. Nhưng tôi vẫn yên lặng để nghe ông nói:

– Theo tôi sớm muộn gì cái của César cũng phải trả cho César. Điều đó đòi hỏi sự sáng suốt về cả hai phía người Việt và cả những người Mỹ. Những người như tướng Thuyết, Trung tá Tacelosky không phải là những bàn tay xoa dịu hữu hiệu các vết thương cao nguyên. Anh thấy sao, ông Trị có vẻ là người khá hòa nhã?

Một tướng lãnh được khen chỉ vì sự hòa nhã thì cũng đáng nghi vấn về khả năng ông ta. Có điều ông mục sư biết rõ hơn ai hết là tướng Trị nhu nhược và có thể bị ông chi phối trực tiếp, trong mọi cuộc hòa giải vai trò Denman đương nhiên là sự trung gian cần thiết giữa hai bên. Sau biến cố tàn sát, một đơn vị lớn của sư đoàn Kỵ binh được di chuyển về đóng gần tổng hành dinh ngay trước quân y viện. Từng đoàn trực thăng và cả thiết giáp khỏa mù bụi đỏ làm khô héo cả một vùng cỏ xanh mướt. Những người tị nạn còn sống sót đều ít nhiều mang thương tích, đa số bị những miểng lựu đạn công phá. Viên y sĩ dẫn tôi tới bên giường của hai mẹ con, người mẹ còn thiếp trong cơn hôn mê:

– Người mẹ bị phỏng rất nặng, diện tích phỏng chiếm cả vùng sau lưng trong khi đứa con không hề hấn gì. Tôi giả thiết rằng trong cơn lâm nguy, người mẹ đã đưa lưng ra hứng chịu hết ngọn lửa để cứu sống đứa con thân yêu của mình.

Tôi hỏi bác sĩ về tình trạng sức khỏe người mẹ, ông tỏ vẻ bi quan:

– Bỏng quá 50 phần trăm ở độ ba, không hy vọng gì bà ta sống sót qua ngày mai.

Trừ đứa con bốn tuổi, cả gia đình này bị giết, ông mục sư ngỏ ý sẽ nhận đứa nhỏ về nuôi, ông bảo:

– Giao cho bà ấy trông nom khi nó đủ cứng cáp thì gửi cho ông nhà báo Davis. Anh ấy vẫn ngỏ ý muốn kiếm một đứa con nuôi như thế.

Tôi biết Davis cũng đã đỡ đầu một đứa trẻ mù lòa khi anh gặp nó lang thang ở một buôn sóc hẻo lánh trên cao nguyên và hiện giờ nó sống tương đối sung sướng với các bạn nó ở Úc. Và kể từ ngày vào nghề báo, ống kính của tôi lần đầu tiên thu vào những hình ảnh tàn phá trên con người khủng khiếp đến như thế.

Cũng theo lời mời của ông mục sư, lần thứ hai tôi tới thăm nhà ông ta, sau chuyến đi cùng với Davis. Vì những lủng củng Việt Mỹ khiến tình trạng an ninh trở nên tồi tệ, ông bà Denman không còn ở trong buôn Rhadé như trước kia. Vẫn những tiện nghi sung mãn cũ được di về thành phố, đứa con gái đã được gửi về đi học ở Mỹ. Ông mục sư bảo tôi:

– Cũng không phải chỉ vì đe dọa mất an ninh, sống ở đây nhiều năm vợ chồng tôi đã quá quen với một không khí như vậy. Vấn đề chính là việc cứu trợ các ấp tân sinh Thượng, con số này ngày một gia tăng, công việc càng thêm khó nhọc mà tôi thì không muốn phụ lòng tin của ông Tướng. Anh cũng biết hạnh phúc của tôi bây giờ đồng hóa với hạnh phúc của người Thượng, và cao nguyên đối với tôi như một quê hương thứ hai của mình.

Tướng Thuyết, mục sư Denman và có lẽ cả Tacelosky đều muốn cao nguyên hoang vu này là quê hương riêng và ý muốn độc quyền, đó là đầu mối những tranh chấp. Nhà mới của ông mục sư đẹp và rộng rãi hơn xưa, bao bọc bởi một vườn cây xanh um kế ngay Biệt điện. Tôi cũng mới khám phá ra Denman là một họa sĩ tài tử. Giá vẽ, bảng màu, khung vải, các loại cọ và dao xắn được xếp gọn ghẽ bởi bàn tay bà mục sư; ở đó thiếu cái không khí bừa bãi phóng túng vẫn có của nghệ sĩ.

– Tôi nghe Davis khen anh là một họa sĩ tài hoa, có phải vậy không? Tôi mới chỉ được xem một bận tranh anh trong lần tới thăm tòa báo Davis. Theo tôi sướng nhất có lẽ là đời sống thật sự của nghệ sĩ.

Tôi không có ý kiến nên chỉ mỉm cười với ông mục sư. Ở mặt khung vải móc trên giá vẽ là bức họa dở dang một thiếu nữ Thượng khỏe mạnh mình trần đang loay hoay với mấy thanh tre dệt nốt vuông vải. Các màu sắc còn sống và tươi rói. Tôi cũng hơi ngạc nhiên là nét khỏa thân của cô gái qua sự diễn tả của ông mục sư lại mang nặng vẻ dục tình. Và tôi tự tìm câu trả lời bằng ý nghĩ của một nhà tu hành bị dồn nén. Ông mục sư có vẻ chờ đợi ngượng nghịu các nhận xét của tôi; ông gõ lanh canh ống vố trên miệng sứ tàn thuốc, nói chống chế:

– Tôi cũng mới học vẽ và thấy ngay đó là một lối giải trí thích thú. Đã từng có cầm bút, hẳn như anh đã biết có lúc không còn có thể viết được gì, chẳng hạn như những ngày tang tóc và căng thẳng như hiện giờ.

Thấy tôi không mấy hứng khởi về câu chuyện hội họa, Denman khéo léo lái qua đề tài khác:

– Trong hội họa nói tới màu sắc người ta nghĩ tới ngay sự hòa hợp, chính sự hòa hợp đó là yếu tố cần thiết trong đời sống. Vấn đề Kinh Thượng theo tôi cũng vậy, phải nghĩ tới phương cách dung hợp và vấn đề thể diện của cả hai bên. Thành lập một quốc gia Đông Sơn biệt lập là một không tưởng của phe ly khai, cố tình xóa nhòa dấu vết của một dân tộc thiểu số có văn hóa và lịch sử cũng là một không tưởng thứ hai của những người Việt. Một nhà báo ôn hòa như Davis mà cũng lầm lẫn chỉ trích người Mỹ trong ý muốn phân định vẽ lại bản đồ của quốc gia Việt Nam. Mà tác giả của tấm bản đồ ấy không ai ngoài người Pháp. Bởi vậy chúng ta phải giải quyết vấn đề với không một thành kiến ám ảnh quá khứ nào. Tất cả phải nghiên cứu từ khởi đầu, rồi tôi tự nghĩ tại sao chúng ta không đi tới một hình thức liên bang gồm cả hai quốc gia Đông Sơn và Việt Nam. Anh cũng biết, là người Mỹ để tránh ngộ nhận ở cả hai phía, tôi không thể công khai đưa ý kiến.

CHƯƠNG MƯỜI HAI

Tôi trở về với ý nghĩa một chuyến đi vô ích. Ông chủ nhiệm cho biết thiên điều tra cao nguyên phải chấm dứt tức khắc. Tòa báo gặp nhiều khó khăn không những trên Thông tin mà cả ở cơ quan An ninh. Giấy gọi lên An ninh phải được hiểu là một cảnh cáo nghiêm trọng. "Phá vỡ tình đồng minh và cố tình gây khó khăn cho chánh phủ." Lời buộc tội thật hàm hồ và sự trừng phạt rất bất định. Với vận mệnh mỏng manh của tờ báo, chúng tôi đang làm một cuộc leo dây đầy nguy hiểm. Đã nhiều lần tôi tự nhủ không thể nín lặng được nữa, nhưng liệu chúng tôi sẽ kêu gào được gì. Sự tồn tại của tờ báo, lẽ sống thiết thực của nhiều người tùy thuộc vào đường lối tôi sẽ chọn lựa. Dù với bản chất nào của hoàn cảnh, chúng tôi cần thiết phải tồn tại. Loạt bài mới khởi đăng đã bị bỏ dở và tôi nghĩ sẽ còn lâu mới cầm bút trở lại nếu chưa tạo được một không khí. Với tình trạng này không chắc gì tôi sống lâu dài trong nghề báo. Giờ phút này tôi không còn suy nghĩ được một điều gì. Dường như có tiếng động của một cánh cửa bật mở, cô thư ký bước vào cho hay có một ông giáo sư tới kiếm khi tôi vừa rời tòa soạn buổi chiều, ông có để lại một danh thiếp. Tôi ngạc nhiên về sự xuất hiện tên của ông Hoàng Thái Trung. "Anh cũng quen biết ông Trung sao?" Cô thư ký trở ra, vẫn trên khuôn mặt sáng rỡ đó là một tia mắt ranh mãnh giữa khe cửa vừa khép kín. Ông Trung có đọc những số báo vừa rồi, ông chú ý rất nhiều tới vấn đề tôi nêu ra, nhất là khía cạnh chi phối bởi người Mỹ. Ông tiếp, không ngờ chỉ sau một thời gian ngắn mới vào nghề báo, tôi đã nắm vững vấn đề cao nguyên đến như vậy và quan điểm của tôi đưa ra rất đứng đắn. Do đó ông Trung mong có dịp gặp lại tôi để cùng bàn về cái miền Đất Hứa ấy của Việt Nam mà theo ông, sau khi chiến tranh chấm dứt – chiến tranh nào mà chẳng phải chấm dứt, tương lai là ở miền đất hoang vu đó hơn là miền Hậu giang với những sông cùng rạch. Tôi đọc nhiều lần, cũng với những hàng chữ ấy và mỗi lần đều đem tới cho tôi những cảm xúc mới. Tôi mở ngăn kéo, gài tấm danh thiếp trên một mảnh bìa của tập tài liệu chưa đọc hết một phần ba. Trái với những ý nghĩ mệt nản, vẫn những ham muốn giục giã tôi phải viết tiếp trước khi những dữ kiện đó trở nên khô cứng và mất hết ý nghĩa.

Buổi tối có vụ tiễn đưa bác sĩ Ross về Mỹ, Davis ngỏ ý muốn mời tôi tới. Sau lần gặp mục sư Denman, vai trò của Ross đối với tôi vẫn là một ám ảnh chập chờn. Có nhiều dư luận rất khác nhau về ông, điều đó càng khiến thân thế của ông ta thêm mù mờ. Chỉ biết dưới bộ mặt trông rất bình thường ấy lại có dính líu tới nhiều âm mưu ghê gớm. Qua Davis, tôi cũng biết rất ít về Ross. Ông thuộc Phái bộ Viện trợ Michigan với chức vụ rõ rệt: giáo sư chánh trị kinh tế tại hai trường đại học Luật khoa Huế và Sài Gòn. Ông nói tiếng Việt sành sỏi, sử dụng danh từ rất chính xác. Ông giao hảo mật thiết với giới trí thức và nhất là các lãnh tụ sinh viên. Ở những năm đầu, ông là một cố vấn thân tín của Tổng thống Diệm, nhưng sau vụ biến động, vai trò của ông bị nghi vấn, nhất là mối liên hệ mật thiết của ông với nhiều giới, trong đó không thiếu những người là đối thủ chánh trị của chế độ thời bấy giờ. Không phải chỉ ở phòng Hoạt vụ mà ngay nhiều giới cao cấp Việt Nam cảm thấy một khuấy động ngấm ngầm của nhân viên Phái bộ Michigan, nhất là mối liên hệ lộ liễu tới vụ nổi dậy của một số buôn Thượng. Tất cả lần lượt gặp khó dễ và bị tống hồi về Mỹ, riêng bác sĩ Ross bị cầm giữ tại công an một thời gian trước khi được thả ra. Ông chỉ vắng bóng cho tới lúc quân đội đảo chánh và trở lại Việt Nam ngay sau đó. Người ta lại thấy ông xuất hiện trong nhiều cuộc tụ tập của các thế lực phe nhóm mới. Nhiều người am hiểu coi ông như một Đại sứ lưu động của Hoa Thịnh Đốn với nhiều quyền hạn bao quát. Ông không những là bạn thân mà còn rất được sự kính trọng của tướng Thuyết. Bởi vậy ông Tướng đã không do dự thả hết đám sinh viên chống chánh phủ và bài Mỹ khi có lời xin của ông giáo sư Ross. Ông là người Mỹ duy nhất được ngay nhóm sinh viên khuynh tả này chấp nhận là đồng minh của họ. Ông cũng thu phục được rất nhiều cảm tình của Phật giáo bằng những liên minh giúp đỡ họ trong suốt thời kỳ tranh đấu. Davis vẫn gọi đùa bác sĩ Ross là *Passe-Partout*, ông có thể được coi là đồng minh cùng một lúc hai thế lực đối nghịch mà vẫn không có vẻ gì là mâu thuẫn.

Ở nhà hàng Văn Cảnh vào giờ này những bàn quanh sàn không còn một chỗ trống. Ông giáo sư phải gọi điện thoại giữ chỗ từ buổi chiều. Chỉ còn một bàn và năm chỗ được chừa lại. Nhạc và giọng cười nói tạo thành một âm thanh ồn ào. Sự tiếp đãi đối với chúng tôi thật đặc biệt vì số thực khách. Hơn nữa, viên quản lý Davis rất quen, có lẽ hắn chỉ đứng tên chứ thực sự đây là một trong những cơ sở kinh tài của ông Tướng. Khách chơi tới đây đủ hạng người, đủ mọi quốc tịch và tuổi tác. Đó là chỗ của những mưu tính bàn bạc về các áp phe chánh trị, những mưu toan chợ đen về kinh tế. Cách mạng và bán nước đều có thể diễn ra ở đây. Bác sĩ Ross mở đầu câu chuyện. Tuy ngày mai về Mỹ ông tỏ vẻ vẫn quan tâm tới cuộc đập phá của đám sinh viên phát xuất từ trường Y khoa buổi sáng. Cuộc hội thảo khởi đi với một đề tài rất hiền lành: Đã đến lúc phải khôi phục vai trò chủ động tất yếu của Việt ngữ trong Đại học. Vấn đề không có gì mới mẻ nhưng nó lại rất hấp dẫn trước đám đông. Những căm phẫn và tự ái đều tự do bộc lộ đầy đủ. Sinh viên gay gắt chỉ trích sự ăn đậu ở nhờ của nền Đại học Việt Nam vào một ngoại ngữ. Đã đến lúc Đại học Việt Nam phải của Việt Nam mà biểu dương tất yếu là tiếng Việt, một niềm rung cảm huyền bí vô địch khiến người Việt Nam vững vàng không bị đồng hóa không bị lung lay. Bác sĩ Milton Ross nói với mọi người:

— Ý các anh ra sao, đúng ông Hoàng Thái Trung là một tay cộng sản, đã có nhiều bằng cớ rõ lắm, nhất là vụ sáng nay.

Số là buổi sáng trong buổi hội thảo, giáo sư Trung được mời lên nói chuyện. Cuộc biểu tình xuống đường bộc phát ngay sau đó, ngoài nội dung chống chánh phủ còn có pha mùi bài Mỹ. Ông Ủy viên Giáo dục cũng nói thêm:

— Cứ xem những bài báo của hắn, tôi thấy không khác luận điệu của sách báo xuất bản ở Hà Nội, nhiều người biết rõ ông Trung đều đồng ý với tôi như vậy.

Tuy là người Mỹ, Ross vẫn nói được tiếng Pháp lưu loát:

— Ngòi bút của ông ấy cũng không đáng sợ nhưng nó có tác dụng ngay khi ném trước một đám đông.

Ông Ủy viên Ngoại giao một đối thủ rất ngán ông Trung, tuy không có thái độ trực tiếp, ông chỉ nói lên một sự kiện:

— Ông Trung có một người anh là cán bộ cộng sản cao cấp ở ngoài Bắc hiện còn sống.

Ross cũng tái xác nhận:

– Có, tôi cũng được nghe nói như vậy trong dư luận giáo sư Đại học Huế, cả ông Tướng nữa.

Ông Ủy viên Giáo dục phụ họa:

– Cứ giả thiết ông Trung là người Quốc gia đi, người ta cũng ngạc nhiên khi thấy ông chỉ có một luận điệu bài Mỹ và bôi nhọ Chủ nghĩa Quốc gia. Cũng với ngòi bút sắc bén và nhiều cay chua đó, người ta đã ngạc nhiên không thấy ông đụng tới cộng sản. Cả những người thân muốn bênh vực ông cũng cạn lẽ ở chỗ đó.

Tôi cười bảo ông Trung là người Thiên chúa giáo. Bác sĩ Ross tỏ vẻ am hiểu nói trong giới Công giáo cũng có thái độ phủ nhận và chối bỏ, coi ông Trung như một kẻ ngoại đạo hoặc hơn nữa một kẻ phản giáo. Ross còn nói thêm:

– Chính cái vỏ Thiên chúa giáo bảo vệ cho ông ta đi trên một con đường có an ninh như vậy.

Giữa tôi và ông Trung không hề có một liên minh thân thiết nhưng lên án một người vắng mặt, tôi thấy cần một tiếng nói bào chữa:

– Giới trẻ nhất là sinh viên vẫn coi ông Trung như một phần tử Công giáo tiến bộ.

Ông Giáo dục thì vẫn bảo hoàng hơn vua:

– Không có gì bào chữa được cho hành vi ông Trung đã làm lợi cho cộng sản.

Riêng ông Ngoại giao vốn nhiều nham hiểm nên vẫn tươi cười xuống giọng mỉa mai nói với Ross:

– Ông thấy không, đó là một điểm không mạnh của chế độ dân chủ mà người Mỹ các ông đang muốn thực tâm đi tới ở xứ này.

Không bao giờ thẳng thắn buộc tội nhưng bằng một ngôn ngữ ngoại giao, tôi hiểu rằng ông đang hạ ngã ông Trung như người ta đập đầu một con rắn. Giáo sư quay sang bảo tôi là chánh phủ này chắc không thọ và có lẽ ông Ngoại giao sẽ đi làm Đại sứ ở Mỹ. Với phong trào phản chiến của giới trí thức Mỹ đang lên cao, phải cần một nhà ngoại giao hoạt bát như ông. Ông Đại sứ hiện giờ rất được nhưng phải cái hăng hái quá mức, bênh người Mỹ tới độ chúng tôi phải đỏ mặt. Ross đã có nhận định như vậy. Chính bác sĩ Ross đã nói trắng ra với nhiều người là:

– Có một bí quyết đắt khách mà chính các ông không biết là chỉ có thể đi lâu dài với người Mỹ bằng một bề ngoài chống Mỹ. Tôi rất thông cảm với những khó khăn của các ông nên không hề khó chịu trên các tiểu tiết đó.

Những món ăn đặt sẵn được nghi ngút bưng ra. Ross từ chối uống rượu mạnh, một chút bia 33 đủ khiến da mặt bác sĩ đỏ ké. Giọng Ross trở lại khôi hài:

– Hành lý về Mỹ của tôi chỉ là những két bia này, ngoài ra tôi chẳng cần đem theo gì.

Bàn tay to lớn và lông lá của bác sĩ Ross nâng một ly bia vại, uống một hơi đến cạn. Bọt trắng còn điểm một bên rìa mép. Ông Ngoại giao cũng vui vẻ cười đùa:

– Cái gì cũng chỉ là thói quen, tôi thì không chịu được thuốc lá Mỹ, khi đi ra ngoài tôi vẫn phải mang theo cho được ít bao Bastos xanh.

Tôi nghĩ đó là sắc thái Mỹ đầu tiên mà ông Ngoại giao không thích ứng được. Câu chuyện giữa bữa ăn cứ theo một đà bâng quơ như vậy. Tôi hỏi ông Ngoại giao về tin tướng Thuyết có thể bị thay thế. Ông xác định tin đó và bảo đó có thể là bước đầu để Sài Gòn tập trung lại quyền hành. Cái lý do trước đây khiến người ta phải nhờ ông vì ông là người Trung dòng dõi hoàng tộc và là một Phật tử. Chỉ ông Thuyết mới có gan dẹp đám sinh viên và Phật tử khuynh tả ở ngoài đó. Nhưng đó cũng chỉ là thâm ý muốn dùng tay Phật giáo để loại ông nếu thất bại và trung ương thì cho rằng ông có rất nhiều triển vọng thất bại. Là một võ tướng mà tâm hồn lúc nào cũng bị ám ảnh bởi vai trò của một người hùng, ông Thuyết chấp nhận đề nghị thuyên chuyển ra ngoài đó. Và chánh sách cao nguyên của chánh phủ cũng có những thay đổi lớn sau đó. Đề cập đến đám sinh viên đang gây rối ở Huế, ông Ngoại giao bảo đó là một bọn bất trị, chỉ có cách bắt đi lính hết mới hy vọng êm.

– Ai chứ ông Thuyết thì chưa có gì là không dám.

Ông Giáo dục có vẻ ưu tư về vấn đề này, ông cất giọng nghiêm trang phân tích:

– Tôi cho rằng sau Cách mạng, lực lượng thanh niên sinh viên như một thác nước vỡ bờ, không còn một sức mạnh nào ngăn cản tụi nó. Tất cả sinh hoạt của thanh niên trống rỗng, sẵn máu hăng say lại dễ bị ảnh hưởng, nhất là có cộng sản giật dây xui khiến, theo tôi những rối loạn khó khăn vừa qua là bởi chỗ đó. Hạ ngã ông Diệm, tụi nó tự coi như những công thần cách mạng, nóng nảy và kiêu căng. Muốn ổn định không khí chánh trị phải có cách làm bận rộn tụi nó. Cứ để ý mà coi, biểu tình hội thảo chỉ diễn ra sôi nổi ở những đầu niên học, cuối năm túi bụi học thi các cậu buông xuôi hết. Bổn phận chánh quyền bây giờ là làm bận rộn chúng nó ngay trong những sinh hoạt xã hội học đường. Nhưng trở ngại chính vẫn là thiếu một ngân sách.

Bác sĩ Ross tỏ ra đã am hiểu vấn đề, ông hứng khởi nói:

– Chính tụi nó cũng đang đề cao phong trào đi về nông thôn, chúng ta có thể sử dụng ngay trên chiêu bài đó.

Nhưng ông Giáo dục vẫn một giọng ta thán:

– Với ngân quỹ giáo dục bốn phần trăm tôi không thể làm thế nào hơn.

Bác sĩ Ross trấn an:

– Ông Ủy viên khỏi lo, ngân sách ngoại viện có thể bù vào chỗ đó, điều cốt yếu là sáng kiến phải khởi đầu từ chánh phủ Việt Nam.

Ông Ngoại giao thì vội can gián:

– Những gì mang nhãn hiệu chánh quyền đều có thể gây thành kiến nghi ngờ. Hoạt động thanh niên hay nhất là hình thành ngay trong giới tụi nó. Ít ra trên hình thức cũng phải như vậy.

Bác sĩ Ross còn tỏ ra chu đáo hơn:

— Ông nói phải lắm, vấn đề tâm lý là một trở ngại lớn lao, ngay cả về ngân khoản tôi cũng tìm cách để tới tay tụi họ như sự trợ giúp vô tư của giới tư nhân Mỹ. Cái mà tụi nó vẫn ngại là có một hậu ý chánh trị.

Ông Ngoại giao tỏ vẻ lạc quan:

— Các cậu cứ lớn mồm chửi rủa tham nhũng trong chánh quyền, bây giờ cứ giao vào tay cho bạc triệu thì các lãnh tụ đó sớm muộn rồi cũng lại "*brûlé*" hết.

Bác sĩ Ross vẫn tỏ vẻ sốt sắng:

— Ông Ủy viên Giáo dục đã có ý kiến khởi đầu thế nào chưa? Ở Sài Gòn, Đà Lạt và cả Huế, tôi cũng quen một số lãnh tụ sinh viên, tôi có thể bảo họ tới giúp ông.

— Công việc còn nhiều chi tiết phải giải quyết, chắc chắn là tôi còn phải gặp bác sĩ nhiều lần.

— Tôi về Mỹ sáu tháng chỉ để nghỉ hè, Ross nói. Nhưng tôi vẫn có thể có mặt bất cứ lúc nào ở bên này. Có cần gì ông Ủy viên cứ cho tôi hay, tôi sẽ cố sức trong phạm vi có thể được của mình.

Ông Giáo dục thì trước sau vẫn còn băn khoăn:

— Ở Sài Gòn có thể, nhưng trở về các vùng, quyền của tôi rất giới hạn bởi mấy ông Tướng.

— Được mà, ông Ủy viên khỏi lo, tôi rất thân với mấy ông Tướng. Tôi hiểu cái ngại của ông Ủy viên là ở Huế, tôi thì lại cho đó là ở Sài Gòn. Tôi bảo đảm trước với ông sự thành tựu ở ngoài đó.

Những tiếng cười nói ồn ào từ các bàn xung quanh khiến câu chuyện không thể tiếp tục. Đến giờ này những màn *show* cũng sắp bắt đầu. Đèn tắt hết giữa những tràng pháo tay cuồng nhiệt. Dưới một chùm sáng, người con gái uyển chuyển bước vào với chiếc áo choàng màu đỏ gắt. Rất chậm, tự nhiên và hiệu quả, mỗi phần thân thể được bóc ra như một ngó sen, đó là vẻ đẹp tuyệt mỹ của một bức tượng, lôi cuốn những cái nhìn đàn ông quấn quýt và nóng bỏng thèm khát. Sự điêu luyện trong từng cử chỉ thôi thúc mạnh mẽ những ý nghĩ ham muốn. Tiếng nhạc giật làm nhịp cho một thân thể khiêu khích trần truồng giữa một vùng đỏ gắt gao như đang bốc cháy. Tiếng giậm chân đập bàn ồn ào của những người lính. Có lẽ họ từ các mặt trận mới trở về, sau những phút chết chóc họ đang được lay tỉnh. Chỉ có đàn bà và những dục vọng xác thịt mới kéo nổi họ trở lại đời sống.

CHƯƠNG MƯỜI BA

Khí hậu Sài Gòn như sẵn sàng cho một cuộc đảo chánh, bởi vậy chánh phủ quyết định giảm mọi nghi lễ trong ngày Quốc khánh, cấm chỉ mọi sự đôn quân và các tư lệnh sẽ ở nguyên vùng của mình. Hình như mọi e ngại nhắm vào cá nhân tướng Thuyết ở miền Trung với một số lực lượng xung kích sẵn sàng theo ông. Còn tướng Trị thì mất đi một dịp trình diễn cưới voi dẫn đầu đám lính Thượng rực rỡ với y phục cổ truyền và giáo mác tuần hành trên đường phố Sài Gòn. Giữa một không khí sôi bỏng như thế, thảm kịch Dakto nóng bỏng với ngót sáu trăm xác chết hết còn vẻ quan trọng trừ những thành phần có dính dấp liên can tới nó, trong số này phải kể tới tướng Thuyết. Ông nhà văn cố vấn tướng Thuyết vào Sài Gòn gặp tôi. Ông cho biết ông Tướng rất quan tâm tới những diễn tiến mới đây trên cao nguyên, ông tỏ vẻ căm phẫn về những khúc mắc bí ẩn đằng sau tấn thảm kịch. Ông Tướng vẫn đặt cho mình những trách nhiệm với đám người Thượng đã hứa trung thành với ông và dù phải ở xa, ông cũng muốn đích thân nghĩ và săn sóc tới đời sống của họ. Nhà văn nói:

– Ông Tướng có vẻ mến ngòi bút của anh lắm, phải chi anh có thể ra làm một tờ báo ở ngoài đó và quy tụ thêm anh em.

Ông Trung cũng muốn tôi ra Huế gây dựng lại một tờ báo và chắc là chủ đích thì khác xa với tướng Thuyết. Nếu tôi và Như Nguyện chấp nhận ra Huế thì chắc chắn không phải vì hứa hẹn hợp tác với cả hai. Ra đó có ý nghĩa là rửa tay gác kiếm và hy vọng vẽ trở lại. Đột ngột nhà văn hỏi tôi về nhà sư Pháp Viên:

– Anh đã gặp lại ông ta chưa, nếu có thể anh sắp đặt cho tôi một cuộc gặp gỡ tay ba có lẽ tiện hơn. Chắc anh cũng biết tôi vào Sài Gòn chuyến này là với tư cách sứ giả của tướng Thuyết.

Nhà văn cho biết tuy phong trào đấu tranh bị đè bẹp nhưng vẫn còn nhiều sức đối kháng âm ỉ trong quần chúng Phật giáo. Đó là hình ảnh một lớp tro tàn phủ trên chậu than hồng mà tướng Thuyết phải ngồi lên. Ông Tướng sẽ chẳng thể làm được gì nếu không có sự hậu thuẫn đồng tình của nhà sư. Thì ra chuyến đi của nhà văn không ngoài mục đích đem về cho ông Tướng sự ủng hộ tinh thần đó.

– Nhưng ông Tướng sẽ trả lời ra sao về hành động nặng tay với các đệ tử của nhà sư?

Suy ngẫm một lát, nhà văn cất giọng chậm rãi đáp:

– Phải nhận là chuyến này Phật giáo đã quá đà, thế kẹt của ông Tướng là không thể chống lại đường lối của trung ương. Vả lại nếu không có sự nhân nhượng của ông Tướng phong trào tranh đấu đã không thể kéo dài đến như vậy và chắc thầy cũng thừa biết là mọi kế hoạch phản công thực sự là công trình của viên Đại tá chỉ huy Tổng cục An ninh, thành phần chánh của lực lượng xung kích đó là đám Cảnh sát Dã chiến.

Tôi hiểu rằng với một người nhiều nguyên tắc như nhà sư Pháp Viên khó mà chấp nhận thỏa hiệp ngay như đó là với tướng Thuyết. Chỉ còn một hy vọng cuối cùng là sau chuyến tranh đấu thất bại, nhà sư sẽ lại mềm dẻo để thích ứng với tình thế. Ở những ngày lả đói cuối cùng, chính ông trở nên sáng suốt và thấy rõ sự kiệt quệ trong quần chúng. Họ vẫn kính trọng ông đồng thời cảm thấy mỏi mệt để tiếp tục dấn thân vào cuộc tranh đấu. Họ chỉ còn đủ sức tới để vái lạy ông như một vị thánh cùng những lời van vỉ cầu nguyện cho ông sống để đừng bỏ rơi họ. Đến nỗi có người cho ông là tàn nhẫn có thể bỏ rơi Phật tử nhưng không bao giờ xa rời mục tiêu cuộc tranh đấu. Một câu hỏi đột ngột của nhà văn khiến ý nghĩ tôi bỗng đứt quãng:

— Anh nghĩ sao mà lại ra Huế làm việc với ông Trung? Đã có nhiều bằng cớ ông Trung liên lạc với cộng sản, bằng chứng hiện nằm trong tay ông Tướng.

Đó chẳng phải là một khám phá mới lạ. Tôi đã từng nghe điều này từ miệng ông Ủy viên Ngoại giao và cả bác sĩ Ross. Tôi vẫn tin tưởng vào mối liên hệ với ông Trung và tự nghĩ không có điều gì phải duyệt xét lại. Vả lại chuyến ra Huế của tôi có mục đích rất khác. Tôi nói:

— Nếu tôi muốn tiếp tục làm báo thì chẳng cần phải lặn lội ra mãi ngoài đó, tôi đã nhận dạy trường Mỹ thuật và sẽ dùng số thì giờ còn lại để vẽ. Cô bạn gái của tôi ca tụng cảnh Vỹ Dạ không tiếc lời và tôi cũng muốn sống ở đó. Để tìm không khí có thể vẽ trở lại, sự tĩnh lặng đối với tôi là cần thiết.

Nhà văn nhìn tôi bằng con mắt khác lạ, giọng hài hước:

— Vỹ Dạ trầm lặng có rồi đó nhưng sống bên sự nổi tiếng như cô ấy không chắc họa sĩ được yên.

Nguyện tuy ít sống ở Huế nhưng đúng như ông nhà văn nói là cả thành phố biết tai tiếng của nàng. Lần nào cũng vậy, tôi cảm thấy khó chịu khi người nào khác nhắc tới Nguyện và nghĩ rằng dư luận khắc nghiệt đã xích tôi gần lại với nàng. Chừng như đọc được ý nghĩ đó nơi tôi, nhà văn lánh sang một chuyện khác, ông kể cho tôi nghe chuyện giải thưởng văn chương ở ngoài đó:

— Thiện chí chánh quyền đã có rồi đó nhưng lại phải xét tới tài năng của nghệ sĩ. Một triệu bạc bỏ ra không phải để phát cho mớ truyền đơn chống cộng mà chẳng có một giá trị văn chương nào. Theo tôi trước khi nói tới mục đích phải có sự chuyên chở gây được sự chú ý đó là nghệ thuật văn chương.

— Cấp thời đòi hỏi phải có cả hai là điều quá sức của nghệ sĩ.

Như không cảm thấy sự mỉa mai của câu nói, nhà văn vẫn giữ một giọng bày tỏ nghiêm trọng:

— Anh thấy không, bao nhiêu chất liệu để hình thành những tác phẩm lớn. Nó không phải chỉ giới hạn ở Việt Nam mà là cả một bi kịch của tương lai nhân loại. Nhiều lúc tôi hoài nghi tự hỏi phải chăng cũng như vóc dáng người mình thấp nhỏ không đủ sức để xây dựng những công trình lớn.

— Thảm kịch Âu châu chỉ đem lại cho nhân loại những tác phẩm lớn ở các năm sau thế chiến.

Như tìm được một cớ giải thoát, nhà văn triển khai thêm niềm tin của mình:

— Tôi cũng hy vọng như vậy, phải cần thời gian cho mọi sự kiện lắng xuống. Nhà văn không thể sáng tác trong tình cảnh bị lôi cuốn như hiện tại.

Lần nào cũng vậy, câu chuyện gặp gỡ với nhà văn đều mở ra những chân trời mù tăm bát ngát. Phải nhận là ở tuổi ông, giọng nói như vậy còn mang nhiều vẻ quyến rũ nhất là với lớp người trẻ. Nhà văn mời tôi đi ăn cùng với ông giáo sư nhưng vì đã có hẹn với Nguyện nên tôi phải từ chối. Tôi cũng hứa với ông nếu không trở ngại tôi sẽ thu xếp cuộc gặp gỡ nhà sư Pháp Viên trong hoàn cảnh có thể được của mình.

Rồi bỗng có tin từ ngoài Trung, tướng Thuyết đã mạnh tay với sinh viên và Phật giáo ở Huế, cùng một lúc nhà sư Pháp Viên phải chịu biện pháp bảo vệ của Sài Gòn. Tôi tới gặp nhà sư trong hoàn cảnh đó và thực hiện được cuộc phỏng vấn năm ngàn chữ mà theo ông chủ nhiệm đó là một kỳ công của một ký giả không chuyên nghiệp như tôi. Không giống những phát biểu với đám ký giả ngoại quốc, đây là lần đầu tiên một người kín tiếng như nhà sư chấp nhận một bày tỏ thái độ rõ ràng đối với cộng sản. Ông có vẻ một chiến sĩ cách mạng với những lý lẽ tất thắng trong cuộc tranh đấu của mình. Cuộc chiến đấu sẽ còn dằng dai vì ông cho rằng thiếu *coup* kết thúc ở Sài Gòn. Điều trông đợi vẫn không xảy ra và sự quá đà của cuộc chống đối đã dẫn tới một chiến trường hoang mang và cả một hậu phương mỏi mệt. Sài Gòn vẫn bình thản ngoài những cuộc biểu tình dắt dây của đàn bà trẻ con, được coi như một trò chơi lớn. Thêm vào đó nội bộ Phật giáo đã có những dấu hiệu tương tranh chia rẽ. Tôi chấp thuận cho Davis được ưu tiên sử dụng bài phỏng vấn. Đó là cách thế duy nhất để những dòng chữ viết ra được xuất hiện một cách nguyên vẹn không bị Thông tin kiểm duyệt và dập xóa tan nát. Davis mời tôi duyệt lại bản dịch trước khi gửi trực tiếp bằng hệ thống viễn ký về Mỹ. Đó là một ngày thứ Sáu, giờ Sài Gòn buổi chiều và bây giờ đang là buổi sáng ở thủ đô Mỹ quốc. Nếu không phải nghề báo thì còn quá sớm để trở dậy bắt tay vào bất cứ một công việc gì. Chúng tôi ngồi hút thuốc lơ đãng ngắm những bức tranh và chờ đợi chiếc máy nuốt nốt cuộn băng gồm những mẩu tin điện phải gửi về trước. Chiếc máy thẫm đen như im ngủ với chấm đèn đỏ hiu hắt. Âm thanh của dòng điện cộng hưởng nghe thoảng xa như những tiếng sóng vỗ vào một bãi biển im gió. Nơi gần cửa sổ, dưới một chụp đèn vàng ấm, người chuyên viên viễn ký đang bấm nốt những dòng chữ cuối cùng của bài phỏng vấn trên một băng giấy nhả quấn quýt xuống mặt nền. Từ một khung kính nhìn xuống, bên kia đường khách sạn Caravelle vẫn sáng trưng rực rỡ, đường Tự Do đã vắng khách ngoại quốc qua lại, có lẽ vì tình trạng bất an của Sài Gòn. Lại có chuông điện thoại reo vang, người ta cho biết tin về diễn biến của một cuộc biểu tình lớn. Tôi lại vội vã xuống đường giữa đám xe cộ dồn chạy hỗn loạn trên khắp các ngả phố. Các nhà hàng đóng kín cửa, khách bộ hành thì nhao nhác. Suốt từ bùng binh tới công trường, hàng chục xe vận tải lớn đầy nhóc lính trang bị đầy đủ vũ khí mũ sắt và áo giáp. Cạnh đó những xe cứu hỏa xịt nước cay, các xe Jeep cảnh sát, cả xe sao trắng của quân cảnh Mỹ. Không khí đe dọa đàn áp ngột ngạt như những ngày tháng Tám. Đám biểu tình không quá một trăm người gồm trẻ con và đàn bà đi chân không, áo quần ướt đẫm, gạch đá và gậy gộc. Một số trang bị các túi ni lông chống hơi cay. Tất cả chẳng biết sợ là gì hăm hăm tiến tới. Tiếng kêu thét vang vang, các biểu ngữ kềnh càng đầy những kêu đòi và ép buộc. Cả một vùng tiếng động rối loạn, ở đó mọi tự do được phóng thả. Các phóng viên và đám người tò mò đông đảo bọc quanh thành một vòng đai kín. Sóng người bắt đầu bị ngăn chặn nơi một ngã tư, cũng ở đó bắt đầu một trận mưa gạch đá tấn công vào đám cảnh sát, tất cả đều bỏ chạy không một phản ứng. Đám đông lại tiến tới, chiến thắng bốc men. Những khẩu hiệu căng gió làm lung lay mấy thân thể không đủ sức đứng vững. Lại có thêm một mục tiêu trước mắt, chiếc xe Jeep sao trắng trơ trọi nằm đó. Đám trẻ nhỏ ùa xúm lại, nhiều cánh tay yếu vẫn đủ sức vật ngã khối sắt, bình xăng bị bắt lửa và bốc cháy. Ngọn lửa rát nóng bốc cao giữa những tròng mắt đỏ và tiếng la hét. Tiếng còi hú hối hả từ xa dẫn tới những chiếc xe đầy ắp lính với đủ khiên, lựu đạn cay và kềnh càng mặt nạ. Những trái cay được tung thả vào đám đông, đào dạt từng khoảng trống. Mấy phóng viên Mỹ ôm máy say ngã lảo đảo. Một đứa trẻ chui lọt qua khe chân đám cảnh sát, vồ ôm một trái khói chưa kịp ném trả đã gục xuống. Đám đông bị lùa dạt vào trong những ngõ hẻm. Vòi rồng xịt nước tung tóe trên chiếc xe vẫn bốc cháy. Trên mặt nhựa trải rộng, chỉ còn những người lính, vài phóng viên mắt sưng cay và ngổn ngang những rác rưởi gạch đá. Lại vọng từ xa tiếng còi hú, đám biểu tình đã lại lưu động tới một nơi khác. Hơn một trăm chiến sĩ nhỏ tuổi đủ tạo cảnh hỗn loạn khắp thành phố. Thêm một khuôn mặt mới của chiến tranh, quá mới với tầm hiểu biết của Davis. Trên khắp các ngả đường nơi có đám biểu tình đi qua, những đống rác lớn vẫn hừng hực bốc cháy và trên không vẫn buốt óc tiếng của những động cơ phản lực bay sát.

Trở về nhà thương với giàn giụa nước mắt, tôi gặp Davis ở đó. Anh bị một viên đá cửa rách trán, hai mắt còn húp đỏ. Davis nhờ tôi mượn điện thoại để cho tin về tòa báo. Rời phòng điện thoại, Davis có vẻ mệt thực sự. Tôi chợt thấy anh không giống các nhà báo ngoại quốc khác: một đám đông đảo mà đa số còn rất trẻ, nóng nảy và hiếu động, họ sống thừa thãi sung túc trong một Sài Gòn không có bóng dáng của chiến tranh. Ở Davis thiếu hẳn cái đặc tính náo nhiệt đó, anh sống rất riêng biệt và trầm tĩnh. Bạn hữu người Mỹ bảo anh trông giống một cây trúc. Qua hai vòng cầu thang, chúng tôi bước vào một căn phòng xinh xắn. Davis buông cả sức nặng xuống nệm, quay sang hỏi tôi giọng thấm đượm buồn rầu:

– Theo anh thì người Mỹ phải làm gì nữa ở đây?

Chưa đợi câu trả lời, Davis nói thêm giọng mệt nản:

– Người Mỹ có thể đổ máu trên cao nguyên trong đồng lầy để đánh bại cộng sản và tạo những chiến thắng nhưng họ đành bó tay chứng kiến thất bại liên tiếp trong các thành phố. Chỉ cần ít đàn bà và đám thiếu niên tay không cũng đủ làm đổ một chánh phủ, làm tê liệt mọi hỏa lực và gây khốn đốn cho cả nước Mỹ.

– Hình như anh chỉ quan tâm tới thắng bại của người Mỹ, với dân chúng ở đây vấn đề không phải vậy. Họ không muốn thấy Việt Nam là bãi chiến trường và chính lúc này họ băn khoăn tự hỏi phải làm gì cho tương lai và sự tồn tại của đất nước.

Vẫn bằng một giọng cay đắng, Davis tiếp:

– Với những người lính Mỹ phải sống trong rừng rú, tham dự các trận chiến sinh tử, đã từng bị thương tích, đã chứng kiến tận mắt các đồng đội mình ngã xuống, họ sẽ nghĩ gì khi họ đặt chân về thành phố để bị ném đá, chứng kiến những khẩu hiệu xua đuổi họ về nước.

Câu chuyện khiến tôi mỉm cười, tôi muốn bảo với Davis tuy anh sống ở đây hàng chục năm anh cũng chẳng hiểu gì hơn về người Việt. Tôi nói:

– Có vài người Mỹ căm phẫn bảo chúng tôi là những kẻ vong ơn. Các anh chỉ biết nhìn chống Mỹ là bài Mỹ thế thôi: vấn đề không phải vậy. Đối với người trí thức Việt Nam thì cuộc chiến tranh tại đây tự trong bản thân nó mang tất cả sức nặng của một vấn đề quốc tế, một cuộc phiêu lưu thí nghiệm đầy nguy hiểm và dĩ nhiên không phải bằng hỏa lực mà người ta tìm ra lối thoát. Mối bế tắc chính là cơn mê giáo điều có từ lâu giữa hai phía, đã đến lúc họ phải ý thức được rằng chiến tranh có thể đốt cháy tất cả, kể cả tương lai và mơ ước của cả một dân tộc. Bởi vậy họ phải tìm cách tỉnh dậy và thoát ra. Còn đối với đám đàn bà trẻ em kia, họ mang hình ảnh của tuyệt vọng và kiệt sức sau hai mươi năm. Họ đòi cho bằng được bất cứ cái gì ngoài thảm họa chiến tranh và sự chết chóc. Họ kéo nhau xuống đường tranh đấu la hét bằng tất cả năng-lực-tuyệt-vọng của họ, sức mạnh đó anh phải hiểu là thế nào. Một nhà văn lớn Việt Nam gọi họ là những mảnh bom mảnh đạn vương vãi trong chiến trận, mà đã như vậy thì không có sự vong ân và biết ơn, có phải không anh?

Davis vẫn yên lặng, anh có vẻ thực sự quan tâm tới phức tạp của vấn đề. Tôi nói tiếp:

– Không phải tất cả người Việt đều lên án Mỹ nhưng dấu vết ngoại nhân mỗi ngày một hằn rõ trên dải đất quê hương khiến họ phải đau lòng, với họ một tên Việt cộng ngã xuống là một người Việt Nam đã chết đi. Người ta cố bảo đây là một cuộc xâm lăng nhưng bản chất chính là một cuộc nội chiến. Bởi vậy những người Việt thức tỉnh, vấn đề không phải là chọn lựa mà chính làm sao có được một ngõ thoát.

Davis như bù đầu trước vấn đề rối rắm, anh nhún vai đi về phía cửa sổ:

– Tôi vẫn được coi là một chuyên viên về Việt Nam, thực sự đến lúc này tôi chẳng hiểu ra sao cả.

Cả hai chúng tôi đều thực sự mỏi mệt. Vấn đề gì mở ra cũng không có một tương lai. Khi đi về phía bàn, Davis gọi tôi và có vẻ ngạc nhiên thích thú:

– Anh còn giữ lại được tấm hình này sao, chính do tay tôi chụp từ ba năm trước.

Tôi lắc đầu bảo đây là văn phòng của một người bạn làm việc trong bệnh viện. Hắn là một Phật tử thuần thành hăng hái tham gia phong trào đấu tranh 63 nhưng sau đó hắn trở lại đời sống sinh viên thuần túy và không mấy ưa các thầy tu bây giờ.

Đăm chiêu nhìn bức ảnh, Davis bảo lần đầu tiên và cũng là lần cuối cùng anh chấp nhận chứng kiến một cảnh tự vẫn có sắp đặt như vậy. Tôi bảo hình như có một nhầm lẫn nào đó nơi các nhà báo Tây phương khi gọi các vụ tự thiêu là *suicide*, hiểu theo triết lý Phật giáo ý nghĩa không phải thế. Davis xuống giọng bảo:

– Tôi cũng được nghe nói như vậy vào đầu năm nay khi cuốn sách của tôi vừa xuất bản tại Mỹ. Tôi cũng nhận được thư của ông Giác Nghiệp, một nhà sư trẻ Việt Nam, môn đệ xuất sắc của thầy Pháp Viên, từng theo học ở Yale. Ông tỏ ý phản đối chữ *suicide* trong phần tôi mô tả vụ tự thiêu của nhà sư. Theo ông, tự thiêu không phải là tự vẫn, lại càng không phải một thái độ nguyền rủa phản kháng. Tự vẫn là trốn chạy hèn nhát trong khi tự thiêu cần tới một quyết định đương đầu can đảm, hơn nữa theo quan điểm nhà Phật, đời sống không chỉ giới hạn trong sự tồn tại của nhục thể... Thú thật với anh, tôi không thể nào hiểu được và chấp nhận những lý luận vừa mới mẻ và xa lạ đến như vậy. Tôi là người Thiên chúa giáo tuy rất ít đi nhà thờ nhưng tin tưởng một cách sâu xa, với tôi tín ngưỡng là nơi những niềm tin, ở đó không hề có những giải thích của con người về ý muốn Thượng đế.

Davis sống ở Việt Nam nhiều năm, rất được tín nhiệm về các vấn đề Á châu nhưng anh thật sự nổi tiếng vào thời kỳ tranh đấu Phật giáo, cũng giai đoạn đó đem lại cho anh giải Pulitzer về báo chí. Ánh mắt sống trong hồi tưởng, Davis tâm sự với tôi:

– Từ một tháng trước tôi đã nghe đồn kế hoạch tự thiêu của hai nhà sư tranh đấu cho năm nguyện vọng Phật giáo nhưng rồi câu chuyện cũng quên đi. Bỗng nhiên một buổi sáng tôi nhận được một *coup* điện thoại đặc biệt của nhà sư trẻ Giác Nghiệp, đó là cả một cơ hội vinh dự cho nhà báo và dĩ nhiên tôi nổi tiếng bằng vụ này. Những hình tôi chụp xuất hiện trên khắp trang báo thế giới và gây nhiều xúc động: cũng từ bức hình đó, báo Mỹ xúm lại chỉ trích chánh sách của Tổng thống, các quốc gia Phật giáo nổi giận phản đối Hoa Kỳ, còn Trung cộng thì phổ biến khắp Á Phi và Nam Mỹ hàng triệu tấm để tuyên truyền cái mà họ gọi là vụ tự thiêu chống đế quốc Mỹ. Nhưng thú thật với anh là sau phút vinh quang đó đã để lại trên lương tâm tôi nhiều ân hận. Những vụ tự thiêu tiếp theo tôi cũng được báo trước và đều tự ý vắng mặt. Điều đó đã gây ngạc nhiên cho nhiều người nhất là với các đồng nghiệp nhưng ở trường hợp này tôi không có chọn lựa.

Đôi mắt nâu xanh như chìm đắm. Chỉ có giọng nói của Davis và đêm im vắng:

– Cho đến bây giờ tôi vẫn nhớ rõ và xúc động tới rơi lệ: một nhà sư với khuôn mặt thật đạo hạnh, trông ông như một vị Phật sống, không phải ngồi trên tòa sen mà là giữa ngọn lửa hồng vây kín cả thân thể. Khuôn mặt nhà sư khô co lại vì sức nóng nhưng điều kỳ lạ là ông vẫn ngồi yên bất động trong ngọn lửa đỏ, còn mọi người có mặt thì khóc sướt mướt và kêu la kinh hoàng.

Bây giờ vào quá nửa đêm. Sự im lặng thật khác thường, vắng mọi tiếng xe, vắng cả tiếng đại bác. Ngoài phòng chuông điện thoại lại réo vang, bên đầu dây người y sĩ cảnh sát cho biết có một đám biểu tình bất chấp giờ giới nghiêm đang tiến về đài phát thanh và quân đội được lệnh phải đàn áp. Chưa biết những gì sẽ xảy ra cho đêm nay, chúng tôi thấy cần có mặt ở đó. Lại một đêm không ngủ bước sang tuần lễ thứ hai với gạch đá khói lựu đạn cay và đầm đìa nước mắt.

CHƯƠNG MƯỜI BỐN

Đài BBC loan tin một cuộc đảo chánh thầm lặng không đổ máu vừa diễn ra ở Sài Gòn do tướng Thuyết từ ngoài Trung vào cầm đầu. Ông và mấy tướng trẻ sau đó tới tòa Đại sứ Mỹ để giải thích những lý do mà ông gọi là chỉnh lý cục bộ để gây lại sức mạnh trong quân đội. Sài Gòn mang khuôn mặt bình thường và không còn những cuộc biểu tình bỏ túi của trẻ con được coi như một trò chơi lớn. Và buổi tối trên đài phát thanh quốc gia, tướng Thuyết đã lại lên tiếng bằng bài diễn văn tuyệt hảo nói về hy vọng buổi bình minh của cách mạng đã ló dạng. Nhà văn cũng theo chân tướng Thuyết hấp tấp trở vào Sài Gòn. Khi gặp lại tôi, ông có vẻ thanh minh cho những khó khăn của tướng Thuyết ở ngoài đó lúc phải chọn lựa sự quyết liệt đối với phe tranh đấu. Riêng đối với nhà sư, có lẽ hiểu rằng chỉ có sống mới tiếp tục được cuộc tranh đấu nên nhà sư Pháp Viên vừa chấm dứt cuộc tuyệt thực vô vọng kéo dài ròng rã nhiều ngày. Trở về chùa, ông chỉ còn là một bộ xương với những kinh nghiệm chua xót của một thời kỳ tranh đấu. Và đây cũng là lần đầu tiên kể từ sau cách mạng, một chánh phủ đã chiến thắng Phật giáo. Có một điều nữa mà nhà sư Pháp Viên không ngờ tới là sự phân hóa rõ rệt ở trong hàng ngũ ông ở những giờ phút chót và sự thiếu vô tư của tòa Đại sứ Mỹ. Khởi đầu từ những tư tưởng nhờ cậy bắt nguồn từ ngày cách mạng, ông bắt đầu thất vọng về người Mỹ. Từ ngày trở về chùa, ông rút mình vào bóng tối và từ chối mọi tiếp xúc nhất là với đám nhà báo. Còn hàng ngũ tướng lãnh ở cuộc chỉnh lý này, sau chuyến đoàn kết nhất trí hạ ngã những mũi dùi chống đối của Phật giáo, đã lại có dấu hiệu tương tranh rạn nứt.

Buổi sáng có cuộc họp báo của Hội đồng Tướng lãnh trong Tổng tham mưu dưới quyền chủ tọa của tướng Thuyết. Nội dung cũng chẳng có gì mới lạ ngoài những điều ông đã lên tiếng trên đài phát thanh hôm qua. Sau buổi ra mắt chính thức của các tướng lãnh, tôi có dịp gặp lại tướng Trị ở đó. Câu nói xã giao đầu tiên của tôi là ngỏ lời chào mừng tin vinh thăng của ông. Tướng Trị cười gượng và không tỏ dấu vui, có lẽ ông hiểu rằng thêm sao cũng là dấu hiệu già nua để các tướng trẻ cho ông về hưu. Ông không còn vẻ kênh kiệu hách dịch như ở cao nguyên mà có thái độ cầu thân với nhà báo. Tướng Trị nhắc tới thiên điều tra Dakto của tôi mà ông bảo đã được đọc vài kỳ nguyên vẹn trên mặt báo:

— Tôi có theo dõi loạt bài đó và cảm tưởng đầu tiên là thấy anh muốn quy trách nhiệm thảm kịch đó về phía chúng tôi. Là một quân nhân trọng danh dự tôi không bao giờ chối bỏ phần trách nhiệm nhưng quả thật chúng tôi đã làm hết sức mình, còn những gì xảy ra sau đó độc lập với ý muốn của chúng tôi.

Tôi phải nói với ông Tướng rằng thiên điều tra thực sự chưa được viết xong và mong muốn của tôi chỉ là đưa ra những sự kiện, còn sự kết hợp và phán xét chắc phải cần tới một cuốn sách. Tôi vẫn hy vọng hoàn thành được cuốn sách đó. Tôi nói:

– Chỉ hiểu được tấn thảm kịch khi nhìn nó trong một khung cảnh rộng lớn là tương lai của dải đất cao nguyên.

Tướng Trị có vẻ không hiểu được câu nói đó nên tôi không đi sâu vào thêm. Do thói quen nghề nghiệp, không bao giờ tôi bỏ lỡ những cơ hội, tôi hỏi tướng Trị về câu chuyện *Vòng Đai Xanh* của những người lính LLĐB Mỹ. Ông nói:

– Tôi chỉ nghe nói như vậy và cũng chẳng biết rõ sự thật là thế nào, chánh trị vốn tối tăm và nhiều khi vượt quá cả những dữ kiện nhận định của mình. Theo tôi vai trò của vị tướng lãnh trên cao nguyên hiện tại là chánh trị chứ không phải quân sự mà tôi chỉ là một nhà quân sự thuần túy, bởi vậy tôi cũng đã gởi một điều trần về chánh phủ trung ương.

Tôi hỏi ông Tướng nghĩ sao về sự có thể trở lại của tướng Thuyết hoặc ảnh hưởng trực tiếp của ông ấy ở trung ương, tướng Trị nói:

– Tôi cũng đã nghĩ tới điều đó nhưng vấp phải nhiều sự phản đối trong đó có tiếng nói người Mỹ. Và nói riêng với anh chớ chánh phủ trung ương cũng không ưa gì tính bướng bỉnh của ông ta. Nhưng có một điều phải công nhận và phục là ông rất cứng rắn rất ngay thẳng, cá nhân tôi vẫn mến thích một chiến hữu như tướng Thuyết.

Tôi nói với tướng Trị ý kiến của ông mục sư là giới quân sự Mỹ và ngay cả tòa Đại sứ rất tán đồng việc bổ nhiệm ông thay tướng Thuyết và dư luận báo chí Mỹ sau đó cũng bớt chỉ trích chánh phủ Việt Nam.

– Chính cũng vì vậy mà tôi ở vào thế kẹt giữa bao nhiêu phía. Vấn đề vẫn còn đó, xoa dịu được ngày nào và đến bao giờ hầm thuốc súng bùng nổ trở lại, làm sao mà biết. Vì những lý do quyền lợi rất mâu thuẫn cho đến bây giờ cũng chưa có một giải pháp thỏa đáng cho cao nguyên.

Tôi không xác định rõ viên Đại úy hướng dẫn người Bùi Chu hôm trước, nhưng gán cho dư luận bảo rằng chánh phủ Việt Nam đã lầm lẫn khi trao toàn quyền cứu trợ đám người Thượng tị nạn vào tay người Mỹ. Tướng Trị không phản ứng giãy nảy lên nhưng xuống giọng phân bua:

— Sao tôi lại không biết cái chân lý bọn Thượng chỉ tuân lệnh và tri ân những ai đem thức ăn vào miệng chúng nhưng bọn Mỹ cũng biết điều đó, tụi nó muốn độc quyền tranh thủ nhân tâm bằng cách này. Tướng Thuyết đã không thành công khi đòi cứu trợ phải qua tay nhà cầm quyền Việt Nam; làm như vậy rõ ràng là hiệu năng suy giảm và viện trợ ngày càng thêm khó khăn. Hiện nay giải pháp dung hợp là giao vào tay một vị thừa sai của giáo hội truyền giáo Tin lành, ông bà mục sư Denman. Là người Mỹ gần như đã Việt Nam hóa, lại thu phục được cảm tình của đám đông người Thượng và như vậy anh cũng thấy là mọi công việc tiến hành rất chu đáo.

Tôi mỉm cười về ý nghĩa Việt Nam hóa của ông mục sư, ngoài thay đổi về hình thức, lối suy nghĩ thực tiễn của ông vẫn mang nguyên bản chất của người Mỹ. Hình ảnh của một vị thừa sai mắt xanh râu đỏ hùng hồn đứng rao giảng đạo về sự hiện hữu của Chúa cùng với những hy vọng hạnh phúc ở đời sau trước đông đảo đám con chiên phủ phục nghèo đói như kéo tôi lùi lại thời gian của hàng mấy thế kỷ văn minh. Đó là điều nhẫn tâm khi phải nghĩ tới và cũng là môi trường đầy quyến rũ kích thích của những tâm hồn phiêu lưu như Tacelosky và những tên lính Mũ Xanh. Ông Tướng hỏi thăm tôi về tin tức của nhà báo Davis:

— Thật là ngạc nhiên khi tôi gặp một nhà báo Mỹ lễ phép và khiêm tốn như thế, vụ thảm sát Dakto chắc làm ông ấy buồn không ít.

— Ông ấy đã khóc khi nghe tin ấy, và không hiểu ông tướng mới Casey bên An Khê có thái độ ra sao?

– Ông ấy đề nghị một duyệt xét hỗn hợp về tình trạng an ninh chung nhưng có lẽ vấn đề cũng chẳng đi tới đâu vì ngoài sư đoàn Kỵ binh, ông tướng này chẳng có chút quyền hành nào trên các trại LLĐB Mỹ. Điều mỉa mai là quyền lãnh sự Mỹ trên cao nguyên không phải là tướng Casey mà là viên cựu Trung tá Tacelosky, nó thực dân ngang ngược và chính nó làm hư hỏng những người bạn Mỹ tốt mới đặt chân lên đây. Thực sự nó chỉ ngán có mỗi ông tướng Thuyết.

Xem ra quan niệm về sự cần thiết một người hùng cho cao nguyên là điều không thể tránh được. Nhưng nếu bảo đó là một vai trò chánh trị thì điều đó chưa chắc đã thích hợp với khả năng của tướng Thuyết, trừ khi có sự cố vấn trực tiếp của ông giáo sư hay nhà văn. Có chuông báo họp reo vang, tôi trả cho tướng Trị với những luýnh quýnh bận rộn của ông và rời bộ Tổng tham mưu. Trên cột cờ vẫn lả lướt kỳ hiệu của tướng Thuyết. Hôm nay khí trời hanh và có rất nhiều mây xám.

Trở lại tòa soạn, được biết Kux vừa từ Huế trở vào muốn được gặp tôi. Kux bị kẹt ở ngoài đó từ nhiều hôm vì những cuộc tranh đấu dắt dây của Phật giáo. Kux có vẻ mỏi mệt rõ rệt vì chuyến đi này. Là một giáo sư Đức thuộc Đại học Berlin, cũng là bạn thân của Davis. Kux đang viết sách *A Sense of Asia*, nghiên cứu về Phật giáo Á châu và Chủ nghĩa Cộng sản. Chuyến sang thăm Việt Nam cũng nhằm trong mục tiêu đó. Do lời giới thiệu của Davis lúc đó ở Thái Lan, Kux đến tòa báo tìm tôi và nhờ được hướng dẫn. Phải mất hơn một tuần lễ bận rộn để đưa Kux đi viếng các nơi và các lãnh tụ mấy tôn giáo lớn. Vì bận với tờ báo tôi không thể rời Sài Gòn, Kux phải tự tổ chức những chuyến đi riêng sau đó. Nửa đêm nay Kux sẽ rời Việt Nam đi Tokyo. Buổi chiều ngày cuối cùng, tôi đưa Kux ra ngoài thành phố. Tôi ngỏ ý tiếc là Kux không thể về sống trực tiếp ở thôn quê, chiến tranh chỉ thực sự diễn ra ở đó.

– Những lầm lẫn bom đạn và xác chết, cuộc chiến tranh nào cũng chỉ có vậy thôi, tôi đã có kinh nghiệm đó từ nước Đức.

Tôi hỏi Kux đã nghĩ gì về Phật giáo ở đây nhất là sau chuyến ra thăm Huế, Kux chỉ nói lên một cảm tưởng:

– Tôi nghĩ một số lãnh tụ Phật giáo đã lầm khi đánh giá lực lượng mình bằng hình ảnh một đoàn quân thánh chiến, theo tôi bản chất người Á châu ôn hòa chịu đựng, ít nhiều chịu ảnh hưởng của Lão Tử, họ không thể quá khích như tín đồ Hồi giáo hoặc một vài tôn giáo khác, lịch sử đã chứng tỏ như vậy. Nhưng đúng như họ nghĩ, lực lượng đối đầu với cộng sản không phải chỉ có Thiên chúa giáo mà nguồn gốc là du nhập từ Tây phương. Tôi muốn nói tới một tinh thần đã bắt rễ sâu xa trong đời sống xã hội quần chúng và nó có ảnh hưởng quy định trong cục diện tương lai Á châu. Miền Nam bây giờ không phải chỉ là chiến trường thí nghiệm của hai Chủ nghĩa Quốc gia và Cộng sản đối nghịch, đó cũng chính là thí điểm thử thách để Phật giáo nhận diện sức mạnh của mình: tôi muốn nói tới một đạo Phật dấn thân.

Trên đường đi và tại một vài cơ sở, cảnh sát và quân đội được tăng cường, đó là dư âm cuộc hội thảo biểu tình đập phá đài phát thanh phát xuất từ Tổng hội Sinh viên hồi sáng. Ra khỏi Sài Gòn, chiếc xe lướt rất êm trên mặt xa lộ. Kux chỉ tay hỏi tôi về những công trình đang xây cất. Tôi đáp:

– Đó là kết quả những dự án từ thời Diệm bây giờ mới hoạt động và bắt đầu hình thành. Nếu không nhắc tới những lầm lẫn của chế độ, phải công nhận là Tổng thống có một cái nhìn rất xa. Đó là điều không thể tìm thấy ở người lãnh đạo bây giờ.

Kux nói với tôi như một bày tỏ ngạc nhiên:

– Đến bây giờ tôi mới thấy anh là người đầu tiên nhắc tới ông Diệm với một giọng còn giữ nguyên được sự kính trọng như vậy.

– Không, ở những năm cuối cùng chính tôi là người có thái độ chống lại ông ta. Dù bạn hữu hay kẻ thù, kể cả người Mỹ yêu hoặc ghét, tất cả đều phải nghiêng mình trước một số nhân cách của Tổng thống. Cách mạng đã phủ nhận tất cả nhưng tôi tin là lịch sử sẽ phán xét công bình hơn ở những năm đầu tiên.

Kux cười hỏi tôi không sợ bị tiếng phản cách mạng sao, tôi vẫn giữ sự điềm tĩnh:

– Ai cũng thấy là chế độ phải đổ, tôi cũng nghĩ rằng cái chết của Tổng thống là cần thiết để tránh những rối loạn dắt dây sau đó. Nhưng bây giờ còn quá sớm để kết tội hoặc bào chữa cho những gì mới xảy ra.

Trở về, Kux mời tôi tới khách sạn Caravelle dùng bữa tối. Chúng tôi đều không có thì giờ để tới một hiệu ăn Việt Nam. Đó là một khách sạn tối tân được coi như là bản doanh của đông đảo phóng viên nhà báo tứ xứ. Sự sang trọng cùng tận cũng chỉ đến thế. Một vũ trụ xa hoa và trong suốt. Từ trên cao những chùm sáng màu vàng hư ảo tỏa dịu xuống những tấm thảm và phiến đá bằng *marbre*. Một khoảng không gian đối nghịch đến lạnh lẽo. Kux bảo:

– Mới đặt chân tới Sài Gòn đem lại cho tôi thật nhiều cảm tưởng, nó mang hình ảnh của nàng công chúa người Nga sau cách mạng vô sản phải lưu lạc sang tận Paris, vẫn cố sống kênh kiệu đài các để che giấu những khốn khó bên trong. Nhưng chắc chắn là đồng đô la Mỹ đã thổi vụt lớn mau chóng cả thành phố, tất cả còn mang dấu hiệu mới mẻ nên chưa kịp có một cá tính.

Ngồi ở một tầng lầu khách sạn thứ mười nhìn xuống, Sài Gòn bị cắt vụn ra từng vùng sáng lốm đốm. Bóng những con tàu buôn mỏi mệt nằm nhả khói chờ chuyến hàng để rời bến. Bầu trời ban đêm vẫn nặng trĩu những dao động âm u. Phía phi trường thỉnh thoảng những trái hỏa châu lại lóe sáng một vùng soi rõ cả những cột khói trắng. Bóng dáng của cuộc chiến tranh chỉ có vậy. Kux hỏi tôi sao trông có vẻ tư lự, cảm tưởng của tôi lúc này thật hỗn độn, tôi nói ý nghĩ đó ra với Kux:

– Tôi muốn nói tới lúc anh phóng tầm mắt ra quá giới hạn chiều cao của những tòa lầu bin-đinh kia thì ở dưới đó không có gì ngoài những chật chội nghèo nàn của những người dân sống đen đủi. Cả bốn ngàn làng xã Việt Nam đều như vậy, tôi muốn nói tới ảnh hưởng của đồng tiền viện trợ Mỹ không tới được xa.

Kux nhếch mép cười từng trải:

– Viện trợ Mỹ lúc nào mà chẳng vậy, có bao giờ tới được xa đâu.

Qua những mảng kính trong suốt, ở một chòm cây ánh đèn chuyển mặt lá thành màu hồng đỏ. Tôi tưởng tượng ở dưới những gốc cây giờ này các cô gái ăn sương đang chờ đón khách. Lại từ phía Tân Sơn Nhất những chiếc Phantom phản lực vừa cất cánh, đảo một vòng lớn qua Sài Gòn trước khi đổi hướng, ném lại sau các đốm lửa là những âm thanh xé rít. Những tiếng nổ phụ làm rung chuyển cả cửa kính. Rồi sự im lặng trở lại. Bằng một giọng đột ngột, Kux bảo:

– Trưa nay từ phi trường trở về tôi có tới một phòng tắm hơi, nhà Bảo An thì phải, phòng tắm lịch sự và hay nhất đó không phải là một ổ điếm trá hình. Hơi nước nóng phả mù mịt trắng xóa, nghe tiếng nói tôi biết trong phòng chỉ toàn đàn ông đa số là Mỹ. Tất cả đều trần truồng nhưng khói nước bốc dày đặc khiến đứng xa chưa đầy nửa thước mà chẳng còn thấy gì. Ngay lúc đó dáng một người Mỹ cao lớn dừng lại trước tôi hỏi, "Anh qua đây lâu chưa, ở *state* nào? Tôi nói tôi không phải người Mỹ mà là nhà báo Đức. Hắn bảo, "Ông mới thật là người sung sướng, chẳng có gì phải ràng buộc ở đây." Tôi ngạc nhiên hỏi, "Sao vậy?" Hắn vẫn chà mạnh chiếc khăn bông trên người trả lời hờ hững, "Tại tôi là *pilot*, suốt ngày chở bom đi thả khắp nơi, kể cả ngoài Bắc." Giọng anh ta thật chán nản và khinh bạc, chỉ nói vậy rồi hắn ta bỏ đi, lẫn vào đám lố nhố những người Mỹ khác.

Một chuyện kể thật trống không, sự ngưng đọng như lắng xuống. Vẫn bằng giọng khi nãy, Kux tiếp:

– Tôi và cả hắn ta đều không rõ mặt nhau, ra đường nếu gặp lại chắc cũng không biết. Cuộc giáp mặt cũng lạ và khiến tôi suy nghĩ. Đến lúc này tôi tự hỏi cũng vẫn những người phi công Mỹ đó, mỗi ngày chở bom đi thả khắp nơi, chiến đấu với không một tin tưởng như vậy, khi phải lái phi cơ ra Bắc oanh kích và khi bị bắn rơi, họ sẽ nghĩ ra sao? Lúc đó liệu Tổng thống Johnson hay Chúa Kitô có chịu trách nhiệm về cái chết của họ?

Phải chi Kux có kinh nghiệm với những người lính Mũ Xanh. Dưới mắt anh thì những người Mỹ đang rầu rĩ đi vào cuộc chiến tranh Việt Nam với nhiều vẻ bơ vơ ngơ ngác. Lại có điện thoại của Nguyện chờ tôi ở tòa báo với hai người bạn nữa. Chúng tôi ra thang máy xuống lầu năm trở lại phòng Kux. Tôi giã từ Kux ở đó và ân hận vì không thể tiễn đưa Kux như đã hứa dù chỉ là đến một trạm Pan Am gần đó.

CHƯƠNG MƯỜI LĂM

Đó là một ngày tang tóc và đầy thảm họa cho những người lính Mũ Xanh ở Á châu. Cùng một ngày hai chuyến Air America bị rơi, một trên Cánh Đồng Chum với toán mười bốn người lính Mũ Xanh được coi như mất tích, còn chiếc hai máy kia bị hạ ở Bắc Miến có lẽ bởi súng phòng không từ dưới đất. Lại một xì-căng-đan mới bùng nổ giữa Rangoon và tòa Bạch Ốc. Chánh phủ Miến cực lực lên án và tố cáo những phi vụ lén lút của Mỹ nhằm yểm trợ tiếp tế cho các dân tộc thiểu số ly khai ẩn náu ở trong những khu rừng rậm ở Bắc Miến. Một lần nữa Mỹ bối rối không biết phải xử trí ra sao. Thỏa mãn yêu sách công khai xin lỗi, bộ Ngoại giao Mỹ có thể làm dễ dàng nhưng nếu vậy là chánh thức xác nhận âm mưu khuynh đảo chánh phủ hợp pháp Miến và hậu quả ngoại giao sẽ không biết là thế nào. Mẩu tin rất nhỏ chìm đắm giữa bao nhiêu biến cố quốc nội khác nhưng với nhà báo như tôi lại có một giá trị khám phá đầy ý nghĩa về câu chuyện một *Vòng Đai Xanh* bao vây Hoa Lục. Tôi dần dà đi tới một cái nhìn khá chuẩn xác về tầm quan trọng của những biến chuyển tại cao nguyên trong một tương quan quốc tế rộng lớn. Hiểu như vậy tôi sẽ tránh được những phản ứng sôi nổi và đầy cảm tính khi phiêu lưu vào cuộc tìm kiếm ý nghĩa của những biến động mới.

Chiến tranh đổ máu trên cao nguyên, thiêu rụi đồng quê, biểu tình xáo trộn khắp thành phố nhưng nếu người ta thuộc vào thành phần *La Haute Société*, của một xã hội trên cao thì vẫn dễ dàng tìm ra một khoảng không gian yên tĩnh. Dưới hồ bơi nước lúc nào cũng trong xanh, các tàn cây cao vẫn rủ những bóng mát. Dù chẳng thuộc thành phần trưởng giả này, tôi vẫn lui tới đây vì những cần thiết giao tế của nghề báo. Sau cả một buổi sáng ngủ vùi, Davis hẹn tôi dùng cơm trưa tại CSS. Ở giờ này thường rất vắng bóng những người Việt. Trời nắng gắt và im gió, những lá cây mất nước đổ rũ xuống, vậy mà vẫn có những thiếu nữ nằm hở hang phơi nắng với nước da thuộc đến độ nâu bóng. Tôi và Davis chọn một bàn ăn trên bờ hồ tắm, đôi khi chúng tôi phải nheo mắt lại vì những tảng nắng phản chiếu lao xao trên một mặt nước có nhiều sóng. Một thiếu nữ khác thật khêu gợi bước lên từ hồ tắm, theo sau là một người Mỹ ngực đầy lông lá. Davis nhận ra Tacelosky trước nhưng vẫn giữ thái độ thản nhiên như không biết, anh quay lại bảo tôi:

— Tacelosky, tên đó thật kỳ lạ. Không phải chỉ mỗi lần gặp hắn khoác tay với một cô gái mới ở bất cứ đâu nhưng chính là huyền sử con người hắn ta: ba lần được thả dù ra Bắc cả ba lần hắn trốn thoát, không có ai mạng sống lớn hơn hắn. Hiểu rõ rừng núi Á châu và các sắc dân ở đây không ai bằng, hắn quả là một địch thủ đáng sợ, nếu phải đương đầu thật là nguy hiểm và đã từng gây khốn đốn cho ông tướng Thuyết.

Tôi chợt nhớ ra và hỏi Davis:

— Có phải hắn là một trong hai người bị chánh phủ Việt Nam tống xuất hồi đó, còn tên kia là ký giả Martin?

– Chính hắn, sau khi rời Việt Nam hắn lại sang Vientiane đặc trách tổ chức ở Thượng Lào và miền Bắc Thái Lan các đơn vị chiến đấu tinh nhuệ người Mèo, ngăn chặn hữu hiệu những cuộc xâm nhập của lính cộng sản Bắc Việt theo lối đường mòn Hồ Chí Minh. Đó là khúc của *Vòng Đai Xanh* được coi là kiên cố nhất. Đáng tiếc cho hắn là khi trở lại cao nguyên, Tacelosky không được toàn quyền làm mưa làm gió nên cho đến bây giờ hắn vẫn ghét cay ghét đắng ông tướng Thuyết.

Davis cũng cho tôi biết qua về tông tích của hắn. Tacelosky xuất thân ở Fort Bragg, nguyên Trung tá LLĐB Mỹ giải ngũ, đại diện cho USOM đặc trách cao nguyên. Fort Bragg là một trung tâm đào tạo các toán lính Mũ Xanh để tung vào khắp các ngõ ngách hoang vu của thế giới, từ rừng rậm Phi châu đến các vùng hẻo lánh của Nam Mỹ nhưng thí điểm chính của họ vẫn là lục địa Á châu với đủ mọi sắc dân thiểu số sống rải rác trên các núi cao và rừng xanh chạy suốt từ bờ biển phía Đông tới giáp chân Hy Mã Lạp Sơn. Tại mỗi quốc gia họ đều tung vào những toán xung kích hoặc công khai hoặc bí mật, thông thạo phong tục và thổ ngữ, thích ứng nhanh chóng với các dân địa phương, giúp đỡ khai hóa họ để chinh phục cảm tình và sau đó nhiệm vụ chính là tổ chức cho bằng được những toán quân chiến đấu tinh nhuệ và dễ bảo dưới quyền điều khiển của các sĩ quan Mỹ. Tham vọng lớn lao của họ là làm sao thiết lập được một vòng đai an ninh kiên cố bao vây Hoa lục. Đó là một *Vòng Đai Xanh* mà họ tin rằng đủ sức đương đầu với mọi hình thức chiến tranh du kích và rừng rậm của cộng sản. Đó là một công trình thử thách bán công khai của cả CIA lẫn LLĐB Mỹ mà Hoa Thịnh Đốn và Ngũ Giác Đài vẫn chưa dám nhìn nhận. Họ là đám con cưng của Tổng thống Mỹ với những ưu đãi và đặc quyền vô hạn nhưng cũng là một lũ con hoang khi bị đổ bể. Những dính dấp đổ bể trong các cuộc nổi dậy mới đây là một bằng chứng. Và thỉnh thoảng không lâu trên báo chí lại có đăng tải những tố giác về các hành động khuynh đảo của bọn này nhằm chống lại chánh phủ hợp hiến của các quốc gia bạn. Trở lại con người Tacelosky, Davis nói:

– Hắn gốc người Đông Âu mới vào dân Mỹ từ sau Đệ nhị Thế chiến, sống ở Á châu và nhất là Việt Nam nhiều năm, có nhiều kinh nghiệm với du kích quân cộng sản. Sau nhiều nhiệm kỳ trở về Mỹ, hắn lại tình nguyện sang Việt Nam. Ít có mặt ở Sài Gòn nhưng hắn vẫn thuê phòng riêng ở Continental và buổi trưa nào hắn cũng thường ra đây. Ngoài khả năng ưu tú giết người bằng dao và súng như một tay thiện xạ, hắn còn là một tay chơi *tennis* và thục bi-da có hạng, lại thêm cái đức tính rất tàn nhẫn với đàn bà con gái.

Từ phòng thay áo, Tacelosky bước trở ra, đối diện với chỗ ngồi của Davis. Hắn to lớn, gọn gàng trong bộ quần áo trắng ngắn, da mặt đỏ gay vì rượu và nắng. Hắn chạy lại, tống mạnh vào vai Davis, giọng ồn ào và thân ái:

– Tưởng đi Djakarta từ hồi nào, sao Martin ở Hồng Kông lại nói với tôi như thế.

Davis đứng cạnh Tacelosky thật tương phản. Anh cho biết cũng sẽ đi Djakarta vào đầu tuần tới. Vừa lúc đó người đàn bà cũng trở ra, chân thẳng dài và những bước đi nhẹ. Thay cho những lời chào nàng chỉ mỉm cười, mắt nồng nàn đáp lại những cái nhìn nóng bỏng thèm khát. Đi với một đàn ông Tây phương, người đàn bà phải tự kéo ghế ngồi là điều trông rất chướng. Tacelosky như không mấy quan tâm tới điều đó, và sự hiện diện của người đàn bà hắn coi như không có. Hắn vẫn thản nhiên nói chuyện với Davis bằng tiếng Pháp, âm thanh rất nặng và có vẻ lai Đức. Tacelosky có bề ngoài thật chải chuốt, da mặt thì dày cộm lún lỗ và không gợi một cảm giác, bù lại hắn có một cặp môi dày chứa đầy vẻ tham lam nhục cảm, điểm thêm chút râu mép trông thật xấc xược. Không cần được mời hắn tự động ngồi chung bàn, gọi thêm rượu và những món ăn. Như thường lệ, tôi chỉ uống một *cognac soda* loãng. Davis uống rượu chát, còn Tacelosky thì uống *whisky* như nước lã.

– Ông bà mục sư có hỏi thăm anh, ông có nhận được cuốn sách anh gửi cho nhưng xem ra có nhiều điều ông ta có vẻ không đồng ý nhất là quan điểm anh đưa ra về vấn đề cao nguyên. Với một tên *salaud* như tướng Thuyết, không thể đặt ra vấn đề giao ước và luân lý. Chắc anh cũng biết hắn lại vừa giải giới mấy đại đội CIDG – Dân sự Chiến đấu Thượng tại một trại LLĐB gần Đà Nẵng, sát nhập vào Địa phương quân nhưng tụi Thượng không chịu bỏ trốn gần hết. Nếu chúng ta không tìm cách ngấm ngầm giúp thì tụi nó biến thành Thượng cộng hết rồi còn gì. Tại sao Sài Gòn còn chần chờ gì mà không chịu tống thải hắn, một tên tướng bất tài ngu dốt lại kiêu căng kiểu quan lại của nhà vua. Mồm mép chống cộng nhưng thối nát thì không ai bằng, bao nhiêu đồ viện trợ giao xuống cũng mất hết không sao tới tay được bọn Mọi. Còn những tiểu đoàn lính và thiết giáp chẳng bao giờ thấy hành quân lần nào, tất cả ở lại thị xã để canh giữ bảo vệ cho cái tổng hành dinh vững như một pháo đài của hắn. Đã thế hắn còn tìm mọi cách gây khó dễ cho binh lính Mỹ, kể cả ông mục sư Denman. Cũng may là hắn bị tống cổ ra vùng hỏa tuyến, nếu không là Phật giáo thì cộng sản cũng sẽ tiêu diệt hắn.

Tôi không ngờ khi nhắc tới tướng Thuyết, Tacelosky đã nguyền rủa ông một cách thậm tệ. Davis có vẻ ngượng với tôi về ngôn ngữ của một người bạn như vậy. Vẫn bằng sự bình thản và dí dỏm rất Đông phương, Davis bảo đùa:

– Tướng Thuyết sẽ không bị tiêu diệt vì thanh thế của ông đang lên và có hy vọng trở thành Tổng thống.

Câu nói đùa của Davis gây nơi viên Trung tá nhiều giận dữ:

— Nếu vậy, người Mỹ chúng ta nên ký nhượng miền Nam này cho bọn cộng sản trước khỏi cần phải đổ máu các thanh niên và mất công chiến đấu.

Như một tình cờ, Davis nói ra một nhận xét với tên Trung tá:

— Có một điều kể cũng lạ, tôi chưa từng nghe một viên chức Mỹ nào, kể cả ông mục sư Denman mà lại nói tốt cho đồng minh Việt Nam của họ ở cao nguyên. Mục tiêu chỉ trích gay gắt nhất vẫn là tướng Thuyết với đám sĩ quan tùy viên của ông. Với tướng Trị sau đó, hình như tình thế có đổi khác?

— Anh có biết sao không, chỉ những bọn bất lực thối nát trên toàn quốc mới được gửi lên cao nguyên, đó là một biện pháp hành chánh đầy ải để thay thế cho những hình phạt của tòa án. Và lúc này tôi mới hiểu tại sao chương trình thất bại sau nhiều tháng giao vào tay bọn nó. Đúng là một lũ lười biếng, chỉ biết ăn cắp và phản trắc, khác hẳn với bọn Thượng tuy ngu dốt nhưng lại rất dễ bảo và chất phác. Theo tôi, thối nát với Á châu đã trở thành một truyền thống vô phương cứu chữa, nếu người Mỹ không tự giành lấy quyền trách nhiệm và lãnh đạo thì không mấy chốc xứ sở này rơi vào tay cộng sản. Đến bao giờ tòa Đại sứ và bọn tướng lãnh Mỹ của chúng ta ở đây mới bắt đầu hiểu lần hồi cái vô ích của những cam kết ràng buộc với Sài Gòn trong khi phải đương đầu với những khó khăn của một trận chiến tranh du kích vô quy ước như hiện tại. Với tầm quan trọng chiến lược của một xứ như cao nguyên, một ngã ba của biên giới, một bàn đạp xuống miền Cửu Long châu thổ và khắp vùng duyên hải; an ninh và quyền điều khiển trên đó phải được giao trọn vẹn vào tay chúng ta. Tôi có thể quả quyết rằng một xứ cao nguyên không có bọn người Việt, chỉ với những lính Thượng và các toán lính Mũ Xanh, sẽ không còn bóng dáng một tên cộng sản.

Ở ngôn ngữ và con người hắn, người ta dễ dàng nhận thấy hiện nguyên hình bản chất của một tên da trắng phiêu lưu của thế kỷ 19. Hắn có thủ đoạn thật đáng sợ và không mấy quan tâm giấu giếm. Davis nhận thấy Tacelosky như một chất xúc tác để tình thế có những chuyển động và sự có mặt của hắn trên cao nguyên gần đây chắc chắn sẽ đưa tới những sắp đặt và các biến cố mới.

– Chỉ được quyền cố vấn và tự do nhận lãnh những hậu quả của thất bại, chúng ta không thể nào chấp nhận được những điều kiện làm việc như thế. Hơn nữa danh dự quân đội và cả nước Mỹ đã gắn liền vào các biến chuyển tại đây, chúng ta không thể sa lầy và thất bại, vả lại hai chữ đó không có trong bọn lính Mũ Xanh chúng tôi.

Talelosky vẫn đổ rượu vào đầy ly và nốc cạn liên tiếp. Người đàn bà can gián, nũng nịu gỡ chiếc ly còn đầy ắp rượu kẹp cứng trong tay hắn. Hắn ôm nàng vào lòng và cúi xuống hôn sâu trên môi. Người đàn bà khứng chịu, với đôi chút chiếu lệ phản kháng. Lần đầu tiên hắn quan tâm tới sự có mặt của tôi khi hắn xoay chiều câu chuyện qua hội họa:

– Nếu bạn của anh muốn vẽ tranh khỏa thân thì tôi bảo đảm là nàng có một thân hình tuyệt mỹ.

Mặt người đàn bà ngượng đỏ lên vì lối nói sống sượng của hắn. Như một tay chơi lão luyện, hắn giải thích cái triết lý thích gái Á châu của mình:

– Em không kiêu hãnh về nhan sắc của mình sao? Cái quyến rũ của gái Á châu có lẽ ở ngay nơi tính cả thẹn đó. Không phải là không tìm được cái đẹp trong số đàn bà Mỹ nhưng gái ở đây tôi thấy có một cái gì quyến rũ lạ lắm.

Davis bảo đùa cái lạ đó là nơi khẩu vị thích đổi thay, cái *goût exotique* của hắn. Đột ngột Tacelosky quay sang hỏi vặn Davis:

– Nhà báo Mỹ các ông sẽ viết sao về bọn vô ơn cái gì cũng ngửa tay xin ăn mà vẫn biểu tình đốt xe đòi hòa bình và đuổi chúng ta về Mỹ. *War Fuck Peace*, chưa khi nào mà giới lãnh đạo Mỹ lại yếu đuối đến như vậy. Đường lối mệnh danh là dân chủ hiện giờ chứng tỏ họ chẳng hiểu một chút gì truyền thống cai trị của các dân tộc Á châu. Chỉ có sức mạnh và trừng phạt khiếp sợ mới thống trị được họ. Các dòng vua chúa tồn tại lâu đời trong lịch sử Trung Hoa đều thấu rõ điều đó. Chính sách hiện tại của Mao Trạch Đông cũng chỉ là một biến thái nhưng không ra ngoài cái triết lý sức mạnh này.

Với những người như Tacelosky, bây giờ tôi mới hiểu phần nào lý do khiến tướng Thuyết phải nổi giận và có những phản ứng đến mức được coi là mù quáng và quá khích. Bản tính ông Tướng vốn không quen chịu được những yêu sách quá đà, ngay với đám sinh viên tranh đấu ngoài Huế.

Buổi tối, nhà văn tự lái xe tới đón tôi ở tòa soạn. Ông cho biết tướng Thuyết muốn gặp tôi vì mối cảm tình sẵn có từ những bài báo tôi viết về cao nguyên. Gặp nhà văn, tôi nhắc tới bài diễn văn tuyệt hảo của ông Tướng đọc trên đài phát thanh hôm qua và tỏ ý ca ngợi ông đó là một kỳ công của ngôn ngữ. Lần đầu tiên nhà văn từ chối cái vinh hạnh đó. Ông bảo tiểu xảo chữ nghĩa chẳng thể tạo được những áng văn hay, điều quan trọng là ngòi bút phải có lửa mà cái đó chỉ có trong lớp người trẻ đang đi tới. Thực sự chính cái *brain trust* đã thảo bài diễn văn vừa qua cho ông Tướng, phần của tôi không quá giới hạn là sự góp ý. Nhà văn kiêu hãnh nói với tôi:

– Để rồi anh coi bọn trẻ đó khá lắm, phải cái chịu ảnh hưởng nặng của thứ dân chủ Mỹ.

Tôi nhớ lại những số báo đen vẫn nhận được đều đặn ở tòa soạn qua đường bưu điện mà không rõ xuất xứ. Tôi đồng ý với nhà văn về một ảnh hưởng nặng nề của Mỹ trên lớp người trẻ này. Đài VOA chấm dứt bản tin buổi tối, tiếp theo phần nhạc chuyển mục là cuộc phỏng vấn các lãnh tụ sinh viên Việt Nam đang có mặt ở Hoa Thịnh Đốn. Bốn sinh viên của bác sĩ Ross đã tới Mỹ, khởi đầu một cuộc hành trình dài băng qua khắp các tiểu bang và những *campus* đại học. Lại vẫn mấy giọng hùng hồn và quen thuộc bênh vực sự can thiệp của quân đội Mỹ vào chiến trường miền Nam và sự gia tăng oanh kích miền Bắc. Tôi nhấn nút đổi sang chương trình nhạc của băng FM buổi tối. Nhà văn thắc mắc quay sang hỏi tôi:

– Họ sang Mỹ hồi nào mà tôi không nghe nói?

– Tôi có gặp họ cách đây ít hôm ở Thông tin với bác sĩ Ross. Không chuyện gì mà thiếu bàn tay ông ta.

– Giáo sư Ross cũng là bạn rất thân của tướng Thuyết nhưng xem chừng có rạn nứt khi hai ông đụng nhau về vấn đề cao nguyên. À, tôi nghe nói sắp có ba sinh viên Thượng được bác sĩ Ross cho du học năm năm ở Mỹ mà không cần qua Hội đồng Du học Việt Nam.

Tôi đưa ra một nhận định với nhà văn:

– Không có chức vụ gì chính thức nhưng xem ra không có chuyện gì mà lại không qua tay ổng.

Nhà văn trầm ngâm nói trước tay lái:

– Theo tôi ông Diệm đã can đảm và có lý khi có một chánh sách cứng rắn đối với ông ta, nhất là sau vụ dính dấp tới các biến động trên cao nguyên.

Đoạn đường tới tư dinh ông Tướng bị những người lính và hàng rào dây kẽm gai phong tỏa. Nhà văn cho xe chạy chậm lại. Người lính Dù khom lưng nhìn vào xe nhận ra nhà văn, hắn lễ độ chào tay và mời xe đi qua. Tôi lại nghĩ tới những chỉ trích của báo chí Mỹ với tướng Thuyết khi ông còn tại vị trên cao nguyên: tổng hành dinh của ông lúc nào cũng như một pháo đài kiên cố được yểm trợ bởi những phương tiện quân sự ưu tú nhất. Ở một giới hạn nào đó điều này có lẽ đúng ngay với tư dinh của ông ở thủ đô. Khu biệt thự thật sang trọng, ngăn cách với bên ngoài bởi những tấm cót và hàng rào cây xanh. Hôm nay ông Tướng ăn mặc thường phục, ông không còn cái vẻ hùng dũng của một võ tướng mà trái lại hiền lành như một con hổ bị lột da. Gặp lại nhà văn, tướng Thuyết có vẻ mừng rỡ, ông cũng vui vẻ bắt tay tôi và ngợi khen những ý kiến xây dựng trong các bài báo. Ông bảo:

– Tình hình trên toàn quốc dần dần trở lại khả quan, tôi đã ra lệnh nới tay với các phong trào tranh đấu nhất là ở Huế. Bắt đầu từ sáng nay, lực lượng Cảnh sát Dã chiến rút vô Đà Nẵng, tôi cũng đang can thiệp với chánh phủ chấm dứt biện pháp bảo vệ với thầy Pháp Viên, miễn sao thầy không trở lại ngoài đó.

Rồi ông Tướng tỏ vẻ thanh minh cho việc làm đã qua của mình. Ông bảo, ở địa vị chánh quyền, bổn phận của ông phải đem lại an ninh và trật tự công cộng nhưng ước vọng của ông vẫn là mong tiến tới một thể chế thật sự dân chủ. Riêng với nhà sư Pháp Viên, ông Tướng vẫn mang lòng cảm phục và ở thế kẹt với trung ương, ông không thể làm khác hơn. Tôi cũng gặp lại viên Trung tá trưởng phòng Năm và Thiếu tá Y Ksor vừa ở cao nguyên xuống. Xem ra tướng Thuyết vẫn còn nhiều ảnh hưởng với cấp thuộc hạ của mình. Hướng về Y Ksor, ông Tướng bảo:

– Tôi đang làm áp lực đề nghị với trung ương nâng Nha Thượng vụ lên ngang hàng một Bộ trong chánh phủ, có thể ông Y Ksor sẽ trách nhiệm giữ Bộ đó.

Y Ksor chỉ biết tỏ vẻ thần phục. Hướng về viên Trung tá phòng Năm, tướng Thuyết hỏi giọng nóng nảy:

– Sao ông Trung tá, trên đó làm ăn sao mà để tụi nó chặn cướp xe đò và giết chết hành khách luôn như vậy? Còn sự thật về vụ Địa phương quân Thượng mới đây giết hai người lính Việt Nam và kéo cả đại đội với khí giới trốn sang Cao Miên là sao? Ông tướng Trị làm ăn gì mà kỳ vậy?

Viên Trung tá xác nhận tin trên và giải thích nguồn gốc là từ những toán Dân sự Chiến đấu Thượng nuôi dưỡng bởi các lính Mũ Xanh Mỹ. Ông Tướng không tránh được vẻ giận dữ nói:

– Cách đây hai năm tôi đã nói điều đó với chánh phủ Sài Gòn là phải giải giới hết bọn nó để tiến tới một quân lực với bộ Tư lệnh Việt Nam duy nhất.

Mắt ông Tướng giận long lên, ông hẹn sẽ gặp lại họ ngày mai trước khi những người này trở lại cao nguyên. Khi Y Ksor và viên Trung tá đi khỏi, nét mặt ông Tướng dịu hẳn xuống. Nhà văn đã làm vui tướng Thuyết đúng lúc khi nhắc tới dư luận tốt về bài diễn văn truyền thanh hôm qua. Ông Tướng cười và quên đi những khó khăn khi nãy. Bàn ăn xếp cho mười hai người, bên phải ông Tướng là nhà văn, tôi ngồi tiếp sau đó. Những người còn lại đều rất trẻ, được coi là thành phần cốt cán trong bộ tham mưu ông Tướng. Lại vẫn ông giáo sư luật khoa, một sĩ quan Hải quân cấp tá, hai đại úy thuộc bộ Tổng tham mưu, một Ph.D. về khoa xã hội, một nhà báo, hai chuyên viên và đặc biệt có thêm một lãnh tụ sinh viên. Tướng Thuyết có thái độ hòa mình dễ dãi. Lớp người trẻ thì không mặc cảm nên lối nói chuyện khá tự do. Nhà xã hội học nói về sự thiết yếu phải có một *Social Justice* trong cuộc cách mạng. Nhà báo nhận định rất xác đáng về nỗi hoang mang của người dân khi cảm thấy mất cái *Identity*, căn cước để hiện diện và sống với người khác. Viên sĩ quan trẻ đề cập tới triết lý của cuộc cách mạng quân đội qua kinh nghiệm bên Trung Đông của Nasser mà mỗi người lính trong tương lai phải là một cán bộ chánh trị, một nhà giáo dục và sản xuất canh tác. Gã sinh viên thì tích cực tấn công chỉ trích nền móng giáo dục hiện tại, đòi có cải tổ đại học để đi tới xây dựng những nấc thang giá trị mới. Mọi tranh luận đều hướng về ông Tướng để khiến ông hiểu rằng đã đến lúc phải trao quyền lãnh đạo vào tay lớp người trẻ nếu muốn có một xã hội canh tân trong tương lai.

CHƯƠNG MƯỜI SÁU

Một ngày như những ngày khác, buổi sáng thường lệ tôi tới tòa soạn cắt xén làm tin cho trang nhất lên khuôn buổi chiều. Nhưng sáng nay dậy muộn, có lẽ vì lượng rượu uống ở nhà tướng Thuyết đêm qua. Tôi không lên ngay tòa soạn mà lại rẽ vào một quán nước đầu ngõ. Vẫn những khuôn mặt lem luốc của đám thợ in thợ máy. Cả gã thương binh cụt hai chân cũng có mặt ở đó. Họ đang bàn tán về những cuộc biểu tình cùng mưu toan sắp tới của những lãnh tụ Phật giáo. Tên tuổi nhà sư Pháp Viên luôn luôn được nhắc tới, cùng những nhận định về ông hết sức là mâu thuẫn. Câu chuyện còn xoay quanh một vụ nổ của một khách sạn Mỹ trong Chợ Lớn. Tiếng nổ dữ dội lúc về sáng làm rung chuyển nhiều khu phố. Một gã thợ máy đưa tầm mắt qua đường nhìn tầng lầu bin-đinh lên tiếng:

— Tụi Mỹ còn ở đó có ngày bọn mình lãnh đủ.

Cô chủ quán coi bộ dị đoan sợ hãi về mấy cái miệng đàn ông nói gở, cô Tám ngúng nguẩy bỏ vào, chiếc áo ni lông bó

chẽn từng mảng hồng hào da thịt khêu gợi đến nỗi anh nhà
văn phải kêu lên đó là những kiến nghị sống. Cơn dục vọng
thường chỉ tới với tôi trong những phút mệt nhọc của thân
thể. Tôi đã ngủ muộn đêm qua, rượu vẫn còn lưu lại những
cảm giác váng vất. Tôi uể oải trở lên tòa soạn, mới gặp ngay
tôi, ông chủ nhiệm đã lên tiếng ngầy ngà:

– Suốt buổi tối hôm qua anh ở đâu?

Ông chủ nhiệm cho rằng tôi đã không về nhà đêm qua,
nhưng đó không phải là một câu hỏi thuận lý. Tôi thấy mình
xẵng giọng nhưng vẫn trả lời bình tĩnh:

– Tôi thì vẫn ngủ nhà, buổi sáng họp báo trong Tổng
tham mưu, tối đi dự ăn ở nhà tướng Thuyết. Mà sao, có
chuyện gì không ông chủ nhiệm?

Trong cách nhìn của người thư ký và ánh mắt lo âu của
ông, tôi linh cảm thấy một sự gì bất thường sẽ xảy tới. Hay
là chuyện đóng cửa báo, chỉ có đó là vấn đề trọng đại và
có ý nghĩa sinh tử của nhiều người. Đó là thứ lưỡi gươm
Damoclès treo trên sợi chỉ mành mà bất cứ lúc nào cũng có
thể chém phập xuống cổ người làm báo.

– Lại có cảnh cáo đóng cửa báo nữa sao ông chủ nhiệm?

– Không phải vậy. Đe dọa đó coi như tạm qua luôn. Mà
tôi hỏi thật anh ngoài chuyện làm báo anh còn hoạt động gì
khác?

– Có, trước kia và ngay cả hiện giờ thỉnh thoảng tôi vẫn
vẽ. Biết rồi mà sao ông chủ nhiệm còn hỏi tôi như vậy?

Không nói gì thêm ngoài cái vẻ mặt ái ngại, ông chủ
nhiệm lẳng lặng trao cho tôi một trát gọi có đóng triện son đỏ
chót. Một phút bàng hoàng cả người nhưng tôi trấn tĩnh được
ngay sau đó. Giấy của Cục An ninh Quân đội gọi đích danh
tôi phải trình diện khẩn cấp mà lý do sẽ cho biết sau. Trong
một chốc lát tôi hồi tưởng lại biết bao nhiêu mối liên hệ và
những công việc đã làm nhưng không gợi nên được một nghi
vấn. Cô thư ký còn cho biết từ sáng sớm có hai xe Jeep trắng

mang số ẩn tế và những người lính an ninh mặc thường phục ập vào tòa soạn lùng kiếm tôi. Không tìm ra tôi, họ lấy lời khai của các nhân viên và nhiều địa chỉ và yêu cầu ông chủ nhiệm bằng mọi cách phải liên lạc với tôi. Ở tình cảnh này ông tỏ ra rất lo ngại và quan tâm tới những khó khăn mới của tôi. Bằng tất cả sự trầm tĩnh và kinh nghiệm, ông xuống giọng ân cần hỏi tôi:

– Anh thử nhớ kỹ lại coi, trong các liên lạc giao tiếp, anh có dính dấp chánh trị với ai không, chứ theo tôi đây là một vụ nghiêm trọng trên cả báo chí. Tôi chắc họ cũng đã thả người phong tỏa chỗ anh ở. Bây giờ anh chưa lọt vào tay họ phải kể là còn may mắn. Tôi khuyên anh hãy tạm lánh đi để tôi có đủ thời giờ dò cho ra nguyên nhân đã, vì khi đã kẹt vào đó mọi chuyện xoay gỡ ra sẽ trở nên rất khó.

Đến lúc này tôi có thể phỏng chừng là những dòng chữ về cao nguyên đã gây rắc rối cho tôi. Chính vì sự dao động thái quá của ông chủ nhiệm khiến tôi lại phải trấn an ông. Tôi quả quyết rằng không có một hành động nào của tôi lại có thể đưa tới vòng lao lý bất hợp pháp. Còn những dính líu tiếp xúc thì với tính cách một nhà báo tôi có quyền gặp gỡ bất cứ ai, từ ông linh mục tới nhà sư, từ hàng ngũ tướng lãnh tới các thành phần chống đối chánh phủ. Điều đó không thể nào tạo nên một tội trạng. Tôi cũng giảm đi e ngại khi cho rằng cuộc gặp gỡ công khai với một ông Tướng Cục trưởng như vậy là điều đáng mong ước hơn những vụ bắt bớ tối tăm bởi các bàn tay hung bạo vô trách nhiệm từ cấp dưới. Và tôi bình thản tự quyết định sẽ ra trình diện sớm sau khi giao ước với tòa báo khoảng thời gian sau sáu tiếng kể như tôi đã bị bắt giữ. Tôi cũng giao số điện thoại của Nguyện cho cô thư ký nhờ báo tin tôi đi Trung vào ngày mai, trong thâm tâm tôi không muốn Nguyện phải lo âu vì những khó khăn không đâu như vậy. Tôi cũng ngạc nhiên là ở giây phút mong manh này chỉ có một điều tôi nghĩ tới là Nguyện.

Và buổi chiều cùng ngày, tôi đã có mặt trở lại tòa soạn với rất nhiều nỗi vui mừng của ông chủ nhiệm và các bạn đồng sự. Và không đúng như tôi dự đoán là nguyên nhân từ vụ cao nguyên, nhưng đó là hậu quả dắt dây của bài báo năm ngàn chữ về nhà sư Pháp Viên mà tôi đã dành cho Davis. Những dòng chữ chỉ trích quân đội của nhà sư đã gây nhiều phản ứng tức giận nơi một vài tướng lãnh. Đó là lý lẽ của cuộc gặp gỡ dằn mặt sau đó với khung cảnh có nhiều vẻ bất thường và hăm dọa. Sau vụ đàn áp Phật giáo thành công, ông An ninh được vinh thăng lên tướng. Ông ném bản *photocopy* của tập *télétype* từ tòa báo Davis đánh đi lên giữa mặt kính. Sẵn trên mặt phẳng đó là một khẩu Smith Wesson và một khẩu 6.35 dằn trên một chồng những đồng bạc Mỹ kim mới. Khi cương khi nhu, nhưng lời buộc tội của ông thì hàm hồ, lên án báo chí đâm sau lưng quân đội và cá nhân tôi bị coi như một phát ngôn đắc lực của nhà sư Pháp Viên. Đó chính là điều mà tôi bị ông cay ghét. Tôi hiểu rằng sau chuyến bị dẫn độ vào Sài Gòn, nhà sư bị hoàn toàn cô lập và chánh quyền muốn tên tuổi ông phải bị quên lãng trong trí nhớ quần chúng. Phải nhận rằng nhà cầm quyền còn rất e ngại uy thế tinh thần của ông. Hành động của tôi như một đòn nặng trên chánh sách của nhà nước và có thể làm rung chuyển dư luận bên châu Mỹ. Một lần nữa tôi lại phải nghe ông Tướng Cục trưởng không ở trong nghề chỉ dẫn đường hướng và cách thức làm báo. Điều đó cũng trớ trêu như tôi làm cố vấn an ninh cho ông. Nhưng có điều sau chuyến gặp gỡ chín mươi sáu phút với ông tướng ở Cục An ninh, tôi bớt thành kiến và có cảm tình với ông ta hơn. Đó là một mẫu người xô bồ và rất liều lĩnh nhưng thẳng thắn và bộc trực ngay cả với đối thủ của mình. Ở tôi sự cứng rắn đương đầu coi bộ kích thích sự kiêu căng sẵn có nơi ông và ông Tướng có vẻ khoái chí. Ông thiếu cái lì lợm nham hiểm của nghề như tôi tưởng. Cũng vì vậy tôi tự cho là may mắn được bước vào bằng cửa chính gặp đích danh ông.

Họa vô đơn chí, sáng hôm sau tôi cũng lại may mắn thoát chết bằng một đường tơ kẽ tóc. Cộng sản bảo tấn công người Mỹ nhưng không một người Mỹ nào bị thương tích và tòa cao ốc phía trước tòa báo vẫn ngạo nghễ đứng đó, hoàn toàn vô sự. Ở những ngày khác, giờ đó tôi đang ngồi khề khà để uống ly cà phê dưới quán cô Tám. Vận mệnh nhiều khi chỉ phụ thuộc vào biến đổi của một chút thói quen, một ly cà phê sữa buổi sáng. Được tin Nguyện hốt hoảng lái xe tới tòa soạn tìm tôi trong khi mọi ngả đường còn bị phong tỏa. Đám phóng viên nhiếp ảnh như đám kên kên xúm vào đống xác chết. Nguyện mừng tủi khi gặp lại tôi và ôm hôn say đắm. Vừa qua cơn kích động, tôi bị mất phản ứng, ngực còn bị dồn tức vì sức ép. Đầy vẻ lo âu, Nguyện hỏi tôi:

– Anh có sao không, để Nguyện đưa anh về nhà. Anh cần nghỉ ngơi ít hôm còn đi Huế với em chứ.

Tôi cảm động bảo Nguyện:

– Không sao đâu, anh có thể đi với em cho tới suốt buổi tối.

Nguyện thắc mắc hỏi tôi:

– Làm gì mà anh bị gọi lên Tổng cục An ninh?

Tôi ngạc nhiên tại sao Nguyện lại có thể biết, Nguyện cười:

– Anh làm gì mà Nguyện không biết, sao anh nói dối với Nguyện là anh đi Trung, anh không muốn được em lo cho anh sao?

Câu trách âu yếm của Nguyện khiến tôi quên đi những tình cảm bận rộn về đời sống riêng tư của nàng. Nguyện được nhắc tới với nhiều ghen tức và thèm muốn. Nàng là một cần thiết cho nhiều người và thảm hại là người đàn ông nào cũng cảm thấy một đặc ân mà người đàn bà dành riêng cho mình. Trước mắt tôi bây giờ là một người đàn bà hiền thục với giọng nói còn nguyên trong sáng. Không một điều gì có thể làm vẩn đục những ý nghĩ của tôi về Nguyện. Nàng bảo tôi:

— Anh Triết ạ, em có ý nghĩ sẽ ra thăm Huế. Tết này anh và Nguyện ra đó trước. Nguyện muốn đưa anh về Vỹ Dạ sống những ngày con gái ở đó.

Giọng Nguyện trở nên xa vắng:

— Ở một tuổi nào đó mình bắt đầu thấy có những gì để mất đi như một giấc mơ.

Tôi bảo Nguyện ở tình trạng này tôi muốn thôi làm báo và có thể sẽ ra Huế nhận dạy trường Mỹ thuật ngoài đó. Tôi cũng đang cần sự yên tĩnh và hy vọng vẽ trở lại:

— Anh khỏi lo, nhà Nguyện ở Vỹ Dạ có vườn cây rộng bên bờ sông, buổi chiều chỉ còn nghe tiếng gió lướt trên những ngọn sóng.

Người đàn bà mang rất nhiều kỷ niệm về quá khứ tuổi thơ và quê hương mình. Tôi tưởng tượng tới những cơn gió làm nhăn mặt sóng và lùa qua những mái tóc. Nghĩ tới những biến động ngoài đó tôi hoài nghi bảo nàng:

— Lâu em không về, Huế đã có rất nhiều biến đổi. Huế của tranh đấu cách mạng chứ không còn thầm lặng như xưa nữa.

— Theo em đó chỉ là những sôi nổi nhất thời mà nhà báo thì bị lôi cuốn vào những ồn ào biến cố. Còn bộ mặt thật Huế là ở những nơi khác, sau những hàng giậu xanh yên ngủ trầm tĩnh như tâm hồn một người đàn ông rất Huế.

Tôi mỉm cười với ý nghĩ về người đàn ông rất Huế của Nguyện. Nguyện cho biết nàng đã về bộ Ngoại giao và có thể làm phụ tá đặc biệt cho ông Ủy viên một thời gian. Nguyện sống hồn nhiên và quen thuộc với những đổi dời. Con chim sơn ca phải được bay cao và cất tiếng ca hót. Nguyện nhất định lái xe đưa tôi về nhà, không phản đối nhưng tôi đề nghị ghé qua tòa soạn của Davis trước. Davis không có đó, viên thư ký cho biết anh đang có mặt trên hãng thông tấn AP và sẽ trở lại ngay sau đó. Phút hội ngộ thật hồn nhiên, chính Davis hoàn toàn chưa biết những gì xảy ra, riêng tôi cũng không muốn nhắc lại một chuyện cũ. Không cần phải giới thiệu Nguyện với Davis, hai người đã nhiều lần gặp nhau ở bộ Ngoại giao và có những liên hệ quen biết. Nguyện không uống rượu, quen ý Davis vẫn pha cho tôi một *cognac soda* còn riêng anh thì *Whisky* sec. Căn phòng nhỏ ấm cúng, một nửa tấm bản đồ yên vị trên nền tường trắng muốt. Davis vừa đi Tokyo hai hôm. Sự di chuyển đối với nhà báo được coi như một lối sống. Hướng về phía Nguyện, Davis nói:

— Ở Tokyo tôi có ăn cơm với ông Đại sứ và hỏi thăm cô thì được biết cô đã trở lại Sài Gòn và làm phụ tá văn hóa ở Bộ.

— Cũng chưa có gì rõ rệt, vả lại làm ngoại giao tôi không muốn phải sống mãi một nơi, nhất đó lại là Việt Nam.

Câu nói của Nguyện khiến cả tôi và Davis cùng cười. Nếp sống của nàng như không ăn nhập gì tới vẻ đẹp thuần hậu Á Đông trên khuôn mặt ấy nữa. Như sực nhớ ra điều gì, Davis bảo tôi:

— À, tôi có gặp cả Kux nữa. Kux bảo có lần nói chuyện nghe anh thích Malraux nên hắn gửi tặng cuốn *Anti-memoirs* bản tiếng Anh vừa xuất bản.

Tôi cầm cuốn sách từ tay Davis và giở tới dòng chữ của một trang cuối. Tôi có thói quen khởi đầu cuốn sách bằng một trang cuối như vậy. Vừa lúc đó thì bác sĩ Ross tới, to lớn vui vẻ và ồn ào như một cơn gió ùa tới. Mới về Mỹ ông đã lại trở qua Việt Nam, không hiểu vì lý do nào sáu tháng nghỉ hè của ông bị hủy bỏ. Hiện giờ thì ông vô cùng bận rộn để giúp ông Giáo dục mở rộng phong trào thanh niên sinh viên hướng về nông thôn. Ross tự mở tủ lạnh lấy bia uống. Ross nói đột ngột như một khám phá:

— Phải công nhận rằng hệ thống phòng thủ các chung cư Mỹ chu đáo hết chỗ nói. Có chứng kiến hậu quả vụ nổ sáng nay mới thấy.

Davis vội vã hỏi:

– Lại nổ ở đâu? Ở trong phòng lạnh chỉ thấy rung cửa kính.

– Chỗ chung cư lớn nhất mới xây ở đường Phạm Ngũ Lão, cái hay là không một người Mỹ nào bị thương dù bọn khủng bố tấn công bằng lối cảm tử với hàng mấy chục kí lô *plastic*.

Nguyện ngạc nhiên nhìn tôi vẫn ngồi yên lặng, nhưng Davis khi nghe tên khu phố vội quay ra hỏi tôi:

– Hình như tòa báo anh ở đường đó. Triết, anh không biết tin gì hết sao?

– Thì ngay trước tòa soạn, giữa lúc nổ tôi đang điện thoại bị xô văng ra khỏi ghế, tôi chỉ bị sức ép và sây sát vì đầu nhọn của những mảnh kính vỡ.

Câu chuyện xoay quanh vào những chi tiết tổn thất, những lý luận và giả thiết sau đó. Ross nhìn qua những ô cửa kính trong suốt, giọng trách móc Davis:

– Tôi đã nhiều lần bảo anh cho người dán băng keo lên những tấm gương, các vụ nổ thường trở thành nguy hiểm vì thế.

Davis cười, cái cười nửa miệng của một người bình tĩnh có kinh nghiệm với những phút nguy biến, Davis nói:

– Ở một tầng lầu năm thế này, nguy hiểm là khi nào tụi nó dùng tới hỏa tiễn.

Tất cả đều cười, vô tâm và bình thản. Tai nạn chiến tranh đã trở thành một cái gì thường nhật trong lối sống. Không còn ai để nhiều quan tâm vô đó nữa. Davis hỏi Ross về tin tức phái đoàn sinh viên giải độc ở Mỹ, bác sĩ Ross giọng phấn khởi nói:

– Thành công rực rỡ, không ngờ tụi nó khá như vậy. Chỉ gặp đôi chút khó khăn khi bị nghi ky là người của chánh phủ nhưng sau đó mọi sự trôi chảy như trên một bánh xe. Vả lại anh cũng biết, các giáo sư sinh viên và cả dân chúng Mỹ đều không biết tí gì về bên này, bởi vậy mọi dư luận phải được điều kiện hóa. Tôi cũng đang định thu xếp cho tụi nó làm một *tour* Âu châu sau khi rời Mỹ, đó cũng là một cách thưởng công cho tụi nó.

Tôi hỏi Ross về chuyện học hành của hai sinh viên Thượng vừa được ông đỡ đầu cho du học tại Mỹ. Có điều lạ là đa số học sinh Thượng đều muốn bỏ học đi Biệt kích cho Mỹ hoặc qua Cam Bốt theo phe khởi nghĩa.

Ngẫm nghĩ một lát, Ross giọng trầm ngâm nhắc lại một quan điểm của ông mục sư:

– Hãy trả cho César cái gì của César, tôi sợ rằng việc giao trả quyền tự trị cho các sắc dân thiểu số là điều không thể tránh được. Điều quan trọng là không để phí phạm thêm nhiều xương máu.

Bác sĩ Ross đã nhắc lại nhiều lần cái ngày không thể tránh được ấy, *"The Inevitable Day."* Ông bảo người Việt thường tỏ ra rất nhậy cảm về vấn đề chủng tộc nhưng tại sao họ chưa ý thức được cái sẽ đến và phải đến đó. Sau một chuyến đi dài, Davis hỏi lại chỗ ở của bác sĩ Ross:

– Sao anh còn ở ngôi biệt thự Duy Tân chứ? Có lần tôi tới chỉ gặp toàn các lãnh tụ sinh viên.

Ross hóm hỉnh nhe răng cười, giơ tay làm một cử chỉ nói với Davis:

– Tôi mới mượn thêm một vi-la tuyệt đẹp ở Hiền Vương, hôm nào mấy anh lại chơi: có sân quần vợt và cả *piscine* tắm nắng nữa. Tôi để cái ở Duy Tân cho những người trẻ làm nơi gặp gỡ. Các Thanh niên Chí nguyện về Sài Gòn công tác tôi cũng cho ở đấy nữa. À, chiều nay tôi có một *cocktail* mời một số nhà văn Việt Nam để giới thiệu họ với nữ sĩ Beko, tân tùy viên văn hóa tòa Đại sứ. Cô Nguyện chắc là tháp tùng ông Ngoại giao còn ông họa sĩ và anh Davis thì riêng tôi mời tới đó.

Không cần đợi một xác nhận, bác sĩ Ross xoay qua hỏi tôi về nhà văn Đào Khiêm và Hồ Lãm. Tôi liên tưởng tới

Hiệp hội Nhà văn Tự do thành hình nay mai với bàn tay sắp đặt của Ross.

— Hãy hỏi tôi cái gì thuộc về hội họa, còn hai nhà văn kia tôi có nghe tiếng nhưng chưa đọc hết một cuốn sách nào do họ viết.

Ross tỏ ra am hiểu tường tận nhiều vấn đề trong nhiều lãnh vực, ông biết khá chính xác về hai nhà văn kia:

— Hình như cả hai đều khá nổi tiếng. Hồ Lãm là nhà văn của thế hệ bốn mươi chống cộng mạnh mẽ và đề cao vai trò lãnh đạo của giai cấp tiểu tư sản; còn Đào Khiêm là một kiện tướng lãnh đạo nhóm nhà văn trẻ với nhiều khám phá văn chương lộng lẫy. Tôi rất tiếc là vốn liếng tiếng Việt của tôi không đủ để đọc văn họ, nhưng xem ra cả hai đều chịu ảnh hưởng nhiều của văn hóa Pháp, có phải vậy không anh?

Từ khi bước chân vào nghề báo, tôi học thêm được đức tính là chịu đựng dễ dàng trong mọi trường hợp dông dài của cuộc đối thoại, nhất đó lại là với bác sĩ Ross. Tôi không thể trả lời khẳng định với ông ta một điều gì bởi những cái ông biết và điều nói ra luôn luôn có luận cứ. Bác sĩ Ross tiếp:

— Tôi đang nghĩ tới sự thiếu vắng của một tờ báo nghiên cứu như tờ Học Tập ở ngoài Bắc, tư tưởng phát biểu là những người có thực tế hành động. Còn ở trong Nam này, bộ óc ở một nơi, cánh tay lại ở một chỗ khác: cái nguy cho chính chúng ta là ở chỗ đó.

Tôi đang nghĩ tới phong trào lập thuyết ở miền Nam, tới cuốn Triết Lý Hai Cuộc Cách Mạng của tướng Thuyết và một lần nữa Ross đã suy luận không phải là sai. Khi nhận định về những người Mỹ sang đây, Davis đã có một cái nhìn thật sâu sắc: đa số không thể thích ứng, nghênh ngang vì ngu xuẩn, thiếu trí tưởng tượng và óc sáng tạo. Nhưng Ross là một thiểu số ngoại lệ vượt xa lên trên những nhận định đó.

Thuốc tê tan đi, những mũi khâu gây đau nhức, ống huyết thanh vừa chích bắt đầu có phản ứng như muốn lên cơn sốt. Trán dấp dính mồ hôi. Nguyện nhìn tôi bằng ánh mắt âu yếm lẫn lo âu. Ross uống tới chai bia thứ ba, tôi đi lại quầy rượu tự tay rót nửa ly *Scotch* nốc cạn hết. Tôi cảm thấy rõ dòng rượu chảy suốt một lồng ngực nóng. Ross từ giã mọi người để tới dạy một giờ ở ban Cử nhân Công pháp. Davis khép cửa, vui trở lại nói với tôi:

— Sao mà ông ấy ôm đồm đến như vậy, cả đến những khó khăn ở quốc hội tôi cũng thấy các nghị sĩ tới nhờ ông dàn xếp.

— Đó là một bộ óc siêu việt, nhúng tay một lúc vào nhiều việc mà không điều gì chứng tỏ bác sĩ thiếu chu đáo.

Davis mua từ Tokyo cho tôi một bộ sưu tập hội họa thế giới của Tổng thống Sokarno, ngoài cô vợ bé thật xinh đẹp, ông này còn là một tay chơi rất nghệ sĩ. Tranh và điêu khắc đủ loại, từ cổ điển tới hội họa mới trên khắp thế giới: từ nét lập thể của Picasso tới nét mơ màng của bức tranh lụa đặc biệt Việt Nam. Davis nói:

— Tại chưa được coi tranh anh chứ không ít nhất ông ta cũng giữ cho được một bức.

Khuôn mặt Nguyện mơ màng khi cười, hình ảnh nàng như xa ra sáng rỡ trên một nền tăm tối. Tôi mệt, thật sự thấm mệt và muốn được thả mình xuống nghỉ ngơi nếu không có người đàn bà ở đó. Ra tới thang máy, trong lồng tối, Nguyện níu cổ tôi xuống hôn nói:

— Anh phải nghỉ, cả hôm nay Nguyện không cho anh đi đâu, muốn ăn gì sẽ tự tay em nấu.

Tôi mệt nhưng vẫn muốn làm một cử chỉ biết ơn Nguyện. Tôi cúi hôn nhẹ trên mái tóc thơm của nàng, cử chỉ đó thay cho một câu nói như trong một giấc mơ. Tôi có ý định sẽ vẽ chân dung Nguyện, hình ảnh thoáng bắt được là một khuôn mặt sáng rỡ mơ mộng trên một nền thật tăm tối. Nguyện ở lại với tôi suốt một ngày, bàn tay thu vén của người đàn bà đem tới cho căn phòng một không khí biến đổi đầm ấm. Những nốt nhạc dịu làm nền cho tiếng cười và giọng nói trong như thủy tinh của Nguyện. Nàng không tới dự cuộc tiếp tân các nhà văn tại tư thất của bác sĩ Ross, bỏ cả bữa ăn tối đã hẹn với Davis. Chúng tôi chỉ ăn súp và uống nước trái cây. Nguyện cố dỗ cho tôi ngủ, còn nàng nằm bên tôi đọc sách đến thật khuya. Tôi chống cự cho khỏi phải thiếp đi nhưng giấc ngủ vẫn tới như một cơn mê êm ái: của một tiếng gà gáy sáng, vài tiếng chim run trong lá, của ánh sáng nên thơ qua khung cửa như rắc đầy bụi phấn, của nước mắt và giọng nói hân hoan cùng những hy vọng dừng ở đó. Hạnh phúc chỉ là nỗi mỏi mệt thức giấc khi người đàn bà đang hôn ngay trong giấc mơ của mình.

CHƯƠNG MƯỜI BẢY

Tôi không bỏ lỡ dịp để gặp và tìm hiểu thêm về tướng Thuyết khi được biết cái viễn tượng sẽ trở về cao nguyên của ông. Sau vụ chỉnh lý, như một người hùng, tướng Thuyết trở lại Đà Nẵng, ở đó ông đã đi thêm một bước nữa và thành công: các đội DSCĐ tại mấy trại LLĐB gần Đà Nẵng trên hình thức đã bị đồng hóa vào lực lượng Nghĩa quân mặc dù gặp rất nhiều khó khăn về tiếp vận do áp lực của bộ Tư lệnh Mỹ. Ở lần gặp gỡ trong Sài Gòn, tướng Thuyết đã không giấu nổi vẻ kiêu hãnh sung sướng khi tôi nhắc lại dư luận cho rằng ông là một yếu tố cần thiết cho sự ổn định cao nguyên. Chính ông cũng bày tỏ sự tha thiết và ước muốn trở lên đó khi vùng địa đầu này có người thay thế và ông cũng tỏ vẻ buồn rầu về cái sự thể không thể thay thế được của mình. Người Mỹ cũng thấy ông là người duy nhất ở giai đoạn hiện tại có thể giữ vững miền Trung và hậu thuẫn lớn nhất mà ông có được là thái độ hòa hoãn của Phật giáo. Từ Sài Gòn đã có tin đồn mấy hôm trước Huế trở lại rục rịch. Tôi theo chân phái đoàn chánh phủ ra Huế trong nỗi e ngại chờ đợi đó. Dù vậy tôi vẫn tin theo nhận định của bác sĩ Ross, là Huế khó có những dao động trở lại sau ngày ra đi của nhà sư Pháp Viên, linh hồn của mọi cuộc tranh đấu. Không phải lần thứ nhất tới Huế nhưng thành phố đó sau này đã có một cái gì đổi khác. Từ cửa sổ máy bay nhìn xuống, Huế như một ốc đảo cô quạnh giữa một dải Trường sơn đầy sỏi đá. Vài ngọn núi đất rất thấp và dải sông Hương trắng nước chảy lặng lờ. Nơi mấy trăm năm ngự trị của cả một triều đại với sự nghiệp không mấy lẫy lừng ở đó. Mang tiếng là kinh đô nhưng lại rất bất tiện về địa thế, khó khăn về giao thông. Tóm lại ngoài cái di tích của lịch sử thì đó là một thành phố không có tương lai, không có giá trị về chiến lược, không khả năng về kinh tế nhưng bởi nhiều tự ái người ta khoác thêm cho nó chiếc áo gấm văn hóa. Các đại học mọc lên như nấm, thành phố chỉ gồm những công chức và sinh viên. Số sinh viên gia tăng đông đảo và ứ đọng với sự học của họ ngay nơi quê nhà. Văn hóa là một trách nhiệm mỏi mệt và quá lâu dài trong khi chiến tranh làm họ hết kiên nhẫn. Từ văn hóa thầm lặng chuyển qua cách mạng sống động chỉ còn là một bước ngắn, những bước từ giảng đường trầm tĩnh xuống những con phố huyên náo để la hét với nhiều vẻ đấu tranh và ít phần trách nhiệm cũng từ đó.

Chiếc Cessna hạ êm ru trên một nửa phi đạo nhỏ hẹp. Che lấp ở phía xa ngăn cách với thành phố là bức tường thành phủ xám rêu phong. Xe đưa chúng tôi ra khỏi giới hạn khu quân sự, sau đó tôi tự đi bộ về khu sinh hoạt của thành phố. Sự vắng lặng thật sâu thẳm, ngào ngạt gió từ hồ đưa lên hương thơm của những bông sen, lẫn với mùi trầm hương của nơi am thanh cảnh vắng. Cũng như cái triết lý nhu hòa của đạo Phật, cái vắng lặng thâm u của Huế không phải là quê hương thích nghi của những quá khích tranh đấu. Hình như có một sự khác biệt rất xa giữa thực trạng ở đây và các tin tức thổi phồng trên báo chí. Qua những tuần gọi là tranh đấu, Huế vẫn có một khuôn mặt sinh hoạt bình thường ngoại trừ những biểu ngữ khẩu hiệu đã treo dán rải rác, các chữ bãi khóa bãi thị kẻ sơn còn lưu vết trên nền tường. Các cô nữ sinh Đồng Khánh đã lại tóc thề áo dài trắng tới trường đi học. Ở một ngã tư người cảnh sát chờ mong có xe cộ chạy qua để làm nhiệm vụ chỉ đường. Nơi bến Tòa Khâm trước khu Đại học, các tàu há mồm của Mỹ đang đổ lên bến chồng chất những thực phẩm và đạn dược, đám trẻ con xúm quanh đùa giỡn với mấy anh lính Thủy quân Lục chiến Mỹ. Dấu vết của những ngày mà báo chí mệnh danh là máu lửa chỉ có vậy. Công việc đầu tiên của tôi là tới bưu điện gửi một điện tín về tòa báo và tôi cũng gặp Vy ở đó. Một khuôn mặt cố hữu của các cuộc tranh đấu. Hắn gầy và xanh xao hơn xưa sau khi được thả ra. Vẫn cái khuôn mặt nhiều khổ sở, đôi mắt sáng và thoáng vẻ buồn rầu, hắn đón tôi với rất nhiều vồn vã. Vy đoán có lẽ tôi vừa ra với phái đoàn ông Tướng, tôi chỉ cười và hỏi thăm về Đại hội sẽ khai diễn vào ngày mai. Vy dạy học ở Khải Định cùng một lúc hắn vẫn kéo dài cuộc sống sinh viên với một luận án tiến sĩ về Hát Bội còn dở dang. Tuy rất ít làm thơ nhưng thực sự hắn là một thi sĩ. Một bài thơ của hắn đã được phổ thành một bản tâm ca với thật nhiều rung động. Bản chất ham tranh đấu với một tâm hồn lai láng nghệ sĩ nên hắn quan niệm cách mạng với nhiều vẻ lãng mạn tiền chiến hơn là khả năng thích nghi với thực tại.

— Anh nghĩ sao về ông tướng Thuyết?

Vy bất chợt hỏi tôi và đó cũng là câu hỏi mà tôi muốn được biết từ phía những người tranh đấu. Không rõ hắn dọ hỏi tôi với một mục đích nào, tôi chỉ trả lời một nửa câu hỏi và phần sau thì đưa tới một nghi vấn khác:

— Tôi cũng chỉ biết ít về tướng Thuyết khi ông còn tại chức trên cao nguyên, về quân sự có lẽ ông là một vị tướng tài ba nhưng còn ở địa hạt khác thì tôi không rõ lắm. Cứ như lối giải quyết vấn đề các sắc dân Thượng và người Mỹ thì ông có vẻ là tay cứng rắn và hơi thiếu chánh trị. Nhưng sau này tôi nghe nói ông Tướng đã có thêm nhiều cố vấn?

Vy như tán đồng một phần ý kiến của tôi nhưng hắn vẫn đưa ra những nghi vấn mâu thuẫn về tướng Thuyết:

– Khá hơn bọn kia là ổng có vẻ có tinh thần quốc gia yêu nước biết yêu thích cách mạng, dân chúng và các thầy ở đây chấp nhận ông một phần cũng vì lẽ đó. Phải cái ông Tướng còn quá nhiều do dự lừng khừng đối với bọn trung ương, cái dè dặt phải có của chúng tôi cũng vì vậy. Hiện thời đám sinh viên cũng có rất nhiều cảm tình với ông Tướng và chắc anh cũng đã biết ngày mai tướng Thuyết được mời đọc diễn văn trước Đại hội.

Trên đường đi tới đài phát thanh, Vy đã một lần chấp tay kính cẩn cúi rạp người thi lễ với một nhà sư già ngồi trên một xích lô đi qua. Tôi quay ra hỏi Vy về nhà sư Pháp Viên:

– Về thượng tọa Pháp Viên, có đúng phần nào không những dư luận nói về ông qua báo chí?

– Cũng không hẳn là sai, mỗi người chỉ bắt được một hai chi tiết rồi cố gắng thổi phồng lên, coi đó như là cá tính của thầy. Sự thật thầy vẫn chỉ là một thiền sư với một tâm hồn lai láng nghệ sĩ.

Vy có những nhận định riêng về nhà sư. Ông có sức mạnh trong quần chúng nhưng lại từ chối đám đông và ưa một nếp sống cô đơn trầm tĩnh. Rất giỏi về thần học và cổ ngữ nhưng ông cũng lại ham mê đánh cờ hoặc ngồi thảo những nét bút tự tuyệt tác. Xuất thân tu hành nhưng ông lại quá thiết tha với đời, ông có những nhận định sắc bén về thời cuộc và ý kiến của ông thường có ảnh hưởng tới chánh giới nhất là với phe tranh đấu.

– Đủ hạng người, kể cả ông Tướng đều mong gặp thầy để xin được hậu thuẫn nhưng ít khi có ai được toại nguyện, bản chất thầy vốn phóng khoáng và không ưa như vậy.

Vy dẫn tôi vào phía trong Đài phát thanh. Đủ các lãnh tụ sinh viên và thành phần Ủy ban tranh đấu đang làm việc rộn rịp ở đó. Trên một chiếc bàn vuông dài, bừa bãi những tài liệu và báo chí. Mọi tư tưởng được tự do phóng thả: Tư bản luận, Chủ nghĩa Mác-xít, tinh thần quốc gia dân tộc, triết lý Phật giáo. Những điều vừa tìm thấy ở sách vở, cả những suy tư và khám phá mới đều được nói ra. Đài phát thanh bấy lâu vẫn bị chủ lực sinh viên chi phối nắm giữ. Không khí làm việc thật hứng khởi và đầy vẻ cách mạng. Những bài viết ra đều rất ít sửa chữa và đem phát thanh ngay: những ý kiến trái ngược nhau trên cùng một quan điểm cũng bởi tại chỗ đó. Làm sao Sài Gòn có thể phán quyết về họ khi không cùng ở trong những điều kiện sinh hoạt như thế. Và đây cũng là một trường hợp trong rất nhiều trường hợp khó xử của tướng Thuyết. Tôi đặt vấn đề đó ra với Vy, có lẽ hắn cũng ý thức được những khó khăn, hắn đưa ra một quan điểm chiết trung:

– Vấn đề cho cả hai phía là đừng bao giờ đẩy nhau vào sát chân tường, chính tôi cũng đã nói với các anh em trong Ủy ban nhưng phần lớn họ thì quá trẻ và quá nhiều hăng hái, thật khó mà bảo họ đừng tiến tới.

Tôi ở lại nói chuyện với bọn họ đến xế chiều, sau đó Vy rủ tôi xuống tắm dưới sông Hương. Buổi tối về nhà Vy, cùng với tôi có một nhạc sĩ nổi danh về dân ca. Căn nhà cổ xưa ba gian nhoi giữa một vườn cỏ hoang mọc tới gối. Trong nhà đã tối thui ngay từ chạng vạng, không có điện không có những tiện nghi tối thiểu của một xã hội văn minh. Ngoài những sách vở, Vy như đã không sống trong cái thời đại của mình. Tôi không thể hiểu được cái mức độ ẩn nhẫn để hắn có thể sống trong cái tịch mịch của côn trùng và cỏ cây bên một dòng sông phẳng lặng như tờ. Mới chín giờ mà tưởng như đã rất khuya, hai chúng tôi nói chuyện tới gần bốn giờ rưỡi sáng. Ở phần của giấc ngủ còn lại tôi nghe xa gần như trong giấc mơ tiếng ếch nhái và những cơn sóng nhỏ do một chiếc thuyền nào đó vừa đi qua vỗ róc rách vào những tảng đá trong bờ.

Buổi sáng hôm sau tại đại hí viện, tướng Thuyết đã đọc một bài diễn văn tuyệt tác trước một đại hội đông đảo sinh viên. Bài diễn văn đã phải ngắt đi nhiều lần bằng những tràng pháo tay rung chuyển cả nhà hát lớn. Với đề tài triết lý hai cuộc cách mạng, ông Tướng đã thành công trong mục đích khích động máu nóng của tuổi trẻ và giải quyết được những mâu thuẫn nội tại giữa những khó khăn éo le của thực tế. Sự xuất hiện của ông Tướng sẽ thật hoàn hảo đúng như dự liệu của nhà văn nếu không có những bộ sắc phục của đám Cảnh sát Dã chiến bố trí quanh nhà hát lớn. Đang từ những phút cảm tình hoan hô chuyển ngay sang cái không khí công kích căng thẳng là điều không ai có thể ngờ. Ông Tướng giận dữ, đám sinh viên phẫn uất, cả hai bên đều bị tự ái tổn thương khó mà cứu vãn và ngay sau đó Đại hội bị giải tán trước con mắt buồn rầu của nhà văn và nhất là ông Giáo sư. Ông Tướng thì lên trực thăng bỏ ngay vào Đà Nẵng, không biết những ngày sắp tới sẽ thế nào. Tôi gặp lại ông Hoàng Thái Trung ở đó. Như một con thoi ông phải dạy cùng một lúc cả ba đại học, hiện tại thì ông đang ở tuần lễ thứ hai ngoài Huế. Khi nhắc tới bài diễn văn của ông Tướng, ông Trung bày tỏ sự khâm phục đối với ngòi bút đượm sinh khí và đầy lửa của nhà văn và cũng lại tỏ ý hoài nghi về vai trò chánh trị tương lai của tướng Thuyết:

– Làm sao anh biết bài diễn văn là của nhà văn?

– Có bài diễn văn nào ông Tướng đọc mà không phải của ông ta, vả lại văn là người, cái bút pháp đặc nhựa lôi cuốn ấy chẳng thể không phải của nhà văn.

Ông Trung hỏi tôi về những cuộc biểu tình ở Sài Gòn. Ông cũng hỏi thăm về tình trạng của nhà sư Pháp Viên với nhiều nỗi lo ngại. Tôi bảo đó cũng là mối quan tâm lớn của tướng Thuyết, đang có vận động cho nhà sư được thả ra và không biết là ngày nào. Ông Trung nhắc tới dự định làm báo ở Huế và hỏi tôi:

– Khi nào anh mới định ra nhận dạy ngoài này? Có lẽ anh em mình tính chuyện ra lại một tờ báo.

– Tôi cũng chưa hứa chắc với bên Mỹ thuật nhưng có thể là sau Tết. Tôi cũng thích được ra đây đổi một không khí yên tĩnh và hy vọng vẽ trở lại.

– Có lẽ tất cả phải đi lại từ bước đầu.

Tôi nói với ông Trung về dự định viết một cuốn sách khảo cứu cao nguyên mà quan điểm đưa ra là người Thượng người Kinh có cùng một nguồn gốc. Đó là điều rất trái ý với ông mục sư. Ông Trung tỏ vẻ tán đồng và có những khuyến khích:

– Vấn đề này được tôi tham khảo với nhiều công phu tìm kiếm, khi phải giảng dạy cho sinh viên ở Văn khoa, tôi cố gắng đưa ra phổ biến những quan niệm mới như thế.

Tôi lại nhắc tới đề nghị của một tờ báo sinh viên về việc thiết lập một viện nghiên cứu các sắc tộc và một phân khoa Nhân chủng trực thuộc Viện Đại học. Tôi nói:

– Với sự hướng dẫn của giáo sư, sự góp công nghiên cứu của lớp người trẻ hăng hái ở đại học là điều quá cần thiết. Hy vọng năm mười năm sau khi cần tìm biết về vấn đề Nhân chủng, khu đại học Nhân văn có thể cung cấp những cuốn sách giá trị do chính người Việt Nam viết.

Ông Trung có vẻ rất quan tâm tới đề nghị này và cũng cho biết bao nhiêu khó khăn đặt ra sau đó. Sáng kiến không thể khởi đầu từ ông khi mà chánh quyền và cả những đồng nghiệp đã cô lập ông, coi ông như thành phần trí thức thiên tả và đối lập. Điều mà ông có thể làm là những cố gắng cá nhân vùng vẫy.

Buổi tối về nhà ông Trung và ở lại trong cư xá giáo sư đại học trên Bến Ngự. Từ một lầu ba căn phòng có một cửa trông ra sông. Bên kia cầu dốc Nam Giao như chìm sâu vào bóng đêm âm u. Tiếng côn trùng rên rỉ đều đều, tiếng cạp muỗi của những con ễnh ương dưới sông chỉ gợi nỗi nhớ của những trang lịch sử ảm đạm buồn rầu. Làm sao người ta có thể nung chí trong sự nẫu nà như vậy để mà trở thành phi thường như bộ óc của nhà sư Pháp Viên. Tôi cũng liên tưởng tới cái vẻ hứng chịu của những người đàn ông Huế qua lối nhìn cay đắng của Nguyện. Lúc này thì tôi đang nghĩ và nhớ tới Nguyện với thiết tha và hy vọng. Một mai tôi ra đây, ở một căn phòng như vậy, liệu con sơn ca có nghỉ cánh bay để sống những ngày giờ hạnh phúc. Trong óc tôi lại hiện rõ khuôn mặt rạng rỡ của Nguyện nổi bật trên một nền thật tăm tối. Với không khí này tôi hy vọng vẽ trở lại. Ở một căn phòng đầy sách báo bừa bãi tôi hỏi ông Trung:

— Sao anh không đem chị theo, có bàn tay người đàn bà đời sống cũng trở nên dễ chịu.

— Thì dĩ nhiên rồi nhưng phải cái tôi dạy nhiều nơi, chỗ ở ngoài này cũng chưa nhất định, nhà tôi lại bận con nhỏ nên cũng muốn thu xếp ở luôn trong đó. Nếu đời sống có nhiều ân hận thì phải kể trong đó chuyện tôi lấy vợ sớm.

Câu chuyện của ông Trung khiến tôi có cảm tưởng ông sống trong một cảnh gia đình không có hạnh phúc. Tôn trọng đời sống riêng tư của ông, tôi không nói ra những thắc mắc. Vừa rót dòng cà phê nóng vào từng chiếc ly sứ trắng, ông Trung nói:

— Trí tuệ tôi lúc này bị ngưng trệ, ngòi bút đuổi chạy một cách khó khăn. Nhìn lại những gì đã viết tôi chỉ thấy co quắp buồn chán, lẽ ra tôi phải biết sớm hơn để ngừng lại ở đó. Tất cả vấn đề phải duyệt xét lại, xét lại từ đầu để tìm ra những đường hướng mới.

Dưới con mắt của đám sinh viên trẻ, ông Trung được coi như thần tượng, một trí thức dấn thân, chữ của ông Trung. Vậy mà ông cũng có những nỗi băn khoăn thất vọng. Ông Trung cô đơn trong sự yêu mến của nhiều người khác. Đôi mắt sáng và buồn của ông soi qua một làn kính trắng dày, trông ông Trung trơ trọi như một ảnh tượng đẫm nét bơ vơ trong một không gian bạc màu. Tôi muốn kéo ông ra khỏi cái vũng nhiều buồn thảm khi nói tới đám nhà báo sinh viên vẫn thường chỉ trích ông. Đi vào nhận định, ông Trung luôn luôn giữ nguyên phong độ sắc bén:

— Tôi đã nói là tất cả vấn đề phải duyệt xét lại, xét lại từ đầu. Tôi tự thấy có trách nhiệm là đã gây một sức đề kháng và chống đối tiêu cực trong quần chúng. Cái lối chống đối để khỏi phải xây dựng đó chính là một trở ngại cho những mục tiêu xây dựng quốc gia. Tôi đã tới thăm tòa soạn của họ, biết rõ cái không khí sinh hoạt dân chủ phóng túng của những cây bút tài tử này và hiểu rõ họ có thể đi tới đâu. Tôi thì vẫn thích những tay nhà báo này, tôi có ý nghĩ họ như một chất men cho những sinh hoạt quốc gia.

Ông Trung bảo:

— Nhận đối thoại với họ là không biết sẽ đưa mình tới đâu, nhiều khi tôi cũng thấy rát mặt vì họ chỉ trích nhưng tôi hiểu họ thêm hơn sau đó. Vả lại né tránh theo tôi cũng là một khuyết điểm lớn của giới đàn anh, như con đà điểu chúi đầu xuống cát nhưng rồi vẫn phải đối đầu với mọi sự thật.

Những giọt cà phê đã bắt đầu nguội lạnh và để lại một dư vị đắng trên đầu lưỡi. Giọng ông Trung lúc nào cũng giữ được vẻ tha thiết, ông nói với họ mà như độc thoại với nội tâm của chính mình và ông thì cũng đang tìm kiếm loay hoay như chính bọn họ. Lập trường của ông đã có những dấu hiệu thay đổi và nghiêng về một lựa chọn. Ông Trung có vẻ hết kiên nhẫn, sức mạnh ông là ở tư tưởng ngòi bút mà xem ra sau này ông lại tin vào hiệu quả của hành động. Cũng như Kux nhận định, sức mạnh Phật giáo không ở nơi khí giới bạo động mà xem ra đám môn đồ lại muốn đi tới cái đích đó.

Có vợ chồng ông giáo sư luật khoa sang chơi, tôi đã có lần gặp ông trong nhóm cố vấn ông Tướng. Chúng tôi nói đủ mọi chuyện đến thật khuya. Khi vào giường ngủ mỗi thớ thịt đều tê mỏi, tâm hồn cũng tê mỏi, tôi không còn muốn làm thêm một cử động nào nữa. Buổi sáng tôi trở dậy rất sớm khi bầu trời còn đầy sương. Lao xao những tiếng động trên mặt sông và dưới bến của những người đàn bà gồng gánh đi chợ, của những cô gái Huế xuống sông gánh nước. Từ cửa sổ nhìn xuống những lá cây ướt rũ sương, dưới bến những người con gái áo trắng đang ngồi giặt vui vẻ nói chuyện hay se sẽ cất lên tiếng hát. Phía Từ Đàm xa xa vẳng lại tiếng chuông chùa ru êm ả những đám mây và làm bặt cả những tiếng chim ca hót. Có lẽ Nguyện sẽ nghe tôi ra sống ở đây ít lâu, trong cái u tịch của thế giới lăng tẩm này để tìm lại không khí cho hội họa và hạnh phúc.

CHƯƠNG MƯỜI TÁM

Tôi xuống phi trường Phú Bài để chờ chuyến bay vô Đà
Nẵng. Cũng chuyến bay đó chở Đức Tăng Thống từ Sài
Gòn ra Huế. Vị giáo chủ này có vẻ kiệt sức và già nua khi
người ta phải đỡ dìu ông lên xe trước đông đảo Phật tử cúi
rạp đầu thi lễ trên bước đường ông đi qua. Cờ Phật giáo treo
ngợp phòng khánh tiết phi cảng, đoàn xe nghênh rước kéo
dài hàng cây số với cờ xí chở phái đoàn Tăng Thống đi vào
thành phố. Mặc dù già yếu bệnh hoạn, Tăng Thống ra Huế
lúc này là một trấn an cho tinh thần đang dao động của Phật
tử. Trong đám xe tôi nhận thấy xe chánh phủ và quân đội,
tất cả đều cắm cờ ngũ sắc rực rỡ của Phật giáo. Và ở lúc này
tôi đang nghĩ tới cái thế lưỡng nan của tướng Thuyết khi vừa
phải thỏa hiệp vừa thi hành lệnh giành lại quyền kiểm soát
về trung ương. Tôi bị vây bọc bởi cái ý nghĩ đó trong suốt
chuyến bay đi Đà Nẵng. Sau những rắc rối với đám sinh viên
Huế, tôi cũng muốn gặp lại tướng Thuyết ở Đà Nẵng cùng
là thăm viếng một số trại Dân sự Chiến đấu Thượng vừa cải

tuyển. Xem ra cao nguyên với những thung lũng xanh và núi cao trùng điệp, đầy nắng vàng và bát ngát hương thơm của hoa cỏ dại hấp dẫn tôi nhiều hơn giấc ngủ của những biến động trong thành phố.

Nhà văn cho biết tướng Thuyết lại vừa tức tốc trở lại Sài Gòn, không có dấu hiệu gì nghiêm trọng nhưng có rạn nứt của trung ương mà sự hàn gắn phải nhờ tới ông. Không có mặt ông Tướng, nhà văn cũng không thiếu vẻ bận rộn nhưng ông cũng chu đáo sắp đặt cho tôi nhiều cuộc thăm viếng sau đó.

Suốt một ngày di chuyển từ những ngọn đồi khô héo vùng Lệ Mỹ đến bãi cát nóng Chu Lai, tôi bị say nắng và thấm mệt. Với thói quen, tôi sẽ vào bàn viết ngay buổi tối để tránh những ngưng đọng lười biếng sau đó. Chưa lúc nào tôi cảm thấy khó khăn như hiện giờ, bỗng chốc tôi bị mất cái khả năng liên hệ với thực tại. Có bao nhiêu điều phải viết, tôi sẽ cầm bút bắt đầu bằng hình ảnh nào, Chu Lai hay vùng nước mắt của người Mỹ, khuôn mặt căng thịt đỏ hồng của viên Trung tá Clark hay nước da chì tái của một bác nông dân. Chỉ biết sau vài tháng bộ mặt đồng quê đã có rất nhiều biến đổi, từ những tàn cây xơ xác với những thửa ruộng đọng úng bùn lầy sang những bãi cát nóng bỏng hun nóng hai mặt tôn: chỉ những cây xương rồng hay cỏ gai mới có thể mọc và sống ở đó. Ông giáo sư tới kiếm tôi và cho biết có thể tướng Thuyết sẽ trở ra buổi chiều, ông ngỏ ý mời tôi đi ăn tối nhưng trước đó như một phép xã giao ông muốn cùng tôi ra ngoài phi trường đón ông Tướng. Vì nghề nghiệp tôi cũng muốn gặp lại ông Tướng nhất là sau chuyến đi Sài Gòn, chắc sẽ có nhiều tin mới.

Trời về chiều, từng cụm mây tái dần trên cao. Ngoài xa sân bay từng hai chiếc phản lực Phantom phụt lửa trên phi đạo, cùng một lúc cất cánh ném lại phía sau những âm thanh nổ bùng xé rít. Các phi cơ quân sự, những trực thăng xám thay phiên lên xuống tạo nên cả một vùng tiếng động huyên náo. Chuyến Caravelle từ Sài Gòn lẽ ra phải tới từ bốn giờ. Mọi người nôn nóng chờ đợi. Vài ký giả ngoại quốc nhăn nhó, để tranh thủ thời gian họ ngồi viết bài ngay trong quán giải khát. Trên mặt bàn đá thấp, những ly chai nước ngọt và rượu. Cùng ngồi với tôi có ba người: một giáo sư đại học luật khoa, một nhà văn nhà báo lão thành và một đại thương gia tiếng tăm người Huế. Câu chuyện đang xoay quanh những dao động sau vụ hội thảo và thái độ của tướng Thuyết. Vì tất cả đều ít nhiều liên hệ mật thiết với ông Tướng. Họ là những người của thời cuộc, bắt đầu hăng hái hoạt động sau cách mạng mà vai trò quân đội với cách mạng là điều kiện thiết yếu của một tình trạng quá hỗn mang. Đó cũng là lý do giới trí thức đầu tư nặng vào các tướng lãnh. Ông giáo sư bảo:

— Nói thật với các anh, bản thân tôi chẳng phải là cách mạng nhưng tôi rất khoái có cách mạng và đó là lý do tôi phải giúp bọn trẻ đi tới.

Lời nói ông giáo sư đượm vẻ thành thật. Cách mạng vốn đòi hỏi nhiều gian khổ mà giáo sư thì vẫn muốn sống ở xã hội trên cao nên sự dấn thân của ông mang một sắc thái xót thương cúi xuống. Đến lượt ông đại thương gia lên tiếng:

— Tôi ngán chánh trị lắm, quen với ông Tướng là tình bạn vậy thôi chứ tôi không có ham muốn chi hết.

Cũng để chứng tỏ cái ngán chánh trị, ông say sưa kể lại những hành hạ tù đày mà ông phải chịu trong suốt chín năm dưới chế độ cũ. Hồi đó ông bị kết tội kinh tài cho ngoài kia nhưng ông bảo thật sự ông làm kinh tài cho cách mạng. Ông nói:

— Cứ nghĩ tới lúc bị tụi mật vụ *torturé* mà tởn, may mà không bị nó thủ tiêu. Bây giờ sống mà nghĩ lại cũng thú.

Cái thú nhất là ông ở trong số những người được hưởng công ơn của cách mạng không ít. Tuy không có vẻ gì là đói thuốc, nhà văn vẫn tỏ ra ít nói. Thật khó mà phủ nhận rằng văn chương của ông thừa chất nhựa lôi cuốn. Nhà văn bảo ông chỉ có thể giống họ về chủ trương nhưng ông khác hẳn mọi người ở đường lối đi tới của cách mạng. Tác phẩm khiến ông nổi tiếng nhưng hùng biện biến ông trở thành một lý thuyết gia. Ông bảo:

— Khi mình nói chống là ngụ ý mình muốn bênh một cái gì. Nói trắng ra dưới thời ông Diệm mình nói chống cộng tức là muốn bênh chế độ ông ta. Bây giờ thì hết rồi, từ ông Thủ tướng tới cậu sinh viên đều nói theo hứng của mình. Hết sắt rồi đến máu, nói chống cộng mà cũng lại y như cộng sản thì tranh đấu cái nỗi gì.

Cách mạng phải có lửa phải được hâm nóng, xem ra ông vẫn rầu rầu đầu tư vào cách mạng với tấm lòng nguội lạnh. Người ta bảo ông thuộc lớp người già nhưng ông tự cho mình không đứng vào lớp tuổi bị đào thải, ông vẫn muốn sát cánh với bọn trẻ đi tới. Ông có cả một kho kinh nghiệm với kháng chiến chống Pháp và cộng sản. Ông cả quyết:

— Lý thuyết cộng sản không còn đúng nữa, đến lúc này điều đó khỏi cần chứng minh, nhưng cuộc tranh đấu hiện tại vẫn cần phải có một cái gì, không phải chỉ có nói chống mà có được chánh nghĩa. Tôi muốn nói đã tới lúc phải trở về quê hương riêng của chúng ta.

Người lớn tuổi giống nhau ở chỗ thích nói về quá khứ mình. Riêng nhà văn khác bạn hữu ở chỗ đó. Ông giống bọn trẻ ở chỗ thích nghĩ và bàn tới tương lai. Tôi mải nhìn những khuôn mặt nôn nóng chờ đợi và tưởng tới nỗi vui mừng khi thấy mấy người ra tận sân đón bắt tay cho được ông Tướng. Biết nhà văn muốn hướng cuộc đối thoại về mình, tôi cũng chỉ bày tỏ một cách lơ đãng:

— Đúng Mác-Lê không còn sống để biết rằng mình sai, một thế giới đại đồng chỉ có trong ảo tưởng. Cuộc chiến đấu nào cũng phải hướng về quê hương. Làm gì có một chủ nghĩa quốc tế, chỉ có cộng sản Trung Hoa hay Nga Xô, trở về quê hương đó chính là biên cương quốc gia.

Nghe tôi nói nhà văn giãy nảy lên vì một nhận định rất sai ý mình:

– Không, đâu có phải vậy. Điều mà tôi muốn nói là sự trở về một quê hương tế bào, ở đó chỉ có những nhà sinh lý và ống kính của họ mới có thẩm quyền quyết đoán nhất.

Câu nói khiến tôi hiểu rằng người đối thoại trước mặt không chỉ là một nhà văn mà còn là một tay rất sành về khoa sinh lý nữa. Phải công nhận là ở ngôn ngữ ông có một vẻ phù thủy thu hút và tôi cũng hiểu tại sao nhà văn rất được lòng tin và sự khâm phục của ông Tướng. Ông lại xuống giọng tha thiết:

– Tham vọng của tôi lớn lắm, cố gắng không phải chỉ để giải quyết giai đoạn những vấn đề nhỏ bé của quốc gia mà cho cả tương lai nhân loại.

Đang bay bổng trên những tham vọng, nhà văn chợt tỉnh táo, giọng ông trầm xuống tụt hẫng:

– Nói vậy chứ việc quốc gia đã là một cái gì quá lớn vượt khỏi tầm tay. Mình chỉ còn đủ sức nói chứ không còn đủ sức làm. Cố gắng lắm mới có được một tờ báo để nói thì cũng lại bị đóng cửa nốt.

Nhà văn ngưng nói, yên lặng cay đắng không một dáng điệu phản kháng tưởng như sức lực ông sau một lần cố góp tàn hơi đã bị tiêu tùng hết. Ông là một mẫu người rất lạ, có đủ cay đắng của một người già và thừa những nông nổi ngây thơ của bọn trẻ. Ông đã sống dưới nhiều màu cờ, trải qua tất cả những nỗi vinh nhục thăng trầm trong nghề báo. Ngay sau cách mạng, chính ông là người thành khẩn thú tội về khoảng thời gian đánh đĩ ngòi bút cùng những lời tri ân quân đội đảo chánh đã cho nhà báo cơ hội trở lại làm người. Ông hơn bạn hữu đồng niên ở đức tính nói thật đó, mà nói thật lại chính là sức mạnh của ngòi bút. Có lẽ vậy mà nhà nước ngán tìm mọi cách đóng cửa báo ông. Ông bảo miền Trung xứ Huế mới thật sự là quê hương của cách mạng và báo chí. Điều đó giải thích được lý do ông bỏ bê cả gia đình ra nằm thổi khói ở một xứ mưa dầm với chức cố vấn vô vị và những tháng ngày chờ đợi nhạt nhẽo. Vẻ trẻ trung của ông vẫn được coi như chiếc cầu nối liền hai thế hệ mới cũ: đã có một gián đoạn giữa tuổi trẻ và thế hệ đi trước, để lại một khoảng trống, một chia lìa lịch sử.

Chuyến bay Caravelle đã đáp xuống. Ông giáo sư cũng trở lại bàn cho biết ông Tướng tối nay cũng chưa ra, Đại hội còn kéo dài mấy hôm nữa. Bốn người ra xe trở về thành phố, tôi xuống ngồi băng sau với nhà văn. Câu chuyện cải tổ vẫn được hai người ngồi trên nhắc đến. Nhà văn nói cho tôi nghe các nhận định về thời thế và các ngôi sao chánh trị. Hướng về phía giáo sư ông bảo:

– Các tay chánh trị quốc gia đều như vậy cả, như ông giáo sư thích nói chuyện tranh đấu giải phóng nhưng bằng cách nào. Ngay chính ông cũng chưa có một quan niệm quốc gia phù hợp với thời đại và dân tộc; ông tranh đấu với rất nhiều lập trường và chẳng có một chủ trương nào nhất định. Cái nguy cho chính giáo sư là ngay nơi sự ưa thay đổi đó.

Từ bất cứ câu chuyện nào, nhà văn cũng tìm cách xoay ra nói về mình:

– Riêng tôi khi ở tù ra chẳng những không tin mà còn ghê tởm chánh trị nữa. Theo tôi, chỉ có cách mạng, một cuộc cách mạng tận gốc rễ.

Trái với bản chất lạnh lùng ít nói, tối nay nhà văn thổ lộ tâm sự quá mức. Đụng đến vấn đề gì ông cũng mở tung ra trước mắt tôi một chân trời mù tăm bát ngát. Ngôn ngữ của ông có một vẻ gì dẻo quánh mê hoặc. Tôi nghĩ đó là tất cả gia tài của ông đã thu hoạch bằng những năm sống ở ngoài kia. Ông là thứ bóng tối dày đặc và tỏa trùm. Giữa ông và hiện tại đời sống có mâu thuẫn và khoảng cách kỳ cục hết sức.

Chỉ một ngày hôm sau, giáo sư đến cho tôi biết tướng Thuyết vừa trở ra. Buổi tối có ông thương gia mở tiệc khoản đãi. Số người được mời rất giới hạn và thu hẹp, toàn những thành phần thân cận của ông Tướng. Giáo sư bảo nếu tôi muốn ông có thể dẫn tôi tới. Tôi nhận lời dù đã vô cùng thấm mệt sau thêm một ngày di chuyển. Ở đó vẫn là những đài các xa hoa của Sài Gòn đem vào một căn phòng lớn của khách sạn Trung ương. Ánh đèn nến vàng ấm, ly thủy tinh trong ngần rượu, những bông hồng nở lớn trên những chiếc khăn trắng muốt.

Ngoài mấy chuyến gặp vội vã, bây giờ tôi mới lại thấy tận mắt dung nhan ông Tướng, một nhân vật được coi như có ảnh hưởng chính yếu trên các biến động cao nguyên. Dáng dấp cao lớn nhưng có vẻ dễ thương và ít nghiêm khắc hơn người ta tưởng. Vầng trán thấp với một hốc đạn đào sâu, một khuôn mặt lắm góc cạnh, rất nhiều cử chỉ và luôn thay đổi. Đặc biệt ông có một hàm răng rất đều trắng, miệng cười rộng toác rất dễ gây thiện cảm. Hướng về phía giáo sư, ông Tướng nói:

— Sao ông giáo sư, nghe tụi nó lại tính làm reo nữa có phải vậy không? Tụi sinh viên của ông ngoài đó phá quá mà.

Giáo sư phải hết lòng thanh minh và cho rằng mọi xách động bây giờ hết còn lý do. Giáo sư bảo:

— Tôi đã có lần nói với ông Tướng là trong sinh viên có mấy tên thiên cộng, chắc ông Tướng còn biết nhiều hơn tôi. Muốn yên ông Tướng phải ra lệnh tóm hết mấy tụi nó.

Tôi ngạc nhiên khi nghe ông giáo sư có lời yêu cầu ông Tướng bắt giam sinh viên mình. Ông Tướng thì đắc ý cười toác:

— Cái đó anh Giáo khỏi lo. Tụi Mọi khát máu dã man tôi còn trị được dễ dàng thì đáng kể gì mấy chuyện này. Bắt hay không chỉ còn là vấn đề thời gian, vả lại hiện giờ tôi chưa muốn gây xúc động trong tâm lý quần chúng.

Ngưng một lúc rồi bằng dáng điệu bày tỏ ông Tướng tiếp:

– Ở quan điểm chánh quyền khi phải tuyên bố với báo chí, lúc nào tôi cũng chống lại mọi xách động xáo trộn, nhưng cùng một lúc tôi tự đặt cho mình bổn phận của một công dân tha thiết với tự do dân chủ nên không lý gì tôi lại đàn áp không để tụi nó tranh đấu. Vả lại trước kia tôi cũng đã từng là sinh viên tranh đấu hăng hái có khi còn hơn anh em.

Ông Tướng hôm nay để lộ nhiều vui vẻ, giọng ông đầy trìu mến khi ông ôn lại quá khứ đấu tranh của mình, nhất là những ngày khó khăn nguy ngập trên cao nguyên. Rồi bất chợt giọng ông trở nên cứng rắn khi trở về hiện tại:

– Ông giáo sư cũng nói giùm là tôi rất dễ với anh em nhưng một khi đã để cộng sản lợi dụng thì tôi không có nương tay. Đó là tôi đã báo trước, không những phong trào sẽ bị đập tan mà tôi còn lôi một vài tên ra bắn làm gương.

Ông Tướng có tất cả ưu điểm của con nhà võ. Vóc dáng bề thế, cử chỉ nóng nảy và bất chợt. Ông là một trong những tướng trẻ có công lớn với cách mạng và hiện tại bị bao vây bởi một lô cố vấn, không kể những cố vấn quân sự Mỹ. Đa số gồm trí thức nhà báo, giáo sư đại học và cả những chuyên viên. Tất cả đều tự nhận là quân sư có hạng, tự nguyện tìm tới ông Tướng với những tâm sự và hoài bão rất khác. Và rõ rệt là ông Tướng có những tiến bộ trông thấy. Từ một quân nhân ít học, ông đã có thể nói chuyện về chủ nghĩa và cách mạng một cách khá trơn tru. Ông nhất thiết gán cho quân đội một sứ mạng lịch sử trong hai cuộc cách mạng tương lai. Ông cũng để tâm tới cả địa hạt văn hóa. Trong một môi trường gặp gỡ chọn lọc, ông lạm bàn tới cả vấn đề con người qua các biểu hiện trí thức thời đại kiểu Sartre và Camus. Riêng Camus vẫn được ông Tướng thích nhất. Cái lý lẽ của sự thích thú đó có nhiều điều rất giống với quan điểm của nhà văn, bạn rất thân với ông Tướng. Tối nay ông Tướng chịu uống rượu và nói nhiều. Những người lạ mặt nghiễm nhiên được ông Tướng coi như bạn thân nên ông có những cử chỉ hòa mình dễ dãi. Được dịp tôi gợi chuyện hỏi ông Tướng về chiến tranh và cách mạng. Ông nhắc nhiều tới Nasser, hăng hái bàn về hai cuộc cách mạng cần thiết trong hiện tại. Đi sâu vào lý luận lập trường, ông Tướng có vẻ lúng túng rõ rệt. Khi thì ông quả quyết về sự cần thiết xuất hiện một người hùng – *strongman.* Khi thì ông ngả về hàng ngũ thanh niên sinh viên và tán tụng cuộc tranh đấu cho tự do dân chủ. Theo giải thích của nhà văn lão thành thì ở ông Tướng chẳng có gì là kỳ cục mâu thuẫn:

– Cách mạng toàn diện là chủ trương duy nhất và hiển nhiên có rất nhiều con đường đi tới đích đó.

Ngay cả với nhà văn tôi cũng không rõ cách thế đi tới của ông thế nào nhưng ở ngòi bút của ông vẫn để lộ ra những bối rối mâu thuẫn. Ông là chiến sĩ cao niên với ba bốn mươi năm tranh đấu cho tự do dân chủ, kể cả tự do báo chí. Vậy mà cũng chính ông kêu đòi sự xuất hiện của một nhà độc tài và cũng chính ông thảo sẵn một kế hoạch trơn tru để đóng cửa hàng loạt báo và thắt chặt tự do báo chí. Cũng như ông giáo sư đã từng sát cánh với sinh viên tranh đấu chống độc tài, xây dựng tự do dân chủ và bênh vực nền tự trị đại học nhưng cũng chính ông lại kêu gọi ông Tướng bắt bớ các sinh viên chống đối, những thành phần bất đồng ý kiến với mình. Và lúc này thì tôi hiểu cái bối rối khó khăn của ông Tướng: có nhiều cố vấn đã là một điều khó mà ông Tướng có được, nhưng chính ông lại thiếu cái sâu sắc để lựa chọn. Bởi vậy, ông Tướng yêu nước trong những chủ trương mâu thuẫn cuồng nhiệt. Từ chỗ một nhà quân sự có tài, khỏe như voi và sức làm việc như trâu, người ta kỳ vọng ở ông nhiều hơn nữa. Ông không có bản lãnh về chánh trị, thời cuộc xô đẩy ông vào những vai trò không thích hợp, ở đó người ta thấy ông thật chới với. Bằng một giọng đầy thân mật và tin cậy hướng về phía giáo sư, ông Tướng bảo:

– Chánh phủ Sài Gòn muốn cải tổ và trong đó có dò ý tôi, nếu thật như vậy thì tôi có ý định mời anh giáo sư gánh bộ Thanh niên.

Câu chuyện tuy nói nhỏ vẫn khiến ông thương gia và nhà văn bắt nghe, cả hai đều lộ vẻ ngạc nhiên. Còn giáo sư sau một phút dần xúc động, ông cố giữ giọng nói thật lạnh nhạt:

— Thú thật với ông Tướng tôi chỉ thích nghề dạy học và chẳng bao giờ muốn xa bọn sinh viên, vả lại nếu tôi đi thì trường Luật khoa còn gì? Tôi vốn không ham chánh trị, bất đắc dĩ phải tham dự vậy thôi, tôi cũng nghĩ lúc này chẳng thể làm được gì bởi vậy cùng lắm mà tôi nhận chỉ khi nào ông Tướng chịu lên làm Thủ tướng.

Sự ban ơn được đền đáp quá khéo và kết quả là ông Tướng vô cùng khoái trá. Ông lại xuống giọng đầy tin cậy và thân ái:

— Tụi Mỹ cũng thấy trong đó là bê bối nên có ý dò tôi. Nói thật chính tụi nó ngán và chẳng ưa gì tôi sau những vố thua đau ở cao nguyên nhưng tụi nó cũng hiểu vai trò tôi là cần thiết nên mới có thái độ ve vãn. Riêng tôi đồng ý với anh giáo sư là chưa đúng lúc, cứ mặc tụi nó trong đó tranh xé nhau ít lâu nữa đến lúc tôi mà ra tay cũng chẳng mấy chốc.

Ông thương gia chỉ cười cười, nhà văn thì yên lặng gật gù tỏ vẻ tán đồng hết sức. Vừa lúc đám hầu bàn khệ nệ bưng đặt vào giữa bàn một con heo sữa bốc thơm màu vàng ngậy. Viên quản lý Tàu lai bước theo bập bẹ những gì nghe không rõ, ông thương gia quay sang bảo tôi:

— Chú đó là quản lý, chú lại vừa trúng thầu coi hết các câu lạc bộ phi cảng kể cả Tân Sơn Nhất nên chú ấy đang vui và biết ơn ông Tướng lắm.

Ông thương gia còn nói thêm:

— Bếp thượng thặng đấy nhá, lùng hết Sài Gòn cũng không tìm được chỗ nào ăn ngon hơn.

Các món ăn dọn theo lối Tàu, sự sang trọng nhất cũng chỉ đến thế, bào ngư rồi lại đến yến vậy. Mọi người khởi sự nhập tiệc. Những miếng da nghe vỡ giòn trong miệng các thực khách. Đột ngột ông Tướng nhắm về phía ông Ủy viên Giao thông:

– Sao ông Ủy viên, trong đó định bỏ miền Trung chết đói hay sao? Số gạo tháng trước năm ngàn bao chưa thấy ra một phần ba, gạo tồn kho cũng sắp cạn hết, có cái gì bê bối trong đó?

Ông Ủy viên rất trẻ cũng là người của ông Tướng, ông cho biết mọi điều hành đều xong suốt từ trung ương, hơn nữa với miền Trung là ông phải quan tâm đặc biệt. Vậy mà khi ra đây chính ông cũng ngạc nhiên về sự trục trặc đó. Theo ông có lẽ đó là hậu quả dắt dây của vụ Thủy Cước. Ông Tướng dằn giọng đe dọa:

– Trong số các ông phải đem ra bắn vài tên là êm ngay. Lại ăn cắp chở có gì đâu. Tôi hẹn với ông Ủy viên kể từ ngày vô, câu chuyện phải giải quyết trước cuối tháng, nếu không thì cả đám lôi thôi to với tôi a.

Ông Tướng tỏ vẻ kiêu hãnh một cách buồn rầu về cái sự thể bận rộn không thể thay thế được của mình:

– Ngoài này hết lụt tị nạn rồi chiến dịch về làng, lại còn vấn đề tôn giáo chẳng có ra làm sao. Làm việc chết xác mà vẫn thấy trong đó bê bối tôi cũng bắt đầu chán. Thêm vào đó, kể từ ngày tôi đi khỏi cao nguyên, tụi Mọi lại muốn làm loạn ở trên đó.

Bao vây bởi một lô cố vấn mà xem ra ông Tướng vẫn đơn độc. Báo chí vẫn gọi đùa ông là người hùng của cô phòng. Cái sự thể ông Tướng còn độc thân tới ngày nay là cả một bí mật và kích thích nhiều đầu óc tưởng tượng. Rượu khiến ông Tướng trở lại trầm tĩnh và muốn thổ lộ:

– Suốt mười bảy tháng nay tôi chỉ ao ước có một ngày nào đó thật rảnh rỗi, tới được một bãi biển vắng ngồi uống một ly bia thật lạnh, khỏi phải để tâm lo nghĩ một chuyện gì. Vậy mà cho mãi tới hôm nay điều đó vẫn chỉ là những mơ ước.

Ông Tướng hôm nay lại có vẻ thi sĩ, hết cả dáng vẻ hung hăng của thường ngày chỉ biết chửi và ra những khẩu lệnh bắn. Ông bác sĩ già vẫn ngồi im lặng từ nãy, ông chọn đúng lúc để gây phấn khởi cho ông Tướng:

— Kế hoạch tị nạn vùng mình chu đáo lắm ông Tướng à. Mặc dầu gặp chuyện tiếp tế rất bê bối nhưng được cái tôi đã quen xoay sở với bọn Mỹ nên ông Tướng cũng khỏi lo.

Bị kéo trở về thực tại, ông Tướng hăng hái ngay với chức vụ của mình:

— Thật vậy sao ông bác sĩ? Đó là một kế hoạch rất lớn nên tụi Mỹ đề nghị lập hẳn một Bộ ở trung ương, bác sĩ làm sao công việc được trơn tru như hồi lụt là hay quá rồi, tôi không đòi hỏi phải làm hơn.

Ông bác sĩ cười khà khà nói đắc ý:

— Tôi bảo đảm mà, ông Tướng khỏi lo. Dân quê thấy công việc định cư của mình chu đáo nên ào ào kéo về. Chính tụi Mỹ cũng ngạc nhiên hỏi tôi. Có ông Trung tá kể là hành quân tới đâu dân chúng ùa hết ra xin theo đông quá đỗi. Công việc di dân còn mệt hơn đánh Việt cộng nữa.

Phải chi tôi chưa được biết rõ ông bác sĩ, tôi sẽ đem lòng khâm phục ông là thế nào. Nhưng sự thật đều trái ngược. Tôi phải dằn lòng để không nói với ông Tướng rằng đám dân tị nạn đang bị nung nóng trên những bãi cát và đang được nuôi sống bởi những đống rác của đám lính Mỹ. Tôi cũng không thể nói trắng ra cái tâm trạng tuyệt vọng của người dân quê phải bám lấy từng gót giày của người lính Mỹ chỉ vì họ muốn được sống sót trước khi làng ấp họ trở thành những vùng oanh kích tự do.

Vẫn cái giọng ướt nhẹp của ông bác sĩ:

— Cứ đà này chỉ độ nửa tháng nữa số người kéo về sẽ vượt khả năng chu cấp của chánh phủ, dù có sự đóng góp tận tình của quân đội Mỹ. Cuộc chiến thắng nhân tâm lại trở thành tai họa cho phía mình, trong khi chúng ta không thể ném trả họ về tay địch một lần nữa. Bởi vậy tôi đang táo bạo dự thảo một kế hoạch để trình lên ông Tướng. Tôi nghĩ kỹ rồi, là phải để người dân trở về làng, góp sức vào công cuộc tự bảo vệ thôn xóm của họ với sự giúp đỡ hỗ trợ của trung ương.

Ông Tướng tỏ ra rất vui về một mặt trận nhân tâm vừa mới đắc thắng. Ông lại càng vui hơn trước sự lo xa chu đáo của ông bác sĩ. Riêng tôi thì thất vọng với cái hiệu năng cứu lụt mà ông Tướng coi như một cái đích. Ông Tướng lại bận nói chuyện riêng với ông giáo sư, còn ông thương gia thì trở lại nói rất tương đắc với ông bác sĩ:

– Lập bộ Tị nạn thì chức Ủy viên vào tay anh chứ còn ai vô đấy nữa.

Nhà văn lại chậm rãi đưa mắt điểm khắp các khuôn mặt *candidat* của ông Tướng. Ông hơi nhếch một bên mép cười khẩy với vẻ cao thượng của một triết gia. Khi liếc mắt nhìn sang ông Tướng, nét mặt ông như được an nghỉ dịu xuống. Rượu mạnh đổ thừa thãi khiến tôi hơi say, những khuôn mặt trước tôi bị phóng lớn xô đẩy và nhuốm vẻ mơ mộng. Tôi chợt nhớ tới Nguyện, con chim nhỏ trốn tuyết, nghĩ tới bức tranh nàng tôi sẽ vẽ là một người đàn bà khỏa thân ủ trên cái ấm áp của một tấm thảm hồng.

CHƯƠNG MƯỜI CHÍN

Lại một sự trùng hợp đáng tiếc và tình cờ khi họ tới đây vào lúc này. Họ đây là ba chục lính Mỹ Mũ Xanh mới đặt chân tới Á Căn Đình để thiết lập một trại huấn luyện cho quân đội chánh phủ, và đó cũng là lời thanh minh của Bộ Ngoại giao Mỹ khi có một tờ báo tên là *Garceta* ở Buenos Aires tố cáo rằng trước đó cũng đã có những toán lính Mũ Xanh khác xuất hiện ở ven biên tỉnh Tucaman bí mật huấn luyện cho những phần tử phiến loạn chống chánh phủ. Phát ngôn viên Mỹ này chỉ xác nhận gửi toán cố vấn và không hề đả động tới sự kiện chánh phủ Á Căn Đình vừa bắt giữ mười ba phần tử nổi loạn mà những người lính Mũ Xanh có dính líu.

Nhà văn, cố vấn tướng Thuyết có vẻ ngạc nhiên về những sự kiện không lấy gì làm thuận lý như thế. Riêng tôi, một mẩu tin như vậy tự nó mang nhiều ý nghĩa, một chứng từ nữa cho vai trò những người lính Mũ Xanh ở cao nguyên. Sự trùng hợp đáng tiếc và tình cờ, đó thường là câu trả lời rất xuôi tai của bộ Ngoại Giao Mỹ về những biến cố khó khăn như vậy. Gửi sĩ quan cố vấn cho quân đội chánh phủ, giúp đỡ các phần tử phiến loạn khuynh đảo chánh phủ, trong canh bạc lớn người Mỹ đã giấu thêm một con tẩy nơi tay áo của mình. Và chánh sách đó phải kể là khôn ngoan nếu sự gian lận không bị thấy rõ. Ngoài sự cứng rắn, cả tướng Thuyết cũng không thấy rõ uẩn khúc đó.

Trên thực tế, ông Tướng có vẻ không thành công trong bước đầu cố gắng đồng hóa số Dân Sự Chiến đấu Thượng vào quân lực chính quy ở mấy trại nội địa thuộc vùng ông kiểm soát. Một sĩ quan Việt Nam chỉ huy trại đã bị giết và ngay sau đó ông Tướng đã phải nhượng bộ bằng cách thay thế cho trại một toán A LLĐB Việt Nam khác. Điểm thất bại rõ rệt nhất là quân số, mà phần đông là người Thượng suy giảm rõ rệt ngay sau khi có lệnh cải tuyển. Trừ một vài thành phần chỉ huy chịu ở lại khi được đồng hóa để trở thành sĩ quan, còn đa số nếu chưa đào ngũ thì tinh thần rất xuống và có vẻ chán nản. Ngoài cái lý do vật chất không được sung mãn như sống với những người lính Mũ Xanh Mỹ, những người Thượng này vẫn bị ám ảnh bởi sự bạc đãi của các viên chức Việt Nam mà họ đã có kinh nghiệm từ trước. Từ sự thiếu tin cậy đó, sớm muộn họ cũng sẽ lần lượt ra đi. Không phải trở lại để bơ vơ trong rừng rú mà họ sẽ trở lại với người Mỹ đang mở rộng vòng tay tiếp nhận họ ở vô số các địa điểm biên phòng khác. Điều này với tướng Thuyết có thể biết hoặc không, nhưng chắc chắn là ông thiếu cái nhìn thật xa, từ căn bản để khiến ông phải quan tâm tới. Hành động mạnh mẽ của ông, ngay đối với người Mỹ, bắt nguồn từ tự ái hay cái-thể-diện nói theo kiểu Á Đông hơn là từ một kế hoạch đã được kỹ càng khảo sát. Sâu sắc như nhà văn, cố vấn của tướng Thuyết mà xem ra ông không có một thẩm định đúng mức về tầm quan trọng của các biến động trên cao nguyên. Đối tượng sinh hoạt của ông hình như chỉ gồm sự thay đổi thành phần ở chánh phủ Sài Gòn và làm sao hòa hoãn để sống chung thuận hảo với các lãnh tụ Phật giáo. Nhìn quanh, xem ra tôi không có một đồng minh nào để làm sống lại vấn đề cao nguyên. Thảm kịch Dakto với hơn sáu trăm xác chết hầu như đã bị rơi vào quên lãng.

Tôi trở lại Sài Gòn với bớt nhiều hăng hái. Có lẽ bởi khoảng cách quá xa giữa huyền thoại và thực chất con người tướng Thuyết. Cũng có lẽ bởi sự đánh giá quá cao vai trò chánh trị của ông trong khi bản chất ông là một tướng lãnh, một nhà quân sự có tài theo đúng nghĩa chân thật của danh từ. Nhưng tôi cũng tin tưởng rằng, dầu sao sự trở lại cao nguyên của tướng Thuyết cũng vẫn có những hứa hẹn tốt. Từ thể chất tới tinh thần tôi khá mỏi mệt sau chuyến đi này. Tôi có dự định sẽ nghỉ cuối tuần, một mình ra sống ít ngày ở biển để bồi dưỡng và tìm lại con người mình tưởng như bị cuốn hút mù tăm vào giữa những biến cố. Thật bất hạnh cho một nghệ sĩ như tôi, ở giữa một tình trạng dao động tinh thần như vậy mà tôi phải chọn lựa, một chọn lựa quyết định sự ở lại và ra đi trong nghề cầm bút của mình. Đó là một đòn cân não chí tử mà sự yếu đuối ban đầu bảo tôi phải ra đi. Chỉ là thư nặc danh nhưng lời lẽ ngắn gọn và quyết liệt. Rất có thể và gần như đoan chắc mặt trận cộng sản muốn ngăn chặn một hậu quả tâm lý bất lợi sau vụ thảm sát. Tôi sẽ thiếu thành thật nếu không tự nhận rằng mình đã có sợ hãi khi bị chụp mũ phản cách mạng và hăm dọa bị ám sát. "Chỉ có cộng sản mới hành động đâm sau lưng quân đội và làm suy giảm tiềm năng chiến đấu của quốc gia." Tôi đã từng bị ông Tướng Cục An ninh gán cho như vậy. Và hiện giờ chính tôi bị cộng sản nặng nề lên án. Khi cầm bút chỉ để viết những điều thấy tận mắt hoặc tai đã nghe tôi cũng đã ý thức được sự nguy hiểm từ nhiều phía mà kẻ thù chẳng bao giờ được nhận mặt. Tôi cũng chua xót để nghĩ rằng ngay cả người Thượng mà đối tượng là sự sống chung và tiến bộ, chắc gì họ đã chấp nhận tôi, nhất là với phe tranh đấu. Nguyện đã nhiều lần bảo tôi là sự đơn độc của anh cũng chẳng thể làm được gì cho một tình trạng tồi tệ như hiện tại và nếu phải ngã xuống lúc này – bây giờ rất có thể, là một điều phi lý và vô ích, vả lại bản chất anh chỉ là một nghệ sĩ, vậy phải trở về với lãnh vực hội họa, quê hương đích thực của mình. Phải chi tôi đừng bước vào cái nghề vốn nhọc mệt và nguy hiểm này nhưng tôi cũng chẳng thể trở về thế giới hội họa như một tránh ẩn cơn nguy biến. Sự cô độc lúc này thật khủng khiếp khi nghĩ về một cá nhân bị chính xã hội chối từ, nhưng hắn cũng tự thấy bởi chính sự quạnh hiu mà con người hắn đã lớn ra. Cảm giác đó khiến bỗng chốc tôi vững vàng trở lại để chấp nhận đi tiếp con đường phải tới dù có bị ngã xuống. Nếu thiếu sự thách đố, ở một lúc nào đó người ta bỗng thấy cuộc sống vô vị, *et soudain je m'aperçois que je n'aie aucune raison de vivre.* Ở một cuộc sống vốn hữu hạn trong một thế giới vô thường, cái đe dọa bất trắc của ngày mai khiến tôi tha thiết vô cùng với sự sống. Tôi lại nghĩ tới Nguyện, tới gia đình và những người thân và cả tới bà mẹ già mà sao đến nay tôi mới lại thấy thương nhớ. Và tôi quyết định về thăm bà với cảm tưởng của một đứa con hoang đàng hối hận trở về với mái gia đình xưa. Khi tôi bước vào nhà thì bà vẫn mải mê đọc cuốn *Tâm và Thức* của đạo Phật. Tôi yên lặng ngồi xuống một chiếc ghế gần đó: một phút ngạc nhiên đến xót xa khi thấy mái tóc bà đã trắng bạc như sương. Tôi đã xa đời sống, xa bà bao lâu để mới nhận ra sự biến đổi này và bà đã ngồi đó tự bao giờ, trong bao nhiêu năm nay, vẫn trong chiếc ghế bọc da màu nâu quen thuộc với những đồ vật trong phòng giữ nguyên chỗ đứng cũ. Hình ảnh bà gợi sự bình an trộn lẫn với xót xa. Cảm giác không tránh khỏi rưng rưng khi nhìn bàn tay bà với những ngón gầy khô se sắt. Tôi muốn được ôm hôn lên trán, gục mặt vào lòng bà và nắm lấy bàn tay gợi biết bao nhiêu nỗi êm dịu thời tuổi nhỏ nhưng cái không khí tẩm thấm đạo giáo và sự thanh khiết khổ hạnh đã ngăn tôi lại, đó như một khoảng cách làm khô héo tình mẫu tử vuốt ve và tiếng nói của yêu thương chỉ còn là sự xót xa yên lặng. Bà vẫn còn sống nhưng lại xa hẳn với thế giới hệ lụy này. Tôi không còn hy vọng tìm thấy một bà mẹ hiền dịu trong ký ức. Và hình như sự tệ bạc vô tình của tôi trong bao năm qua đã làm chết mọi sự mong đợi trông ngóng nơi bà. Sự hối hận của tôi cũng không níu kéo được một sự mất mát lớn lao như thế. Lần đầu tiên tôi trải qua một đêm mất ngủ để thấy sợ đôi mắt mình ráo hoảnh suốt canh khuya. Phải chờ hết giới nghiêm tôi mới có thể xuống phố. Sự xa hoa của Sài Gòn vẫn ngủ kỹ, không khí còn trong nguyên sự tinh khiết làm tâm hồn tôi phần nào dịu xuống. Những xe vận tải thực phẩm đã từ các ngả đường ngoại ô chạy vào thành phố. Từ nhà tới tòa soạn tôi đã hai lần bị lực lượng an ninh chặn giữ mặc dầu đã chìa ra thẻ nhà báo. Ánh đèn pin chiếu rọi vào giữa mặt, hai tay phải giơ cao như ở một tư thế bị hành quyết. Liên tưởng đó đủ làm tôi lạnh buốt xương sống. Thế mà đã hơn một năm kể từ ngày tôi bước chân vào nghề báo với tất cả những cọ xát đến chai rạn của nó. Sau này vì khắt khe của kiểm duyệt khiến tôi không còn say mê săn tin và tự bằng lòng với bản tin của hãng thông tấn chánh phủ. Tôi đã phải hy sinh đi rất nhiều sáng kiến. Và đúng như ý muốn của ông chủ nhiệm, đã từ lâu chuyện gì tôi cũng chỉ tường thuật nội vụ một cách khách quan không bình luận hay thêm vào đó một cảm tưởng nào. Chính những nỗi khó khăn và cả nguy hiểm nữa khiến tôi càng tha thiết với nghề báo và hiện giờ tôi không nghĩ là mình có thể từ bỏ dễ dàng cái khu phố hỗn độn và nghèo khổ ấy để trở lại với cây cọ và giá vẽ.

Sáng nay tôi dự định sẽ tới tòa soạn làm việc như bình thường và giữ kín luôn chuyện hăm dọa đã làm tôi sợ hãi không ít. Sau mấy chuyến đi Trung mà tôi biết chẳng có ích lợi thiết thực gì cho tờ báo nhưng vì biết tôi thích nên ông chủ nhiệm vẫn không có ý ngăn cản. Với một ký giả công nhân như tôi, một đối xử như vậy phải coi là đặc biệt. Mặc dầu có một khoảng cách rất xa về tuổi trời cũng như tuổi nghề, mọi giao hảo giữa tôi và ông vẫn dung hòa được giữa tính cách thân mật và sự tương kính. Hình như từ mấy hôm ông chủ nhiệm đã có ý chờ gặp tôi, vẻ mặt ông không giấu được nét băn khoăn lo lắng. Câu đầu tiên mà ông nói vẫn là một cố gắng đùa cợt để có được không khí hòa hoãn bình tĩnh.

— Vía cái nhà anh này có vẻ sát báo, lại bộ Thông tin cảnh cáo lần thứ hai trong vòng chưa đầy một tháng.

Tôi không ngờ ngòi bút của tôi là một đe dọa phiền nhiễu cho tờ báo và nhiều người khác đến như vậy. Lúc này tôi cũng có những ý nghĩ tự phiền trách mình không ít. Ông chủ nhiệm tiếp:

— Nếu không nhờ sự nể nang riêng tôi thì chắc chắn đã bị đóng cửa báo. Nhưng vấn đề cũng còn lòng vòng chưa xong, chính tác giả bài báo là anh phải lên gặp ông Ủy viên Thông tin để trả lời một số những nghi vấn. Câu chuyện hình như liên hệ tới nhiều Bộ và gây tức giận cho cả Thủ tướng vì những chỉ trích nặng nề của nhà sư. Tại mỗi Bộ đều có một bản sao toàn vẹn bài dịch năm ngàn chữ của tòa báo ông Davis đánh đi. Cả ông Ngoại giao cũng lại trút mọi tội lên đầu ông Thông tin thành ra không phải tôi mà chính anh phải có trách nhiệm giải thích những sự kiện đó.

Tôi tưởng rằng sau chuyến gặp gỡ ở Tổng cục An ninh, vấn đề được xếp lại và coi như đã giải quyết xong. Nhưng trái lại đây vẫn là hậu quả dắt dây của bài báo năm ngàn chữ. Tôi thừa hiểu rằng với một nhân vật có nhiều uy tín và nhiều chống đối như nhà sư Pháp Viên, chánh phủ có chủ trương cô lập hóa và bỏ rơi ông vào khoảng trống không trí nhớ của quần chúng. Tội trạng của tôi được coi như cố ý đi ngược lại đường hướng của nhà nước. Bài báo đã có một tác dụng tô vẽ phóng lớn khuôn mặt và huyền thoại của nhà sư, nhất là trên dư luận quần chúng Âu Mỹ. Biết tính tôi nóng nảy và nhiều tự ái, ông chủ nhiệm đã hết lòng khuyên tôi nên tỏ thiện chí bằng cách lên gặp ông Thông tin và hay nhất là tôi có một thái độ mềm dẻo để gián tiếp cho họ biết là mình đã nhận lỗi, cũng như chúng tôi đã nhận lỗi cách đây mấy tháng về những trần thuật các biến cố tại cao nguyên mà sau đó bị gán cho có hậu ý cố tình gây khó khăn cho chánh phủ. Tôi không quan tâm tới mức độ giá trị những gán ghép như vậy khi tôi đã tự giới hạn cái trách nhiệm của mình đối với độc giả và những dòng chữ xuất hiện trên mặt báo.

Cuộc gặp gỡ giữa tôi và ông Ủy viên Thông tin sau đó thật chán nản. Ở đó không có được cái gay cấn khích động như khi gặp ông Cục An ninh. Khuôn mặt ông này thật mờ nhạt và giọng nói thì giả tạo vô vị khi một lần nữa phải nghe ông nhắc nhở tới trách nhiệm trước thời cuộc của giới cầm bút nhà báo nhà văn. Ngôn ngữ của ông thật bít lối. Khi thì ông nhân danh một đồng nghiệp tâm tình, khi thì lấy cớ trách nhiệm lãnh đạo guồng máy thông tin nhà nước trong thời chiến. Nói gì thì ông cũng chỉ xoay quanh những đe dọa rằng ông có thể truy tố tôi ra tòa hay giao cho công an điều tra về cái tội mà ông gọi là xé rào kiểm duyệt, tiếp tay cho báo giới ngoại quốc phá hoại nền an ninh quốc gia. Tôi mệt, lúc này thì thực sự thấm mệt. Sự bình tĩnh đến tê liệt và thiếu phản ứng của tôi khiến ông ta có vẻ ngạc nhiên. Chắc chắn ông cũng đủ khôn ngoan để không gây một xì-căng-đan về báo chí mà lẽ phải và sự nổi tiếng khó thể về phía ông. Hình như ở những phút cuối cùng, ông đổi hẳn chiến thuật, từ bỏ sự hăm dọa để phủ dụ tôi hợp tác với nhiều hứa hẹn về vật chất. Lần đầu tiên trong cuộc gặp gỡ tôi đã ngạc nhiên khi nghe ông nhắc là biết đến tên tôi trong danh sách phái đoàn báo chí viếng sáu nước. Ông nói một cách tế nhị nhưng cũng đủ để cho tôi hiểu rằng chuyến đi này nếu thành tựu thì cũng bởi hảo ý của riêng ông chứ bên phía Ngoại giao đã có tiếng nói chống đối.

CHƯƠNG HAI MƯƠI

Nắng hồng ban mai chưa đủ làm tan hết lớp sương lạnh, tôi đã có mặt ở phi trường để theo chân phái đoàn tướng Trị tới dự lễ chuyển giao trại Daksut từ Mỹ sang Việt Nam. Hai chiếc trực thăng bốc chúng tôi thoát khỏi hai cây nấm mù bụi đỏ và trực chỉ hướng tây bắc. Sau bao ngày tháng, đây là lần đầu tiên tầm mắt tôi thoát khỏi căn phòng chật hẹp tù túng để lại có dịp trải rộng trên những núi cao sông dài. Bằng một tai nạn có thể gọi là nghề nghiệp, tôi đã phải vào nằm trong một bệnh viện trên cao nguyên suốt sáu tháng. Cùng chuyến đi này, Davis bị tử thương bởi một vết đạn ở đầu và chết ngay trên đường di tản. Sáu tháng trên giường bệnh sống như một kẻ ngoại cuộc, phấn đấu cô quạnh với sự hành hạ của những vết thương và không một tin tức thăm hỏi của Nguyện. Sự lãng quên gợi nhớ, con chim sơn ca đã cất cánh bay cao và chối từ quá khứ. Tôi đã tự cứu vãn sự sa sút bằng những đắm mình sinh hoạt trí tuệ và trong sự bận rộn viết lách. Sáu tháng đó một thời gian đủ dài để chồng chất bao nhiêu là biến cố làm biến đổi tất cả cục diện của đất nước. Dư vang những biến động ở cao nguyên như đã chìm sâu và thuộc về quá khứ. Xem ra các phe đã từng đối chọi nhau đều tự cảm thấy không có lợi lộc gì để tiếp tục cái trò chơi nhiều máu và nước mắt đó. Và cái buổi bình minh cách mạng đã hơn một lần tướng Thuyết hứa hẹn còn xa lắc khi lại xảy ra một cuộc chỉnh lý khác mà kết quả là sự ra đi khỏi nước của ba ông tướng trong đó có ông. Trong khi ở bên kia Thái Bình Dương, chính kiến thật chia rẽ. Cuộc chiến ở Việt Nam đã khiến dân chúng Mỹ hết kiên nhẫn và bắt đầu phân hóa. Người Mỹ đã thành công dự đoán ngày đặt chân lên nguyệt cầu nhưng họ lại đang bị sa lầy ở Viễn Đông. Bằng cách này hay cách khác, sớm muộn cuộc chiến tại Việt Nam rồi cũng tự nó phải tàn lụi. Đó chỉ là lời an ủi cho nỗi xôn xao thúc bách của quần chúng Mỹ. Và niềm hy vọng ra đi đó còn xa sự thực khi mà mỗi ngày Mỹ vẫn phải đổ thêm vào ngọn lửa chiến tranh ở đây hàng tỉ Mỹ kim hàng ngàn tấn khí giới và hàng sư đoàn quân Bắc Việt bất chấp pháo đài bay B52 vẫn lũ lượt ngày đêm men theo đường mòn Hồ Chí Minh tiếp tục cuộc xâm nhập vô Nam. Và khi mà cuộc chiến đã vượt qua giai đoạn du kích, Hà Nội đã ngang nhiên đương đầu với Mỹ ngay giữa tại các thành phố thì những âm thầm mưu toan khai thác sự chia rẽ đổ máu về chủng tộc trên cao nguyên không còn một giá trị chiến lược quan trọng để phải tiếp tục nuôi dưỡng. Đó cũng là lý do của vụ chuyển giao dễ dàng hàng loạt các trại biên phòng LLĐB Mỹ sang quyền kiểm soát của chánh phủ địa phương, một phần trong kế hoạch rút quân danh dự được mệnh danh là Việt Nam hóa cuộc chiến.

Rời thượng lưu một con sông với nhiều ghềnh thác, đoàn trực thăng đổi hướng trực chỉ phương bắc. Rừng rộng mênh mông nhưng người Mỹ vẫn đủ chất Da cam khai quang để làm tất cả phải tàn lụi. Từng chòm cây trụi lá bạc trắng như mái tóc điểm phong sương. Sự sống chỉ còn thoi thóp ở dưới đó. Nền trời thấp, mưa bay trong những đám mây ẩm lạnh, phần hở của thân thể lạnh đến tê cóng. Sau ba mươi phút bay phi cơ bắt đầu giảm cao độ và lượn vòng đổi hướng. Trại tọa ngự trên cả một ngọn đồi bao vây bởi những thung lũng. Quanh trại bao bọc bởi nhiều vòng đai phòng thủ, có trang bị những cỗ trọng pháo 105 ly và một phi trường *Caribou* để nhận tiếp tế từ dưới đồng bằng. Không cách xa phi đạo là hai khu ấp tân sinh Kinh và Thượng với những mái tôn san sát. Đây là trại LLĐB thứ chín và được coi là quan trọng nhất trong số 62 trại trên toàn quốc cho đến sáng nay được trao quyền cho một Toán A LLĐB Việt Nam. Mười hai người lính Mũ Xanh Mỹ thuộc toán A243 sẽ bước lên hai trực thăng chờ sẵn để rời vĩnh viễn khỏi trại kiên cố như một pháo đài, nơi mà họ đã dày công xây dựng trong suốt tám năm kể từ ngày mạo hiểm đặt chân tới địa phương hoàn toàn mất an ninh và hoang vắng này. Tưởng cũng nên nhắc lại rằng chính nơi đây bốn năm về trước đã có vụ thảm sát người Việt mở màn cho những đổ máu đau thương về chủng tộc dắt dây sau đó. Nó từng là một cái gai từ nhiều năm móc trong cổ họng tướng Thuyết. Phải chi ngày hôm nay nếu còn ở lại Việt Nam hẳn phải là một ngày sung sướng nhất của đời ông, và hiển nhiên ngược lại đó là giờ phút ảm đạm và đắng cay của viên Trung tá Tacelosky và những người lính Mũ Xanh Mỹ. Kể từ ngày mà vị Tổng thống cha đẻ của họ bị ám sát, cả một binh chủng hào hùng này đã gặp vô số những khó khăn và chẳng còn một chút ân sủng. Nhưng đó cũng là thời cơ dễ dàng của tướng Trị. Mở đầu bài diễn văn đọc trước buổi lễ tại đây, tướng Trị đã khôn ngoan, như ông đã từng khôn ngoan để hết lời ca ngợi sự hỗ trợ hữu hiệu của người Mỹ nói chung và các chiến sĩ LLĐB thuộc toán A243 Hoa Kỳ nói riêng, trong cố gắng chung lưng đấu cật để biến bộ mặt sơ khai của địa phương thành một căn cứ quân sự vững chắc khả dĩ giúp đỡ đồng bào Kinh Thượng có một đời sống êm ấm và tiến bộ về mọi mặt. Và cho đến hôm nay ông tin tưởng rằng vẫn với sự hỗ trợ của Hoa Kỳ, với kinh nghiệm gặt hái được trong những năm qua, các toán LLĐB Việt Nam sẽ có thể tự đảm trách trực tiếp việc quản trị các trại Dân sự Chiến đấu Thượng.

Phần chuyển giao với đủ mọi nghi thức quan cách: trước một tiểu đội danh dự dàn chào với sự hiện diện của tướng Trị, hai trưởng toán A Hoa Kỳ và Việt Nam đã trao kỳ hiệu, cùng mỉm cười và bắt tay nhau chặt chẽ. Sau đó, Đại úy Cobb trưởng toán A Hoa Kỳ nguyên quán tại Wellsboro, đại diện cho toán lên bày tỏ cảm tưởng của riêng ông khi rời khỏi nơi đây. Bằng một giọng Việt Nam thành thuộc nhưng không tránh khỏi run run cảm động ông nói:

– Chúng tôi rất buồn và vô cùng quyến luyến khi phải rời bỏ doanh trại này, nơi mà nhiều năm tháng các chiến sĩ LLĐB Hoa Kỳ và Việt Nam đã đồng lao cộng khổ với các Biệt kích quân Kinh cũng như Thượng để khởi công gây dựng cơ sở, mở mang an ninh bảo vệ đời sống cho ngót sáu ngàn dân ở quanh vùng về quy tụ trong các ấp thiết lập gần vòng đai trại... Nhưng cũng cho đến hôm nay chúng tôi cảm thấy vô cùng sung sướng để thấy lần đầu tiên có sự hòa bình chung sống và hợp tác chặt chẽ giữa hai sắc dân Kinh Thượng ngõ hầu xây dựng một quốc gia Việt Nam tân tiến... Và rõ ràng vì nghi thức ngoại giao, điều mà Đại úy Cobb đã không tiện nói ra là mối ám ảnh của chính ông về những bất hòa Kinh Thượng và chính ông cũng đã cảm thấy bắt đầu có những dấu hiệu chống đối từ phía các lãnh tụ Thượng thân Mỹ từ khi khởi đầu kế hoạch Việt hóa các trại DSCĐ địa phương. Đại úy Cobb vừa dứt lời thì ban quân nhạc trình tấu bản hành khúc riêng của những người lính Mũ Xanh trong khi các toán Biệt kích quân dữ dằn trong những bộ áo da beo diễn hành qua khán đài quan khách.

Và cũng như mọi lần khác, không biết lần thứ bao nhiêu các giới chức Việt Nam đã lại phải chứng kiến cái cảnh giết trâu ăn thề để làm lễ tuyên thệ trung thành với chánh phủ của các toán Biệt kích Thượng. Từ trung tâm bộ chỉ huy trại, cờ Mỹ đã được từ từ hạ xuống, quốc kỳ Việt Nam được kéo lên cùng với bản quốc thiều quen thuộc hùng dũng.

Trong khi phải hướng dẫn các đại diện báo chí đi thăm các ấp trại, Đại úy Cobb đã tỏ ra rất thông thạo tiếng Thượng khi ông vui vẻ chào hỏi các vị bô lão và gia đình con em họ. Những đứa trẻ con lem luốc đã không tỏ gì sợ hãi mà lại nhào tới ôm chân ông nô giỡn như đã từ lâu quen biết. Trả lời câu hỏi của một nhà báo Mỹ nêu thắc mắc về nỗi bất an của những người Thượng khi thấy các binh sĩ Hoa Kỳ bỏ đi, Đại úy Cobb xác nhận điều đó nhưng ông cũng lại nói thêm. "Mặc dầu vậy, cho đến ngày hôm nay dân chúng vẫn có cảm tình đứng về phía chúng ta. Họ đã có kinh nghiệm đắng cay với cộng sản. Vả lại họ cũng không dại gì bỏ vào rừng sâu để rồi đói khát và bị bắn từ cả hai phía." Đó cũng là lý do được bộ Tư lệnh Mỹ coi là vững chắc để có thể giao hoàn toàn thể các trại nội địa cũng như biên phòng cho chánh phủ Việt Nam.

Theo lời kể của Trung sĩ da đen Wynne thuộc tiểu bang Texas, một chiến sĩ Mũ Xanh kỳ cựu đặt chân từ ngày đầu tiên tới đây thì trái với quan niệm thông thường của nhiều người cho rằng trại chỉ có giá trị của một căn cứ quân sự kiên cố và vững chãi để ngăn chặn bước xâm nhập của địch quân qua ngả biên giới. "Sự thực công việc của chúng tôi mang nặng tính cách chánh trị. Đó là chiến dịch chinh phục cảm tình và lôi kéo dân chúng đứng vào hàng ngũ chánh phủ." Nói xong Trung sĩ Wynne vừa cười vừa cúi xuống ôm xốc trên tay hôn một đứa bé gái Thượng bẩn thỉu lem luốc. "Dân làng không muốn thấy chúng tôi ra đi nhưng tiếc thay đó lại là quyết định của thượng cấp và là nỗi mong đợi của chánh phủ Sài Gòn." *"How sad to be a montagnard!"* Wynne cũng đã ngậm ngùi thốt ra như thế. Khi nghe tôi nhắc tới tướng Thuyết, Wynne nói không giấu vẻ cay đắng:

– Hôm nay nếu chưa rời khỏi Việt Nam có lẽ là ngày sung sướng nhất trong giấc mộng vương quốc của ông ấy.

Riêng đối với bác sĩ Raphael, viên Trung sĩ y tá Mỹ vẫn được dân làng kêu là bác sĩ tuy không có vẻ cay đắng như Wynne nhưng anh ta thực sự tỏ vẻ buồn rầu:

– Thời gian càng khiến chúng tôi quyến luyến nơi đây. Ra đi ngày hôm nay tôi cảm tưởng như sắp phải rời một quê hương thứ hai của mình.

Cũng trong buổi lễ, tôi gặp lại tay nhà báo tài tử sinh viên độ nào. Anh đã ra trường, không còn làm báo và hiện là Y sĩ trưởng của một C thuộc binh chủng Lực lượng Đặc biệt. Anh bảo đùa sự lựa chọn của anh có lẽ do bởi mối nhân duyên sẵn có với người Thượng, nhưng tôi hiểu rằng với một người nhiều lý tưởng như anh sự lựa chọn này có ý nghĩa một dấn thân cho cái điều mà thời sinh viên anh đã từng nhiệt tình cổ võ.

– Bổn phận của tôi bây giờ là lo tiếp thu và đảm trách vấn đề y tế của toàn thể các trại DSCĐ. Tuy nhiên nói chung sự tiếp vận và yểm trợ còn lệ thuộc nặng nề ở người Mỹ.

Thật chẳng thể ngờ rằng những vấn đề tưởng như mâu thuẫn trọng đại ngày hôm qua bỗng chốc biến dạng và chẳng còn một chút ý nghĩa nào nữa. Khi được hỏi về những lý do nào đưa tới sự ổn định cao nguyên hôm nay, anh trầm tĩnh – điều này là một biến đổi tôi mới nhận thấy nơi anh – đưa ra một nhận xét không thiếu sắc bén:

– Trước khi đạt tới một thỏa hiệp như hôm nay, kinh nghiệm của những năm qua giúp họ, họ đây là người Mỹ, hiểu rằng nhúng tay vào những âm mưu dấy loạn như vậy chỉ gây tai tiếng vô ích mà không cải thiện thêm được chút nào vị thế của họ hơn hiện giờ. Và điều quan trọng hơn nữa là cả người Thượng và Kinh, sau mấy lần đổ máu đều hiểu thấm thía rằng bởi trong cái mối tương quan môi hở răng lạnh, họ chỉ còn một cách là xích lại gần nhau hợp tác để xây dựng một cộng đồng quốc gia Việt Nam mới.

Dù đã có dấu hiệu của một vài chuyển động tốt, tôi cũng đã không quá lạc quan như anh, và có lẽ quả đúng như Y Ksor nói là xa hơn một ly rượu tới môi cái viễn ảnh tốt đẹp của vùng Đất Hứa Cao Nguyên còn phải trải qua nhiều máu mồ hôi và nước mắt.

Trại Bunard 1969
Delta 49

KẾT TỪ

Thế Uyên

Vào *Vòng Đai Xanh* từ những chương đầu, không gian được dùng làm bối cảnh đã mở ra bát ngát. Đó là không gian mênh mông chưa khai phá bao nhiêu của miền Tây nguyên với những sắc dân Thượng nói nhiều thứ ngôn ngữ, mặc nhiều thứ y phục, sống theo một văn minh xa lạ với những người Việt miền đồng bằng. Rừng thẳm chạy dài, cánh đồng cỏ tăm tắp tới chân dãy Trường sơn, núi cao bí mật và khó khăn. Trên một bối cảnh như vậy, các nhân vật xuất hiện với những vai trò khác biệt và có tác động mạnh.

Những người da trắng mắt xanh trong quân phục có gắn sao hay chiếc cổ đen của một mục sư toàn quyền, một ngọn bút chì mỡ vạch một nét tròn hay hai nét tréo là đủ gây ra cả một trận địa chấn bom đạn san bằng đồi núi. Những tướng lãnh của quân lực Việt Nam lao vào một cuộc chiến tranh đầy khúc mắc chánh trị và ngoại giao, có thắng cũng không được nói tới chiến công và thua chỉ có đường rời nước lên đường lưu vong. Phía bên kia chiến tuyến, mập mờ ẩn hiện những tướng lãnh đối nghịch ngồi trên võng trên cây cao hay dưới hầm đào sâu trong lòng núi, cũng một nét bút gạch, một mệnh lệnh khô khan, là cả trăm cả ngàn người gục xuống, chết banh thây mổ bụng, chết thiêu chết cháy. Tất cả xoay quanh một cái trục: đó là chủ quyền nơi miền cao nguyên bát ngát đó.

Cuộc chiến tranh ấy đã kết liễu hồi thứ nhất khi Ngô Thế Vinh đánh máy xong hàng chữ cuối cùng của truyện. Giấc mơ lập *Vòng Đai Xanh* của những người chiến binh ưu tú da trắng mắt xanh đội mũ nỉ xanh màu rừng đã tiêu tan trên lục địa da vàng. Nhưng ai là kẻ chiến thắng trận chiến?

Chưa ai có thể trả lời được dứt khoát câu hỏi ấy trong hoàn cảnh hiện tại của miền nam bán đảo đông nam lục địa Á châu này. Có thể nói kẻ chiến thắng là những người Kinh dưới miền đồng bằng duyên hải, nhưng chiến thắng đó cũng đáng ngờ vì hàm chứa quá nhiều ẩn số. Có thể nói những kẻ, ở bên kia *Vòng Đai Xanh* chưa bao giờ lập nổi ấy, là kẻ thua. Nhưng cái thua ấy cũng rất đáng ngờ vì cũng hàm chứa không kém những ẩn số chưa được giải đoán.

Sự thực trận chiến ấy chưa hề kết liễu mà chỉ đang chìm xuống trong một giai đoạn. Khi nó bùng lên lần nữa, chưa biết ai sẽ thắng, ai sẽ thua dứt khoát. Nhưng sự thắng hay bại ấy không quan trọng, không thể quan trọng bằng sự sống còn của quốc gia Việt miền Nam, không thể quan trọng bằng sự sống còn của hơn nửa triệu sắc dân Thượng cư ngụ tại miền này.

Nếu nhìn vấn đề dưới khía cạnh như vậy, các giải pháp tự nẩy sinh khá giản dị. Trước hết, *Vòng Đai Xanh* đã không còn, những người lính Mũ Xanh màu rừng đã ra đi, tất không thể còn vấn đề tạo dựng một quốc gia riêng biệt tách rời khỏi Việt Nam nữa. Những sắc dân Thượng dù muốn hay không, dù nhìn thấy hay chưa, sẽ phải đối diện với thực tại duy nhất: sống chung và gia nhập vào cộng đồng xã hội Việt Nam. Và điều này không mấy khó: người Việt miền đồng bằng chẳng bao giờ kỳ thị các người anh em miền núi của mình theo kiểu Mỹ da trắng Mỹ da đen bao giờ. Và suốt trong lịch sử dài rộng của Việt Nam từ khi lập quốc, chưa có ai, chưa bao giờ người đồng bằng Việt Nam nhìn các người miền cao như một thứ mọi-da-đỏ cần phải tiêu diệt hết. Từ bao lâu rồi, một người Kinh lấy một người Thượng là chuyện rất thường, quá thường đến nỗi không làm bất cứ ai ngạc nhiên nữa. Nếu có một sự phân cách nào đó, là do trình độ học vấn và kinh tế mà thôi. Một người Thượng có học vấn và kinh tế khá bao giờ cũng được đối xử y hệt những người Kinh ở bất cứ nơi nào trên lãnh thổ Việt Nam. Sự sống chung hòa bình như vậy chỉ còn là vấn đề thời gian. Với chính sách nâng đỡ đặc biệt về giáo dục đã có, với nỗ lực chấm dứt tình cảnh khốn cùng về thực phẩm (trung bình người Thượng canh tác theo lối đốt rẫy du mục, chỉ thu hoạch đủ gạo ăn chừng tám tháng trong một năm) bằng cách định cư định canh cho đồng bào Thượng, chúng ta hoàn toàn có quyền hy vọng như thế.

Nếu đối với người Thượng, giải pháp chỉ là văn hóa và kinh tế, thì đối với những người Kinh, vấn đề lại khác hơn nhiều. Trước hết là yếu tố sống còn của quốc gia Việt miền Nam. Không kiểm soát được cao nguyên, quốc gia chỉ còn hai phần đất chính: phần thứ nhất nằm trên địa bàn đã đưa quốc gia Chiêm Thành tới chỗ diệt vong và phần thứ hai còn tệ hơn, nằm trên địa bàn xưa đã chẳng giúp nổi vương quốc Phù Nam tồn tại và gần đây vài thế kỷ, người Khmer cũng chẳng giữ nổi. Nói một cách khác là xét theo khía cạnh địa lý chính trị và quân sự, quốc gia nằm dưới sông Bến Hải sẽ không thể bền vững trong thời gian nếu để mất miền cao nguyên. Nói xa và rộng hơn nữa, nước Việt nói chung tất cả, muốn tồn tại tại Đông Nam Á, bắt buộc phải tiến thật sát dãy Trường Sơn – điều mà tiền nhân chúng ta đã định làm và chưa hoàn tất được.

Thứ hai là vấn đề kinh tế. Miền Nam kể như không có một tiềm năng kỹ nghệ nặng. Trong một thời gian lâu dài nữa, sức mạnh kinh tế của chúng ta chỉ có thể trông cậy ở nông nghiệp. Điều này, chúng ta đều đã ý thức nhưng ít ai chú ý tới dữ kiện là miền Trung đã nhân mãn từ lâu và miền châu thổ Cửu Long không còn bao nhiêu tiềm năng: khai thác tối đa, cũng chỉ đủ cung cấp thực phẩm nuôi đủ dân mà thôi. Cuộc Nam tiến của người Việt đã hoàn tất từ lâu rồi. Bởi thế, một vùng đất hứa mới cho người Việt chỉ còn có thể là vùng cao nguyên.

Hai ông Nhu Diệm đã sáng suốt khi hết sức chú ý và thiết tha với cao nguyên. Nhưng chính sách dinh điền di dân lập ấp cùng cấp phát đồn điền cho tư nhân của hai ông đã có một khiếm khuyết từ căn bản: hai ông quên hay không tính tới thứ áp lực thường xuyên của người Trung Hoa phương Bắc. Bởi thế chúng ta đã thất bại.

Bây giờ tiến về vùng đất hứa, chúng ta phải đặt vấn đề một cách toàn diện và triệt để hơn. Cuộc Tây tiến lần này phải là một nỗ lực hình thành một xã hội mới, một căn bản cho một nền văn minh Việt Nam mới, có thể làm khuôn mẫu cho các nước nhược tiểu Á Phi và châu Mỹ La-tinh.

Trước hết bắt đầu bằng sự công bố vùng xưa kia được gọi là Hoàng Triều cương thổ là công thổ quốc gia, ngoại trừ những phần đất đã được phân phối cho các sắc tộc Thượng theo tiêu chuẩn không những đủ để nâng cao mức sống hiện tại, còn phải đủ để cho con cháu họ trong tương lai. Dĩ nhiên cũng tôn trọng quyền sở hữu đã có của người Kinh đã lên lập nghiệp từ lâu đời – trong một diện tích được giới hạn nào đó, sao cho không thể còn các đại địa chủ, chủ đồn điền nào nữa. Kế đó là một công cuộc điều nghiên rộng lớn về phương diện nông tác để có thể phân loại ít nhất cao nguyên ra làm hai loại vùng chính: loại khai hoang và loại cần chế ngự.

Chúng ta sẽ tập trung những quân nhân sắp được giải ngũ hay giải ngũ rồi thành những trung đoàn nông tác. Họ vẫn là một đơn vị bình thường, chỉ khác một điều là bây giờ nhiệm vụ của Trung đoàn nhẹ về chiến đấu và nặng về khai hoang. Trung đoàn sẽ tới đồn trú ở những vùng đất đai đã được chọn lựa kỹ, không phải chỉ về phương diện chiến lược mà còn về phương diện kinh tế nữa. Họ sẽ được mang toàn thể gia đình theo. Sau khi khai hoang xong đất đai sẽ chia lô phân phối cho mỗi người lính, không phải chia dứt khoát mà chỉ là cho mượn trong thời hạn 49 năm. Hết thời gian này, người thụ hưởng đương nhiên, kể cả con cái thừa kế đều được ưu tiên thêm kỳ hạn nữa với điều kiện phải tự mình canh tác. Bất cứ ai, lúc nào bỏ đất về miền xuôi quá ba hay năm năm, là đương nhiên đất trở về với công thổ quốc gia. Quốc gia sẽ phân phát cho người khác mượn. Với quy chế này chúng ta sẽ giữ được dân ở lại, đồng thời tạo được một xã hội không còn địa chủ bóc lột, không còn tá điền nghèo khổ nữa.

Dĩ nhiên là Trung đoàn nông tác chỉ có tính cách bắt buộc lúc đầu cho những người lính chưa mãn nhiệm kỳ phục vụ pháp định mà thôi. Khi đáo hạn giải ngũ, họ toàn quyền trở về miền đồng bằng – dĩ nhiên với sự chấp nhận thiệt thòi là lô đất do chính họ góp phần khai hoang sẽ bị thu hồi phát cho kẻ khác. Có thể nói ngay rằng phương sách khai hoang này là rút kinh nghiệm từ chính sách đồn điền của các chúa Nguyễn ngày xưa (dĩ quân vi nông, dĩ nông vi binh) và từ phương thức *mochav* của người Do Thái gần đây.

Đối với các loại vùng đất thứ hai, cần phải chế ngự thiên nhiên rồi mới khai thác được, hoặc tại những địa điểm chiến lược khó khăn chúng ta có thể thành lập các *kibbutzim* gồm toàn những người trẻ tự nguyện, nam và nữ. Họ chiến đấu chống mọi địch thù – dù là người hay thú hay khí hậu – sát cánh bên nhau trong tình yêu nước, tình yêu nam nữ. Tất cả như một cuộc phiêu lưu lãng mạn và kỳ thú cho tuổi trẻ. Khi họ đã thấm mệt, đã có con cái, muốn lui về với gia đình ổn cố, chúng ta sẽ biến các *kibbutzim* ấy thành các *mochav* hay để họ tự do trở lại đồng bằng. Bấy giờ có thể kể như họ đã thi hành xong mọi nghĩa vụ quân sự đối với quốc gia.

Mới phác lược như thế, chúng ta sẽ thấy ngay đó phải là công cuộc của tuổi trẻ Việt Nam. Chỉ có tuổi trẻ mới có thể làm được, mới có thể mơ đến một công trình Nghiêu Thuấn, một sự nghiệp kiến quốc như thế. Một giấc mơ vĩ đại, nhưng đáng để chúng ta mơ tới.

Lý do bởi như đã trình bày ở trên, nếu thực hiện được giấc mơ này, chúng ta vừa xây dựng được một xã hội mới cho Việt Nam, vừa tạo một gạch nối cho con cháu chúng ta thống nhất với nhau sau này, vừa tạo ra một phương thức hữu hiệu để đương đầu với áp lực của Trung Hoa lục địa, vừa nêu một phương thức cách mạng tuyệt hảo cho các nước nhược tiểu khác trên thế giới. Còn cuộc cách mạng nào hơn cuộc cách mạng vừa ít đổ máu, xây dựng được xã hội mới, vừa bảo vệ được quốc gia mình.

Thế Uyên

9/1970

Phụ lục

Từ VÒNG ĐAI XANH 1970
Tới NGƯỜI THƯỢNG ĐÔI BỜ 2017

Ngô Thế Vinh

Tin VOA (15/03/2017): *"Sáu người Thượng ở Tây Nguyên xin tị nạn với lý do bị đàn áp chính trị và tôn giáo vừa bị trả về Việt Nam hôm thứ ba, sau khi Campuchia bác đơn xin tị nạn của họ. Cambodia Daily cho hay trong sáu người, có một bé gái dưới 10 tuổi. Nhóm người này đã được các giới chức Cao ủy Tị nạn Liên Hiệp Quốc (UNHCR) hộ tống qua biên giới để trở về Việt Nam, theo lời ông Sok Sam An, Phó Chỉ huy trạm kiểm soát biên giới O'yadaw ở tỉnh Ratanakiri, Campuchia. Trong khi đó, Cambodia Daily dẫn lời người đứng đầu Dịch vụ Tị nạn Jesuit, tổ chức hỗ trợ người Thượng ở Phnom Penh, cho biết hiện vẫn còn 143 người đang chờ quyết định về số phận của họ. Làn sóng người Thượng mới nhất vượt biên sang tỉnh Ratanakiri bắt đầu vào cuối năm 2014. Nhưng làn sóng này đã chậm lại sau khi xảy ra hàng chục vụ trục xuất trở về Việt Nam. Cho tới nay, chỉ có 13 người Thượng được cấp quy chế tị nạn và tới Philippines vào tháng Năm, trong khi hàng chục người khác bị trả về Việt Nam."*

Người Thượng ở Việt Nam

Người Thượng là tên gọi chung cho khoảng 29 sắc dân bộ lạc sinh sống trên vùng cao nguyên Trung phần Việt Nam, nói nhiều thứ ngôn ngữ, mặc nhiều thứ y phục, chủ yếu sống bằng du canh và săn bắn. Họ quen sống trên những ngôi nhà sàn, nuôi thêm các loại gia súc: trâu bò heo gà. Ngày nay tại một số ít buôn bản, người Thượng vẫn còn giữ được những nghi thức sinh hoạt bộ lạc cổ truyền, rất hấp dẫn và thu hút du khách.

Trước các cuộc chiến tranh, có thể nói người Thượng có một cuộc sống xa xôi cách biệt hẳn với người Kinh ở đồng bằng. Nhưng cuộc sống thanh bình ấy hầu như đã bị kết thúc kể từ Thế Chiến Thứ Hai.

Với cuộc chiến tranh Việt-Pháp chín năm, lần đầu tiên người Thượng đã phải thật sự va chạm với thế giới bên ngoài. Cuộc chiến ấy kết thúc với sự thất trận của người Pháp. Hiệp định Genève chia đôi Việt Nam và chánh quyền miền Nam được giao cho quyền kiểm soát cả một vùng cao nguyên Trung phần rộng lớn với khoảng 1,5 triệu người Thượng thuộc nhiều bộ lạc khác nhau sống rải rác trong các vùng rừng núi phía Đông dãy Trường Sơn. Ý thức được tầm quan trọng chiến lược của vùng địa bàn cao nguyên, ngay từ những tháng đầu tiên, chánh phủ Sài Gòn đã tung ra hàng loạt các nỗ lực đồng hóa người Thượng vào đời sống xã hội người Việt mà không kể gì tới những sắc thái văn hóa đặc thù của riêng họ. Quy chế Hoàng Triều Cương Thổ riêng biệt dành cho người Thượng có từ thời vua Bảo Đại, đã bị ông Diệm hủy bỏ (từ tháng 3/1955). Có nghĩa là không còn chính sách đãi ngộ và tôn trọng quyền lợi đặc biệt của những người thiểu số. Với chính sách Dinh điền, hàng chục ngàn người dân Công giáo di cư từ miền Bắc đã được đưa lên cao nguyên định cư, xâm phạm cả những vùng đất đai màu mỡ đã từng là sở hữu của người Thượng qua nhiều thế hệ. Cộng thêm với vô số những lỗi lầm khác của chánh quyền thời bấy giờ, như ra lệnh đóng các tòa án phong tục Thượng, ngăn cấm các thổ ngữ và hạn chế số người Thượng có khả năng và có học tham gia vào các cơ cấu hành chánh. Thái độ bất mãn và không hợp tác của người Thượng và cả chống đối nữa là điều rất dễ hiểu.

Vào đầu thập niên 1960, cùng với sự tham dự trực tiếp của người Mỹ vào cuộc chiến tranh Việt Nam – tình cảnh của người Thượng hầu như đã hoàn toàn đổi khác. Người Thượng đã tiếp đón người Mỹ bằng vòng tay rộng mở, với những ràng buộc gắn bó nảy nở từ cả hai phía. Các cố vấn Mỹ cần người Thượng giúp đỡ họ thu thập các tin tức tình báo về sự xâm nhập và di chuyển của quân đội cộng sản. Trong khi đó người Thượng lại tin tưởng rằng, những người bạn Mỹ có thể bảo vệ họ chống lại sự đe dọa từ cả hai phía người Việt, (dù là cộng sản hay không), hơn thế nữa cả bảo đảm nền tự trị của họ một mai khi cuộc chiến tranh chấm dứt.

Và trong suốt cuộc chiến tranh Việt Nam, người Thượng luôn luôn là nạn nhân kẹt giữa các thế lực tranh chấp. Khoảng năm 1972, giới quân sự Mỹ ước lượng rằng đã có khoảng 200 ngàn người Thượng bị chết trong các cuộc giao tranh, với khoảng 80 phần trăm buôn ấp có tự lâu đời hoàn toàn bị phá hủy và những bản đồ sắc tộc đã chẳng còn mang một ý nghĩa nào.

Đến năm 1975, bối cảnh chánh trị và quân sự Việt Nam càng ngày càng suy thoái. Sau biến cố mất Ban Mê Thuột, bằng một quyết định sai lầm có tính cách chiến lược của ông Thiệu khi bỏ cao nguyên, với hậu quả là một cuộc di tản đẫm máu, kéo theo sự tan rã hoàn toàn của chánh quyền Sài Gòn.

Nhóm người Thượng vượt biên bằng đường bộ từ Việt Nam sang tỉnh Ratanakiri, Cam Bốt 22/07/2004. (nguồn: Reuters)

Dưới chế độ cộng sản mới, hàng ngàn người Thượng do bị nghi ngờ đã sát cánh chiến đấu với người Mỹ, bị hành hạ tù đày trong các trại cải tạo, một số lãnh tụ Thượng bị hành quyết và những người dân Thượng sống trong các buôn bản cũng bị kiểm soát rất chặt chẽ khiến cuộc sống của họ càng ngày càng khốn khổ và trở nên bi đát hơn.

Một số người Thượng khác đã chọn cầm vũ khí, tìm tự do trong rừng sâu, chống lại chế độ mới. Nhưng họ đã bị tổn thất nặng nề do nhà nước Hà Nội có hỏa lực nhiều lần mạnh hơn. Nhóm người Thượng này đã phải chạy sang Lào rồi Cam Bốt cuối cùng cho dù kiệt sức, họ cũng thoát được sang Thái Lan. Qua bao nhiêu vận động và thủ tục, lần đầu tiên có một nhóm đông đảo 213 người Thượng được vào Mỹ và cuối cùng đi định cư ở tiểu bang North Carolina, nơi có những người bạn cựu chiến binh Mũ Xanh Mỹ chờ đón và giúp đỡ họ.

Vẫn tại Việt Nam, với không ngừng các đợt di dân lên cao nguyên, cho tới năm 2000, dân số trên các tỉnh Tây

Nguyên đã tăng vọt lên tới con số 4 triệu, mà đa số lại là người Kinh đến từ đồng bằng. Chỉ còn khoảng một triệu người Thượng với ngót 30 sắc tộc bao gồm 6 bộ lạc lớn chính như: Jarai (320 ngàn), Rhadé (258 ngàn), Bahnar (181 ngàn), Koho (122 ngàn), Mnong (89 ngàn) và Stieng (66 ngàn). Và người Thượng nay trở thành thiểu số trên chính vùng đất đai vốn là quê hương của họ.

Với áp lực di dân khổng lồ và ồ ạt của người Kinh (do chính sách của nhà nước cộng sản hoặc từ các cuộc di dân tự phát), người Thượng hầu như không còn có được một khoảng không gian sinh tồn, họ không có cách nào duy trì được nếp sinh hoạt du canh truyền thống vì họ đã hoàn toàn bị tước đoạt quyền kiểm soát đất đai trước đây là của họ. Họ phải chấp nhận sinh sống trên từng mảnh vườn nhỏ, làm thuê trên những vùng trồng trà hay cà phê của người Kinh; họ cảm thấy bị kỳ thị và bị bóc lột ngay trên vùng đất đai vốn là của tổ tiên họ.

Tôn giáo nguyên thủy của người Thượng là đa thần và thờ cúng những vật linh, với nhiều nghi thức thường thấy như cảnh giết trâu hay súc vật khác trong các buổi tế lễ. Nếp sinh hoạt ấy vẫn còn được duy trì nơi một số ít buôn bản Thượng ở Việt Nam.

Nhưng cũng do có các đoàn truyền giáo Tây phương (Pháp và Mỹ) hoạt động rất mạnh trên cao nguyên từ những thập niên 1930, càng ngày càng có đông số người Thượng theo đạo Tin lành, một số khác ít hơn theo đạo Thiên chúa (có khoảng 150 ngàn theo đạo Thiên chúa).

Trong số một triệu người Thượng ở cao nguyên hiện nay, ước định có khoảng hơn 300 ngàn người theo đạo Tin lành – hay còn được gọi là *Tin Lanh Dega*. Từ thập niên 1990, theo nhận định của Human Rights Watch, *Tin Lanh Dega* trở nên càng ngày càng hấp dẫn đối với người Thượng không phải chỉ có thuần đức tin tôn giáo mà nó còn được kết hợp với khát vọng độc lập và niềm kiêu hãnh về văn hóa. Đó như là một kết hợp chánh trị và tôn giáo khá tinh vi. Trong những buổi lễ rao giảng đạo cùng một lúc cầu nguyện cho một quê hương độc lập không phải là hiếm có.

(*Dega* có nguồn gốc từ tiếng Rhadé: *Anak Ede Gar* có nghĩa là Những Đứa Con Của Núi Rừng – một từ ngữ đã được người Thượng Chính-trị-hóa / *politicized* để chỉ chung cho các nhóm sắc dân thiểu số sống trên cao nguyên. Nhiều người Thượng không muốn dùng từ *Montagnard* vì cho đó là sản phẩm của thời thực dân Pháp. Giới quân sự Mỹ trên cao nguyên trong thời chiến tranh Việt Nam gọi họ là *Yard*, được người Thượng chấp nhận dễ dàng hơn nhưng đó cũng chỉ là một từ rút ngắn từ chữ *Montagnard*.)

Người Thượng ở Mỹ

Vào thời điểm 1975, hầu như không có người Thượng nào có cơ hội di tản khỏi Việt Nam cho dù trước đó họ đã cộng tác rất chặt chẽ với người lính Mũ Xanh Mỹ trong suốt cuộc chiến tranh Việt Nam.

Trước 1986, chỉ có khoảng không quá 30 người Thượng sống rải rác trên đất nước Mỹ. Tới khoảng năm 1987 mới có một đợt những người Thượng tị nạn đầu tiên từ Thái Lan tới Mỹ. Họ khoảng 200 người đa số là đàn ông, được đưa tới định cư tại tiểu bang North Carolina.

Vào tháng 12 năm 1992, thêm một nhóm khoảng 400 người Thượng từ Tây Nguyên vượt biên sang các tỉnh Mondulkiri và Ratanakiri bên Cam Bốt. Giữa hai lựa chọn phải trở về Việt Nam hay được phỏng vấn cho đi định cư tại Mỹ, đa số đã chọn giải pháp thứ hai: họ gồm 269 đàn ông, 24 phụ nữ và 80 trẻ em.

Cho tới năm 2000, con số người Thượng ở Mỹ tiếp tục gia tăng. Họ bao gồm từng nhóm nhỏ người Thượng vào

Mỹ, hoặc với tính cách tị nạn sau khi được ra khỏi các trại cải tạo của nhà cầm quyền cộng sản Việt Nam, hoặc được đi theo các diện đoàn tụ ODP [*Orderly Departure Program*], hoặc theo diện con lai (thường cha là lính Mỹ, mẹ là những người đàn bà Thượng bị bỏ rơi lại từ cuộc chiến tranh Việt Nam trước đây), hầu hết cũng đều được đưa tới định cư tại North Carolina.

Theo thống kê dân số năm 2000, riêng tại tiểu bang North Carolina đã có khoảng hơn 3.000 người Thượng, nơi định cư đông nhất của người Thượng bao gồm khoảng 2.000 người ở Greensboro, 700 ở vùng Charlotte, 400 ở Raleigh.[1]

Vào tháng Hai năm 2001, tại Việt Nam lại xảy ra biến cố gây nhiều tiếng vang trong giới truyền thông quốc tế và cả tạo phản ứng từ các tổ chức bảo vệ nhân quyền: nhiều ngàn người Thượng đã đồng loạt biểu tình trên các tỉnh cao nguyên đòi độc lập, đòi lại đất đai của tổ tiên và đòi quyền tự do tôn giáo. Và cũng là điều khiến mọi người khá ngạc nhiên là các phương tiện *high-tech* đã được người Thượng bên trong cũng như bên ngoài vận dụng rất hữu hiệu trong cuộc tranh đấu của họ, như liên lạc điều hợp bằng *cellular phone, email* và thông tin nhanh chóng qua các mạng lưới *Internet.*[2] Nhà nước cộng sản Việt Nam đã thẳng tay đàn áp mạnh mẽ khiến ngót một ngàn người Thượng phải chạy sang Cam Bốt. Một số đã bị quân đội cộng sản Việt Nam truy lùng và cưỡng bách trở lại Việt Nam. Phủ Cao ủy Tị nạn Liên Hiệp Quốc [UNHCR] đã phải can thiệp, và đa số đã bày tỏ nguyện vọng không muốn trở lại Việt Nam. Cuối cùng vào năm 2002, thêm số 900 người Thượng nữa được nhận vào Mỹ và cũng được tới định cư tại North Carolina. Tưởng cũng nên nhắc lại ở đây về một tình cảm chia sẻ ấm áp của cộng đồng người Việt sống tại Nam California đối với đợt những người Thượng mới tới này bằng buổi đón tiếp họ ở phi trường và một số hiện kim tượng trưng đã được quyên góp.

Những người Thượng tới Mỹ sớm trước hoặc sau, tất cả đều có mẫu số chung là những khó khăn của bước đầu hội nhập với một môi trường và cảnh vực hoàn toàn xa lạ với họ. Cho dù từ những bộ lạc sắc tộc khác nhau nhưng họ đều xuất thân từ vùng rừng núi cao nguyên Trung phần Việt Nam. Ngôn ngữ của các nhóm sắc tộc Thượng này có gốc gác từ hai nhóm Mon-Khmer và Malayo-Polynesian. Đông nhất là người sắc tộc Rhadé.

Tưởng cần nên nhấn mạnh ở đây là những người Thượng Tây Nguyên có nguồn gốc chủng tộc khác hẳn và không có liên hệ gì với người Hmong ở Lào sống phía Tây dãy Trường Sơn và các sắc tộc thiểu số khác trên vùng thượng du miền Bắc Việt Nam.

Với những người Thượng đã vào Mỹ, đa số theo đạo Tin lành, một số khác khoảng một ngàn người theo đạo Thiên chúa. Các nhà thờ và trường đạo dần dà trở thành định chế sinh hoạt xã hội của người Thượng sinh sống ở Mỹ.

Cũng như với những người Chăm (sống ở Việt Nam hay bên Cam Bốt) khi chọn theo đạo Hồi, cho dù đó không phải là đạo gốc của họ, người Thượng khi chọn theo đạo Tin lành, đối với họ có ý nghĩa như tìm tới một sự cứu rỗi, xác định và tìm lại một thứ căn cước chủng tộc đang bị tiêu vong và giúp họ sống còn với đầy đủ nhân phẩm và cả bảo tồn văn hóa.

Đời sống gia đình và xã hội của người Thượng khi còn ở Việt Nam, giữ nét mẫu hệ, con cái mang họ mẹ. Người đàn bà đóng vai chủ động và quán xuyến mọi chuyện trong gia đình và thường chọn chồng trong cùng một sắc tộc với mình.

Nhưng với những người Thượng di cư vào Mỹ thì nếp sống ấy đã thật sự phải thay đổi: dù là đàn ông hay đàn bà thì cũng phải cùng nhau chia sẻ công việc trong gia đình và ngoài xã hội, và đã có những cuộc hôn nhân giữa các sắc tộc khác nhau, bắt nguồn từ một nét rất đặc thù của cộng đồng người Thượng trên đất Mỹ, đó là là tình trạng "trai thừa gái

Các em học sinh Thượng trên đất Mỹ, tại trường học Brookstone, Charlotte, North Carolina. (nguồn: http://brookstoneschools.blogspot.com)

thiếu", nên đã có nhiều cuộc hôn nhân giữa người đàn ông Thượng với các phụ nữ thuộc ngoài chủng tộc như với người Lào, Cam Bốt, Việt Nam và ngay cả với người Mỹ đen hay Mỹ trắng.

Với thế hệ thứ nhất người Thượng tới Mỹ thường gặp rất nhiều khó khăn trong vấn đề hội nhập, do trình độ hiểu biết rất hạn chế lại thêm sự khác biệt quá lớn về phong tục và văn hóa nên đã có những va chạm với cộng đồng địa phương là điều không thể tránh, ví dụ như những vi phạm thường xuyên luật lệ ở Mỹ như say rượu lái xe, chạy xe không có bảo hiểm, các sinh hoạt nhà cửa vệ sinh thiếu tiêu chuẩn như cảnh phơi thịt cá khô trước nhà, đem bày hết đồ đạc cả ra ngoài sân, v.v...

Họ phải chấp nhận làm những công việc tay chân nặng nhọc trong các hãng xưởng, cả vợ và chồng đều phải đi làm, có người phải làm hai *jobs* với đồng lương tối thiểu để trả tiền nhà và nuôi đám con cái ăn học.

Với những người Thượng trẻ thuộc thế thệ thứ hai, họ có khả năng thích nghi mau chóng với nếp sống Mỹ quốc, từ trang phục cho tới cách ăn uống *fast food,* nói thông thạo tiếng Anh và được tới trường đi học.

Nếu lớp người trẻ này được hướng dẫn và không bị lạc lối, số có học sẽ có khả năng trở thành tầng lớp lãnh đạo Cộng Đồng Người Thượng Đôi Bờ trên đất Mỹ và trên đất Việt trong tương lai.

Ngô Thế Vinh

California, 12/2003 cập nhật 3/2017

Tham khảo:

1. Montagnards: Their History and Culture – CulturalOrientation.net

2. Repression of Montagnards: Conflicts over Land and Religion in Vietnam's Central Highlands – Human Rights Watch, 4/2002.

3. Window on a War: An Anthropologist in the Vietnam Conflict – Gerald C. Hickey, Texas Tech Univ. Press, 2002.

4. The Ethnography of Vietnam's Central Highlanders – Oscar Salemink, Univ. of Hawaii Press, 2003.

5. Thêm 6 người Thượng xin tị nạn bị trả về Việt Nam. VOA 15/3/2017.

   (nguồn: http://www.voatiengviet.com/a/them-6-nguoi-thuong-xin-ti-nan-bi-tra-ve-viet-nam/3767330.html)

BÁCH KHOA
ĐÀM THOẠI VỚI NGÔ THẾ VINH

Từ *VÒNG ĐAI XANH* đến *MẶT TRẬN Ở SÀI GÒN*

L.T.S. Nhà văn Ngô Thế Vinh, tác giả truyện dài Vòng Đai
Xanh *vừa nhận được giải thưởng bộ môn Văn trong giải Văn
học Nghệ thuật toàn quốc 1971 trước Tết, thì sau Tết lại
nhận được trát gọi ra tòa về bài "Mặt Trận ở Sài Gòn" trên
tạp chí* Trình Bầy *số 34, có "luận điệu phương hại trật tự
công cộng và làm suy giảm kỷ luật, tinh thần chiến đấu của
quân đội." Nếu giải Văn trao cho* Vòng Đai Xanh *không gây
dư luận sôi nổi như giải Thơ thì trái lại vụ án Ngô Thế Vinh
đã là đề tài cho rất nhiều anh em cầm bút trên các nhật báo
cũng như tuần báo, tạp chí, trên báo dân sự cũng như báo
quân đội và dư luận đã nhất trí bênh vực nhà văn quân đội
mà ngày lĩnh giải thưởng văn chương vẫn còn lận đận hành
quân ở cao nguyên. Do đó mà có cuộc đàm thoại sau đây để
độc giả* Bách Khoa *biết rõ tác phẩm trúng giải* Vòng Đai
Xanh *đã được thai nghén hình thành ra sao, và tác giả VĐX
đã quan niệm vụ án của anh thế nào.*

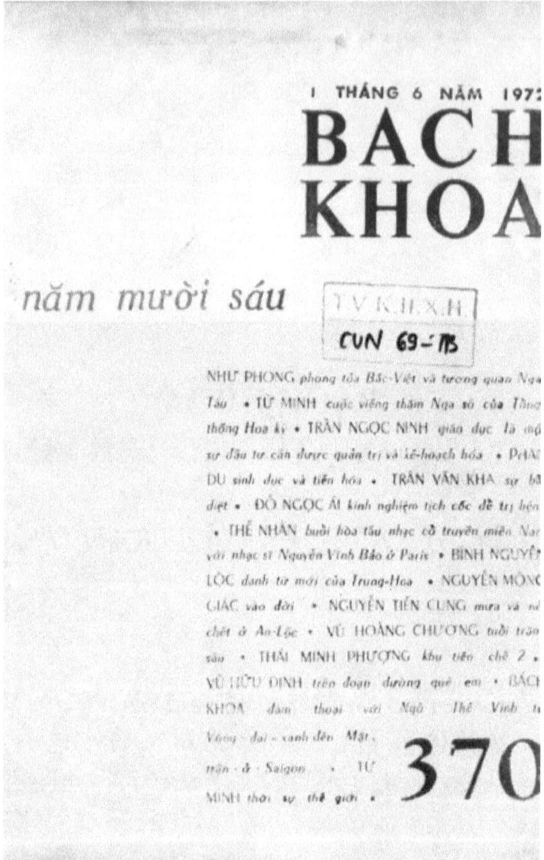

Tạp chí *Bách Khoa* số 370 ngày 01/06/1972.
[nguồn: Tư liệu Phạm Lệ Hương]

Cũng xin ghi lại: Ngô Thế Vinh sinh năm 1941 ở Thanh Hóa. Anh đã là Chủ bút báo Tình Thương, *cơ quan tranh đấu văn hóa xã hội của Sinh viên Y khoa 63-66. Tốt nghiệp Y khoa năm 1968, anh gia nhập Quân y phục vụ tại Lực Lượng Đặc Biệt và đã giữ chức vụ Y sĩ trưởng Liên đoàn 81 Biệt Cách Dù. Tác phẩm đã xuất bản: những tiểu thuyết* Mây Bão *(1963),* Bóng Đêm *(1964),* Gió Mùa *(1965) và* Vòng Đai Xanh *(1970).*

● BÁCH KHOA

Đàm thoại với Ngô-Thế-Vinh
từ Vòng-đai-xanh đến Mặt-trận-ở-Saigon

L.T.S. Nhà văn Ngô Thế Vinh, tác giả truyện dài «Vòng Đai Xanh» vừa nhận được giải thưởng bộ môn Văn trong Giải Văn học Nghệ thuật toàn quốc 1971 trước Tết, thì sau Tết lại nhận được Trát gọi ra Tòa về bài «Mặt trận ở Saigon» trên tạp chí Trình Bày số 34, có «luận điệu phương hại trật tự công cộng và làm suy giảm kỷ luật, tinh thần chiến đấu của quân đội». Nếu giải Văn trao cho Vòng Đai Xanh không gây một dư luận sôi nổi như giải Thơ thì trái lại vụ án Ngô Thế Vinh đã là đề tài cho rất nhiều anh em cầm bút trên các nhật báo cũng như tuần báo, tạp chí, trên báo dân sự cũng như báo quân đội và dư luận đã nhất trí bênh vực nhà văn quân đội mà ngày lĩnh giải văn chương vẫn có... lịn đạn hành quân ở Cao nguyên. Do đó mà có cuộc đàm thoại sau đây để độc giả Bách-Khoa biết rõ tác phẩm trúng giải Vòng Đai Xanh đã được thai nghén, hình thành ra sao, và tác giả VĐX đã quan niệm vụ án của anh thế nào.

Cũng xin ghi lại : Ngô-Thế-Vinh sinh năm 1941 ở Thanh Hóa. Anh đã là Chủ bút báo Tình Thương, cơ quan tranh đấu Văn hóa Xã hội của Sinh-viên Y-khoa 63-66. Tốt nghiệp Y-khoa năm 1968, anh gia nhập Quân-y phục vụ tại Lực Lượng Đặc Biệt và đã giữ chức vụ Y-sĩ trưởng Liên đoàn 81 Biệt Cách Nhảy Dù.

Tác phẩm đã xuất bản : Những tiểu thuyết Mây Bão (1963) Bóng Đêm (1964), Gió Mùa (1965) và Vòng Đai Xanh (1971).

BÁCH-KHOA : *Cuốn «Vòng Đai Xanh» của anh đã được giải thưởng văn học Nghệ thuật toàn quốc 71. Xin anh cho biết hoàn cảnh nào đã gợi ý cho anh viết tác phẩm trên.*

NGÔ-THẾ-VINH : Trong khoảng thời gian 63-66 cùng các bạn hữu ở trường Đại-học Y-khoa chủ trương tờ *Tình Thương* chúng tôi có dịp đề cập tới nhiều vấn đề, từ những sinh hoạt giới hạn trong vòng thành Đại-học tới cả các biến cố sôi bỏng của đất nước. Vấn đề «Nổi dậy» của người Thượng và Cao Nguyên là một trong những biến cố được chú ý ở giai đoạn đó. Từ năm 1957, người ta đã nghe thấy những tin đồn về một «Phong trào Thượng tự trị». Tiếp theo là các vụ nổi dậy chính thức bộc phát vào những năm sau. Sau mỗi vụ tàn sát của người Thượng, vấn đề Cao-nguyên được đặt ra sôi nổi rồi cũng lại rơi vào quên lãng. Nhưng cho đến biến cố tháng 12 65, cả một âm mưu Tổng-nổi-dậy của người Thượng tại khắp các tỉnh Cao-nguyên của Phong-trào đòi tự-trị FULRO, cùng với những vụ thảm sát người Kinh, hiểm họa đe dọa Cao-nguyên đã trở thành một sự thực. Lại thêm những lời tuyên bố úp mở của một số nhà lãnh đạo V.N. lúc đó về «những hành động vô ý

Trang 77-80.
[nguồn: Tư liệu Phạm Lệ Hương]

BÁCH KHOA: *Cuốn "Vòng Đai Xanh" của anh đã được giải thưởng Văn học Nghệ thuật toàn quốc 71. Xin anh cho biết hoàn cảnh nào đã gợi ý cho anh viết tác phẩm trên?*

NGÔ THẾ VINH: Trong khoảng thời gian 63-66 cùng các bạn hữu ở trường Đại học Y khoa chủ trương tờ *Tình Thương*, chúng tôi có dịp đề cập tới nhiều vấn đề, từ những sinh hoạt giới hạn trong vòng thành Đại học tới cả các biến cố sôi bỗng của đất nước. Vấn đề "nổi dậy" của người Thượng và cao nguyên là một trong những biến cố được chú ý ở giai đoạn đó. Từ năm 1957, người ta đã nghe thấy những tin đồn về một "Phong trào Thượng tự trị". Tiếp theo là các vụ nổi dậy chính thức bộc phát vào những năm sau. Sau mỗi vụ tàn sát của người Thượng, vấn đề cao nguyên được đặt ra sôi nổi rồi cũng lại rơi vào quên lãng. Nhưng cho đến biến cố tháng 12/65, cả một âm mưu tổng nổi dậy của người Thượng tại khắp các tỉnh cao nguyên của Phong trào đòi tự trị FULRO, cùng với những vụ thảm sát người Kinh, hiểm họa đe dọa cao nguyên đã trở thành một sự thực. Lại thêm những lời tuyên bố úp mở của một số nhà lãnh đạo Việt Nam lúc đó về "những hành động vô ý thức của những tay sai ngoại bang", sự đả kích gần xa của báo chí về một thứ "Thực dân Mới", khiến cho mọi người cảm thấy một điều gì thiếu minh bạch đằng sau những biến cố đó. Nói trắng ra, thái độ lúng túng của chính quyền thời đó về vấn đề này càng làm cho người dân tin rằng đã có bàn tay và áp lực từ phía người Mỹ, nhất là khi mà các thành phần nổi dậy lại thường phát xuất từ các trại Lực Lượng Đặc Biệt và Dân Sự Chiến Đấu Thượng, huấn luyện và trợ cấp trực tiếp bởi người Mỹ. Đó là những lý do của các chuyến đi của tôi lên Cao nguyên với tư cách một nhà báo sinh viên. Và một số báo *Tình Thương* đặc biệt về phong trào FULRO và vấn đề chủ quyền Việt Nam được hình thành sau đó[1]. Phải nói là tôi bị xúc động sâu xa bởi những chuyến đi này, khi ý thức được rằng cả người Thượng lẫn người Kinh chỉ là nạn nhân của một âm mưu lớn lao.

Như anh biết, chế độ kiểm duyệt thời đó đã giới hạn tối đa mọi phổ biến trên báo chí và do đó tôi có ý định viết một cuốn sách, không phải là tiểu thuyết, sưu khảo về vấn đề cao nguyên.

BK: *Rồi tại sao từ cuốn sưu khảo dự định viết lại trở thành cuốn tiểu thuyết mà khung cảnh là cao nguyên?*

NTV: Ra đến số 30, tờ *Tình Thương* bị Nội các Chiến Tranh đóng cửa. Không có những bận rộn về báo chí, tôi đã có thì giờ để khởi viết những chương đầu tiên của cuốn sách và tiếp tục thu thập thêm tài liệu, tiếp xúc với các giới chức liên hệ kể cả những người Thượng.

Phải ghi nhận ở đây là kiểm duyệt là mối ám ảnh thường xuyên mỗi khi tôi cầm bút. Và cũng thật khó để mà có thể giữ nguyên hứng khởi và cả kiên nhẫn nữa để hoàn thành một cuốn sách khi không thấy tương lai có thể xuất bản.

Bởi vậy sau một thời gian gián đoạn, tôi phải tìm cách vượt qua khó khăn này bằng một lựa chọn hình thức tiểu thuyết cho cuốn sách.

BK: *Và anh đã viết và cho xuất bản cuốn* Vòng Đai Xanh *trong những trường hợp nào?*

NTV: Có lẽ do bởi mối duyên với người Thượng, nên khi vừa tốt nghiệp Y khoa, gia nhập quân đội, tôi đã tình nguyện chọn binh chủng Lực Lượng Đặc Biệt, với địa bàn hoạt động là vùng cao nguyên chung đụng rất nhiều với các sắc dân thiểu số. Tôi đã viết tiếp được một số chương của *Vòng Đai Xanh* trong giai đoạn này.

Nhưng ý định xuất bản *Vòng Đai Xanh* chỉ thật mãnh liệt khi tôi có trong tay cuốn *The Green Berets* của Robin Moore, một cuốn sách *best-seller* trong nhiều tuần và nổ như một trái bom trên đất Mỹ, với nội dung ca ngợi những chiến sĩ Mũ Xanh LLĐB Hoa Kỳ, còn lại là sự xuyên tạc và hạ giá người Việt cùng với sự kỳ thị tệ hại của các sắc dân Kinh Thượng ở cao nguyên. Đối lại với *The Green Berets*, *Vòng Đai Xanh* sẽ là một "lối nhìn Việt Nam" về vấn đề cao nguyên, cùng với thực chất và huyền thoại *De Oppresso Liber* của những người lính LLĐB Mũ Xanh Hoa Kỳ lúc nào cũng tự nhận là anh hùng giải phóng các dân tộc bị trị. Họ quan niệm đang làm một cuộc giải phóng cho những người Thượng bị áp bức ở cao nguyên...

BK: *Việc xuất bản* Vòng Đai Xanh *gặp khó khăn gì không và tại sao anh lại chọn nhà xuất bản Thái Độ để cho ra đời tác phẩm của anh?*

NTV: Với kinh nghiệm từ ba cuốn sách trước về những khó khăn của kiểm duyệt, để *Vòng Đai Xanh* có thể được chấp thuận ra mắt, tôi đã phải tự cắt xén đi gần một nửa số trang của cuốn sách. Đó gần như một sự phá hỏng tác phẩm với mục đích để được xuất bản. Bởi vì như tôi đã trình bày với anh, tôi thiết tha mong muốn cho *Vòng Đai Xanh* ra đời được khá sớm để kịp đối lại với *The Green Berets* của Robin Moore. Nhưng sở Kiểm duyệt vẫn làm khó dễ, vẫn cấm đoán. Thoạt tiên anh Thế Nguyên chủ trương nhà Trình Bầy, nhận xuất bản. Sau anh chịu thua kiểm duyệt. Anh Thế Uyên chủ trương nhà Thái Độ lại nhảy vào vòng tranh đấu và anh kiên nhẫn làm đơn từ lên xuống mãi, rồi sau cùng thì kiểm duyệt nhượng bộ, Thế Uyên thành công và *Vòng Đai Xanh* được ra đời sau những hậu thuẫn nhiệt thành của các anh em cầm bút trên báo chí.

BK: *Tại sao anh có ý kiến gửi* Vòng Đai Xanh *dự giải Văn học Nghệ thuật 71 và xin anh cho biết cảm tưởng khi trúng giải.*

NTV: Sống với người Thượng và cao nguyên tôi không ngừng nghĩ tới tương lai Vùng Đất Hứa này, tương lai đó ra sao là do mức độ quan tâm của nhiều người. Từ một cuốn sách bị cấm đoán cho tới khi *Vòng Đai Xanh* được xuất bản, việc tham dự giải văn chương đối với tôi là một cách thế bày tỏ thái độ. Sự kiện *Vòng Đai Xanh* được chọn, hay chính quan điểm *Vòng Đai Xanh* được công khai chấp nhận, đối với tôi là một dấu hiệu khích lệ trong một hoàn cảnh nhiều thách đố như hiện tại.

BK: *Hôm phát giải anh cũng không có mặt ở Dinh Độc Lập?*

NTV: Trước Tết, sau cuộc hành quân vượt biên ở Krek, tôi theo đơn vị trở lại Sài Gòn để rồi sau đó lại trở lên cao nguyên vì tình hình được coi là khẩn trương lúc đó. Có nhiều dấu hiệu của một cuộc tổng tấn công của cộng sản Bắc Việt trên khắp lãnh thổ, nhất là ở cao nguyên vào dịp Tết, điều mà Hà Nội gọi là "cú đấm then chốt" để tạo một "dấu ngoặc lịch sử"; trong sự căng thẳng chờ đợi đó, tôi nhận được công điện từ hậu cứ báo tin về kết quả của giải thưởng văn chương. Vì nhu cầu hành quân, tôi đã không về Sài Gòn và quyết định ở lại đơn vị. Cũng như cách đấy gần một năm, tôi đã không thể về Sài Gòn để dự buổi ra mắt cuốn *Vòng Đai Xanh* do nhà xuất bản Thái Độ tổ chức.

BK: *Gần đây anh vừa bị ra tòa về một bài báo trên tập san Trình Bầy?*

NTV: Dứt cuộc hành quân kéo dài gần hai tháng, trở lại Sài Gòn, tôi được anh Thế Nguyên cho biết tin bị truy tố vì một bài viết ở *Trình Bầy* số 34, mà theo anh, ngoài Chủ nhiệm, bộ Nội vụ còn truy tố đích danh tác giả. Tuy là một vụ án truy tố theo quy chế báo chí, điều 28, nhưng tôi quan niệm ngay tính cách văn nghệ của vụ án này, liên quan tới nhà văn và quyền phát biểu trong sáng tác. Đó là lý do tôi quyết định sẽ ra tòa chứ không chấp nhận một bản án khuyết tịch như ý kiến một số bạn hữu khác.

BK: *Anh có thể cho biết qua nội dung bài báo mà anh bị truy tố không?*

NTV: Đó là bài *Mặt Trận ở Sài Gòn* một bút ký ngắn ghi lại cuộc hành trình ý thức của một người lính chấp nhận cuộc hy sinh chiến đấu gian khổ hiện tại, đồng thời cũng có những mơ ước về một xã hội tốt đẹp hơn trong tương lai. Chỉ với nội dung đó mà tôi bị truy tố dùng báo chí phổ biến luận điệu phương hại trật tự công cộng và làm suy giảm kỷ luật, tinh thần chiến đấu của quân đội, một tập thể mà chính tôi là một thành phần trong đó!

BK: *Vụ án diễn tiến ra sao?*

NTV: Như anh biết vụ án đã được đem ra xét xử sáng ngày 18/5/72 sau hai lần bị đình hoãn. Các luật sư Vũ Văn Huyền, Mai Văn Lễ và Đinh Thạch Bích đã biện hộ theo chiều hướng một vụ án văn nghệ chứ không phải một vi phạm báo chí. Về việc tách rời một câu một đoạn ra khỏi một bài hay một tác phẩm để buộc tội, luật sư Huyền có đem cuốn *Vòng Đai Xanh* ra tòa trích ngay một đoạn đầu đọc lên và nói rằng nếu tách ra riêng đoạn đó thì không phải là phát giải Văn học Nghệ thuật cho tác giả mà có thể lại truy tố tác giả thật nặng nề là khác nữa. Phải xét sự nhất trí của lập luận toàn bài hay toàn tác phẩm chứ không thể cắt rời một mảnh mà phê phán được. Tuy nhiên phán quyết của ông Chánh án Nguyễn Huân Trình vẫn là xác nhận tội trạng của tác giả bài *Mặt Trận ở Sài Gòn* và phạt án treo 100.000 đồng tiền vạ, cùng bồi thường 1 đồng bạc danh dự cho bộ Nội vụ.

Đây là vụ án có tính cách tượng trưng và để tránh một tiền lệ cho nhà văn có thể bị truy tố ra tòa bất cứ lúc nào về những phát biểu trong sáng tác của họ, nên tôi quyết định kháng án lên Tòa Thượng Thẩm.

BK: *Sau cùng xin anh cho biết dư luận báo chí và các hội đoàn văn nghệ về vụ án của anh.*

NTV: Mặc dù vụ án xảy ra giữa một tình hình sôi bỏng của chiến cuộc, như anh thấy, đã có một hậu thuẫn khá tốt đẹp trên dư luận báo chí, kể cả những tờ báo đại diện cho khuynh hướng của quân đội. Và tôi nghĩ rằng một dư luận báo chí như vậy sẽ có tác dụng ngăn chặn những vụ án tương tự xảy ra trong tương lai. Riêng đối với Hội Bút Việt, sự im lặng của hội cho đến hôm nay là một sự kiện đáng phàn nàn. Ngoài những cuộc tiếp xúc riêng tư với các cấp lãnh đạo của chánh quyền, tôi nghĩ một khuyến cáo chính thức của hội với Nhà nước là một sự cần thiết. Phải chăng đó là một thái độ không làm chính trị như linh mục Thanh Lãng đã xác nhận, đúng với Hiến chương của Văn Bút Quốc Tế, chính trị ở đây phải hiểu bao gồm cả những phát biểu của nhà văn trong sáng tác tự do của họ. Một lý lẽ thứ hai để giải thích sự không lên tiếng của Bút Việt là vụ án chưa xử hay bản án chưa thành hình, trong khi tiếng nói đó có thể ngăn chặn lại vụ án. Không lẽ ban Chấp hành của một Hội Nhà văn lại tự giới hạn trong cái quyền đi xin nhà nước gia ân tha cho những văn nghệ sĩ đã bị án tù tội chứ không phải là ngăn chặn những sai lầm của chính quyền trong quyết tâm bảo vệ nhân quyền, với văn nghệ sĩ là quyền tự do được thể hiện trong các sáng tác phẩm của họ.[2]

Dù trong hoàn cảnh nào, tôi vẫn không ngừng tin tưởng rằng trong tương lai miền Nam vẫn có một chỗ đứng xứng đáng cho nhân phẩm và trí tuệ để có thể giữ vững cuộc chiến đấu.

BÁCH KHOA CCCLXX

Số 370 ngày 01/06/1972

Ghi chú:

1. Tình Thương số 25, 1965.

2. Sau khi có bản án của Tòa Sơ Thẩm Sài Gòn, trong phiên họp Ban Chấp hành ngày 24/05/72 vừa qua, Hội Bút Việt đã quyết định lên tiếng về vụ án Ngô Thế Vinh và một bản tuyên bố đã được phổ biến ngày 25/05 phản đối bản án xử các nhà văn Ngô Thế Vinh và Thế Nguyên "là một trường hợp xâm phạm đến tự do tư tưởng và ngôn luận" và "tố cáo trước dư luận trong nước và quốc tế, cùng kêu gọi các vị có thẩm quyền xét xử tại Tòa Thượng thẩm hãy sáng suốt duyệt xét nội vụ để tiêu hủy bản án." (Ghi chú của tòa soạn Bách Khoa.)

Cuộc đàm thoại trên đây do anh Lê Ngô Châu, Chủ nhiệm báo Bách Khoa *thực hiện tại tòa soạn ngày 01/06/1972.* (NTV)

Từ phải: Chủ nhiệm Lê Ngô Châu và Ngô Thế Vinh tại tòa soạn tạp chí *Bách Khoa*, 160 Phan Đình Phùng, Sài Gòn. (Hình chụp của chị Lê Ngô Châu 11/1999)

THƯ HỌC GIẢ HOÀNG XUÂN HÃN
GỬI NHÀ VĂN NGÔ THẾ VINH

LTS [Tập san Sử Địa]: Tiểu thuyết Vòng Đai Xanh *của Ngô Thế Vinh xuất bản tại Sài Gòn năm 1970 và cuốn sách được gửi tặng giáo sư Hoàng Xuân Hãn lúc đó ở Paris. Tuy rất ít đọc tiểu thuyết nhưng ông đã rất chú ý tới nội dung chủ đề của cuốn sách. Sau đây là bức thư riêng của Giáo sư Hoàng Xuân Hãn gửi cho tác giả* Vòng Đai Xanh *qua tập san Sử Địa. Cho phổ biến nội dung bức thư như một bút tích của GS Hoàng Xuân Hãn đồng thời cũng để ghi lại chi tiết trao đổi giữa GS Hoàng Xuân Hãn và Giáo sư người Mỹ khi đề cập tới vấn đề người Thượng và Tây Nguyên.*

PARIS ngày 15 tháng 3 năm 1971
Kính gửi ông Ngô Thế Vinh
Thưa ông

Tôi đã nhận tập tiểu-thuyết VÒNG ĐAI XANH mà ông đã gửi cho tôi. Tôi rất cám ơn, nhất là hình như tôi chưa có nhịp quen ông, thế mà ông đã nghĩ đến tôi trong khi chọn độc-giả biệt-đãi.

Giáo sư Hoàng Xuân Hãn
(nguồn: BlogKhoahoc.net)

Tôi không dám chắc nhưng tôi nghĩ rằng ông đã chờ đợi ở tôi một kẻ có thể thông-cảm tâm-tình và ý-thức ông đối với vấn-đề TÂY NGUYÊN và cử-chỉ ngoại-nhân đế-quốc trong vấn-đề ấy. Quả đúng như thế. Tuy rất ít đọc tiểu-thuyết, nhưng tôi đã đọc sách ông đến cùng mà không khi nào không chú ý. Ấy vì tôi mặc-tưởng đó không phải chỉ là một tiểu-thuyết mà chính là một thiên phóng-sự trá-hình, hoặc là một thiên phóng-sự được tiểu- thuyết hóa. Một điều tôi mong được ông cho hay là các sự-kiện và biến-cố trong sách có hoàn toàn thật không, và những nhân vật MỸ, VIỆT quả có không và tên thật là gì? Nếu không ngại lộ bí-mật nhà nghề và nếu có nhịp thì xin ông cho biết những điều ấy.

Riêng tôi, ở PARIS, cách đây chừng dăm năm, một giáo sư lí-học Mỹ, đã từng qua dạy ở SÀIGÒN, đã lại thăm tôi trên đường về Mỹ. Ông ta là một người phái chiến, gay-gắt với ta về mọi phương-diện, nhưng có lòng thẳng-thắn, muốn nghe ý-kiến mọi người tuy là họ trái mình. Tôi đã quên tên ông ấy, nhưng tôi còn nhớ rằng ông ấy tới nhà tôi lúc 10 giờ khuya, trao đổi ý-kiến khắt-khe đến 1 giờ sáng. Lúc sắp đứng dậy về, ông ấy bảo: "Dẫu sao người VIETNAM không có quyền áp-bức người THƯỢNG." Tôi không xiết ngạc-nhiên khi nghe câu ấy, nhất là từ trước hai bên không hề nói đến chuyện người THƯỢNG. Nay đọc sách ông, tôi mới hiểu hết nghĩa câu người Mỹ ấy. Vì ngạc-nhiên nên tôi cảm thấy khó chịu, tôi đã bỏ thái-độ rất nhã nhặn mà tôi giữ từ đầu. Tôi trả lời ông ta rằng: "Khi đã biết người Mỹ đã đối với dân-tộc INDIEN da đỏ thế nào, thì tôi lấy làm ngạc-nhiên nghe ông dạy chúng tôi cách cư-xử công-bằng với người THƯỢNG ở nước tôi." Ông ta không biết nói gì, hơi bẽ mặt với một sinh-viên VIỆT là người đã dẫn ông tới thăm tôi và nhất là đối với bà vợ trẻ cùng đi với ông ta. Ông ta phải cười gượng làm lành. Mong ông ta gẫm nghĩ kĩ tới bài học mà ông ta đã nhận trong khi ông muốn đi dạy người.

Nhân đọc sách ông, tôi có nhịp nhắc lại câu chuyện cá-nhân ấy, tưởng nó cũng thêm vào hồ sơ của ông đối với câu chuyện phỏng-vấn hay điều-tra về TÂY NGUYÊN.

Một lần nữa tôi xin cảm ơn ông và xin chúc ông mọi sự tốt lành và may mắn.

HOÀNG XUÂN HÃN

58 av. TH. GAUTIER PARIS 16

T.B. Vì không có địa-chỉ ông, cho nên tôi nhờ tạp chí SỬ ĐỊA chuyển thư.

PARISngày 15 tháng 3 năm 1971
Kính gửi Ông NGÔ THẾ VINH
Thưa Ông
Tôi đã nhận tập tiểu-thuyết VÒNG ĐAI XANH mà
ông đã gửi cho tôi. Tôi rất cảm ơn, nhất là
hình như tôi chưa từng có nhịp quen Ông, thế
mà ông đã nghĩ đến tôi trong khi chọn độc-giả
biệt-đãi.
Tuy không dám chắc, nhưng tôi nghĩ rằng đa chờ
đợi ở tôi một kẻ có thể thông-cảm tâm-tính và
y-thức Ông đối với vấn-đề TÂY-NGUYÊN và cử-chỉ
ngoại-nhân đế-quốc trong vấn-đề ấy. Quả đúng
như thế. Tuy rất ít đọc tiểu-thuyết, nhưng tôi
đã đọc sách ông đến cùng mà không khi nào không
chú ý. Ấy vì tôi mặc-tưởng đó không phải chỉ là
một tiểu-thuyết, mà chính là một thiên phóng-sự
trá-hình, hoặc là một thiên phóng-sự được tiểu-
thuyết hóa. Một điều tôi mong được ông cho hay
là các sự-kiện và biến-cố trong sách có hoàn-
toàn thật không, và những nhân-vật MỸ, VIỆT quả
có không và tên thật là gì? Nếu không ngại lộ bí-
mật nhà nghề và nếu có nhịp, thì xin ông cho biết
những điều ấy.
Riêng tôi, ở PARIS, cách đây chừng dăm năm, một
giáo-sư lí-học MỸ, đã từng qua dạy ở SÀIGÒN, đã
lại thăm tôi trên đường về MỸ. Ông ta là một người
phái chiến, gay-gắt với ta về mọi phương-diện,
nhưng có lòng thẳng-thắn, muốn nghe ý-kiến mọi
người tuy là họ trái ý mình. Tôi đã quên tên ông ấy,

nhưng tôi còn nhớ rằng ông ấy tới nhà tôi lúc 10 giờ
khuya, trao đổi ý-kiến khắt-khe đến 1 giờ sáng.
Lúc sắp cùng dậy về, ông ấy bảo: ((Dẫu sao, người
VIỆTNAM không có quyền áp-bức người THƯỢNG)) Tôi
không xiết ngạc-nhiên khi nghe câu ấy, nhất là từ
trước hai bên không hề nói đến chuyện người THƯỢNG.
Nay đọc sách ông, tôi mới hiểu hết nghĩa câu người
Mỹ ấy. Vì ngạc-nhiên nên tôi cảm thấy khó chịu,
tôi đã bỏ thái-độ rất nhã-nhặn mà tôi giữ từ đầu.
Tôi đã trả lời ông ta rằng: ((Khi đã biết người MỸ
đã đối với dân-tộc 'NDIEN da đỏ thế nào, thì tôi
lấy làm ngạc-nhiên nghe ông dạy chúng tôi cách cư
xử công-bằng với người THƯỢNG ở nước tôi))
Ông ta không biết nói gì, hơi bẽ mặt với một
sinh-viên VIỆT là người đã dẫn ông tới thăm
tôi và nhất là đối với bà vợ trẻ cùng đi với
ông ta. Ông ta phải cười gượng làm lành. Mong ông
gắng nghĩ kĩ tới bài học mà ông đã nhận trong
khi ông muốn đi dạy người.
Nhân đọc sách ông, tôi cớ nhịp nhắc lại câu
chuyện cá-nhân ấy; tưởng nó cũng thêm vào hồ
sơ của ông đối với câu chuyện phỏng-vấn hay
điều-tra về TÂY-NGUYÊN.

Một lần nữa tôi xin cảm ơn ông và xin chúc ông
gặp mọi sự tốt lành và may mắn.

HOÀNG XUÂN HÃN
58 av.TH.GAUTIER PARIS 16

T.B. Vì không có địa-chỉ ông, cho nên
      tôi nhờ tạp-chí SỬ ĐỊA chuyển thư.

MỞ LẠI CUỐN *VÒNG ĐAI XANH* CỦA NHÀ VĂN NGÔ THẾ VINH

Nhật Tiến

Không phải là một sự tình cờ mà tôi ngồi giở ra đọc lại tác phẩm *Vòng Đai Xanh* của nhà văn Ngô Thế Vinh. Chính là số phận bi thảm của hàng trăm đồng bào Thượng (các báo chí xuất bản gần đây đã tường thuật sự việc khá đầy đủ) đã khiến cho tôi làm công việc đó. Các đồng bào này đã bị chính quyền cộng sản o ép đến phải bồng bế kéo nhau rời khỏi rừng núi của mình để ra đi, rồi sau những cuộc vận động, giằng co với đầy dẫy những tình tiết bi thảm ở bên trong, cuối cùng họ đã được đi định cư tại Hoa Kỳ.

Nhà văn Ngô Thế Vinh viết *Vòng Đai Xanh* từ năm 1969, thời gian ông làm bác sĩ Quân y phục vụ tại một đơn vị Biệt Cách Dù ở Tây Nguyên. Cuốn sách phát hành lần đầu năm 1971 tại Sài Gòn. Đây là một tác phẩm mang nặng tính cách phóng sự điều tra hơn là một tác phẩm tiểu thuyết dù ông đã ghi nó là tiểu thuyết và dù những trang có tính cách tiểu thuyết trong cuốn này cũng đã rất đậm đà, phong phú. Tuy nhiên, vì tình hình chiến tranh và vì những nhu cầu tin tức nóng hổi của thời cuộc, tác phẩm của Ngô Thế Vinh đã không gây được tiếng vang nào rộng rãi vào thời điểm đó, tuy đã chất chứa biết bao nhiêu vấn đề có thể gọi là lớn lao chẳng những gắn bó rất mật thiết đối với số phận của đồng bào Thượng miền cao mà còn tới cả sự toàn vẹn của lãnh thổ Việt Nam trong bất cứ thời điểm nào. Hơn 30 năm sau (2002), tính từ 1971 là thời điểm cuốn sách ra đời, khi đọc lại *Vòng Đai Xanh*, người đọc không khỏi sửng sốt khi thấy những vấn đề liên quan tới số phận của những người thuộc bộ lạc thiểu số ấy nay vẫn còn tồn tại. Và có thể nó sẽ còn tồn tại trong một thời gian lâu dài nữa, với mức độ xem ra còn tàn tệ hơn những gì mà chúng ta đã từng được nghe và thấy.

Vòng Đai Xanh đưa ra một vài nhân vật điển hình, mỗi nhân vật nhìn vấn đề Kinh-Thượng theo một nhãn quan khác nhau được dẫn dắt bởi những ý đồ khác nhau của mỗi người.

Đầu tiên là mục sư Denman, một giáo sư chuyên về Nhân chủng học, một người thiên về hoạt động xã hội và nghiên cứu hơn là công tác truyền giáo. Ông ta vừa nói tiếng Việt lưu loát, vừa thạo cả một số thổ ngữ nên có rất nhiều ảnh hưởng đối với đồng bào Thượng và chính nhờ ông mà Lực Lượng Đặc Biệt Mỹ đã xây dựng được những cơ sở đầu tiên ở các bộ lạc hẻo lánh. Cái nhìn của ông mục sư này đối vấn đề Kinh-Thượng như sau:

> Theo lịch sử truyền kỳ thì cả miền Trung và cao nguyên xưa kia là của người Thượng với kinh đô ở gần bờ biển phía đông, có lẽ là tỉnh Nha Trang hiện giờ. Những người già cả còn sống sót cũng kể lại rằng quê hương ông cha họ trước kia cũng ở phía mặt trời

mọc, cho đến vị vua cuối cùng của họ vì say mê cưới một nàng công chúa người Việt ở phương Bắc, và chính nàng công chúa này đã âm mưu hãm hại nhà vua. Kể từ đấy họ hoàn toàn bơ vơ không ai hướng dẫn và bị người Kinh tàn ác xua đuổi họ vào mãi tận rừng sâu sống khổ cực cho đến ngày nay.

. . .

Kể từ khi kế hoạch bình định cao nguyên rơi vào tay người Mỹ, đã có nhiều điều được cải thiện. Khác hẳn với người Việt, dân Thượng sống rất hòa thuận với những người lính da trắng. Họ tin cậy vào các viên chức này sẽ bênh vực họ. Những lãnh tụ Thượng khi gặp tôi họ đều có vẻ tin tưởng rằng sau người Pháp, người Mỹ có thể giúp họ kiến thiết lại một xứ cao nguyên tự trị. Đó là nguyện vọng của dân tộc họ, tôi không có thêm ý kiến.

(Chương Một)

Và mặc dù ông mục sư không có ý kiến, nhưng chính ông cũng đã góp phần phiên dịch bức thư của nhóm lãnh đạo phong trào đấu tranh của người Thượng gởi ông Đại sứ Mỹ và cả Liên Hiệp Quốc để họ bày tỏ nguyện vọng của mình. Như thế ý đồ của ông mục sư này đã quá rõ. Ông chủ trương thành lập một lãnh thổ tự trị của người Thượng trên cao nguyên, một ý đồ mà trước đây tổ chức FULRO đã từng theo đuổi. Nhân vật mục sư Denman không chỉ tồn tại trong tác phẩm tiểu thuyết của Ngô Thế Vinh viết ra từ hơn 30 năm trước, mà ngay trong thực tế, vào thời điểm của đầu thế kỷ XXI, người ta không khỏi giật mình khi thấy một nhân vật có tên tuổi, có chức sắc đang mở ra những cuộc vận động với những bài viết, những hình ảnh, có cả màu cờ riêng cho một nước tự trị được phổ biến trong một Website trên Internet. Những ai đã từng quan tâm đến sự toàn vẹn của lãnh thổ tất không thể nào bỏ qua được sự kiện này.

Phụ họa cho Denman là Tacelosky, viên Tư lệnh Lực lượng Đặc biệt Mỹ tại Việt Nam. Quan điểm của nhân vật này cũng sặc mùi chia rẽ:

> Lịch sử là một sự liên tục chứ không tái diễn, theo tôi ngày phải trả lại cho một nền tự trị cao nguyên là điều không thể tránh được.
>
> (Chương Năm)

Nhưng đó chỉ là những ý đồ chính trị của những con người bên ngoài. Còn cái nhìn cũng như nguyện vọng đích thực của những người Thượng chân chính thì sao? Nhà văn Ngô Thế Vinh đã trình bày một khuôn mặt người Thượng tên Nay Ry, rất đáng chú ý như sau:

> . . . Nay Ry một nhân sĩ Thượng rất trẻ, một trong số những người Thượng hiếm hoi có học thức, xuất thân từ trường Yersin Đà Lạt, tốt nghiệp thủ khoa về các vấn đề cao nguyên tại học viện Quốc gia Hành chánh. Gốc người Djarai, là một nhân vật có uy tín với nhiều phía: chánh phủ, người Mỹ và kể cả phe tranh đấu. Ông cũng đang hoàn thành một cuốn sách nghiên cứu vấn đề thiểu số mà theo ông đã có rất nhiều ngộ nhận từ trước đến nay ở các nhà bác học Pháp và Mỹ. Khi được tôi hỏi về yếu tố chủng tộc chi phối các phong trào nổi dậy, quan niệm của Nay Ry rất rõ rệt:
>
> — Trên thế giới ngày nay không còn một dân tộc nào tự hào rằng mình còn giữ nguyên được sự thuần khiết về huyết thống. Đem yếu tố huyết thống vào cuộc tranh đấu chẳng phải là điều hữu lý. Thí dụ như Hiệp Chủng Quốc quy tụ gồm bao nhiêu sắc dân, mỗi sắc dân vẫn có thể giữ những tập tục và sinh hoạt cá biệt nhưng họ vẫn có thể hợp nhất để tạo thành một quốc gia hùng mạnh. Với một Âu châu văn minh nhưng phân tán người ta còn cố gắng đi tới một khối thống nhất huống chi một quốc gia quá nhỏ bé như Việt

Nam; nếu không tìm được một liên minh trong cộng đồng Á châu để tồn tại thì làm sao đối phó với lục địa của hơn 700 triệu dân Trung Hoa, còn nói chi tới sự xâu xé phân tán.

. . .

Tôi quan niệm rất ư rõ rệt: Tranh đấu cho quyền tiến bộ của người Thượng rất ư là chánh đáng nhưng biến nó thành một phiêu lưu của thù hận là điều không thể nào chấp nhận được. Khôn ngoan như người Pháp rồi cũng phải ra đi, người Mỹ còn cách xa chúng ta cả một đại dương mênh mông, vậy không lý gì người Thượng chúng tôi lại nhẹ dạ chạy theo họ. Hơn ai hết chúng tôi hiểu rằng cuối cùng chỉ còn lại những người Kinh mà chúng tôi phải chung sống với để tồn tại và hy vọng tiến bộ.

. . .

Một màu cờ riêng, một quân đội tách biệt, một quốc gia Đông Sơn ly khai: đó chẳng phải là nguyện vọng thiết yếu của đồng bào Thượng. Còn những đòi hỏi khác thì không sai với những đúc kết của Đại hội, chẳng hạn việc xin chánh phủ lập bộ Thượng vụ, số người đại diện xứng đáng trong quốc hội, lập thêm trường học và duy trì việc giảng dạy thổ ngữ, trả lại những đất đai từ trước đến nay bị chiếm hữu, cho phép lập lại tòa án phong tục Thượng... Đó là những điều hợp lý và không mấy khó khăn mà chánh phủ có thể thỏa mãn ngay để làm yên lòng họ. Đặc tính của người Thượng chất phác, rất dễ tin và cũng rất dễ nghi ngờ, bởi vậy tục ngữ chúng tôi có câu hứa tay mặt phải cho ngay tay trái là nghĩa như vậy.

(Chương Sáu)

Với một thanh niên Thượng, quan niệm như vậy phải được kể là uyên bác. Nay Ry nói nhiều về tương lai của một nền chánh trị toàn cầu mà Việt Nam hay những người tranh đấu cho một quốc gia Đông Sơn không thể tách rời. Thiếu tá Y Ksor cũng góp ý kiến trong việc đi tìm nguyên nhân:

> Ngoài trách nhiệm vì sự lơ là của chánh phủ trong việc cải thiện đời sống đồng bào thiểu số, theo tôi còn phải kể tới chủ đích của người Mỹ. Tôi đã có kinh nghiệm đó từ người Pháp trước đây.

(Chương Sáu)

Y Ksor nhắc lại âm mưu xúi giục của người Pháp với ông trước khi họ xuống tàu rút lui. Nay Ry nắm lấy luận cứ đó và đưa ra một nhận định sắc bén:

> Theo tôi nên tự hỏi trách nhiệm đầu tiên là ở mình. Người ta gán cho Mỹ đủ thứ tội: chia rẽ đảng phái, địa phương, tôn giáo và cụ thể nhất là xúi giục các cuộc nổi loạn của người Thượng ở cao nguyên. Nhưng có bao giờ chúng ta tự hỏi trách nhiệm về sự yếu kém của mình, nếu chúng ta mạnh và đoàn kết thì Pháp hay Mỹ cũng vậy thôi, bởi vậy tôi phần nào không đồng ý với thái độ cứng rắn của tướng Thuyết đưa đến chỗ bài Mỹ. Không phải bằng cách đó mà chúng ta có thể giải quyết những khó khăn của cao nguyên.

(Chương Sáu)

Thật đáng ngạc nhiên là những nhận xét ở trên đã được viết ra từ năm 1969, từ một ngòi bút trẻ mới 28 tuổi. Ông đã như một nhà tiên tri, một kẻ cố vấn về những vấn đề cao nguyên cho chính quyền VNCH trước chiến tranh cũng như cho cả nhà cầm quyền CS hiện nay, vốn đã và còn đang bị thắt họng vì vấn đề cao nguyên người Thượng.Vì không có một Bộ lo riêng vấn đề thiểu số, vì không lập thêm trường học, không duy trì việc giảng dạy thổ ngữ, vì không những không trả lại các đất đai từ trước bị chiếm hữu mà nhà nước CSVN lại còn đưa nhiều di dân vào cao nguyên để chiếm hữu đất đai của dân thiểu số, rồi nạn phá rừng, nạn chặt cây bừa bãi hủy hoại môi sinh và đất sống của các bộ lạc, nạn tham nhũng thối nát của các cán bộ ăn chặn tiền trợ cấp hay tiền sử dụng trong các công trình phát triển vùng cao... rồi chưa kể tới cả những thế lực đến từ bên ngoài với ý đồ xúi giục đòi tách riêng để tự trị, tất cả đã là nguyên nhân những cuộc nổi dậy của người Thượng để dẫn tới những cuộc đàn áp đẫm máu cũng như những cuộc bồng bế nhau bỏ nước ra đi.

Dĩ nhiên là chúng ta cảm thông với số phận đau thương của đồng bào Thượng trải dài trong lịch sử. Họ có nhiều lý do để tìm cách thoát khỏi vùng đất của một quê hương vốn cũng đã từng khổ đau trong những chặng đường dài như thế. Vào thời điểm Ngô Thế Vinh viết cuốn này thì:

> Dàn đại pháo của trại binh Mỹ đang nhả từng loạt đạn vào mãi xa trong rừng sâu, tiếng nổ rung chuyển cả đồi núi làm lung lay tới tận trăng sao. Nạn nhân có thể là những tên cộng sản lẩn lút, đám người Thượng nào đó còn sót lại hoặc là cả những con thú vô phước có mặt trong một khu được coi là oanh kích tự do. Súng đạn dù không thù nghịch vẫn làm những người Thượng kinh hãi.

(Chương Ba)

Hay là:

> Nói đến Việt cộng là chúng tôi hết hồn vía, dân làng vẫn thường gọi chúng là chim Dụng tức là con dơi, còn nói về tàn bạo thì chúng tôi sợ họ như cọp dữ. Họ bắt đồng bào chúng tôi đi dân công tải đạn, chúng lại còn thâu thuế cướp bóc gạo và gia súc của dân làng. Nếu chúng tôi có ý định bỏ đi thì họ dọa bắn giết cả làng, không ai có thể đi xa khỏi vùng quá mấy cây số.

(Chương Năm)

Hoặc là cả những lý do chủ quan ở ngay trong hàng ngũ của các dân thiểu số:

> ... không làm gì có một chủng tộc Thượng đồng nhất, mà là sự cọ xát của hơn ba mươi sắc dân với những căn bản quyền lợi nhiều khi rất mâu thuẫn. Việc đặt để những người Thượng tự quản trị lấy cũng lại gây thêm nhiều khó khăn. Chung sống trong một hoàn cảnh xã hội chậm tiến như Việt Nam, người Thượng vẫn còn ngót một thế kỷ xa cách với thời đại văn minh. Một quốc gia Đông Sơn riêng biệt chỉ là sự nhiễm độc của vài bộ óc non nớt khi giao tiếp với những người lính Mũ Xanh. Cách đây ngót ba mươi năm, một Nam Kỳ tự trị cũng được nhen nhúm khai sinh khi dải đất miền Nam đã bị giẫm nát bởi gót chân của những người lính Pháp. Lịch sử không phải là một sự liên tục như Tacelosky đã nói, đó là sự tái diễn ở trong những hoàn cảnh khác.

(Chương Sáu)

Nhưng dù nhân danh bất cứ lý do nào, với bất kỳ sự đau thương, tang tóc thế nào thì sự chia cắt lãnh thổ thành những vùng đất đai riêng biệt, có cờ riêng, có tên quốc gia riêng là một điều không bao giờ có thể chấp nhận được. Xin nhắc lại rằng, ngay trong thời điểm hiện tại, tức những năm đầu của thiên niên kỷ mới, những âm mưu thâm độc nhằm chia cắt lãnh thổ nhân danh vấn đề sắc tộc vẫn đang còn tiếp diễn với những phương tiện hiện đại nhất vốn còn quá xa lạ với đa số đồng bào Thượng: phương tiện của *Internet* và *computer*! Như thế phải nhìn nhận sự kiện này như một âm mưu thâm độc của chính những thế lực ở bên ngoài các sắc dân thiểu số. Để giải quyết tận gốc vấn đề Kinh-Thượng, nhà văn trẻ 28 tuổi Ngô Thế Vinh, năm 1969 đã đưa ra quan điểm của mình qua lời một nhân vật nhà báo tên Davis như sau:

> Tuyệt nhiên không có mặc cảm kỳ thị về chủng tộc đúng nghĩa như người Đức với dân Do Thái, như sự

thù hằn đen trắng ở Mỹ. Bằng chứng là chẳng bao giờ có trong lịch sử ở đây một chiến dịch diệt chủng như Hitler diệt dân Do Thái hay một phong trào kiểu như 3K ở Mỹ. Có một điều kỳ lạ là sự dễ dàng chung sống giữa các sắc dân, giữa các tôn giáo qua mấy ngàn năm trên lục địa Á châu này: hiện tượng Tam giáo ở Việt Nam là một bằng chứng. Theo tôi nguyên nhân tấn thảm kịch dai dẳng ở cao nguyên không bắt nguồn từ một mâu thuẫn chủng tộc mà là sự bất bình đẳng về quyền lợi và cơ hội tiến bộ giữa Kinh Thượng. Có điều là sự cách biệt đó sắc nét hơn giữa sự nghèo khó ở thôn quê và trong thành thị nhưng chúng cùng đối tượng cho một phương thức giải quyết, đó là một cuộc cách mạng về công bằng xã hội.

(Chương Chín)

Tác phẩm *Vòng Đai Xanh* của nhà văn Ngô Thế Vinh khi đặt trong bối cảnh thời sự hiện tại như thế, đã làm nẩy ra nhu cầu khiến ta phải đọc kỹ lại và để ta phải suy ngẫm nhiều hơn.

Từ *Vòng Đai Xanh* (1969) cho đến *Cửu Long Cạn Dòng, Biển Đông Dậy Sóng* (2000), nhà văn Ngô Thế Vinh đã đặt ra những vấn đề hết sức lớn lao, liên hệ mật thiết đến vận mệnh của dân tộc, chẳng những đối với chúng ta bây giờ mà còn cho cả nhiều thế hệ mai sau: Chúng ta và con cháu chúng ta sẽ phải hành xử như thế nào để lãnh thổ Việt Nam vẫn luôn luôn toàn vẹn không bị chia cắt bởi những âm mưu khai thác vấn đề chủng tộc và khu vực đồng bằng sông Cửu Long không bị rơi vào những hoàn cảnh bi đát: Nước sông cạn đi, nước biển tràn vào trước ảnh hưởng của những con đập ngang nhiên xây chặn dòng sông Cửu do Trung Quốc đã và đang còn tiếp tục thực hiện.

Nhật Tiến

9/2002

ĐỈNH CỒN, VÒNG ĐAI XANH,
NGÔ THẾ VINH, VÀ TÔI

Nguyễn Quốc Trụ

Tôi quen biết Ngô Thế Vinh rất sớm, từ cái thuở anh còn là sinh viên ở cư xá Minh Mạng. Anh học Y khoa, chữa bệnh cho từng con người. Anh làm báo *Tình Thương,* toan tính chữa bệnh cho một thời đại. Anh viết văn, mơ tưởng chuyện chữa bệnh cho một dân tộc. Nhân làm báo *Tình Thương,* với tư cách một phóng viên, anh khám phá ra một cuộc chiến trong một cuộc chiến: Cuộc chiến của những đồng bào Thượng. Độc giả đọc *Vòng Đai Xanh,* có thể coi đây là một ân sủng, đối với tác giả. Ông đã tìm ra cái cõi của riêng ông. Trong cõi đó, không chỉ có văn chương mà còn có những đứa con của núi rừng.

Đó là lần gặp gỡ đầu tiên, và cuối cùng của hai đứa tại Việt Nam. Chúng tôi xa thật xa mà cũng gần thật gần. Tôi xa anh thì đúng hơn. Anh vẫn thường xuyên theo dõi những bài viết của tôi. Tôi còn nhớ có một lần, khi tôi phụ trách trang Văn học Nghệ thuật cho báo *Tiền Tuyến*, trong một bài viết, tôi sử dụng giọng văn khề khà, và tôi nhận được ngay một lời trách cứ của anh, qua một người bạn, đại khái như vầy: Bạn chưa già đâu, đừng giở cái giọng văn "mệt mỏi" đó ra. Lẽ dĩ nhiên, đây là cách diễn đạt của riêng tôi, về lời ân cần nhắc nhở của anh. Ai đã từng quen biết Ngô Thế Vinh, đều biết rõ con người nhỏ nhẹ từng lời nói, trân trọng từng cử chỉ đó. Tôi chưa hề nói cho anh biết tôi đã cảm động và biết ơn anh như thế nào, khi đó, và sau này, khi tôi bị cuộc sống cá nhân hành hạ đến trở thành sống dở chết dở, có những lúc muốn buông xuôi, nhưng trong tiềm thức, vẫn oái oăm một câu trách cứ của anh ngày nào, và tất nhiên của những người thân, của một hồng nhan tri kỷ (cũng có thể...) đã khiến tôi đành phải bò dậy.

Tôi xa anh, xa anh thật. Hồi đó tôi làm UPI, chuyên viên chuyển vô tuyến viễn ảnh. Máy đặt ngay tại Đài Liên lạc Vô tuyến Điện thoại Quốc tế, tầng lầu trên cùng, tòa nhà số 7 Phan Đình Phùng, Sài Gòn. Ở trên đỉnh cồn đó, đọc đủ thứ văn chương "viễn mơ", chứng kiến – qua hình ảnh – cuộc chiến từ khắp nơi, từ khắp các vùng chiến thuật, quen biết, chuyện trò với đủ thứ tinh anh hào nhoáng của giới truyền thông Tây phương, nhìn cuộc chiến từ phía hậu trường của nó... tôi vẫn tự cho mình là kẻ thấy hết, hiểu hết: Tôi đã đọc *Vòng Đai Xanh*, như một kẻ chân không chấm đất... như thế đó, khi cuốn truyện được xuất bản lần thứ nhất, tại Sài Gòn.

Nói hết ra: Khi đó tôi không sống, anh sống.

Qua đây, anh cũng lại là người đầu tiên chú ý đến những bài viết của tôi. Tôi biết là anh rất mừng khi thấy tôi viết lại. Và anh gửi cho tôi, những cuốn sách của anh, những cuốn tôi chưa hề đọc tuy đã từng được anh gửi tặng. Hay đúng ra, đã từng đọc, khi không sống. Anh cũng gửi tập truyện mới nhất của anh, *Mặt Trận ở Sài Gòn*.

Như trong cuộc trả lời phỏng vấn của báo *Bách Khoa*, nay được dùng thay cho lời tựa của cuốn *Mặt Trận ở Sài Gòn*, Ngô Thế Vinh cho biết, ông có ý định viết một cuốn sách sưu khảo về cao nguyên, thay vì cuốn tiểu thuyết *Vòng Đai Xanh*. Lý do, theo ông là để tránh kiểm duyệt. Nhưng sau đó, báo *Tình Thương* bị bắt buộc phải đóng cửa, ông có thì giờ tưởng tượng hóa tư liệu, cho nó chết đi để rồi sống lại, trong tiểu thuyết.

Thật kỳ cục, đọc *Vòng Đai Xanh*, tôi vẫn có cảm giác đây là một cuốn biên khảo, một thứ khảo cổ học[1]. Ở đây là khảo cổ học về nguồn gốc một cuộc chiến (trong một cuộc chiến). Hoặc có thể coi đây là chương mở đầu của một trường thiên tiểu thuyết về cuộc chiến Việt Nam.

Là những kẻ sống sót, tuy do những lý do hoàn toàn khác biệt, một kẻ chui rúc trên đỉnh cồn, đọc, ngốn bất cứ thứ gì vướng vào mắt, như loài trâu bò, để mong rằng sau này nhai lại, nếu sống sót, hoặc mang đi sang thế giới bên kia, như những kỷ niệm tức tưởi về một đời "lầm lỡ đầu thai", "hết thuốc chữa"; còn một kẻ, đã từng mường tượng ra thế giới (miền Nam) sẽ phân ba: Những đứa con của núi rừng, những người CS miền Bắc, những người QG miền Nam, ngay từ khi còn ở trong "lều cỏ" là khu cư xá sinh viên Minh Mạng. Đã từng là y sĩ trưởng của Liên Đoàn 81 Biệt Cách Dù, *"chẳng bao giờ sai hẹn, như chu kỳ hàng năm, cứ vào đầu mùa mưa, chúng tôi cùng những đơn vị bạn từ vùng đồng bằng châu thổ, ùn ùn kéo lên Cao nguyên (Tây Thục, người viết thêm vô), để tao ngộ với những đại đơn vị địch quân — để tranh nhau một vài ngọn đồi trơ trụi hay giành giựt một khúc lộ trống... Rồi Mùa Mưa cũng phải qua đi, không hẹn mà định, chiến cuộc điên cuồng lại tạm ngưng nghỉ khi thời tiết bắt đầu mùa khô ráo... chúng tôi trở về đồng bằng — với những chiếc xe trống trải hơn, cùng những người lính mỏi mệt xác xơ hơn nhưng may mắn còn được sống sót."* (*Mặt*

Trận ở Sài Gòn). Hai cái sống sót thật khác xa nhau. Nhưng cuộc gặp gỡ qua điện thoại giữa hai đứa chúng tôi gần như bắt thời gian quay ngược lại, cùng với lần gặp gỡ tại cư xá Minh Mạng. Anh có giấc mộng năm 2000. Còn tôi, hầu như chẳng có gì. Nếu có chăng, vẫn là lời nhắn nhủ của anh ngày nào: Bạn chưa già đâu...

Hy vọng được như vậy.

Nguyễn Quốc Trụ

09/01/2001

Chú thích:

1. Từ "Khảo cổ học" (Archeology) ở đây, được sử dụng theo nghĩa của Michel Foucault, không họ hàng gì với Địa chất học (Geology), hoặc Phả hệ học (Genealogy), và chỉ là phân tích bản văn/nói trong dạng thức thư khố của nó (it's the analysis of discourse in its modality of archive). Foucault cho biết, ông luôn bị "săn đuổi" bởi một cơn ác mộng từ hồi còn nhỏ: Dưới mắt ông là một văn bản mà ông không làm sao đọc được, hoặc chỉ một phần rất nhỏ của bản văn có thể được "giải mã"; "Tôi làm bộ như đang đọc nó, nhưng tôi biết là tôi đang bịa đặt; rồi bản văn bỗng nhiên mờ hẳn đi. Tôi không còn đọc được gì nữa, ngay cả bịa đặt cũng không, cổ họng tôi thắt nghẹn, và tôi tỉnh dậy..." (M. Foucault, *The Discourse of History,* Foucault Live, Columbia University, 1989). Chúng ta (những độc giả của Ngô Thế Vinh) cứ "giả dụ" rằng, ông cũng bị một bản cổ văn (cuộc chiến trong một cuộc chiến) ám ảnh, và chỉ một phần rất nhỏ của nó được giải mã *(Vòng Đai Xanh, Mặt Trận ở Sài Gòn...)*, và ông cũng làm bộ đọc nó, mà sự thực là đang bịa đặt...

ĐIỂM SÁCH *VÒNG ĐAI XANH*

Trích từ ấn bản tiếng Anh
The Green Belt, Ivy House 2004

Ngô Thế Vinh bắt đầu viết văn khi đang còn là một sinh viên. Từ 1963, cùng với các bạn trong đại học Y khoa làm báo *Tình Thương* như một diễn đàn cho những ý tưởng nhân bản, hướng tới một xã hội lý tưởng và không mang nặng tính "Chủ nghĩa." Ngay khi còn là một nhà báo sinh viên, từ rất sớm, Ngô Thế Vinh đã quan tâm tới vấn đề người Thượng.

Sau khi tốt nghiệp Y khoa, là bác sĩ Mũ Xanh của một đơn vị Biệt cách Dù chủ yếu hoạt động trong vùng núi rừng cao nguyên Trung phần. *Vòng Đai Xanh* là bối cảnh về cuộc chiến tranh Việt Nam trên vùng cao nguyên với cảnh thật, người thật, và "thật hơn nữa" là nỗi thống khổ của các sắc dân Thượng giữa cuộc chiến tranh và ngay sau cuộc chiến. Và chúng ta không thể nào quên là hòa bình bi thảm ra sao đối với phe bại trận tiếp theo sau một cuộc chiến tranh ý thức hệ.

Vòng Đai Xanh là một công trình của lương tâm và dấn thân can đảm. Ngay khi xuất bản lần đầu tiên, cuốn sách đã được giới trí thức miền Nam đón nhận rộng rãi và tán thưởng nhưng đồng thời cũng bị chính quyền miền Nam lên án là phá hoại.

Bây giờ đã 30 năm sau cuộc chiến tranh chấm dứt, một ấn bản tiếng Anh rất tuyệt của Nha Trang và Pensinger chắc chắn sẽ lại được đón nhận rộng rãi, bởi vì vấn đề sống còn của các sắc dân Thượng trên cao nguyên Trung phần được đề cập tới trong *Vòng Đai Xanh* vẫn còn nguyên tính thời sự của hôm nay.

Đối với người Việt, thì thảm kịch của thời đại chúng ta là mọi cuộc chiến tranh hôm nay và cả trong tương lai đều mang mầm mống hủy hoại mà *Vòng Đai Xanh* như một điển hình đa diện và ở nhiều mức độ khác nhau. Những sắc dân Thượng ấy đã không có tiếng nói. Đến bao giờ thì "tiếng nói thầm lặng" của họ mới thực sự được lắng nghe?

TRẦN NGỌC NINH,

Viện Việt Học, tác giả *Tuyết Xưa*.

Tôi đọc *Vòng Đai Xanh* với nhiều quan tâm. Cuốn sách đã gợi lại ký ức về cao nguyên vào những năm 60 và cả những biến cố liên quan tới Phật giáo và sinh viên cũng trong giai đoạn bất an đó. Rõ ràng là tác giả Ngô Thế Vinh đã hiểu biết rất rõ về các sắc dân Thượng cùng với những nguyện vọng của họ giữa và sau cuộc chiến tranh. Những tin tức hiện nay mà tôi nhận được từ cao nguyên thật đáng buồn. Người Thượng đang phải đối đầu với những mối đe dọa tệ hại hơn bao giờ hết trên nếp sống của họ. Cũng như người Pháp trước đây, người Mỹ đã dùng người Thượng và sau đó đã lạnh lùng bỏ rơi họ. Điều mà người ta có thể làm là cố gắng tạo mối quan tâm từ các nhà lãnh đạo Mỹ ở Hoa Thịnh Đốn. Hy vọng và vẫn chỉ là hy vọng.

GERALD C. HICKEY,
tác giả *Free in The Forest, Ethnohistory of The Vietnamese Central Highlands*, 1954-1976.

Tôi rất xúc cảm về những hiểu biết, tầm nhìn xa và mối từ tâm mà Ngô Thế Vinh đã dàn trải trong *Vòng Đai Xanh*, cuốn sách được viết từ hơn 30 năm trước. Mặc dầu là một tiểu thuyết nhưng nhiều biến cố mang dấu ấn lịch sử và một số nhân vật thì như là rất thật. Đối với những phe phái liên hệ, qua những biến động và nghịch cảnh, thì các sắc dân Thượng luôn luôn là hình ảnh nạn nhân của các chính sách và những cuộc tranh chấp.

OSCAR SALEMINK,
tác giả *The Ethnography of Vietnam's Central Highlanders*.

Các sử gia, nhà báo, chính trị gia, các nhà quân sự và tiểu thuyết gia đã viết nhiều sách về cuộc chiến tranh Việt Nam. *Vòng Đai Xanh* là một tiểu thuyết mạnh mẽ, lôi cuốn và đặc sắc do một y sĩ nhà văn viết ra, về những tác hại của cuộc chiến tranh trên con người đặc biệt trên thiểu số những người Thượng sống trên các vùng cao nguyên Trung phần Việt Nam và họ là nạn nhân của sự kỳ thị. Do vùng đất ấy vốn là địa bàn chiến lược trong cuộc chiến khiến cho cuộc sống vốn thanh bình của những người Thượng đã bị biến đổi vĩnh viễn. Các điều kiện nhân quyền của những nhóm người Thượng thiểu số cần được sự quan tâm của quốc tế.

JOSÉ QUIROGA,
Giám đốc *Chương Trình Các Nạn Nhân Bị Tra Tấn*, Los Angeles.

Đọc *Vòng Đai Xanh*, để thấy từ hơn ba thập niên trước, Ngô Thế Vinh đã vẽ lại khung cảnh một cao nguyên Trung phần Việt Nam với tất cả những khía cạnh bi thảm trong thời chiến, đã phơi bày đâu là cội nguồn của sự bất an và soi rọi ánh sáng của từ tâm vào thân phận của các sắc dân Thượng. Trên 30 năm đã trôi qua, tình cảnh của người Thượng hầu như không đổi khác nếu không muốn nói là tồi tệ hơn. Thế giới bên ngoài hầu như vẫn chưa nhận ra hết hệ quả của những định kiến sai lầm vốn đã góp phần vào những thảm kịch đó.

NHẬT TIẾN,

tác giả *Thềm Hoang*

Nỗi đau thương của đất và người – người Việt Nam, người sắc tộc thiểu số ở Tây Nguyên luôn giữ nguyên sắc độ từ bao đời nay. Vận mệnh nước Việt miền Nam chỉ trong vòng 50 năm qua đã được quyết định từ những lần thất thủ, bỏ mất Tây Nguyên. Với tấc lòng tha thiết trung hậu, từ viễn kiến sắc sảo của kẻ sĩ dụng văn, Ngô Thế Vinh trong những năm xa xôi, lúc tuổi còn rất trẻ, đã thấy ra điều bất hạnh của 29 sắc dân thiểu số, viết nên cuốn sách về một vòng đai không hề nối kết được ở Tây Nguyên, "về một cuộc chiến bị lãng quên giữa chiến tranh Việt Nam, được nhắc nhở nhiều nhất trong lịch sử báo chí Mỹ."

PHAN NHẬT NAM,

tác giả *Đoạn Đường Chiến Binh*

Đây là một tiểu thuyết với những cảm xúc chân thực với sự dấn thân đam mê. Cuốn sách đã đưa người đọc vào những chi tiết ngõ ngách chưa từng được tiết lộ. Câu chuyện hấp dẫn này đã dàn trải một cách nhìn thấu đáo, rất sinh động và gợi cảm về những hủy hoại trên một đất nước và trên các sắc dân thiểu số.

NGUYỄN THUYẾT PHONG,
Nhạc học Dân tộc, NEA National Heritage Fellow

Từ hàng trăm năm trước, những người Thượng ở Việt Nam tin tưởng rằng họ vẫn sống an toàn trên vùng đất cao của họ, hoàn toàn cách biệt với những người Việt ở đồng bằng về mọi phương diện chánh trị, văn hoá, xã hội và cả về kinh tế. Họ nghĩ rằng các thế lực tranh chấp giữa người Việt và các thế lực ngoại xâm sẽ chẳng bao giờ ảnh hưởng tới nếp sống của họ. Thực tế không phải như vậy khi người Pháp thiết lập đô hộ ba nước Đông Dương và nhất là đến cuộc chiến tranh Việt Nam khi mà người Mỹ đã trực tiếp có liên hệ và leo thang chiến tranh. Điều này được dàn trải trong *Vòng Đai Xanh*, một tiểu thuyết được giải thưởng văn chương toàn quốc nhưng rồi tác giả lại bị ra tòa vì những cáo buộc khác.

NGUYỄN QUỲNH,
Towson University, Maryland

Trong cơn lốc bão táp của cuộc chiến tranh Việt Nam đang bị sa lầy, các nhà quan sát như thành phần liên hệ đã đưa ra những quan điểm thiên lệch. Ngô Thế Vinh đã trực tiếp tham dự và *Vòng Đai Xanh* đã cống hiến chúng ta tất cả những sự kiện.

MẶC ĐỖ,
tác giả *Bốn Mươi*

Vòng Đai Xanh không phải là một tường thuật về cuộc chiến tranh Việt Nam, một cuộc chiến tranh hao mòn đối với các phe tham chiến cho tới ngày sụp đổ của miền Nam Việt Nam năm 1975. *Vòng Đai Xanh* thực chất là chứng nhân cho nỗi thống khổ của con người nói chung, và cho cuộc đấu tranh sinh tồn của các dân cư trong cuộc chiến tranh ấy. Tác giả gọi đó là "cuộc chiến bị lãng quên" với những người Thượng trên cao nguyên Trung phần Việt Nam hoàn toàn không được bảo vệ, họ điển hình là những nạn nhân chiến tranh bị kẹt giữa hai làn đạn và không có lối thoát.

NGUYỄN SAO MAI,
Wordbridge Magazine

Ba mươi năm trước, *Vòng Đai Xanh* ra mắt độc giả trong sự hiểu biết mơ hồ của rất nhiều người về cuộc chiến đấu đòi tự trị của người Thượng ở Tây Nguyên Việt Nam.

Ba mươi năm sau, khi cuộc chiến đấu vẫn âm ỉ ấy được cả thế giới biết tới nhờ những phương tiện truyền thông mở rộng, và bản dịch Anh ngữ *Vòng Đai Xanh* được xuất bản.

Có lẽ *Vòng Đai Xanh* là một trong những tác phẩm hiếm hoi đã tìm kiếm và soi rọi căn nguyên cuộc chiến đấu của những sắc tộc thiểu số ở Tây Nguyên. Ít ai nhìn thấy bên trong cái vẻ chất phác của những con người sống gần và sống với thiên nhiên ấy là niềm khao khát tự trị, tự do, giống như một ngọn lửa cháy mãi từ bao nhiêu năm qua mà không cơn cuồng phong nào dập tắt hẳn được. Nhưng khát vọng ấy nếu không bị vùi dập cũng đã bị bao nhiêu thế lực lợi dụng và, cho đến ngày nay tình thế của người Thượng vẫn không thay đổi.

Nếu nói nhà văn đích thực là người rung động với những biến động trong đời sống, dự báo cho tương lai thì Ngô Thế Vinh là một nhà văn đúng nghĩa.

Viết *Vòng Đai Xanh* khi còn rất trẻ nhưng tác giả đã sàng lọc rất nhiều tài liệu nghiên cứu, đi qua tầng tầng lớp lớp năm tháng đau khổ của những dân tộc thiểu số, chiến đấu bên trong một cuộc chiến, đã kêu giùm họ tiếng kêu vô vọng, thất tán giữa rừng sâu.

Vòng Đai Xanh vừa là cái nhìn tỉnh táo của một nhà quan sát, vừa là cảm xúc của một người cầm bút, là tấm lòng của một con người đối với con người bị áp bức, kém may mắn hơn mình về mọi mặt. Không chỉ ba mươi năm trước mà cho đến mãi mãi về sau, *Vòng Đai Xanh* vẫn xứng đáng là một tiểu thuyết tiêu biểu của một cuộc chiến đấu dai dẳng vì một khát vọng chính đáng.

Có một điều ít ai để ý là cuộc chiến đấu ấy lại nằm trong một cuộc chiến khác, lớn hơn, cũng với từng ấy nhân vật và mưu đồ. Có lẽ vì cái tựa *Vòng Đai Xanh* đã điều kiện hóa cách đọc? Ở đây nhà văn Ngô Thế Vinh sử dụng lối viết của một nhà báo, qua những câu ngắn, cụ thể nhắc lại diễn biến thời sự, với nhân chứng, tài liệu – dù đã hư cấu, giúp người đọc hình dung lại hoàn cảnh và chiến sự của một nửa đất nước trong thời kỳ xáo động nhất. Thành ra, đọc *Vòng Đai Xanh* là đọc hai câu chuyện cùng một lúc. Và Ngô Thế Vinh nên gọi cho đúng, là nhà báo hay nhà văn?

ÁNH NGUYỆT,
Radio France Internationale

Những biến cố gần đây ở Việt Nam khiến cuốn sách *Vòng Đai Xanh* đặc biệt thích hợp và hấp dẫn người đọc. Trong tháng qua, một nhóm người Thượng có lẽ được khích động bởi thành phần chống Việt Nam từ Mỹ đã xuống đường đòi độc lập. Tình trạng bất an ấy đã gây chú ý cho báo giới Tây phương nhưng thực chất là phản ánh mối tương quan lịch sử phức tạp và đôi khi căng thẳng giữa các nhóm người Thượng và chánh quyền Việt Nam. Cũng như những mưu toan trước đây, sự bất ổn hiện nay đã không cải thiện được gì mối liên hệ ấy và cũng không đưa tới một triển vọng tích cực nào hơn nhưng chỉ càng đào sâu và làm tăng thêm sự căng thẳng giữa người Thượng và chánh quyền. *Vòng Đai Xanh*, qua ngôn ngữ văn chương là một nhắc nhở đúng lúc hiện trạng căng thẳng, và cũng giúp lý giải những mối liên hệ lịch sử phức tạp ấy.

Vòng Đai Xanh không phải chỉ là nhan đề của cuốn tiểu thuyết, đó là một ý niệm quân sự từ Ngũ Giác Đài trong thời kỳ Chiến tranh Lạnh nhằm ngăn chặn sự bành trướng của cộng sản trên toàn thế giới. Những đơn vị Mũ Xanh đã được thành lập với nhiệm vụ xâm nhập vào các cộng đồng sắc tộc thiểu số trên các vùng rừng núi cao nguyên, trong đó có Việt Nam nhằm biến những người Thượng thành những lực lượng quân sự có khả năng ngăn chặn sự xâm nhập của Bắc quân vào miền Nam Việt Nam, hay nói một cách khác họ tìm cách thiết lập một vòng đai xanh nhằm ngăn chặn cộng quân.

Cùng lúc, những người Thượng tin tưởng rằng hợp tác với người Mỹ, họ sẽ có cơ hội thực hiện giấc mơ lâu dài của họ là được độc lập và tự trị. "Vòng đai xanh" là một thử nghiệm quân sự, và cao nguyên Trung Phần là địa bàn đầu tiên của thử nghiệm ấy. Như mọi thử nghiệm đều có hai tình huống: thành công hay thất bại. Theo một nghĩa nào đó, Mỹ đã thành công trong rất ngắn hạn nhưng phải lãnh hậu quả thất bại là chính những người Thượng vì giới quân sự Mỹ đã bỏ rơi họ. Quyền lợi của người Mỹ không nhất thiết liên quan tới quyền lợi của người Thượng. Đó cũng là tấn thảm kịch khi quá lệ thuộc vào quyền lực ngoại bang. *Vòng Đai Xanh* viết về tấn thảm kịch ấy.

Mặc dầu tiểu thuyết *Vòng Đai Xanh* đề cập tới tấn thảm kịch của người Thượng ở cao nguyên trong cuộc chiến tranh Việt Nam, nhưng vẫn có thoáng xen kẽ vào đó là chuyện tình giữa một nhà báo và một cô gái thành thị trung lưu rất Tây phương và học thức có tên Như Nguyện. Câu chuyện tình ấy được kể bằng một ngôn ngữ rất tượng trưng và rất thơ mộng.

Vòng Đai Xanh sẽ giúp ích cho những ai muốn tìm hiểu về một "khía cạnh khác ít biết" về giai đoạn can thiệp quân sự của người Mỹ ở Việt Nam.

NGUYỄN VĂN TUẤN,
Garvan Institute, Sydney, Australia

Hàng ngàn người di cư từ miền Bắc đã được đưa lên cao nguyên định cư, xâm phạm những vùng đất màu mỡ của người Thượng. Cộng với những sai lầm như lệnh đóng các tòa án phong tục Thượng, ngăn cấm các thổ ngữ và hạn chế số người Thượng trong các cơ cấu hành chánh. Như vậy thái độ bất mãn và cả chống đối của người Thượng là điều dễ hiểu.

Độc giả có thể nghĩ đoạn trên đã mô tả sự đàn áp mà cộng sản đang áp đặt tại Tây Nguyên trong tháng tư năm 2004. Thật sự đây là hoàn cảnh của người thiểu số mà tác giả Ngô Thế Vinh đã nhìn thấy từ hơn nửa thế kỷ trước, được ghi nhận trong tiểu thuyết *Vòng Đai Xanh* xuất bản năm 1970 và được giải thưởng văn chương toàn quốc năm 1971.

Vòng Đai Xanh được nhà sách *Văn Nghệ* tái bản tại hải ngoại năm 1987. Tiểu thuyết được dịch sang tiếng Anh, nhắm vào độc giả ngoại quốc. Bằng tiếng Anh hay tiếng Việt, *Vòng Đai Xanh* vẫn để lại trong người đọc một nỗi buồn về thân phận các dân tộc thiểu số trên cao nguyên Việt Nam. Thân phận của họ đã bị giày xéo giữa các thế lực trong chiến tranh cũng như sau thời chiến. Sự tồn tại của dân tộc Thượng đang mỗi lúc một bi thảm hơn, bước dần tới sự diệt vong trong thế kỷ này. Ngô Thế Vinh đã viết *Vòng Đai Xanh* với phân tích thời sự trong thập niên 60 qua đôi mắt của một bác sĩ chuyên nghiệp, ông cũng viết tác phẩm này với lương tâm của một nhà văn.

HOÀNG MAI ĐẠT,
tạp chí *Hợp Lưu* số 77, 06/2004

MỤC LỤC

PHỤ LỤC

NGO THE VINH

THE GREEN BELT

A NOVEL

Translated from the Vietnamese
by **Nha Trang** *&* **William L. Pensinger**

Văn Học Press & Việt Ecology Press
2020

"Historians, journalists, politicians, military strategists, and novelists have written many books on the Vietnam War. 'The Green Belt' is a powerful, compelling, and original novel written by a Vietnamese physician and writer that explores the human impact of the Vietnam War especially on the Thuong ethnic minority. They used to live isolated in the Central Highlands of Vietnam and were discriminated against. This territory became a strategic area during the conflict and their peaceful lives changed forever. The human rights conditions of the Thuong minority needs international attention."

Jose Quiroga, M.D.,
Director Program for Torture Victims, Los Angeles

"In the whirlwind that swept over the Vietnam quagmire, many observers themselves inadvertently became part of the situation by keeping their own biased viewpoints. Ngo The Vinh was fully involved, and his book lets us face all the facts."

Mac Do,
Author of "The Fortieth"

"It's a fiction with true feelings and engaged compassion. It invites the readers to plunge into the undisclosed twist-and-turn details. This fascinating story presents an insightful, moving, and sensitive look at what destructive emotions did to a country and its minority ethnic groups."

Dr. Phong T. Nguyen,
Ethnomusicologist, NEA National Heritage Fellow

*For Sons of the Mountains,
who have been there from the beginning.*

AUTHOR & WORKS

Operation in May 1971 of the 81st Airborne Ranger Group at Dakto launching base, on a reconnaissance mission to track the movements of the North Vietnamese forces along the border all the way to the three border areas: Vietnam, Cambodia and Laos. From left: 1st Lt Nguyễn Sơn, Joint Leader of Reconnaissance Teams; 1st Lt Nguyễn Ích Đoan, Commander of Assault Company 1; 1st Lt Ngô Thế Vinh, Chief Surgeon; 1st Lt Nguyễn Hiền, Intelligence officer.

*

Ngô Thế Vinh, born in 1941, graduated from Saigon University's Faculty of Medicine in 1968, was a former editor-in-chief of Tình Thương Magazine [1963-1967], a former ARVN Airborne Ranger who served as a Green Beret M.D. during the Vietnam War. A widely renowned writer, winner of the 1971 National Prize for Literature for his novel *The Green Belt*. Ironically he was also penalized for his writing, when he was summoned to the court of law because of the title story of this collection: *The Battle of Saigon.* This short story records the spiritual journey of a soldier who accepts sacrifice and hardship in the struggle for freedom of South Vietnam, a soldier who at the same time longs for a better society in the future.

After 1975, he was imprisoned in different communist re-education camps for three years. In 1983, he arrived in the US, succeeded in becoming an intern, then resident physician in SUNY Downstate New York. Ngô Thế Vinh currently resides in Southern California, is an internist and staff physician at a Long Beach Medical Center.

In Vietnamese:
- *Mây Bão* [Sông Mã, Sài Gòn 1963, Văn Nghệ, California 1993]
- *Bóng Đêm* [Khai Trí, Sài Gòn 1964]
- *Gió Mùa* [Sông Mã, Sài Gòn 1965]
- *Vòng Đai Xanh* [Thái Độ; Sài Gòn 1970; Văn Nghệ, California 1967; Văn Học Press, California 2018]
- *Mặt Trận Ở Sài Gòn* [Văn Nghệ, California 1996]
- *Cửu Long Cạn Dòng Biển Đông Dậy Sóng* [Văn Nghệ, California 2000, tái bản 2001; Nxb Giấy Vụn Việt Nam 2014]
- *Mekong – Dòng Sông Nghẽn Mạch* [Văn Nghệ, California 3/2007, Văn Nghệ Mới 12/2007, Nxb Giấy Vụn, Việt Nam 2012]
- *Audiobook Mekong – Dòng Sông Nghẽn Mạch* [Văn Nghệ Mới, California 2007; Việt Ecology Press & Nhân Ảnh 2017]
- *Chân Dung Văn Học Nghệ Thuật và Văn Hóa,* [Việt Ecology Press 2017]
- *Y Sĩ Tiền Tuyến Nghiêm Sỹ Tuấn, Người Đi Tìm Mùa Xuân,* [Tập San Y Sĩ Việt Nam Canada, Việt Ecology Press 2019]

In English:
- *The Green Belt* [Ivy House 2004]
- *The Battle of Saigon* [Xlibris 2005]
- *Mekong – The Occluding River* [Universe 2010]
- *The Nine Dragons Drained Dry, The East Sea in Turmoil* [Việt Ecology Press & Nxb Giấy Vụn, Vietnam 2016]

In Bilingual Vietnamese English:
- *Mặt Trận Ở Sài Gòn / The Battle of Saigon* [Văn Học Press & Việt Ecology Press 2020]
- *Vòng Đai Xanh / The Green Belt* [Văn Học Press & Việt Ecology Press 2020]
- *Mekong Dòng Sông Nghẽn Mạch / Mekong The Occluding River* [Văn Học Press & Việt Ecology Press 2021]

Preface

to the 1986 Vietnamese language edition,
entitled Vòng Đai Xanh

A painful, bitter page of history, thought to have been forgotten, was evoked anew when in November of 1986, more than two-hundred Thuong persons boarded an airplane to fly from a transit camp in the Philippines to Los Angeles International Airport, en route to their new resettlement area in North Carolina. In the end, they left behind the devastating Vietnam war, a protracted war awash in bloodshed, suffering, and heavy losses of all kinds.

Thuong is the collective name used to refer to approximately thirty indigenous tribal groups who live in the Central Highlands of Vietnam. They speak many different languages and wear different types of clothes, maintain tribal rites and rituals, engage in distinct customs and practices, and their livelihood depends essentially on swidden rice cultivation using the slash-and-burn method, as well as on hunting.

Before the war, it could accurately be said, Thuong highlanders led a life separate from that of lowland Vietnamese, or Kinh. But their peaceful existence was all but terminated following the Second World War. They were decisively impacted by the contemporary outside world for the first time during the nine years of the First Indochina War (1945-54) between the French and the Vietnamese. That war ended with the defeat of the French. The Geneva Accords of 1954 divided Vietnam into two parts, and governing of the whole of the Central Highlands, with its Thuong population of almost one million people, was handled by the Saigon government of South Vietnam.

Aware of the high level of strategic importance of this mountainous region, during the first few months after the Geneva Accords, the Saigon government engaged in one attempt after another to assimilate the Thuong peoples, as well as other ethnic minorities, into Vietnamese society, without any consideration for their unique traditional cultures. In accordance with the Dinh Điền policy of the Diem regime – the migration and resettlement program whose aim was to move people into undeveloped "public domain" where they would clear and claim land – tens of thousands of Vietnamese Catholic refugees from North Vietnam were sent to settle in the Central Highlands, encroaching on fertile lands that had long been the home of the Thuong peoples, had long been their property. Added to this violation were other misguided decisions: that which spelled the closure of traditional law courts run according to Thuong customs; that which banned highlander languages; and that which set limitations upon Thuong representatives in administrative structures. It was not hard to understand the resulting resentment, uncooperativeness, and even opposition on the part of Thuong people.

In the early 1960s, along with the increase in America's direct involvement in the Vietnam war, the situation of the highlanders radically changed. Indeed, Thuong people welcomed the Americans with open arms, and subsequently mutual attachment and ties were developed between the two parties. American advisors needed help from the Thuong to gather intelligence on the movement and infiltration of the communists. For their part, the Thuong believed that their American friends would protect them from the threats posed by both the Vietnamese nationalists and their enemy, the communists, and that, furthermore, the Americans would guarantee their autonomy once the war ended.

During both Indochina Wars, Thuong people were victims caught in the crossfire of opposing forces. When one compares the destructive effects of the First Indochina War on the life of the highlanders with those of the Second Indochina War – during which more advanced modern firepower was utilized by both sides – it is beyond doubt that in the latter case the Thuong had to pay a dearer price, suffering heavier losses than did all sides actively involved as contenders in the conflict. In fact, when the war had escalated beyond the guerrilla warfare stage, the fate of the Thuong received very little attention. In order to prevent North Vietnamese troops from infiltrating the highlands along the Ho Chi Minh trail, American jet fighters and B-52 bombers day and night carpet bombed the whole mountainous region. In addition, the toxic defoliant Agent Orange, which the Americans sprayed over the highlands, inflicted extremely severe damage to Thuong people. With the Tet Offensive of 1968 and the Summer Offensive of 72, the highlands were sunk deeper into war and death. The communist army did not hesitate to use destructive weapons like grenades and flamethrowers to attack mountainous villages and hamlets which were surrounded by fragile fences for defense. Highland social structures almost completely collapsed, and the so-called map of the ethnic groups' locations was no longer of any value. Around 1972, the American military estimated that about 200,000 Thuong people had perished in the war, and 85 percent of traditional mountainous villages were completely wiped out.

The Paris Peace Accords, signed in January of 1973, which prepared for the U.S. to withdraw its troops from Vietnam, merely began the Vietnamization stage of the war, rather than ending it altogether. Under the changed circumstance, Thuong's lives were even more severely afflicted, this time by the remaining two Vietnamese sides fighting each other for territory and for people's allegiance.

At the end of 1974, the political and military situation in South Vietnam further deteriorated. Thuong leaders well realized that they could not depend on the Saigon government for anything. They began to panic when the staff of the American Embassy left Vietnam. According to a 1986 report from Josh Jetlin, the Los Angeles Times correspondent, these Thuong leaders had implored the American officials to help them escape from the country, for fear that they and their families would be imprisoned and murdered if left behind. But they never received such help. In the meantime, a few other Thuong persons were trying to seek military support from the Americans for their continued struggle in the deep jungle, in anticipation of the collapse of the Saigon government. The answer they received from various American officials was something to this effect: they, the Americans, needed time to consider the request before they could give a definite answer. Because they did not understand the subtlety of diplomatic language, these Thuong people were not aware that their entreaty in actuality had been rejected.

The beginning of March, 1975 marked the loss of the hill resort, Ban Me Thuot, due to a strategic bungle of fatal proportions made by South Vietnamese generals when they abandoned this mountainous region. A bloody evacuation along the national highway ensued, which propelled the complete disintegration of the Saigon government. Thus, the most agonizing fear of the Thuong turned into factual reality: the communist government was subsequently established in the South. Thousands of the Thuong were sent to re-education camps, a number of their leaders executed, and inhabitants of mountainous villages and hamlets were tightly checked and controlled because they were suspected of having fought on the side of the Americans. A few of them sought freedom in the deep jungle, taking up arms to resist the new government. Also, according to Jetlin, since Hanoi had greater firepower, the Thuong suffered severe losses. They had to leave Vietnam and take refuge in Laos. Subsequently, again being surrounded by communist troops, they had to cross hundreds of miles to reach Cambodia, where they were confronted with the Khmer Rouge. At first, the Thuong naively believed that since they all shared the goal of fighting against the Vietnamese, the Khmer Rouge would assist them. But it actually turned out that the Khmer Rouge were suspicious of them too, and placed them in a concentration camp deep inside Cambodian territory. Exhausted after all their armed struggle, they only waited for an opportunity to flee and seek refuge in Thailand. The lucky opportunity presented itself in the winter of 1984 when the Vietnamese communist army heavily shelled Khmer Rouge camps, which inadvertently opened the way for the Thuong to escape from confinement. What followed was a migration on foot, without a map, without any weapons, involving women and children. But, finally, they made it to the Thai border.

After countless interventions and bureaucratic procedures, eventually this group of 213 Thuong persons were allowed to settle in the U.S. They arrived at the time of Thanksgiving celebration. To the American people, Thanksgiving this year had an added meaning, for it extended its grace to embrace these new immigrants from the deep mountains and jungles of mainland Southeast Asia. Not only were these immigrants devastated by the war, but they could also be seen as pitiful survivors from oppression and cruel discrimination meted out to them by Vietnamese of opposing sides.

Sixteen years after its first publication in Saigon, against the background of the first celebration of Thanksgiving for the Thuong, it was suggested by the publisher and friends that the novel Vòng Đai Xanh, The Green Belt, be reprinted in California. The main purpose of the reprint is no other than to recollect and reflect on an incomplete first chapter of a voluminous book yet to be written, a chapter which deals with the forgotten war in the Central Highlands involving the Thuong peoples' struggle and heartrending experience, a forgotten war within the protracted and complex Second Indochina War during a divisive period of Vietnamese history, which was marked with innumerable forms of disintegration, at which time even truth itself was not exempted from damage.

NGO THE VINH
Little Saigon, 11/1986

ABBREVIATIONS

AID	Agency for International Development
ARVN	Army of the Republic of Vietnam
BBC	British Broadcasting Corporation
CIA	Central Intelligence Agency
CIDG	Civilian Irregular Defense Group
CTZ	Corps Tactical Zone
FULRO	Front Unifié de Lutte des Races Opprimées
FLC	Front de Libération du Champa
FLKK	Front de Libération du Kampuchea Krom
FLM	Front pour la Libération des Montagnards
GVN	Government of Vietnam
IVS	International Voluntary Service
LLDB	Lực Lượng Đặc Biệt (ARVN Special Forces)
LST	Landing Ship, Tank
MACV	US Military Assistance Command, Vietnam
MIKE Force	Mobile Strike Force
MSS	Military Security Service
NLF	National Liberation Front
NVA	North Vietnamese Army
RF/PF	Regional Forces-Popular Forces
SFOB	Special Forces Operational Base
STOL	Short Take-Off and Landing
USAID	U.S. Agency for International Development
USIS	U.S. Information Service
VC	Việt Cộng
VNTTX	Việt Nam Thông Tấn Xã (Vietnam News Agency)
VOA	Voice of America

The Green Belt, Ivy House Publishing Group, 2014

CHINA
HANOI
Haiphong
Gulf of
Tonkin
HAINAN
Luang Prabang
VIENTIANE
THAILAND
LAOS
DMZ
Khe Sanh
Quang Tri
Hue
Da Nang
Thu Lai
DA NANG
Ngoc Linh
Quang Ngai
Attopeu
DAK TO
IA DRANG
VALLEY
AREA
KONTUM
PLEIKU
AN KHE
Qui Nhon
Cheo Reo
Tuy Hoa
BANGKOK
CAMBODIA
BAN ME THUOT
DALAT
Nha Trang
Quan Duc
Gia Nghia
Cam Ranh
VIETNAM
Gulf of
Thailand
PHNOM
PENH
SAIGON
South
China
Sea
Ha Tien
Can Tho
0   250
KM
VIETNAM &
Central Highlands

CHAPTER I

The press card issued by the Information Bureau of the GVN, government of Vietnam, proved of little value; this, I came to see clearly while traveling around the Central Highlands. At a time when the Americans had moved beyond the advisory stage, everyone knew this was their war: a war had developed and was dealt with in the interests of the United States. Without a MACV press card, it was difficult for one to get through doors. How could the Americans trust a piece of paper not issued by them? When anyone could be viewed as a suspected subversive, there was no reason for me to enjoy greater privilege. With the press being considered an enemy by the government and mistrusted by the people – thus receiving no financial or logistical support – I definitely found myself bogged down and quite in isolation when dealing with the difficulties of my job. A veteran journalist once observed that making a living in journalism in Vietnam would eventually see one forced to become a hack writer and likely a bitter soul. Being also a painter, whose way of life was colored by fantasy, I had no great ability to engage with reality; and as a result, I continued to maintain an attitude of idealistic optimism.

In less than a month, I had experienced numerous changes in both my career and the routine affairs of life. It was difficult to believe no great effort had been required to persuade the editor-in-chief to allow me to become a roving reporter, rather than requiring me to continue safe vigil in the press room designing and laying out the paper. Even though he had accepted me in this new role after fulfilling a series of assigned tasks, the editor still made some rather harsh comments on my work. He said my prose was full of imagery and color, but was not in proper journalistic style. In his opinion, my descriptions captured feelings more succinctly than they presented the objective facts of reality, which task was what was required in journalism. This failing on my part was not surprising, he added, to anyone who knew I had previously been a painter. In spite of that judgment, he seemed to have found in me something he liked, for he still gave me encouragement. Somewhere along the line, he even repeated the conventional wisdom that what is truly difficult is to improve and enrich something which is poor and insignificant – and one cannot place too much hope in that; while on the other hand, changing from a flowery style to normal stern prose requires only self-discipline and some effort. I took this to mean that I should realize I had been somewhat careless in my writing and it was now time for me to observe the required principles and cultivate a more serious attitude.

It may be worth noting that the editor was formerly a well-known Southern businessman. Moreover, he had spent almost forty years of his life engaged in journalism.

He was a link between the generation of pioneer journalists and this younger generation of today. He had a zeal for the career, and for an already well-to-do Vietnamese it was feasible for him to indulge his passion. As a rich man, he valued academic diplomas. Of course, he was sharp enough to recognize a good newspaper article on its own merits, but if, in addition, it had any connection with high academic achievement, this would please him even more. For example, a Ph.D. degree in medicine would have no bearing on skill in writing battlefield reports, but to him that was a celebrated mark very worthy of attention. Regarding myself, since my painting career – or my being a "painter", to use a more flattering term – was not considered equivalent to an academic diploma, my name was appended to my articles lamentably unadorned.

Routinely, each morning, when the paper had been readied for printing, I left the office and walked downstairs to chat with the girl who was the secretary, or went to the entrance of the alley and ordered a cup of thick coffee. I then sat talking with whoever was around, usually printing shop workers or typesetters.

Peace and quietude filled the remainder of the day. Moving from the initial step of the dark spiral staircase up to my office, the air seemed to coldly condense. Black typewriters lay dormant. Tables and chairs had their proper places relative to each other. Sometimes, the familiar was tinted with the strangeness that had marked the first few days following my arrival. Had I been painting still, perhaps I could have portrayed those first impressions. Away from a canvass, I could not avoid longing thoughts of it.

After a fire had destroyed most of my work, I completely abandoned the easel. Even so, in a recent exhibition, I had participated by hanging four large paintings: those remaining, which had been scattered among friends. That my name was included in the exhibition catalog was no cause for objection. However, of great surprise was the fact that during the initial day of the exhibition my paintings were the first sold – three out of the four displayed. The one titled "Black Cat on a Pink Carpet" was bought by a woman named Như Nguyện (the name means "full satisfaction"), and the other two by an American who I later learned was the journalist named Davis.

My paintings were among those difficult to appreciate, and therefore hard to sell. They were highly priced to make up for the small number sold. Due to this fact, with the sale of three paintings, I earned enough to pay off some big debts and buy another small typewriter and a very good camera. I felt like a farmer blessed with a rich harvest off-season. With this windfall, I decided to give up painting and its truly tardy rewards.

Davis and I were in the highlands. The air was dusty and insufferably hot.

He turned to me, seemingly sensitive to the vexation I had experienced all morning at various agencies, saying, "Triet, I still want to have you collaborate with me. After all, being with a foreign paper will facilitate your receiving all the required documents and identification papers."

Because of the contract with my paper's office, at this point I could not answer him one way or the other. I looked at him and said jokingly, "Not counting foreign reporters, only those from the government news agency have that privilege. Surely a MACV press card represents senior status in the profession. And one can proudly show it off!"

Davis laughed at this truism, recognizing it as comic satire.

The jeep bounced on dirt clods scattered upon the asphalt road, sending up red clouds of dust. The floor of the jeep was covered with sandbags, rendering heavy and lumbering the movement of the vehicle. On the positive side, one would choose to go slow with the sandbags, rather than fast without them, so that in the event the jeep hit a mine, one would likely survive and at least not lose one's legs. Situated within a controlled area which everyday saw American soldiers on patrol, the road was relatively secure. Even though there was no fear of attacks or ambushes by the enemy, several times a month our side could not avoid sustaining wounds from mines or by sniper fire. An American advisor had suggested that we take a helicopter, but since none was available, we decided to borrow a jeep and travel overland.

"In Vietnam," observed Davis, "transportation is a very big hassle. At times, it takes many days to travel a mere twenty or thirty kilometers."

I laughed and said that that was even truer when the area of operations was in the highlands.

We were on the same road upon which the Minister, Dr. Denman, had been shot in the shoulder while driving back to his mountainous village one late afternoon. Though badly hurt, he still tried to make it home, but after driving ten more kilometers he passed out from loss of so much blood. The communists saw white missionaries as thorns needing plucked, especially a minister like Dr. Denman.

"Davis, do you want to end up driving with one arm like the Minister?" I asked.

"If I knew I was going home to America soon, perhaps I would be anxious, but I still have to live this war for a long while yet. All American soldiers upon first arrival in the country are the same, courageous and reckless, knowing no fear. Yet, during the final days of their tours, just before the trip home, all those who have survived with their bodies intact suddenly turn timid as rabbits, afraid of being killed by a grenade or plastic explosives, even once having safely reached Saigon."

I laughed and commented that this was perhaps not the case with the Green Berets, those in the Special Forces.

Davis agreed and told me they were in a class of their own. "They are a new type of soldier born under the Kennedy dynasty. Beyond their incomparable lethality, they are a stubborn and undisciplined lot. Many American generals still refuse to recognize them as legitimate members of the Army, like the other combat arms."

It took us more than three hours to travel a distance of no more than forty kilometers. We began to approach a very large Rhadé village. The tribal group living here was relatively civilized. They were well known for their warlike inclination, and their livelihood depended mostly on hunting. Due to the influence of the Minister, a rather large number of Rhadé had converted to Christianity.

Soon, houses on stilts were observed half hidden among trees. A moment later, seeing an unfamiliar car, naked children rushed over and happily shouted their welcome. A group of men with coarse hair and sunbaked skin, machetes in hand and woven rattan backpacks slung over their shoulders, quickly side-stepped to the edge of the road. They broke into big smiles, indicating they were not shying away due to fear of modern machinery.

Passing the village communal house, we reached Dr. Denman's residence. His abode stood by itself near a Special Forces camp. Inside, the building exemplified the uniform world of white men, with all the conveniences rich Western society provided. The altar for worshipping Christ was brightly illuminated with electric lights. A radio, a refrigerator, and food items were seen – all originating from the United States. In a corner of the house was a jerry-built radio transmitter.

Davis introduced me to Dr. Denman. I had often heard of the Minister's reputation, read his book reviews in major newspapers, and been told quite different legends about him. He was, in truth, a missionary, a linguist, an anthropology professor, and author of the well-known research book entitled *Ethnic Groups of Mainland Southeast Asia.* Reading this book, I had felt rather embarrassed as a Vietnamese who did not know as much about his own country as did the book's foreign author. It appeared curious that experts on Vietnam were usually foreign professors, French in the past and American at present.

The Minister was exerting great influence. It was with the help of Dr. Denman that Special Forces had been able to build their first bases in isolated tribal localities. The communists had lost their hold on people in the areas where his influence was felt. Having lived in the highlands for many years, Denman was well liked by a great number of tribal people, largely because of the practical help he extended to them.

According to Davis, Dr. Denman recently, with the assistance of Special Forces, was able to build a hospital to further expand the scope of his activities. In addition to his fluency in Vietnamese, the Minister was also well versed in a number of tribal languages. He was inclined more toward activities of social work and research than to the task of spreading the gospel, which task received great care from his efficient wife. The couple lived with their eight-year-old daughter, who was born in this mountainous region.

The Minister poured hot, thick coffee into white porcelain cups. "Coffee grown here in the highlands has a special fragrant taste and so does the tea," he said. "I believe the local coffee can match any of the best varieties found in Latin America."

He lifted his cup and enjoyed a small sip to prove his point, then turned his attention to me.

Denman expressed himself with broad hearty gestures. He stated his opinion about the lamentable quality of the Vietnamese press. Many of his observations would have been sound if placed in the context of the United States, with its elaborate communications infrastructure and liberal democracy. I, however, was waiting for him to discuss issues in another area.

He proceeded instead by asking me what I thought were the reasons behind the dismal condition of the local press. I answered half-heartedly, blaming it all on poor means of communication and on strictness of censorship. He then moved on and discussed the necessity of limiting freedom of the press in countries where communists are present, and supported his argument by mentioning his own experience in several Latin American countries.

As if sensing my impatience, Davis reminded the Minister of the purpose of our visit. But Denman did not show any sign of haste. He coolly turned to another subject.

"This morning," he said, "I visited a Rhadé village about eight kilometers from here. While there, by chance, I witnessed a bargaining session between an American officer and the tribal chief. The Special Forces captain wanted to buy a few elephants to be used in transporting supplies to some newly established camps in the forest. They kept on haggling over the price for a long while, with no end in sight. The Captain finally lost his temper and shouted: 'Why don't you want to help us wipe out the communists? After all, they are Vietnamese also, and you want to kill all Vietnamese, don't you?' The unexpected result was that the American captain got the number of elephants he needed at a dirt-cheap price."

Dr. Denman had related the episode without showing his stand regarding it. At this juncture, he began to elaborate on the heart of the matter.

"In my opinion," he commenced, "objectively speaking, there has been an age-old antagonism between the people living in the mountains, popularly known as Thuong, and the Vietnamese living on the plain, popularly referred to as Kinh – origins of the antagonism resulting from discrimination and contempt for the Thuong held by the Vietnamese Kinh. The Kinh-Thuong relationship is very bad due to the deplorable attitude of the Kinh toward tribal minorities, whom they scornfully call Mọi, savages. In actuality, highly educated Thuong do exist, but are not allowed to participate in the government.

"Highlanders do not enjoy any more rights when they become Vietnamese citizens. Sometimes, they are even thrown on trucks like animals and brought down to town to welcome VIPs who purportedly came to visit them. On such occasions, they must sacrifice a buffalo during the oath-taking ritual and engage in a foot-washing ceremony while wearing their bracelets, in order to show their sincerity and fidelity to the guests. When the show is over, they are herded back into the jungle to continue their life of poverty and hunger."

The Minister said all this while sucking on the stem of his pipe, sending up soft blue smoke. He had a leisurely way of talking.

Knowing that he was an anthropologist, I asked him to speak about racial factors in the present conflict.

Denman said, "History and legend tell us that the whole of central Vietnam, including the highlands in the old times, belonged to the Thuong people, whose capital was bordered by the coast on the eastside, thus probably indicating the present city of Nha Trang. The tribal elders reiterate that the land of their ancestors spread to the rising sun. This territorial extent existed until the last of their kings fell passionately in love with a Vietnamese princess of the north, and married her. The princess became involved in a plot that destroyed the king. Thereupon, the Thuong people became desolate, having no one to lead them, and were cruelly driven into the jungle by the Kinh, where until the present they have led a miserable life."

The imaginative character of my mind was strongly stimulated by such a tragic but romantic past of a people brought to ruin by a king's passion for a woman. Vaguely, I half listened to Davis who asked Dr. Denman about the state of newly built hamlets for the Thuong.

Dr. Denman shook his head in a show of exasperation. "The Thuong are mentally looked down upon and they suffer ruthless economic exploitation. Most of them hate to be pulled into the social environment of the Vietnamese. Having lived their lives freely in the natural environment of mountains and forests, they are now forced to concentrate in villages and hamlets built by the government. Such resettlement is not only an unwelcome change in lifestyle, but their security is by no means guaranteed in those new constructions. Every night, the communists stealthily come to threaten them, and rob them of their food.

"But if they were to try to free themselves from both the government and the communist sides by escaping to the forest and building their own hamlets, they would become targets for the government air force to mercilessly drop bombs upon.

"In short, they have nothing left, likely not even the future survival of their ethnic integrity and identity."

This was a dark picture of Kinh versus Thuong presented by the Minister.

After tapping the bowl of his pipe against a wooden tray, he pressed his lips together tightly, then exhaled clouds of blue smoke. He possessed the leisurely manner of the traditional East, which exhibits no hint of the hurriedness prevalent in modern city life. Contrary to the image of him I had drawn in my mind, he appeared gentle and guileless. I noticed that the shoulder wound had healed.

The Minister continued his discourse in a confiding tone. "Since the time that the program for pacification of the highlands fell into the hands of Americans, many things have improved. Very much unlike the Vietnamese, the Thuong get along well with white Caucasian soldiers. They trust that these foreign military men will defend them. In fact, when talking with me, Thuong leaders express their belief that after the demise of the French, the Americans can help them rebuild an autonomous highlands region. This is their own aspiration, and I have no comment to make.

"It's curious, however, that Vietnamese appear to be very sensitive to racial issues like the problems between blacks and whites in the United States, yet they themselves seem not to recognize a similar mark of shame right in their own nation, where there is no shortage of ugly oppressions. And in that vein, the Americans' help for the Thuong has been considered a violation of Vietnam's sovereignty or an interference with her internal affairs. I, myself, can't understand this."

In a meeting like this, I saw no benefit in starting a debate that would surely be conflicted. I merely wanted to suggest a topic in order to hear what Dr. Denman would have to say. Therefore, I brought up a newspaper article published in the United States, which pointed out in a critical tone that the American superpower was helping Vietnam combat communism, and that, this being the task, there was no legitimate reason why American firepower should at the same time support the tiny nation's desire to realize its silly dream of creating an empire to rule over ethnic minorities. Upon reading the article's interpretation of recent historical events, I tried to imagine the type of empire which could be built by the wretched poor forced – initially by President Ngo Dinh Diem – to leave their villages for the forest, where they must toil to turn every square foot of virgin forest into cultivated land. What kind of empire could this become?

I stated this thought to the Minister, but his tone remained coldly sarcastic. "The matter at issue is not simply that raised in this article. An uprising of the poor and wretched has its own legitimacy."

I had to restrain myself from expressing an angry response. A warm cigarette helped restore my calmness.

"By the way," I stated, as though the thought had just come up unpremeditated, "with regard to the letter addressed to the American Ambassador and the United

Nations by Thuong leaders in 1964, it seems you were consulted by these leaders many times, Minister."

With the exception of a mere fleeting instant of surprise, the Minister's facial expression betrayed no emotion. He asked what I already knew about the letter. I told him I had read it, but was not sure if I had been reading a copy of the original text or a manipulated version.

Dr. Denman hesitantly regarded me, threw Davis a glance, then resumed his indifferent tone of voice. "As I've just told you, the initiative was theirs. I had no ideas of my own to contribute. Moreover, I did not want to invite misunderstanding, a misunderstanding that would jeopardize my religious mission, which has been going very well for more than ten years. The communists have accused me of working as a spy for imperialist America under the cloak of a minister. This does not bother me, as everyone knows it is part of communist propaganda strategy and their smear campaigns. But, otherwise, I want to keep my good reputation.

"I declined many times, but the Thuong insisted on securing my help. The only thing I agreed to do was to translate the letter into English and French. After that, they themselves had it typed up. They made copies, which they sent to the Ambassador, the Secretary General of the United Nations, and a few others.

"Subsequently, came the December '65 event, a very bloody general rebellion of the Thuong, which occurred simultaneously in all highland provinces, and which was initiated by FULRO – Le Front Unifié de Lutte des Races Opprimées, or United Struggle Front for the Oppressed Races – a movement demanding autonomy for the highlands. FULRO is composed of three groups: the FLM,

Le Front pour la Libération des Montagnards; the FLKK, Le Front de Libération du Kampuchea Krom; and the FLC, Le Front de Libération du Champa. But I'm sure you know all that.

"Naturally I did not approve of the uprising," he continued, "and so I no longer have communication with them. Even so, I still am experiencing misunderstanding and the expression of much ill feeling from a number of Vietnamese – especially General Thuyet."

Apparently, the little I knew about this matter had served as an invisible string tying myself and the Minister into a discussion. Looking at me in a confiding manner, he attempted to establish a trusting atmosphere. He offered to show me the letter if I wanted to see it, but he did not think it was the proper time to publish it in the press as an open letter. Doing so would not be fair play, he thought, to those who had trusted him, and who were still pursuing their struggle.

Denman stood up and walked toward the bookcase, which was flanked by paintings of exotic tribal women.

Davis was deep in an agreeable conversation with Mrs. Denman, the two of them accentuating their talk with hearty laughter.

From the bookcase, the Minister resumed his discussion by informing me that because of the close surveillance by the Vietnamese government in 1964, representatives of the Thuong when arriving in Saigon had not been given access to the American Embassy, and that upon their desperate entreaty, he had introduced them to a colleague of his, a Professor Milton Ross who was then teaching at University of Hue. Apparently, the letter had subsequently been handed to the Ambassador by the President of Michigan

State University. I was surprised to learn of Professor Dr. Ross' involvement in this event.

Quite engrossed in his conversation with Mrs. Denman, Davis seemed to pay no attention to what was being revealed by Denman.

The Minister returned and gave me a hardcover folder holding typewritten sheets of paper. I had not at all hoped to have in hand such valuable documents, and when an opportunity like this unexpectedly came along, I knew I had to mobilize my mind to register the content and retain as much as possible. I chose to read the French version of the letter very quickly and attempted to mentally summarize the details. Long lines were laden with doleful complaints. It felt miserable knowing more clearly their nature.

I sensed my emotional responses were being duly noted. Looking up, I caught a very peculiar expression on Denman's face. His watchful eyes were full of questions. I read the documents through to the last line, each word a needle pricking into my brain.

The Minister told me further that there had been a few meetings, and what seemed to be a promise of possible assistance by the Embassy, within certain limits. The group of Thuong leaders were disappointed because the promised support was too little, far below what they had hoped. A number of them had begun to establish contact with the communists to psychologically blackmail the American government. Others broke away and withdrew into the jungle with enough weapons to embark on a long-term struggle, with or without assistance from Washington.

"I am sure you can see what a difficult position the Americans find themselves in," said Denman.

I returned the letter to him after having assured myself that I had memorized enough to substantially record it with the typewriter that evening.

Davis and I stayed on through the afternoon, then had dinner with Dr. and Mrs. Denman. It was a holiday and Mrs. Denman treated us to different types of canned meat. We also drank alcohol – not the type of spirits held in a jar and drunk through a long tube by some tribal groups – but very strong whiskey. Everything was uncomplicated and the atmosphere warm.

I looked at the image in Gauguin's "Christ Jaune" (Yellow Christ), a reproduction of which was hung on the wall, and suddenly noted that I had never before been moved like this when viewing paintings. Detached from the anger and ambitions of exhausting struggles, I was suddenly my sentimental self again. It seemed as if I had never seen myself more truly a painter than I did at this moment.

Even though I was a little drunk in retiring near midnight to the room I had been given, I was inspired as never before. I sat at my typewriter and managed to record an abridged version of the letter – about a third of the original – together with observations worthy of attention made during the evening's discussion with Dr. Denman.

CHAPTER II

Darkness approached and we found it difficult to negotiate the jungle path, even though the remaining distance was no more than the smoke of a few cigarettes. Thuong people have the habit of measuring a distance by units defined on the basis of the time taken to leisurely smoke a cigarette, one filled with the strong tobacco available locally. Deciding to take precaution against possible contingencies, the commanding officer ordered tents pitched and guards posted, with the intent of advancing toward the target village at dawn.

This was the third day of a military operation being conducted under the Đồng Tiến, 'Progress Together' program, an operation designed to liberate and evacuate Thuong people from isolated areas of the mountains and move them down to the edge of National Highway 21, a modern roadway as good as any found in Europe or America. Known as the M'Drack track a hundred years ago, this highway was then but a trail frequented by Thuong persons who traveled to the lowlands for exchange of goods.

It was along this same trail at the beginning of the 19th century that, departing from the coastal town of Nha Trang, Dr. Alexandre Yersin had penetrated the highlands and identified a suitable location for a resort, which became the town of Dalat. Dr. Yersin was a French bacteriologist of Swiss origins, born in Aubonne, Switzerland in 1863, who died in Nha Trang in 1943. In 1894 he discovered the plague bacillus, named *Yersinia pestis* in his honor. Later, French expeditionary troops, who followed in Dr. Yersin's footsteps and fought to conquer the highlands, encountered fierce and heroic resistance from the local ethnic minorities. In the end, it was only due to the missionary influence of Catholic priests that the French were able to gain a foothold in the highlands. And much later, in a similar fashion, ministers like Dr. Denman had helped the Americans build the first Special Forces camps in this remote area.

"Among the tribal chiefs known for anti-French activities, the most accomplished was Y Knul, a Rhadé man," said Y Chon, the unit's aboriginal guide. "Even today, when his name is mentioned, our old folk still remember him and tell us about his glorious feats of arms, his extraordinary skills in elephant hunting, and especially his invincible physical prowess – all of which made the mountain peoples venerate him as their Lord."

Y Chon, a Thuong person with a primary school education, was formerly an interpreter and sergeant working for the American Special Forces. Besides French and English, he spoke Vietnamese fluently. According to Y Chon, the next day we would arrive at a mountainous village called Nueng, inhabited by a population of Djarai people. This ethnic group still kept the custom of filing their teeth and elongating their ears, which made them appear ferocious. But, in truth, they were a gentle people living a life of poverty which was, however, free of worries about the future. Once a year, in the tenth month, they would slash and burn an area in order to plant crops, after which they would enter the forest to search for honey and cinnamon bark, and materials to weave rattan baskets for barter. Since they did not use paper money and placed value on objects solely on the basis of concrete form and function, in their bartering with people of the lowlands, the Thuong often suffered losses, their naivete being taken advantage of. With regard to the communists, not only did the Thuong dislike them, they also feared them. There had been some communist cadres who adopted the custom of tooth filing and ear stretching, spoke tribal languages, and lived like Thuong people in Thuong villages, but the communists' hope of attracting these mountain peoples to their side failed, as the Thuong realized they were being lured with false promises that would lead them nowhere.

The commanding officer's summons, heard over the field radio, interrupted Y Chon's monologue. He departed, clearly in a hurry. It was evening and I was left alone struggling to identify suitable tree branches from which to hang a hammock. My anxiety and fear upon finding myself deeply immersed in the jungle abated in view of the soldiers braving danger and hardship with little complaint. Moreover, the ability and skill of the commanding officer was to me reassuring. A graduate from Dalat Military Academy, he was well trained in jungle warfare and ever ready for battle. Though still a company grade officer, a first lieutenant, he had a good record and had earned many medals. His subordinates feared him, and admired him as well: besides his skill in combat, the Lieutenant was also known to be a savvy and worldly young man who, when removed from the battlefield, did not shy away from the world of decadence Saigon had to offer. He recited names of the girls dancing at Baccara nightclub as easily as he read complex military maps.

When talking about the Đồng Tiến program to resettle Thuong people along the highway, the Lieutenant had this to say: "We Vietnamese are those who provoke hostility and resentment, while our American partners grant favors. These Americans are so shrewd and so unscrupulous! Are you aware of that, Mr. Reporter? Our assignment is to evict the people and burn their villages. The Americans reserve for themselves the noble task of afterwards supplying relief. The inevitable result is that the resettled people blame the Government of South Vietnam for whatever goes wrong, while being eternally grateful to the American Embassy. I'm sure you well know that when the time comes the Americans will cut off aid and the whole program will collapse. We had a similar catastrophe only a few years ago while working with Thuong impressed into the Strategic Hamlets Program."

There was a brief pause. *"Risque contre risque,"* he summarized, using the French phrase. "We South Vietnamese are in the least favorable position and have no alternatives. Between the communists and America, we have chosen the least evil enemy, without entertaining any illusion about it."

Given his views, I was not surprised when on the second day of the operation I witnessed a clash between the Lieutenant and his counterpart, the American advisor, First Lieutenant Schmidt.

"You can advise us only as far as aid is concerned. When it comes to local knowledge and experience on the battlefield, you people have a lot to learn from us," the Lieutenant retorted when the U.S. advisor criticized in a vituperatory manner the way in which the operation was being conducted. At the same time, of course, the Vietnamese officer was keenly aware that his unit could not do without an American advisor, a prerequisite to secure aid, air support, and air transport.

On the fourth day, perhaps in part uncomfortable due to the lack of cooperation from the Lieutenant, and partly owing to the extreme physical hardships of the company operation, Lt. Schmidt left the unit under pretext of illness. The advisor boarded an evacuation helicopter sent by the sector command post, and this act was an omen that difficulties awaited us in the days to come.

When Y Chon returned, the moon was high in the black sky. Through gaps between leafy branches, the jungle moon stood in beauty both virginal and majestic. I thought of the characterless moon hanging over the big city, and of friends quietly living their lives there. Only a few days ago I had led my life among them, and now I was lost in a deep jungle. Such a huge gap between these two instances of the present!

"Are you not asleep yet? Did you hear anything unusual?" Y Chon asked.

I did not understand his question. Nor was I aware of any sounds other than those familiar in the environs of mountain and forest: the monkey's howling, the owl's cry, the crackling rustle of an unidentified bird flapping its wings. A stream ran between us and the village on its other side. I could hear the musical echo of water falling from a cliff and the sound of a thrashing wind. During my few days of forest travel, I had seen no trace of ferocious animals. There had only been snakes. Battles, bombs, and bullets had driven away jungle beasts, whose numbers had thus been greatly reduced – even though, previously, the tribes living in this forest were noted for their hunting skills.

"No, I didn't hear a thing. But what is it, Y Chon?" I asked.

"It isn't far from here. But since you are up wind of it, obviously you haven't picked up the noises. The reconnaissance squad came back to report that the villagers have been lighting torches, beating drums and gongs furiously. This is a local signal of unwelcome and of a willingness to resist and stop outsiders from intruding. It's fortunate that we haven't crossed the stream. There appears no indication they will attack. But security is the issue for tonight. All must be alert. I hope nothing untoward happens before morning; otherwise, our mission will be all the more difficult to accomplish. Moreover, you know, I don't speak much of the Djarai language."

"Certainly, there must be some people in the village who can speak French."

"I hope so. But the main thing is that we have to be patient. We must show good will and friendliness, even if they provoke us or attack. Bloodletting invites only more blood debt. I have spoken of this to the Lieutenant."

He was referring to "the call of blood", a flowery phrase used by General Thuyet – the former Commander of II Corps Tactical Zone – in essays he wrote on the Central Highlands. It appears that mountains and jungle had colored the General's soul with a touch of poetry.

Y Chon stated that General Thuyet was a commander with an iron fist wrapped in velvet; all struggling Thuong fighters were discouraged when hearing his name. "The General took pains to study several Thuong languages," continued Y Chon, "even though he was very good in French and his staff had more than enough interpreters."

"But how could he have learned Djarai when there is no written script for it?"

Y Chon laughed at my question and told me it was not that the Djarai had no writing system, but that they had lost it through negligence. "Tradition has it that when Buddha came to the highlands to teach, he acquired a lot of followers, and Thuong people came to him to learn how to write. While other peoples wrote on large dry leaves, like those of the banana tree, the Thuong people killed a buffalo and used its skin to write upon. When returning home, the Thuong tribal chief did not keep the skin entrusted to him in a safe place. During the night, while he was in deep sleep, his dog, smelling the flesh of the skin document, snatched it away and chewed it up. In that incident, the Thuong people lost their writing script."

This legend of a deep sleep being responsible for disappearance of a writing system echoed the story of loss of the native land due to its king's blind passion for a woman, leaving, until the present, the Thuong people desolate.

The day's accumulated tiredness dissolved, along with thoughts of exhausting struggles: thus, one lived in the moment among simple souls and the sweet intimidation of wilderness. The cooking fires of evening had been extinguished, but the burned firewood still showed the dying traces of flame under ashes. Insects sang their laments; a snake whistled; human footsteps tread dry leaves. From the base of a nearby tree emanated a folk song sung in the voice of the ancient capital of Hue, an extremely melancholic voice, one filled with an unseen soldier's longing. I thought of Như Nguyện. I thought of the Perfume River flowing through Hue. I thought of my life there in the days to come. Như Nguyện was a dissolute woman who could not mix with others, for between her and ordinary life there was always a dividing wall. Lonely I was when away from her, while simultaneously knowing the fierce closeness of our passion spelled a moribundity of happiness. Loneliness becomes intolerable when the body is abused for the purpose of sensual exploration, I thought. Như Nguyện was completely lost to me at those sweetly intimidating moments of ecstatic writhing.

"Can you hear anything now?" Y Chon asked me.

It seemed the wind had grown stronger and changed its direction. Moonlight shimmered the surface of leaves. I now heard rhythmic drum beats and the gong's aural titillation in distant echo, music melting into fog, very wild, yet carrying no violent note. Probably, at this moment, Djarai warriors were dancing around a fire, beating their instruments in urge of fellow fighters to be in readiness for reception of strangers from across the stream.

"The halt of our movement," said Y Chon, "was meant to be a sign of friendliness which would make it possible for us to proceed unhindered tomorrow. It's best not to have any bloodshed, because if we clash with courageous Djarai, the damage to both sides will be great. They are all sharpshooters. Not only with the bow and arrow, but with guns of all kinds: from the older Czech AK to the contemporary American M16."

He paused to roll a cigarette, then lit it. "The likes of me can never be counted by them as a warrior," said Y Chon in a tone of self-mocking, smiling broadly, "as I have full teeth, considered by them similar to the fangs of wild beasts. At the age of 14, I ought to have practiced tooth filing. They consider the custom an expression of valor and courage. It is a terrible mental torture for a weak-hearted person even to watch it. Within only a day of initiation, the boy himself has to use a stone file or the serrated edge of a jungle knife to file his own teeth almost all the way to the gums. He must burn medicinal herbs on the blade of his knife and spread the ashes on his wounds to stop the bleeding."

The horrible sensation I had felt upon reading Jack London's descriptions of the skinning of human beings had not made me shudder as much as I now did at thought of the painfully prolonged death of nerves violently rubbed during a tooth filing operation. Indeed, Y Chon's account turned my teeth numb and my blood cold. The practice, as I saw it, was not merely based on the concept of beauty held by Thuong people, which had no place for the whole teeth of animals; it also represented an insightful philosophy concerning physical pain. By taking nature's challenge and choosing pain, these Thuong placed themselves to a level higher than whole-toothed beasts – not unlike the elevation of the Buddhist priest traveling his path of self-mortification.

Y Chon suggested I go to sleep to restore my energy for tomorrow's daylong journey. After he left, I tucked myself within a cotton sleeping bag, thoroughly enjoying the cover's warmth against the biting chill of jungle night. Exhaustion threw me into a full sleep of dreams punctuated by drummed rhythms and gong shimmers resounding from a village high up and far away, across the stream.

Though morning beckoned, it was still darker than night under jungle canopy. The soldiers arose and prepared their breakfast. The moon had sunk deeply into a sea of milky fog. Drops of stinging water dripped from trees, numbing my cheeks. My sleeping bag was soaked, as if having been exposed to a heavy rain. Such a hard life these soldiers lead! They never have regular hours to eat and sleep. They consume dehydrated food and drink water from streams, gathering edible greens and wild bananas to pacify stomachs filled with hunger. All the same, they sing songs in a life huddled next to death! I marveled.

As in the past three days, this morning I sat and chewed a bag of sun-dried cooked rice softened in water. The sweet taste of each mouthful anointed with soy sauce was so incongruously delicious that I thought I could indulge myself in eating it forever. I looked on as several soldiers gobbled up a basket of herbs scavenged from the forest. Only five in the morning, we finished our meals and packed tarps, tents, and foodstuff. We awaited orders. The scouting squad was sent out first. The rest of us were to follow at 7:00 a.m., when dawn had fully broken.

"Why did the village signal protest last night?" I asked Y Chon. "Do you think there are communist Thuong among them?"

"If there are, it is a matter of no real consequence. The Thuong mostly choose to avoid a clash, as you can judge by the non-event last night. Their loud protest, in my opinion, was due to many reasons. Foremost in circumstances like this is fear of the communists taking revenge. Thuong people do not like communists. They are very afraid of the cruelty of the communists. The Đồng Tiến program will collapse if we can't make the Thuong believe that they will be completely protected by the government."

"Being courageous and well-seasoned in combat, why don't they fight to defend themselves? Why should they rely on protection from the government?"

"They well know that the flamethrower and all the other forms of modern weaponry can wantonly cut down their bodies and mercilessly assault their courage. They are not foolish. Their philosophy, above all else, is to survive."

Y Chon made me fully appreciate that the times of bow and arrow, of primitive bamboo spear and blow gun, of the plain coarse dark cotton shirt were gone. No longer was there safety to be found deep in the jungle. No longer could guerrilla warfare be waged with relative impunity. All had been transformed, had taken on new dimensions.

Though the morning sun in the highlands is never brilliant, this dawn it warmed us enough and demanded that evening fog melt away. Yellow light fanned out streamer arcs behind trees, oping echoes of last night's moon. Birdsong danced aural highlights banishing lazy remnants of evaporating haze, accentuating details, overcoming merely conventional beauty in our surroundings.

The company spread out forming three salients, each of which was to cross the stream separately and from a different location. I accompanied the commanding officer in the middle salient. It took more than two hours to travel less than two kilometers along the jungle path. The scouting squad radioed their report. There was no sign of incipient resistance from the villagers.

The only remaining task for the company was to explain the operation and ensure security so household goods could be removed from village dwellings and carried to a transshipment point, from which vehicles would transfer both people and their belongings to the designated area of resettlement at the edge of the national highway. Contrary to yesterday's pervading tense anticipation, today everything proceeded smoothly, easy beyond expectation. The soldiers helped with hauling possessions. In each and every house, standing homey on stilts, nothing of value was left behind, except the odd utensil or an old wicker backpack. The village chief, who spoke good French, told us that once in a while, communists came to harass the villagers, but would flee upon hearing the approach of government troops. He was friendly and expressed his acceptance of the government's decision to evacuate his people. Everything went well.

I captured with my camera many exquisite shots. Young bare-breasted Djarai women had all the natural beauty of Greek statues; in their manner there was no overt suggestion of lurid sensuality, as depicted in the paintings seen at Minister Denman's house. I gave a young man a cigarette lighter in exchange for his bamboo panpipe, since he refused to sell it for cash. I intended to give this to Davis as a gift.

A terrible scream suddenly pierced the air, a scream of excruciating pain followed by a series of resounding gunshots. The gunfire obviously came from soldiers who had been posted at the jungle's edge as guards. Then the whole visible forest area went into pandemonium with barks of redounding fire and shouted orders to assault. The soldiers in the village quickly dispersed into defensive positions, leaving behind myself and those Thuong villagers who did not quite register what was happening but nonetheless turned pale with fear. My reflexive responses were momentarily numbed and I had become almost frozen. Quickly, I was reassured, however, by the confident actions of the soldiers and the intense firepower I heard tearing through the opaque wall of jungle.

Horribly, it was Y Chon who had sustained the wound. He was struck by a poisoned arrow which penetrated deep into his left eye socket. Screams of pain at the puncturing projectile did not hide an obvious effect of the poison: his writhing about convulsively on the ground. Medics rushed to his rescue. They, and even the company medical warrant officer, appeared at a loss as to what best to do. The arrow was extracted trailing a line of blood. Its shaft was covered with a black resin turning dark violet. Schmidt had left us. Without that American advisor, it was virtually impossible to request a medical evacuation helicopter to transport the wounded man out of the area. As the strong poison was flowing in his veins, it seemed likely he would not make it overland to the transshipment point.

All gunfire ceased and a desolate silence echoed through the jungle. The soldiers who had gone into the forest returned in a group pulling along the corpse of a Thuong man, a thatch quiver of poison arrows still slung over his back. The archaic sniper's face was unrecognizable, torn apart by the impact of spinning and twirling M16 slugs, which had smashed into his head. Perhaps to avoid responsibility for what had transpired, the village chief declared that the dead man was a communist. It was uncertain where the truth lay.

Y Chon, meanwhile, was treated with herbal medicine. The writhing had abated and there appeared to be increased hope that he would survive. Was he so lucky, he nonetheless would end up having lost an eye?

It was by now midday and the sun had grown intense. As though intoxicated with gun smoke, the soldiers became heavy-handed and short-tempered. They set fire to all the houses in presence of the village's bewildered, devastated residents. With red flames dancing high and hot, they drove people and animals away from their homes, away from their native soil.

After many hours clearing the way, a convoy transported the people of Nueng village from the transshipment point to the resettlement area near National Highway 21. Not far from this location was an American firebase armed with many of the giant 175 mm cannons. I met Minister Denman and his wife at the reception center of the resettlement area.

Images of the killing poisoned arrow and of the fierce destructive impact of twirling M16 bullets clung to my awareness. It seemed to me that all the tragedies and all the Darwinian processes of development of human civilization for thousands of years were symbolized by the corpse of the Thuong man being thrown into the fire that day.

CHAPTER III

Traveling around the highlands, I rarely encountered American civilian or military advisers who had anything good to say about their Vietnamese allies. A similar observation could be made regarding the distaste shown by the American press concerning difficulties of the Kinh-Thuong relationship in the highlands. Even the book, *The Green Berets*, which exploded like a bombshell in the literary market, and became a national bestseller in the U.S., aside from the main theme celebrating heroism of American Special Forces soldiers, presents the reader with nothing more than a display of those same soldiers denigrating and debasing their Vietnamese counterparts, the ARVN Special Forces, accusing them of incompetence and corruption, ridiculing them as being allergic to combat action. Most especially, the work describes cruel and barbaric behavior which Kinh lowlanders are said to exhibit toward Thuong highlanders, and sympathizes with the latter who are said to be ill-treated, bullied, and even murdered without pity by the Vietnamese.

"Books like that just simply can't suggest to the American public and world at large good images of the Vietnamese people pursuing their struggle," I commented disgustingly to Davis.

This was not really a proper time to think idly of public opinion in Europe or America. We were standing in one of the hottest and most important locations of the war. The sun of high noon poured its extreme heat down upon us, turning the face of Davis lobster red. Tiny drops of sweat hung like warts on his curly long eyelashes. The dry westerly wind blowing through our loose-fitting shirts burned our skin. Roofs of corrugated metal – in their hundreds – crowded together, like hastily erected fairground structures, about a hundred meters back from a bend in Highway 21, a road which looked like a glossy black belt pounded by the sun. These were prefabricated houses put up upon a fertile yet uncultivated land, adjacent to a main road, and blessed with many streams. Every corner of the resettlement camp showed signs of attentive care. Drawing benefit from previous similar experiences, those responsible made sure the settlement area was prepared with considerable good will and a great deal of hard work.

But who could have anticipated all unexpected disasters and catastrophes? Counted as one such was a possible epidemic originating from the recent death of a Thuong man. The first problem was to persuade the bereaved family not to keep the corpse in their home too long, and to bury it soon. The second was to try to immunize the resettled people before an epidemic could spread and many deaths ensue. An inoculation task force, equipped with adequate serum, was mobilized; but upon this group's arrival, the Thuong found ways to hide themselves. When caught and held down for immunization, they resisted, screaming in fear and crying hysterically. After but a single morning's effort, an air of terror and anxiety hung heavily over several hundred homes. Davis and I received immunizations by way of demonstration. Finally, an artful scheme of both enticement and enforcement was conceived and implemented, which saw more than a thousand persons injected. Though this carrot-and-stick tactic was somewhat offensive, it served the purpose. Davis, nonetheless, seemed troubled and ill at ease with the heavy-handedness of a few of the soldiers.

"For hundreds of years they've led their lives separate from the outside world. Wouldn't you think it should take them some length of time to adapt themselves to new circumstances and the requirements of modern medicine?" Davis queried, the rhetorical question by no means having been uttered under his breath. "The situation here is no different from that faced by the first wave of Jewish people returning to their homeland: one characterized by alienation, confrontation with the unfamiliar, and unavoidable conflict. I hope this settlement will come to serve as a kibbutz-based model for other resettlement camps, a place where Thuong people are educated so they can catch up with our times."

Here Davis idealistically suggested a kibbutz formula for a promised land in the highlands. In reply, I told him that this would be something to think about in time of peace.

"No," Davis immediately protested. "On the contrary, the kibbutz is exactly the right and efficient social form in time of war. I have the impression that the border SFOBs are but a poor imitation of it. You don't see that?"

"Actually, to me, the Special Forces operational bases are purely military camps built by Americans, those from whom aid is fundamentally no more than alms tossed condescendingly to the inferior. The term 'kibbutz' is meaningless if it doesn't imply the spirit of communal living characteristic of a kibbutz."

"Well then, tell me," he retorted, "on the basis of what sort of vision was this camp here organized for these refugees from communism?" He brusquely swung his right arm around, indicating those seen about us.

"The term you mistakenly use, 'refugee', itself implies temporariness," I answered. "This resettlement camp is not intended to be temporary. In fact, it is an attempt to carry out excellent plans conceived many years ago. In the main, this old yet still fresh idea is to gather together ethnic minorities who live scattered amongst crooks and crannies of the mountains; set them up in Hdip Mrao villages modeled on large village complexes with easy transportation access; educate them and help them adjust to community living; convince them to change their agricultural methods and to have trust in modern techniques, rather than placing themselves at the mercy of spirits and having faith in ceremonial offerings. Besides a dearth of material supplies, in my opinion, the really difficult task faced by the government is psychological preparation of the highlanders. Take, for example, the rather small matter of making use of improved farming implements. The issue is not so much to make available enough tools for distribution to farmers, but to somehow persuade them to reap rice with sickles, instead of using their hands to pull grains off each and every rice ear, so as to avoid punishment by unseen deities."

Davis paid close attention to what I had to say and did not hesitate to pose questions in order to clarify details.

"To eliminate superstition is perhaps more difficult than to break an atom," I continued, playing on Einstein's idea. "You know, President Ngo Dinh Diem applied the same basic plan, hurriedly, without careful preparation, and encountered fierce resistance from the Thuong. Thus, arose the movement for separatism and highland autonomy. What counts is psychological preparation, without which this plan cannot be successful."

I did not know how long Davis had been in the highlands, but it was clear that he was very knowledgeable about all the political complications connected with the Thuong struggle. He resumed his questioning. "Having obtained a guaranty document from the Office of the Prime Minister, how is it the leaders of the Thuong separatist movement still demand another guarantee from the U.S. Embassy before they will turn up for negotiations?"

That was news to me. It appeared Davis had more information in some areas than I did. By inference, I was myself trying to find an explanation.

"Even further than their aspiration for autonomy, there was a time when the Thuong wanted to join the United States of America as one of her states," I said. "Their simplicity and naivete has been an enduring stimulus for political sorcerers who want to propel the highlands into yet further adventures. History shows that even the French – wise and clever as they were – in the end couldn't accomplish their self-serving design for the Thuong. Applying their divide-and-rule policy for almost a hundred years, the French sowed the seeds of division among north, central and south Vietnam, between Catholics and non-Catholics, between Kinh and Thuong. In the last case, they restricted movement and contact between Kinh and Thuong peoples, allowing no migration of lowlanders to the highlands, giving the Thuong the impression that the mountainous areas were their own separate territory. In spite of all that, the highlands area in central Vietnam was never cut off from the nation of Vietnam, and there existed no such thing as an autonomous highland country. Nowadays, through their interactions with American Special Forces soldiers, for example, many doors are open for the Thuong to look to the outside world. Though they may have been temporarily drawn into a political whirlwind, reality will break their illusions. A proof of this is to be seen in the fact that a few leaders of the separatist movement have switched their allegiance."

After a short pause, I continued. "The issue we are looking at here is freedom from ignorance and misinformation for the Thuong. And that is possible only through education and improvement of their knowledge. This forgotten war in the highlands, like that transpiring in the lowlands, will, as a matter of course, gradually die away only if and when social reforms have been carried out to raise the standard of living for all."

It occurred to me that deep down, in my heart, I was not actually so optimistic. My anxiety was augmented when I thought about shortage of competent personnel, indifferent attitudes, and deterioration of hope among average people. Even the so-called new policies promoted by the leadership were, at most, no more than patching holes in an old broken water pipe. The thoughts offered by a few individuals I had met or had known of – Prof. Ross at University of Hue; Tacelosky, a USAID official; and Dr. Denman –

reminded me that the path leading to a happy horizon for the highlanders was sure to be "longer than raising a cup of rice wine to your lips", to use a Thuong expression, a long and arduous path entailing much blood and tears.

"In your opinion, what benefit can the Americans derive from acting in such a contradictory manner: supporting the separatist movement of the Thuong while dying side by side with their Vietnamese allies?"

Davis' question came out directly and was unexpected. I recalled vaguely that a Japanese journalist, Takashi Oka, had posed a similar question to me. I had also asked myself the same question, and seeking the answer to it was the reason for my continuous travels throughout the highlands. At the same time, I was conscious of the fact that being a reporter I was an insider, an insider with a profound concern for the fate of my homeland. Many times, I had been forced to make a choice between a simple straightforward presentation of the data I had gathered, and my personal evaluation of the possible effects of various presentations of that data. On this occasion, in reply to Davis' inquiry, I chose to skirt the issue and gave him a roundabout answer. Davis appeared not to understand what I was alluding to, but he smiled and did not pursue the question further.

We both walked swiftly toward the administration office where we expected that Major Y Ksor would come to pick us up. The Major, himself a Thuong person, served in II Corps Tactical Zone as a liaison officer to help with resettlement of ethnic minorities.

On the way, Davis asked me to accompany him to the dispensary. The immunization earlier had given him a slight fever, while I felt only a throbbing pain in my arm. These physical symptoms could easily be translated by superstitious beliefs into fears that could cause more than a thousand people in the settlement to rise up without warning.

Earlier in the evening, a film had been shown to a crowd of approximately five hundred curious viewers from this new Hdip Mrao village settlement. Midway into it, suddenly all hell broke loose, sending the audience running helter-skelter. The scene of a big fire shown on the screen frightened them. The reaction was beyond anything Davis and I would have imagined. Having often interacted with highlanders and being proud of my knowledge and understanding of their customs and practices, I still found myself over and over again faced with new discoveries.

Davis asked me, for comparison, about the condition of highlanders in North Vietnam.

"The standard of living of the mountainous people in the north is relatively higher, thanks to easy communication and interaction with people of the plain," I replied. "But that doesn't mean they experience no ethnic conflict. As for the southern highlanders, though it has been more than one hundred years since Dr. Yersin set foot in this highlands region, the results of the French *mission civilisatrice* is what you have just witnessed. Things remain the same here like secular trees forever dormant on the hills and in mountainous villages. It's rather sad that toward the end of the twentieth century, in a nation priding itself on four-thousand years of civilization, there should exist a few dozen ethnic groups who have yet to depart from the Stone Age."

"I read some materials from the University of Stockholm, in which a Vietnamese anthropologist, whose name I don't remember, expresses his opposition to the idea of assimilation of ethnic minorities into the Vietnamese mainstream. He only concedes to what he calls 'cultural adjustment', by which I suppose he means a soft form of acculturation."

I thought I knew who Davis was talking about. The man was at present a professor in the Faculty of Letters at the University of Saigon. He possessed profound knowledge of the Thuong people. The professor nurtured the dream of following in the footsteps of personalities like Rondo who set up agencies for the protection of aborigines in Brazil. As a reporter habitually looking at the ethnic issue from a political and social point of view, I did not share his concern.

I laughed and said to Davis, "The object of study of anthropology is human beings. Just like a painter, an anthropologist is excited with unusual and rare subjects. As such, he feels regret over the mixing of races and change in old customs and practices. Let's leave the artist and the anthropologist alone with their exaltation over their subjects. It's not necessary to set up associations for the protection of highlanders here in Vietnam, as we don't have people out here searching for and killing these counterparts of the American Indians as though they were game animals. The crucial and urgent matter of concern is to eliminate the gap between Kinh and Thuong through a progressive and civilized large-scale program. For example, in newly built mountainous villages we may encourage Thuong people to stop wearing loin cloths and to pay attention to hygiene, without violating the beautiful cultural practices which they cherish. We can't possibly consider backwardness as being culture, and we should not, in a distorted way, see each tribesman as an antique item to research and preserve."

Needless to say, I was not in agreement with this anthropologist, whom I had never met and who was not present. Perhaps his passive intellectual attitude was too much of a contrast with the image I had formed of the aggressive and practical minister, Dr. Denman. In connection with this, it was in bitter irony that I heard Davis' responding statement, wherein he proclaimed that to know and understand ethnic issues in Vietnam, there was no better way than to read what foreign authors had to say. I myself had more than once experienced such a discouraging discovery, and therefore had no reason to regret having missed the opportunity to spend long years at a Vietnamese university. Our civilization, of allegedly four thousand years duration, appeared completely empty to me. In any event, on my next return to Saigon, I intended to look up this anthropology professor. My career in journalism had often enough placed unwelcome encounters in my path.

"You well know that in a politically confusing situation like Vietnam at present," I concluded, "anthropological research is being used as no more and no less than a means to effect political divisions."

The evening air became mild and pleasant. The sky lowered itself to the earth. From the nearby American firebase, cannon rounds discharged, swooshing toward deep jungle, their explosive echo shaking hills and mountains, agitating even moon and stars. The victims might be communists in hiding, a group of Thuong yet to be evacuated, even hapless animals that had unknowingly ventured into a free-fire zone. Bullets and fire, even when not issued by the enemy, terrified the Thuong.

Then silence prevailed, silence sudden as the deadly explosions preceding it, a silence triggering emotion neither joyful nor sad. Again, in moments like this, my thoughts turned to Như Nguyện, and I missed her sorely. Had she been here beside me in place of Davis, I would have been very pleased to accept the invitation to dinner extended to us by several village chiefs. Như Nguyện would learn to drink local rice wine through a bamboo tube. I would remind her to accept the tube with her right hand when it was passed to her, as I remembered she had the habit of using her left, which was taboo to Thuong people. They considered use of the left hand a gesture of provocation and contempt. Her ignorance would unknowingly dampen the friendly relations between hosts and guests. But I also knew only too well that Như Nguyện would in no way choose to spend her time with me here. To maintain our love relationship, either she or I would have to abandon our chosen way of life. As for that, I had made a decision. I would leave behind my job with the newspaper and move to the city of Hue.

Major Y Ksor sent someone to fetch us. We were to appear at the village communal house. During dinner, Davis declared that this was the first time he had enjoyed game meat so deliciously roasted. Though we had difficulty communicating across the language barrier, both hosts and guests treated one another with utmost respect and cordiality. A few Thuong, who had recently performed the required tooth filing, could not partake of their meals with ease, as it hurt to chew. Normally, they would have eaten congee or a type of millet cooked in water until very soft. When indigenous rice wine was offered, Davis was the first to quit drinking, probably because he was not used to the taste which he claimed to be too sour and bitter. Sitting beside a jar into which the host village chief continually added water, I kept up with Y Ksor and drank all the way to round three of the ritual. Watered-down, still sweet and pungent, the spirits lost little taste. In this relaxing atmosphere, all sorrow and anxiety stepped out the door, and I came to understand why Thuong people choose hunger three to five months a year, in order to save enough rice to produce spirits for their months-long spring celebration.

CHAPTER IV

A telegram announced that Như Nguyện was awaiting me in Dalat. As might have been expected, she was in the same Rose Street mansion we had occupied several times in the past – which looked like a palace. Unfortunately, for the next few days, I would still be busy with an unfinished task. Indeed, I did not have much time to spare, as I had to cover the news that the lieutenant colonel who was chief of II Corps Tactical Zone Psychological Warfare Bureau was about to be transferred by General Tri to another post. General Tri had replaced General Thuyet.

On my way to II Corps Headquarters for my appointment with the lieutenant colonel, I stopped by the local post office – small as a box – where I sent Như Nguyện a wire promising to meet her in two days. Knowing her as I did, there was no entertaining the thought she would wait for me in that resort city; she would go back to Saigon this very afternoon. If only she had been by my side now; how happy a moment that would have been! But she would not be sharing my longing, and perhaps would never even consider it.

Suddenly I had no desire to go back this evening to my poor, depressing room in the hotel, spending time there alone, laboring at the typewriter so as to have an article ready for dispatch on the first aircraft bound for Saigon in the morning. Perhaps this article would turn out to be no more than a collection of reflections on things seen and heard during the days I personally observed the operation to resettle our ethnic minority fellow countrymen.

Having tossed aside a paint brush to pick up a writing pen, to use the Vietnamese idiomatic expression, I became by habit weary of criticism – even constructive criticism. This was not because of the fear that such criticism would land me in difficult straits vis-à-vis government officials or military officers, especially so in regards to General Tri. Rather, my concern had to do with the degree of usefulness of my writing efforts. I did not want to attempt what the Rhadé highlanders described as trying to force light buoyant dried bamboo stalks to stay below the water's surface. Impossible task. But in a dark situation with gloomy prospects, hope had to be rekindled – even if there would come but a few tiny sparks of light.

"This is the bottom. I can't fall any further than this," said the Colonel when I entered his office. "Wherever I am to be transferred, it can't be worse than where I have been. If I was to be sent to a combat unit, that would be all the better: more suitable to my real ability and skills."

This was the first time preceding his expected departure that the Colonel expressed discontent. He had been an excellent officer during President Diem's time, serving as Ben Tre Province Chief. After the fall of Diem in the so-called revolution of 1963, as a punitive measure, the new government exiled him to the Central Highlands. He was a true public servant who performed his services wholeheartedly and with diligence, even in his then and present less-favored positions. I also learned that during the first years under President Diem's regime, when the present lieutenant colonel had already become a major, General Tri was then but a lower ranking company grade officer, and that the Colonel currently was the individual who had held his present rank the longest without promotion.

Giving me a folder in hard cover, the Colonel asked that I grant him the special favor, if at all possible, of not releasing in my newspaper any information from it. He explained that what I had in hand was a classified dossier which was to General Tri a bone caught in the throat: he could neither swallow nor remove it. Even as I wondered why he had decided to give me this confidential information, he revealed that when we had first met, he had felt that he could trust me, and he still believed in this initial intuition. Nonetheless, he exhibited some anxiety and urged me to be cautious.

"Be on your guard," the Colonel said. "General Tri doesn't much like the press. Your presence here is a thorn many people would like to pluck. Difficulties may arise for you at any time. But as long as I am here, within the limits of my authority I will try to help you. I revere discipline and respect principle, but I also know where their limits lie, and where exceptions should be made."

He laughed uttering this, but could not hide the sad note in his voice.

I opened the folder and was faced with files upon which the words "secret" and "top secret" were stamped in red.

Once again, I had to make the most of the capacity of my brain to quickly register information, as I did not have time to take notes. These were letters and documents captured from a separatist camp, most of them written in French, including leaflets addressed to the Thuong people calling upon them to rise up and fight for their autonomy. Ironically, ninety-nine percent of the highlanders were illiterate. All the tragic and heroic history of the highlands seemed to be symbolized by the legendary or exemplary life story of a Thuong man who had been lured by communist 1954-stay-behinds to fight on their side in the name of Uncle Ho. Later on, realizing that he was being duped and taken advantage of, the man left the communist camp and fought alongside the Americans. The Thuong were pulled hither and thither by all sides in the conflict – the nationalists, the communists, and the Americans – even though motivations in the war had virtually no connection with the lives of Thuong in their mountainous homeland. As I read along, words in their rows brought to my mind's eye details of a bloody page in history. And, commonly, blood calls for more blood, as had been proven by the merciless handling of the Thuong separatists by General Thuyet when he was in command of the highlands.

When informed that General Tri was about to arrive, I closed the folder and returned it to the Colonel, not without securing his promise that I would be allowed to come back for a further reading. I made an immediate departure.

Since it was still too early for the rendezvous I had arranged with Davis, I walked downtown and bought a few newspapers. All the papers arrived here a day later than the date of issue. Among the familiar pages with their familiar columns, I found an article by Prof. Hoang

Thai Trung which criticized the book entitled *The Green Berets* in his typically vehement style of writing. Besides his usual sharp and profound observations, in this article his tone was also touched with vexation and bitterness. This was the first time I had seen him lose his normally calm manner and allow himself to embark upon arguments laden with emotion. That element of fire sustaining an intellectual's youthfulness! I thought of Trung. I thought of Hue. I thought of the coming days' uncertainty when I would live with Như Nguyện in that ancient city. A special circumstance had witnessed my first introduction to Mr. Trung, a circumstance held vividly in memory.

After the seemingly successful exhibition in which I had participated with four of my paintings, a gathering of noted writers and artists had been organized upon the initiative of the Foreign Minister – of all people. After the revolution of 1963 which marked the end of President Ngo Dinh Diem's regime, and along with the escalation of the American war, South Vietnam experienced a time of upheavals with one coup d'état following another. Successive governments had no clear-cut strategy, no explicit well-formulated policies. Everyone felt he had to do something worthy of the revolutionary spirit. The result was that various ministries took upon themselves the task of designing their own agenda, as befitted their new ideas, within or without their areas of expertise and operation. Thus, the Ministry of Culture and Education came up with an idea about foreign relations, an idea aimed at gaining for itself some diplomatic merit; thereupon, it busied itself with organizing groups of students to send to America and Europe. It was expected that these students would neutralize the anti-war movement raging on university campuses, a movement marked with sit-in and teach-in, and defend the unconditional involvement of the U.S. army in the war. Conversely, the Ministry of Foreign Affairs turned to internal affairs – sponsoring, for instance, meetings of writers and artists – and, by introducing its large-scale plan for cultural openness, embarked on an area of activities normally undertaken by the Ministry of Culture and Education.

At the gathering organized by the Foreign Minister, aside from a few painters who were my close friends, I had recognized a number of dominant figures in the arts and literature. Among them was a typical anti-communist writer of the 1940's generation; a young writer of the lost or alienated generation, in whose works the first-person protagonist was usually a female; and a well-known playwright who had, strangely, as I knew, not written any play.

I particularly noticed the presence of the literary critic Hoang Thai Trung. Very young, he was a journalist and university professor who constantly tried to heighten people's awareness of the dark and obscure meanings of the current war. His writings had a great impact on the young, and were considered to represent the fruit of a socially concerned intellect. By virtue of this point of view, he was labeled a communist by many; but since he was a Catholic, the label had a hard time sticking, as it was believed Catholic people could never live in peace with communists. This premise did not prove quite correct, for it was later learned that he left the government camp and joined the opposite side.

The presence of this controversial personality made the Foreign Minister uneasy. Both had been journalists, as indeed, at the time of the meeting, Trung still was. Various conflicts had transpired between the two, made public in several battles of words, as a result of which Mr. Trung was classified by the authorities and the Americans as a dangerous leftist element.

As for the Foreign Minister, until the time of this gathering of writers and artists, I had heard his name without knowing what he looked like. Coming from a family of well-known Confucian scholars did not protect him from the widespread public opinion that he was a member of the President's cabinet heavily involved with the Americans. At a time when rumors occurred in abundance, people were inclined to suspect everything they heard was false, even when the rumor was, in truth, an actual accusation.

I knew that the Minister was originally the editor-in-chief of one of the two English language newspapers in Vietnam, that he openly exhibited a pro-American attitude, and that he defended without reservation the presence of the American army in Southeast Asia. Concurrently, he also displayed an ardent anti-communist position, and no one could deny that fact, a fact that itself was the necessary, if not sufficient, reason why he was trusted with important work by the Americans. While being a Vietnamese diplomat, he was a loyal spokesman for the policy being pursued by the Americans.

On the other hand, according to the judgment of those close to him, he was the veritable image of a national spirit, a national spirit that, unfortunately, was fading to a lamentable degree. On his initiative, the gathering of writers and artists was supposed to be an occasion to plan introduction of Vietnamese cultural achievements to foreign countries, something that North Vietnam had long been doing. This was a great plan on the part of the Foreign

Minister, but in the main the discussion turned out to be poor, leading to no practical result – not to mention the fact that the guidelines advocated by the Foreign Minister were based on an extremely elementary concept of art. Nor was there any pleasure to be taken from dwelling on the memory of the obsequious flattery and groveling entreaty committed by those who called themselves writers and artists.

It was also at this same gathering that I met Như Nguyện, the woman who had bought one of my paintings. As the cultural attaché at the Vietnamese Embassy in Tokyo, she was back in Saigon for some sort of consultation with the Foreign Ministry and was asked to come along to the meeting. At that point, I had not imagined there would be connections between her destiny and mine. In truth, until then, I had been unable to gain real knowledge of, and had received little information about, this woman – outside of the fact that her presence was characterized by a wild lifestyle which earned her a bad reputation.

To me, Như Nguyện had the marvelous appeal of a skylark, a type of bird that flies very high and sings its song beautifully. Once, from Tokyo, she wrote me a long letter which discussed nothing specific, but revealed she was experiencing emotional turmoil. She compared herself to a little bird trying to flee from snow, a very lonely bird. She wished I would have kept her confined to one place, just as I had kept the black cat confined to the warmth of the pink carpet in my painting. I missed her, and felt that, if I ever returned to painting, that return would have much to do with such intimate personal feelings.

When I showed up at our appointed place, Davis was waiting anxiously for me. Major Y Ksor had urgently sent someone to bring us back to the village communal house.

He felt growing hostility in the atmosphere, the tension reaching its peak when spiritual and religious issues entered the picture. The whole Hdip Mrao village, which yesterday had been peaceful, suddenly became tumultuous, as if ready for an uprising.

"Kdi rai Cam, ram Yuăn," Y Ksor exclaimed. All had been destroyed, just like in the aftermath of the battle between the people of Champa and the Vietnamese.

Indeed, all the hard work that had been put into preparation of the settlement area seemed to have been wasted effort. More than a thousand resettled highlanders unanimously stood up demanding their return to the deep jungle. Though frightened, they determinedly resisted those soldiers who tried to restrain them.

"Why?" I asked Major Y Ksor. "Is it because they are dissatisfied with not receiving enough supplies?"

"No, that's not it at all," the Major answered. "Since this is meant to be the model demonstration project of the resettlement program, one can say that supplies are most abundant. I think the Lieutenant is the cause. He is still young and aggressive and, being a Kinh person, cannot understand them."

Hearing himself discussed, the Lieutenant protested Y Ksor's judgment. He firmly argued that the person who had initiated the ongoing crisis was a Thuong communist infiltrator who had used sorcery of some sort to incite people to rise up.

Even in circumstances as difficult and confusing as this, Major Y Ksor maintained a remarkably cool demeanor. He calmly said to the first lieutenant: "I know of and admire you for your experience in jungle warfare. However, with regard to knowledge and understanding of Thuong people, with all their superstitious customs and practices, I don't think you are my equal, for the simple reason that I am a Thuong person myself. It's not that I want to place the blame solely on your shoulders, but it was precisely the arrest and torture of their shaman that caused this tense situation. What I regret most, given that our fellow countrymen are still very superstitious, is that we did not first of all try to persuade and convince their shaman."

As it turned out, in their accustomed life of shifting agriculture, whenever they arrived at a new location, the Thuong villagers always had their shaman conduct a prayer ceremony to ask the Land Deity they called *Thần Nhang* for permission to stay. If there was already some sign that permission was denied, but they persisted in staying, they believed that the deity would punish them by causing diseases and deaths. And in the present situation, they were trying to get far from a piece of land they believed full of ghosts, devils, and death – as interpreted by their shaman when the strange inoculations gave them throbbing arm pain, and when a Thuong man chose to die on the day of their arrival.

Y Ksor turned to me and explained. "Did you hear that, Mr. Reporter? No matter how fully equipped we are with material supplies, we can easily fail if we neglect to prepare their mental state in regards to the evacuation."

The Lieutenant, a reasonable man, asked Major Y Ksor what he and his soldiers could do in the present circumstance. Having apparently firmly grasped the situation, the Major immediately suggested a possible solution. "Thuong people are by nature very gentle, but they can turn violent when in fear. To forcefully keep them longer in this re-settlement area only serves to increase that fear. You should let them go, continue to keep an eye on them, and help them. I don't think they will go deep into the jungle, there to be accidentally shot or to again face communist guerillas whom they hate. This piece of land perhaps cannot be used again for the same purpose; we can put it to some other use. We will evacuate the villagers to a place a few kilometers from here, also near the highway, and I will try to persuade their shaman to obtain the local deity's acceptance."

There remained many difficult issues for Y Ksor to resolve, including mollification of the innocent shaman who had been beaten until his face was swollen. He also expressed his anxiety about the presence of several foreign reporters. It was quite possible this conflict would be explained by these foreign members of the press as a result of contempt and ill treatment meted out to the Thuong who were forced into what Western newspapers have called concentration camps, where they are abused and even killed. And following from that, the argument would go, the highlanders had to risk their lives to return to the deep jungle. Seen in this light, perhaps Minister Denman was wise enough to have earlier withdrawn himself from the scene, so as to avoid association with such misconceptions.

Throughout the whole evening, sitting beside a jar of rice wine, Y Ksor, like a talented diplomat, managed to pacify the shaman and even the village chiefs with his apologies and promises for continued help to them. He also promised to start building a new Hdip Mrao village on a benign plot of land where *Thần Nhang* would allow them to stay.

The air seemed more peaceful, the tension under control, but that did not help cancel determination of the

Thuong to leave. In the morning, the Lieutenant ordered the barricades removed. Long lines, composed of people holding children and pulling animals, formed, shuffled eastward into green jungle, moved toward blue mountains in the distance. None had any notion of a specific location they were heading for. When the last group had departed, leaving behind corrugated tin roofs shimmering under the sun, Y Ksor looked around at the new village, empty of inhabitants like a deserted market. Tears welled in his eyes, and he clenched his teeth to suppress a sob.

CHAPTER V

As the lieutenant colonel commanding the Psychological Warfare Bureau in II Corps liked to say, General Tri got along famously with the Americans because he advocated harmonious co-existence and collaboration. General Tri was the replacement for General Thuyet, who had been transferred to the I Corps Tactical Zone. In a war that had been Americanized, General Tri well knew that he would not have much difficulty in asking the Americans for things in return for his ready compliance to their demands. This made him very different from General Thuyet.

The matter of the Thuong people, for example, caused General Thuyet so much trouble because he had insisted on dealing with it all by himself. Now that the whole Thuong problem was entrusted to the Americans, everything seemed to be going smoothly for General Tri. But this could be a deceptive smoothness, one which might backfire beyond salvage at some point.

The Đồng Tiến program was proceeding tentatively, with plenty of unforeseen difficulties. The ARVN could only conduct operations into deep jungle and evacuate their Thuong fellow-countrymen to the edge of Highway 21. The resettlement strategy, with its required logistical support, heavily depended on the Americans' ability to dispatch aid. This arrangement rendered the Vietnamese partners of the Americans most vulnerable to sabotage.

The trouble in the new Hdip Mrao village had just been resolved satisfactorily by Major Y Ksor when General Tri had had to confront another problem. It began with the arrival the day before of a Thuong man who had courageously escaped a siege and traveled many kilometers through thick jungle to seek help from the ARVN. The heart of the situation was the fact that more than six hundred Thuong people, located in the Dakto Tri-Border Area and coerced by the Viet Cong to do forced labor, were in the next three days to be driven across the border and out of South Vietnam.

Since it was beyond his authority to decide on a course of action, Y Ksor took the man to General Tri. This Thuong man spoke Vietnamese with difficulty, and chose clumsy words, words which an ungenerous person might consider indicated impoliteness toward the General. Seeing that the General appeared irritated, Y Ksor immediately tried asking the man a question in French, to which he answered in fluent French. The General allowed the Thuong to continue in this foreign language more familiar to him.

When asked about his people's feelings toward the communists, the man replied. "Simply mentioning the Viet Cong is enough to scare us to death. We villagers call them bats. As for violence, we think of them as ferocious tigers. They force us to work for them, transporting bullets for them. They also tax us: rob us of rice and domestic animals. If we ever thought of leaving, they would threaten to kill the whole village. None of us are allowed to go away from the area for more than a few kilometers."

General Tri cross-examined the man. "If the situation is as tight and dangerous as you say, how did you manage to bring yourself here? Or did the communists send you here to tell us such a story?"

The General's suspicion sent the man into a panic. Only the calm expressions on everyone else's faces reassured him.

"Please, General," the man stammered. "You know well we are very miserable. If I lied to you, my wife and children would be dead. We villagers can only pray for the government's protection, so we won't be forced to slave for the communists on the other side of the border."

Ignoring the Thuong's verbal supplication, the General, in a characteristic Vietnamese gesture, jerked up his chin in the direction of Y Ksor. "Well, Major" he queried, "how far can you trust the words of this man?"

Not quick to make an answer, Y Ksor turned and addressed a string of words to the Thuong in a tribal language. The man quickly uttered his answer. Staccato sounds joined one another in several cycles of questions and answers. No one witnessing the exchange understood what was being said.

If General Thuyet had been present, thought General Tri, he would have spoken directly with the Thuong in his own tribal language.

Finally, Y Ksor asked the man to wait outside, then turned to the General. "General," he said, his voice determined and firm, "upon the honor of my rank, I guarantee that what he has told us is true. One thing that no one can deny is the hatred which we Thuong people have toward the communists. This explains why, after years living among us, even after adopting our custom of tooth filing to prove their allegiance, the communist infiltrators have not been able to gain our loyalty and trust. We are well informed now, and we know who truly wants to help us and who is out to exploit and take advantage of us. I think this is a good opportunity to show that the government truly cares and wants to extend help to the Thuong people. And I am sure such a gesture will not be forgotten by them."

Full of emotion, Y Ksor talked without pause.

Impatient, General Tri interrupted him, and looking toward the rest of the staff present, said, "I know all that. But how do we help them?"

Not happy with the interruption, Y Ksor continued as soon as the General had finished posing the question. "Please, General. Please consider the time factor. The man told me that only two more days are left before the VC will drive all these six hundred people to the other side of the border. Actually, an earlier date had been given, but was postponed when the villagers said they had to complete the harvest and pointed out that the VC are in need of rice, too. So, the issue is not whether the government has the good will to help the villagers, but how the government can save them from oppression and slavery before it's too late. Moreover, the notorious movement for highland autonomy waits for any sign of impotence on our part, so as to exploit the situation and agitate people for subversive action."

Turning to his Operations Officer, the General asked for a summary of the situation.

Walking to a map holding a stick, the officer circled an area with rapidly inscribed arcs of the stick's point. "The village we are talking about is located here in the middle of Vùng Tam Biên, the 'Tri-Border Area'."

He repeatedly tapped the map.

"Laos is to the north; Cambodia, to the south; Vietnam, to the east. The southernmost edge of the area is at the Cambodian border where the Ho Chi Minh trail passes through it. This is the tail end of a hidden deep valley, quite isolated from its surroundings."

The point of the stick swept the map over the valley's location.

"Previously, it was relatively secure, thanks to a Special Forces camp nestled near its mouth. After the failed FULRO rebellion of September 1964, when most of the Thuong soldiers in the valley fled to Cambodia along with their weapons, the American advisors, facing many difficulties, also removed themselves from the area. As a result, the valley became a contested location, and has periodically been used as a rear-services center for VC units.

"This valley is less than a hundred kilometers from us. It is surrounded by jungle scattered with guerrilla units, mines, and booby traps. Though they can't gather an adequate fighting force to engage in large battles, the enemy would still cause us severe damage in numerous other ways, if we were to go deep into their territory.

"The Vietnamese Brown Berets surely could send in small ranger units, but they could only conduct surveillance and act as forward observers. In short, the issue we must face is twofold: first, to send in a force large and powerful enough to stay engaged for a minimum of two days in an operation to disrupt the VC's effort to drive the villagers across the border;

and second, to secure means of transportation sufficient to evacuate more than six hundred people, together with their possessions. Both could be carried out with the help of the American's airlift capacities."

Upon mention of a solution that would require American involvement, General Tri seemed to grow quite weary. The truth was, help would not come without some sort of shameful bargain. No doubt the General was thinking of the cold face of Tacelosky, the USAID advisor. A retired lieutenant colonel who had earlier served with Special Forces, the man was now a high-ranking CIA officer using USAID as his cover. Tacelosky's authority extended to embrace the role of liaising with MACV concerning virtually any area he felt fell within his purview.

In a clear resonant voice, the Chief-of-Staff cut in and presented details of the projected operation, then concluded, saying, "To sum up, what we will need is fifty helicopter flights to transport the soldiers and to evacuate the people. Only the base at An Khe is able to help us with this. The matter will depend on your direct intervention, General."

The Chief of the Psychological Warfare Bureau counseled the General on how to proceed. "We should try to directly contact General Hunting at An Khe and ask him to help us, without going through Tacelosky. Whatever goes through the man gives him a chance to blackmail us in one way or another, especially given that he wants to prove the impotence of the Government of Vietnam to help and protect the Thuong people."

This astute suggestion met with General Tri's complete agreement.

Having had the Thuong man brought back into the room, the General publicly announced his promise to help, but also informed the man of possible adversities. The radio communications unit was ordered to contact An Khe immediately.

Fortunately, General Hunting had just returned to the base from Saigon. A graduate of West Point, he was a courteous and highly principled officer. He had easily established many friendly relationships with Vietnamese officers. General Hunting expressed his readiness to help General Tri, and agreed in principle to the latter's plan of operation. But it was precisely because of the matter of principle that General Hunting had to consult Tacelosky.

Though he was not fond of this American CIA officer who posed as a USAID official, General Tri was obliged to invite him to his private residence for lunch. And the General had reason to be anxious about difficulties that would transpire during their meeting. In order to avoid embarrassment and a loss of face in a possible ugly confrontation, the General had only two of his trusted officers present.

The conversation began with superficial comments on details of a big upcoming conference organized by the government on the matter of Thuong highlanders. Then, wasting no time, Tacelosky bluntly broached the subject. "General Hunting has already told me what I need to know. There's nothing about your plan to object to, but I'd like to discuss a few details."

Here again was the word "but", the word that always marked the beginning and the end of Tacelosky's manipulative argument on any issue, as the General knew only too well. In the past, General Tri had characteristically yielded on a few issues so reconciliation could prevail. As the present discussion unfolded, the General again yielded on a few points. But the American officer seemed to expect him to concede something more, the nature of which he could not guess and was anxious to know. The General tried to narrow down the issue, which he already considered to have been well focused.

"Mr. Tacelosky" said the General in irritation. "We have completely worked out an operational plan. The American help we need is fifty helicopter flights for troop insertion and the evacuation. This morning, I discussed the matter with General Hunting over the phone, and he agreed in principle to this plan."

Interrupting General Tri, Tacelosky steered the discussion into a different direction. "Do you know, General, what policy it was that resulted in the present dilemma at Dakto? Formerly, Dakto was a secure area with a very well-established Special Forces camp. Since the day General Thuyet drove courageous Thuong soldiers to the other side of the border, it has become the worst sector, an area completely beyond the control of the GVN. General Thuyet made many such mistakes in the highlands, and now you have to bear the consequences. History is continuous development, not a matter of recurrence or repetition. As I see it, the day will come when autonomy for the highlands must be conceded. It's inevitable."

Was this Special Forces talking or the CIA? It certainly could not be denied that General Thuyet had made mistakes, and he had paid for this by being transferred to another location. Though he did not agree with General Thuyet on some issues, and would not act as General Thuyet had, General Tri secretly admired his predecessor's strength and straightforward actions. He asked himself how much longer he would have to walk a tightrope. It was as if in the present situation the rope had suddenly burst aflame. There was only 48 hours left to carry the operation through the last and most crucial step, too short a time to spar with this American official's diversionary tactics.

"Mr. Tacelosky," the General again said with exasperation, "please remember that we have less than 48 hours to execute the many stages of this operation."

While anxiety dominated General Tri's demeanor, Tacelosky maintained the calm facial expression of a shameless sadist. Abruptly, he exposed his last card.

"Dakto has to be considered a typical case, one that must be handled in a manner that applies to all other mountainous villages. I agree that, if there were adequate means of transportation, you would be able to bring those few hundred villagers here. But what will happen after that? Forcing them to give up their homes and their domestic animals, then throwing them into refugee camps where they will ruminate like creatures in a zoo, is what we Americans don't want to see happen. We have constantly had to listen to the refugees' complaints that even though the committed economic aid has been more than adequate, much of it has never reached them. Have you ever questioned the responsible Vietnamese officers and officials concerning this matter?"

General Tri began to feel insulted by the presumptiveness and rude words of this American who had just changed hats and was now speaking from his USAID role, a man whose thick facial skin was pockmarked, who wore an expression revealing no feeling, no emotion. The General again wondered how the situation would have turned out if General Thuyet had been in his place. Undoubtedly, General Thuyet would never have allowed Tacelosky to voice such impertinent comments and questions. Had it not been for his own wife's insatiable engagement in various black-market dealings and other gaffes, which he was sure were known to the Americans, a fact which Tacelosky had just indirectly reminded him of, General Tri would have stood up to the American official once and for all. Unfortunately, he now found himself in a very tight spot. All he could do was walk the tightrope a short while longer and await a change in the circumstance.

The General managed to come up with an amiable response to the American. "We quite agree that it is necessary to improve the condition of the refugee camps. But that requires time. The urgent matter right now is to expeditiously liberate innocent people from the area before the VC force them to leave in a different direction."

As if this were a dialogue between two deaf persons, Tacelosky continued his own separate path of discourse. "General, why don't you think it advisable to entrust to these same Thuong people the organization and distribution of material relief? All the Thuong need to do is directly contact our advisory group, and in that way your staff won't be blamed for any unfortunate occurrence or accused of mishandling relief provided by USAID.

"Also, in the matter of protecting highlanders from the communists, training and supporting Thuong soldiers is something that should be done, and I don't understand why you people are dead-set against it. The crux of the matter is we are fighting a war for the hearts and the minds of the people. Since you Vietnamese have failed to gain the trust of the Thuong people, I think it's only reasonable that you leave us alone to do that job with utmost care."

Tacelosky spoke at length to General Tri on this subject, and seemed not the least troubled by the passage of time.

Throughout the meal, the General did his best to gracefully endure the humiliation. Afterwards, came a short briefing on the planned operation.

Upon leaving, the American official gave assurances to the Vietnamese general. "I will meet with General Hunting this very afternoon to discuss how we can help with your operation. I promise you that I will try my best to work out something within the limits of what America can provide in the way of air support."

General Tri could not be optimistic on the basis of such a vague promise. He immediately summoned his staff. An alternative strategy was worked out in the event no airlift support operation was mounted by the Americans. At the same time, he again tried to contact General Hunting in the hope of obtaining direct help from the American general.

CHAPTER VI

The two-stage operation to liberate Dakto was carried out quite successfully: an insertion of troops for defensive blocking followed by evacuation of the threatened Thuong. General Tri was a very happy man, for success was achieved in spite of Tacelosky's intended obstruction. The General had not expected that a mere journalist like Davis could help him so effectively. In fact, being a close friend of General Hunting, Davis just in the nick of time had intervened and informed the American general of the troublesome political game Tacelosky had engaged in. More than six hundred villagers were safely evacuated to a resettlement center. In a furious state, Tacelosky left for Saigon. It was also through Davis that General Tri secured the Denmans' help in obtaining material supplies for the villagers. Tension had been obvious in the various conflicts between American military personnel and civilian advisors, typified by the different ways of approaching a solution to the Dakto problem proposed by General Hunting and Tacelosky.

Davis planned to return to Saigon, but I wanted to remain a few more days to explore mountainous villages nearby and most especially to visit those resettlement camps the American press claimed to be no better than places where animals were abused. I myself was not surprised by the shortage of food and clothing at the present resettlement center. I had witnessed the same miserable conditions a few weeks earlier at camps like Chu Lai and Lệ Mỹ.

My gathering of materials for a new report on the highlands was nearly complete. The findings revealed several complicated angles I had not clearly seen before. For example, there was no such thing as a uniform Thuong race. Rather, the actual circumstance was the proximity of more than thirty ethnic tribes living together whose basic interests were often in conflict with one another. The suggestion that the Thuong themselves should be allowed to manage their own affairs in the highlands posed even more problems than it could solve. Living together in an underdeveloped social environment like Vietnam, Thuong people were still about a century behind modern civilization. The idea of an independent nation called *Dega*, for 'Sons of the Mountains', as the term translates, was no more than a product of the Thuong's innocence, contaminated by close contact with the American Green Berets. Almost thirty years ago, an autonomous Cochinchina had been initiated when this southern part of Vietnam had been thoroughly trampled upon by French soldiers. History was not a continuous development as Tacelosky had said. It was more like repetitions of the same event under different circumstances.

On my last day in the area, I was invited to dinner by major Y Ksor. Another dinner guest was Nay Ry, a young progressive Thuong intellectual. He was one among a handful of educated Thuong persons. He had gone to Lycée Yersin in Dalat, then attended the Institute of National Administration from which he graduated first in the specialized field of "highlands affairs". Subsequently, he was able to spend several years studying in America. An ethnic Djarai, Nay Ry was a personality respected by all sides: the government, the Americans, the Thuong separatist fighters. He was completing a book based upon research on the question of ethnic minorities, a book intended to counter what had been presented by French and American scholars, which Nay Ry judged to be full of misconceptions.

When asked about the racial factor governing various rebellious movements, his expressed view was very clearly stated. "In the whole world today, no people can boast purity of their bloodline. It is not logical to introduce a racial element into the struggle. Look at the United States of America. There you can find numerous racial groups gathered which have joined together to form a strong nation, while still maintaining their respective unique customs and practices. Even the civilized, though rather divided, Europe is trying to become a united entity. So, one cannot be the least surprised that a tiny country like Vietnam is struggling even harder to become united. When Vietnam has to seek alliance with the larger Southeast Asian community in order to survive the threat from mainland China, with its population of 700 million, how can she afford to be torn and divided by racial conflict?"

For a Thuong person to be capable of having such a view and stating it well, Nay Ry could be considered erudite. He discussed at great length the future of a global polity, which Vietnam as a whole and those struggling for a separate *Dega* nation could not detach themselves from.

Y Ksor offered his view regarding the reasons behind unrest in the highlands. "Aside from the government's neglect to improve the life of ethnic minority peoples, I think we should take into account the main purpose of the Americans in this affair. I experienced the same kind of manipulation in the hands of the French in the past."

He went on to relate that before boarding their ships to leave Vietnam in 1954, the French had secretly incited the Thuong to demand highland autonomy. In fact, the French, including rubber plantation owners, had had a hand in the FULRO movement. Y Ksor himself had been approached by the French to work toward that goal.

Following Y Ksor's argument, Nay Ry presented a sharp observation. "In my opinion," he said, "we should first ask ourselves if the main responsibility does not rest with us. Accusations have been heaped upon the Americans, as if they were instrumental in creating opposing sides in regional and religious conflicts, most specifically that they incited Thuong rebellions in the Central Highlands. But have we ever looked closely at our own weakness? If we were strong and united, neither the French nor the American presence would make any difference to the problems we face. Therefore, I don't quite agree with the tough attitude of General Thuyet, leading to anti-American sentiments. The anti-American stand is not the way by which we can resolve the difficulties in the Central Highlands."

Y Ksor appeared not to be in complete agreement with Nay Ry's idealistic attitude. "Listen," he said in a firm tone of voice, "the responsibility is not simply on the mental level. The Americans have had their hands in the whole

Thuong affair, an involvement marked with the blood of innocent people on both sides of the conflict. An American like Tacelosky can in no way be considered a friend when he was willing to sacrifice all members of a village for his own political scheme."

Atypical of youth's fierce argumentative tendency, Nay Ry proved moderate in his attempt to mollify the silver-haired Major. "Major," he said quietly, "extremism can't lead us anywhere. Why do we judge the Americans through the obnoxious face of Tacelosky alone, and not through a good journalist like Davis or through the Denmans? I think we should be practical. As regards a development program for highlanders, now or in the future, we cannot do without a contribution from the Americans."

I joked with Nay Ry. "Those individuals are different because Denman is a minister and Davis has been Asianized."

"That's not true," Nay Ry replied. "The years I spent studying in America showed me that not all Americans are like the Special Forces soldiers leading their adventurous life here. In the same way, not all of us Thuong people are easily incited and tempted. I myself was one of those who founded and pursued the highlands struggle. I also tried my best to curb the group's excessiveness, even as it labeled me a traitor, labeled me as one going against them. My view is very clear: to fight for the Thuong's right to progress is a legitimate action, but to turn that struggle into a venture of hatred and enmity is unacceptable. Wise as the French were, they had to give up their selfish design for the fate of the highlands. The Americans are an immense ocean away from us. How can we really know them? How can we trust them with our lives? Better than anyone else, we understand that in the final analysis we must get along well with the lowland Vietnamese in order to survive and hopefully progress."

I asked Nay Ry how much truth was expressed in the published summary of aspirations held by the separatist side. He replied succinctly. "A different flag, a separate army, a separatist *Dega* nation, all these things are not essential aspirations of your Thuong fellow-countrymen. As for other demands stated in the summary, they are not different from those listed at the conclusion of the last Thuong conference. For example, they demand that the government establish a Department of Thuong Affairs, allocate an adequate number of Thuong representatives to the National Assembly, build more schools and retain the teaching of tribal languages, return to highlanders the land that was taken from them, allow for the re-establishment of legal courts based on Thuong customs, and so on. Those are reasonable demands which are not difficult for the government to immediately comply with in order to pacify the separatists. The most outstanding characteristic of us simple Thuong is that we are quick to believe in you, and equally quick to doubt you unless you give us positive proof of your truthfulness. As one of our proverbs states: 'When the right hand promises something, the left hand has to honor it immediately.'"

In the middle of our meal, a younger Thuong man appeared in the company of an elderly Thuong man. The younger individual was the same Thuong whose truthfulness had been guaranteed to General Tri by Y Ksor upon the honor of his rank. The older man was the chief of the village of Dakto who came to express his gratitude to the Major for his attentive care and help in the liberation of the villagers. They brought him an ivory statue as presents, and a most beautiful crossbow with accompanying arrows.

Looking toward me, Y Ksor immediately said to them, "I only did my duty; as much as could be done, given my position. The real help was provided by the reporter here. Did you hear that, Mr. Reporter? We Thuong people are simple folk who are grateful to those who help us. Please accept both these gifts and consider that they represent a token of my gratitude."

Knowing that one should not be formal with the Thuong, I gracefully accepted the gifts and explained to them the role of Davis.

"Actually, this whole affair was settled thanks to the journalist Davis, who is close to General Hunting at An Khe. I just happened to talk to Davis about the dilemma we faced here, and did not expect such whole-hearted assistance from him."

Y Ksor told us of his first impressions when meeting Davis. "He is the first American journalist I've met whom I like. Most other foreign press people are rude and insolent, showing no respect to anyone. On top of that, the news items they produce exhibit ill will toward us."

Nay Ry shared with us his knowledge of the American media. "That's precisely why the American people misunderstand Vietnam," he said. "Their system of communication is as fast as lightning. News items are transmitted before they are verified, even when they happen within the U.S.A, which leads to harmful assessments. If a black person is shot dead in Chicago, only five minutes later the whole country knows about it, and each person is free to interpret the event according to his own viewpoint. Machinery and technological progress have made public opinion all over the world a Pavlovian conditioned response. In my opinion, we should blame our poor mass communications and our press. How can we blame the American press, when we rely on foreign news agencies for information about our own national news? Recently, a student paper criticized the Vietnamese press for such reliance, and I quite agree with that criticism. Blame oneself first before reproaching others, as the saying goes."

Nay Ry strongly impressed me at this first meeting. I told myself that I would try to persuade General Tri or General Thuyet to try to find suitable roles for talented Thuong in all future programs.

The Major turned to the younger Thuong man and made an inquiry. "How are your wife and baby?"

"My baby is fine. My wife is all right now after the surgery. At first I was worried that she would die."

The Major turned to me. "You see, Mr. Reporter, even in this day and age, Thuong people still rely on herbal medicine to cure sickness. As for birthing, Thuong women, like this man's wife, give birth standing up holding onto a pillar. This man's baby came out so fast, falling to the ground dragging down the mother's uterus. It was fortunate that she gave birth here. Had it happened in Dakto, mother and child would have died."

Nay Ry seemed to always come up with a different idea. "The issue," he commented, "is not simply to provide ethnic peoples with doctors and adequate medicine. The main thing is to educate them so they will come to believe in the usefulness of modern technology, and thus want to adapt themselves to the new circumstances. Therefore, the initial difficulty is to find a way to implement compulsory education for everyone."

An enthusiastic social activist, Nay Ry held a far-sighted view of all issues, addressing fundamental questions. His wide and heavy face obscured his intellectualism, a healthy intellectualism in every sense of the word.

The conversation went on late into the night, facilitated by frothy rice wine and delicious food.

The path of red earth leading back to the hotel was splashed with puddles of water edged in frost. The rice wine kept my body warm, as drunkenness settled into wobbly legs of rubber. I decided I would go to Dalat tomorrow even though Như Nguyện might not be there. I had tried to telephone twice, but had not been able to reach her. Keeping my reservations at the Grand Hotel, I hung onto a thin hope she awaited me still near a stand of mountain pines.

CHAPTER VII

Not returning to Saigon as planned, Davis suggested the two of us go together the next day to Ban Me Thuot to attend the big conference on Thuong highlanders organized by General Tri. Though prepared in haste, the conference was nonetheless to be complete, with all expected rituals and festivities.

Besides the Prime Minister, who was a general, present at the opening ceremony were many important members of the foreign diplomatic corps, including the American ambassador. General Tri thus appeared to be successful with his flexible reconciliation policy, as opposed to the failed hard line taken by General Thuyet. Once again were repeated the sacrifice of a buffalo during the oath-taking ceremony and other rituals designed to demonstrate Thuong loyalty to the Saigon government. It was a rare occasion which saw gathered together representatives of the more than thirty ethnic groups scattered over the national territory. Major Y Ksor was credited with arranging the meeting in an effort to work toward reconciliation with the Kinh.

The audience's attention was particularly drawn to the lecture presented in a tone laden with sadness and emotion by Nay Ry, the young Thuong intellectual. He expressed the desperate wish of the highlanders to live peacefully in the Kinh-Thuong community, and the necessity of protecting territorial integrity.

Every wound is a tragedy when rendered in the refined language of literature, I thought, mulling over Nay Ry's eloquent speech. Indeed, as he pointed out, through the many ups and downs of history, through many dramatic changes, no Thuong person had remained an integrated being. During this war that had dragged on for 25 years, there existed also the residue of a tragedy and of a political plot of earlier origin that had lingered on for a century and affected the life of the highlanders. I wondered how much more blood and tears were to be shed before a better life would prevail in the Central Highlands. The dim lusterless figure of General Tri among a crowd of American Green Beret soldiers failed to enliven that hope for the future. I thought of General Thuyet, who was now controlling the I Corps, and of legends surrounding his rule with an iron hand wrapped in velvet. It seemed that he was a necessary element in the eyes of those who nurtured the dream of realizing such hope.

Before returning to Saigon, General Tri mobilized a platoon of well-seasoned Rhadé soldiers to drive out game animals from the deep jungle to be hunted by the government delegation. The Prime Minister was known to be fond of tiger hunting. Powerless tigers were chased toward awaiting rifles. The Lieutenant Colonel, who continued to be assigned to the Psychological Warfare Bureau, stayed close to the Prime Minister and tried to express his deep concern for the Promised Land, a land which, in his view, was in danger. When telling me about the encounter later, the Colonel could not hide the bitterness revealed in his tone of voice, made poignant by humor.

"The Prime Minister thinks a thick jungle is as wide open as the blue sky," the Colonel announced with a scoff. "So, he said that when peace returns, he would need only two hours to wipe out the Thuong rebels, a separatist force that he does not think is worth serious consideration. I must say that I am disappointed, truly disappointed, because more than anyone else I know clearly how dangerous the situation is. It's not only the Green Berets; it's also agents of the CIA who are trampling upon the highlands.

"All the good and bad events that have occurred here cannot be attributed solely to Kinh-Thuong antagonism. These Americans are by no means discreet. We know that they openly enticed Thuong people, inviting them to their residences and telling them without mincing words that the Vietnamese, communist or not, were out to find a way to destroy ethnic minorities. As such, the only course left for the Thuong was to pursue their separatist movement all the way to the end. Mr. Reporter, do you know who said this to them? It was not Tacelosky. The words came from Minister Denman. Denman did not suspect that among those whom he thought had sold out, there were some of our own people. After they left the meeting, they recounted to me everything said."

"That's hard to believe," I exclaimed. "Even Y Ksor reveres the Minister."

My doubt aroused the Colonel, who at once energetically offered his analysis and backed it up with what he considered evidence.

"I know," he said. "I would think the same as you do, if I only looked at his minister's robes and the social services, he's outwardly engaged in. But the truth is very different from the appearance, a truth which I am sure even General Thuyet is not aware of. The dangerous element in highlands separatism is not the cruel Tacelosky; rather, it lies in the cool and calculating mind of Old Denman. Perhaps it's beyond your imagination to consider that he is the hidden manipulator behind all the letters and documents issued by the separatist side. As for major Y Ksor, it's understandable that, as a Christian, he reveres the Minister, but the reverence is largely religious in nature."

"How about the role of French Catholic priests?" I asked.

"Of course, they are still liked by the Thuong, but they presently can't do much to gain a foothold in the highlands, even with support from the French Horticultural Society, one of the traditional vehicles. The point is, the Thuong are very practically minded, and this practical orientation corresponds with American politics, a politics which is the politics of the rich. Therefore, the Americans have no difficulty in overpowering the hundred-year-old French influence on the highlanders.

"In conflict with the Americans, and determined to get even with them, French plantation owners have flirted with the communist guerrillas, and reached a compromise, so that the most secure area these days is within the region of the rubber plantations. The communists' former mortal enemies have suddenly become their close allies."

I thought over his explanation, then asked about the Americans' ultimate goal with regard to the highlands. The Colonel's observation seemed to be derived from unquestionable beliefs. He answered without hesitation.

"The more than sixty SFOBs – Special Forces Operational Bases – have been like myriad good bait thrown into a wasteland short on food supplies. Once established, they quickly attracted Thuong people, who flocked to them like swarms of ants. Most of the Thuong who gathered at these bases were fed by the Americans and then recruited into the CIDG, Civilian Irregular Defense Group. This Group has been, and remains, completely beyond the control of our government.

"These bases are like boxes of gunpowder ready to explode when touched by a spark from the nearby fire. On a certain fine day, when the Americans fan the fire producing these tiny sparks, we will be faced with a *fait accompli* beyond salvage. It's possible that then a referendum will be held under international supervision. And you already know for sure what the results of that will be."

"What results?"

"Given that we have experienced the demise of President Diem's regime, the collapse of South Vietnam is only a matter of time – because the U.S. is about to return Okinawa to Japan, Clark Air Force Base to the Philippines, and also leave other strategic locations. However, even if they were to lose Saigon, the Americans would still have all the territory from the 17th parallel to Đồng Xoài, within which are Da Nang, Chu Lai, and especially Cam Ranh Bay Naval Base.

"Only when you see with your own eyes the infrastructure built by the Americans at this port facility can you understand the nature of their far-reaching vision. They are investing for a hundred years of work to come, during which stretch of time they can only count on the loyal and long-lasting collaboration of Thuong people. According to information provided by intelligence sources, there is in Phnom Penh a network of espionage which reaches out to recruit even disgruntled Thuong communist leaders."

Not exactly incredulous, I still laughed, then commented that his scenario sounded like a deluded espionage agent's tasking, an impossible mission. This reaction prompted further elaboration on his part.

"Look," he asserted, "the CIA is precisely an organization specialized in carrying out impossible missions like that. Their aims and ideas are sometimes quite silly, but given their crafty maneuvering and limitless financial capacity, they have been successful in many places around the world. As regards the highlands here, with the willing submission of the Thuong, I can guarantee you that it will take a long time before any sign of weariness is detected in the ambitions of a number of strategically placed Americans."

The Colonel appeared truly worried about what he called the game of destruction and rebuilding played by sorcerers like Old Denman. As regards the present, he believed there were signs of movement, movement like that of dark clouds forewarning of a storm, a storm which in this case would demand more blood and tears before any good future for the highlands could be hoped for.

The Colonel's daughter invited us to partake of dinner. As she carried in a heavy tray of food, my attention was on her soft white hands which were like young bamboo shoots, with fingers tapering at the end. In a dark land covered with red dust, it was indeed rare to find a beautiful white-skinned young woman like this.

The Colonel said, "You have come to the highlands many times, but this is the first time I have had the honor of inviting you, Mr. Reporter, to a meal in the southern style prepared by my daughter. For this special occasion, we have an exceptional wine made from dark red glutinous rice. One gets rather tired of drinking whiskey and the common local rice wine. Let's drink to your health, Mr. Reporter."

In his rather humble family surroundings, the Colonel treated me with all the openness and simplicity characteristic of southern people, who are known for their sincerely deep sentiments. In great spirits from the sweet influence of good wine, the Colonel joked that he would give his daughter to me in marriage, which made her blush with embarrassment. She represented the beautiful image of the traditional ideal woman that any man would dream of having as his wife. In moments of emptiness in life, one truly feels the need of a woman's gentle and soothing hands, I thought.

"To be posted anywhere is fine with me," said the Colonel. "But when my daughter enters university, I don't want to live far from her. It seems that she wants to take an entrance examination to the College of Fine Arts."

"After Tet, I will temporarily cease to be a journalist. I have accepted a teaching position at the College of Fine Arts in Hue. If you are transferred to I Corps, Colonel, you may want to send her to study there."

The Colonel was very surprised to learn that I was formerly a painter. I told him that even though I was to become a professor of fine arts, I did not have much faith in

the result of teaching. I did not mention that Như Nguyện
was the true motivation for my decision to join academia.

"Then I hope to see you again in Hue," the Colonel
said.

"Oh, you already know where your next station is to
be?" I asked.

"General Tri wanted to send me back to the Ministry
of National Defense. But I managed to get in contact with
General Thuyet and he agreed to have me transferred
to I Corps, near the 17th parallel where fierce battles are
being waged. My attitude has been clear: either I am to
be discharged from the army and engage in teaching,
or, if I am to stay in the army, I am to perform services
compatible with my ability and position. I am sure I won't
be disappointed when working with General Thuyet."

Once again, I realized that for many people General
Thuyet was irreplaceable and important for the future
development of the highlands.

A dog barked. I turned my head and, at the gate, caught
sight of the robe of a Buddhist monk.

Without waiting for an introduction, I recognized Giác
Nghiệp, a young monk from *Phương Bối Am*, Palm Leaf
Sanctuary. He had been a luminary during the period of
Buddhist struggle in the early 1960s. Subsequently, he
withdrew from the limelight, quietly and patiently resuming
his religious path and committing himself to social work.
Even though Giác Nghiệp revered superior monk Pháp
Viên as his master, he himself seemed to possess greater
religious demeanor.

It was curious that the Colonel, who admired the late
Catholic President Diem, could at the same time become
close friends with a monk who had fought to topple his

hero. Their conversation flowed easily in all friendliness, and they seemed to be compatible with each other.

Giác Nghiệp was the opposite of his own master in several ways. While the incisively sharp manner of arguing and the ardent emotional responses of monk Pháp Viên won him admiration, Giác Nghiệp had a Taoist way of talking, natural and calm, which touched people's hearts. Even though he had spent many years at an American university, he showed no sign of having been Westernized. Instead, he blended well in his native cultural landscape. Giác Nghiệp was a poet who sang of the beauty of the countryside, who preferred the physical labor of rural life to sedentary employment in big cities.

He was also a theorist among a group of progressive monks who leaned toward modernization of Buddhism. Very concerned with social problems, he had looked for a field of social action for young monk students to become engaged in. It was not monk Giác Nghiệp himself, but the Colonel, who proudly told me about the projects that had been accomplished by those at Palm Leaf Sanctuary.

"You know," the Colonel said to me, "barely a year has passed since its founding, but were you to visit that sanctuary you would be surprised to witness a model agricultural farm in action. On one occasion, I reported this to General Thuyet and commented that the organization of mountainous Hdip Mrao villages could benefit from being modeled after Palm Leaf Sanctuary. But..."

The Colonel did not finish his sentence. I read his thoughts, however. This precise model that had aroused suspicion from the authorities toward Buddhism, leading to a situation of near non-cooperation.

Making no blame or criticism, Giác Nghiệp optimistically observed, "Though security factors limit areas of operation, I think there are still very good locations for experimentation. Palm Leaf Sanctuary is but the first pilot project, undertaken by monks with the poorest of means. It takes the form of kibbutzim, but not without appropriate modifications. In my opinion, when peace returns, with almost a million men discharged from the army and with an equivalent number of unemployed workers, the highlands will be the Promised Land, as it can be a base for the postwar economy and serve to balance the array of population densities all over the country. I have already sent a petition concerning this matter to Mr. Lilienthal in Saigon, and I am hoping to get attention from his Committee for Postwar Economic Development."

The name Lilienthal seemed unknown to the Colonel. As for me, I knew that present in that committee, a US-sponsored agency, was the law professor who was a very close advisor of General Thuyet.

I explained. "Lilienthal is an American well-known for his economic plans for developing countries, among which the greatest success was a development project carried out in southwest Iran. One hopes he will now bring a similar miracle to Vietnam."

Giác Nghiệp smiled, a sincere tolerant smile devoid of irony or sarcasm. Calmly, he said, "Whatever project we are talking about, it will not be done without workers or the industrious hands of the Vietnamese people."

When getting up to leave, Giác Nghiệp thoughtfully invited me to visit Palm Leaf Sanctuary and, if possible, to live there for a while. This first meeting with the monk left me with a most pure, untroubled, and pleasant feeling.

CHAPTER VIII

Absent Như Nguyện, my two days in Dalat were spent in longing and sadness. Night grew so cold I could not sleep, got up, worked until well past the midnight hour. Wind howled through trees of the pine wood, moved up hills, rattled doors. Suddenly, there was the thought that Như Nguyện did not care for me any longer.

I went back to Saigon, reporting on the highlands just completed in hand. After delivering it to the newspaper's office, I sped to Như Nguyện's home looking for her. Three days ago, the old servant informed me, she had left for Geneva. Left without leaving me a note! Her house stood empty, indifferent.

She had gone.

She had returned me to my work as a journalist.

At this point, the story of a Green Belt of defense, which had begun to formulate in my mind with the 1964 Thuong rebellion, was no longer merely a hypothesis. The data accumulated over the years, especially during my last journey, had confirmed the hypothesis, or rather, established it as a real fact to contend with. This fact was that a chain of American SFOBs, stoutly supported by cooperating ethnic groups in Vietnam, Laos, and the north of Burma, was being strung out as a strategic defensive belt to keep out the Chinese and prevent communism from spreading southward to mainland Southeast Asia.

For the time being, I was not in the right state of mind to even begin writing the first chapter of the intended book. Nonetheless, out of habit, every day, I tried to fill up two pages with words. I jotted down issues identified, noted ideas as they came. Only at such moments did I experience the feeling of rest. Rest through following real life as though it were the development of a novel. And all the more so because it was filled with tragedies, with adversities beyond imagination!

The first period of my journalistic career had offered me so many rich life experiences, but what had I managed to record? From empty and dull personal responses, I moved toward ambition for a great intellectual adventure. Life was no longer a succession of passing scenes and events; it was an uninterrupted chain of thoughts.

Since Như Nguyện's appearance, my life had been touched by ferment. The days after her departure were endured in mental and emotional crisis. I could write nothing for a short time, nothing other than memories and recollections. Crisis, when no stimulus to the creative impulse, is truly destructive. These were the last words I wrote during this period of emptiness.

The window framed an afternoon's sky, showing a deep blue parted by green-leafed branches hovering in a stilled wind which highlighted street noises, life's noises.

I wished for quietude, a place within, somewhere to dwell on the days I would spend in Hue, on all the promising excitements there would be there.

It had, in fact, been from Hue that Mr. Hoang Thai Trung had sent me additional information after several of my articles on the highlands had been published. I was very interested in the materials sent, in this painstaking research work of his. It dealt with the issue of Thuong people throughout history, with the collapse of close cooperation between Kinh and Thuong and the loss of their mutual contribution to the history of Vietnam due to the divide-and-rule policy of the French.

Recognizing that Kinh-Thuong unity was a threat to their rule, the French prevented lowland Vietnamese from mixing with highlanders; indeed, forbid all communication between them. The French considered the Thuong a sub-human species on the verge of extinction. Thuong were regarded as antique items, curiosities needing preservation in their original shape and form. The Thuong problem, starting from there, was subsequently exacerbated by the American Green Berets in their desire to go the last part of the way.

Mr. Trung's point of view was in opposition to the distorted perspective presented in Minister Denman's book. Denman, as well as a number of other foreign scholars, argued for a breaking up, a historical separation among ethnic groups living in Southeast Asia. This view of theirs was arguably an explanation for the ongoing upheavals and conflicts in the area. Aside from the research papers of Mr. Trung, I found not one serious Vietnamese publication reasonably to be considered a basis for my study.

I paid Davis a personal visit, bringing along the presents from the villagers of Dakto. Arriving just after Professor

Dr. Ross had left, I noticed empty bottles of '33' Beer scattered on a table imprinted with dark rings from wet glasses. As expected, Davis delightedly chose the crossbow and arrows, leaving me the ivory statue – which I thought I would give Như Nguyện when she returned from Geneva. The crossbow was immediately mounted on the unfettered expanse of white wall facing, on the opposite wall, one of my two paintings which Davis had bought. This painting, entitled "Serenity", featured a composed young lady under a new moon.

"Davis," I said, "Y Ksor made the observation that you are not like any other American."

Smiling in all modesty, Davis replied, "Maybe that's why Dr. Ross criticized me. He said I have lived in Vietnam for so long that I have adopted too many Asian traits."

I smiled in return.

Turning serious, he observed, "The intervention with General Hunting has left me with a lot of trouble."

Recalling Tacelosky's anger, I responded instantly. "Tacelosky is the only one who has set himself against your good deed. But never mind that. You're having saved more than six hundred villagers' lives has won their profound gratitude."

"I wouldn't be concerned if Tacelosky was the only one involved. Triet, you know me. Once I have decided to do something, I don't back down because of opposition from someone like Tacelosky, opposition that has only one reason: that what I intend to do will hurt their individual personal interests. But in this case, Ross criticized me in terms of other concerns, like my loyalty to my country, or consideration for the sacrifice being made by America in this war. He said I act like an outsider, not an American. This is something that I can't help pondering upon."

Truly, just as Dr. Ross had observed, the Davis sitting across from me at present was not a pure American full of self-satisfaction, but a quiet person dealing with many unanswered questions. In a cold tone of voice, he related Dr. Ross's arguments.

"Ross said that even though I now live in the middle of an Asia at war, full of betrayals and ingratitude, I cannot escape the fact that I am an American with blond hair and blue eyes, that no matter how many years I stay here, I will never share the qualities endowed by their yellow skin, their black hair, and their black eyes. I absolutely don't agree with Ross's view on this. In fact, it is from my long experience of living in Asia that I clearly see the reason for America's failure here. I have often told Ross that Americans should have considered themselves guests in this foreign land. The matter of saving one's face may not be of concern in America, but with Asians it may well be an issue of life and death. I told him that Americans would sorely fail if they insisted on acting as if they owned this country and forced local people to comply with their ideas. The myth of a civilizing mission or a manifest destiny can no longer be tolerated by Asians whose own civilization has a tradition older than the history of the United States of America."

I reminded Davis of an item released by the AP news agency relating an accusation made by an Argentinean paper concerning intervention by American Green Berets to help the rebellious side overthrow the government.

Davis laughed. "That's no different from what's going on here in the Central Highlands. Some Americans, who pride themselves on a thorough knowledge of the global situation, believe that they can effectively engage in unconventional warfare in a manner which disregards basic agreements made with their allies. Understanding that, you will not be surprised to learn of conflicts like those in Argentina. In my opinion, it's time for America to definitely make a choice between its allies and short-term self-interest, if it doesn't want to lose everything."

"Why is Dr. Ross concerned about what you did," I asked, "especially given that he does not at all like Tacelosky?"

"There's nothing here officially under his authority; neither is there anything that escapes his attention and concern. As I understand it, Ross exerts a lot of influence not only on the American Embassy here in Vietnam, but also on people with power back in Washington."

I looked at Davis. He was tall and thin, an enduring bamboo stalk lost on the Asian continent, a landscape enveloped in the foul airs of unrest and war.

He got up and went to the bar, asking me the habitual question. "Cognac and soda?"

I smiled and nodded my acceptance. "Listen, Davis," I said, "the elderly man who is the village chief in Dakto is anxiously waiting to invite you for a drink You will be served a very delicious and specially distilled rice wine contained in a jar from which both guest and host drink through a long tube."

"I know about that. Actually, I took the opportunity to enjoy the indigenous rice wine a couple of times in the past, while going along with the French on military operations."

Almost forty, Davis had spent half his life involved with this war. He understood Vietnam and Asia well, in the true sense of deep understanding of the peoples and cultures of the continent.

I reiterated an oft-repeated observation. "Those who know you think you are more Oriental than contemporary Asians."

"As I have said, part of Ross's criticism of me is exactly on that point, which I consider something I can be proud of. I previously had misconceptions about him. Now I realize that his view of the world doesn't extend beyond the narrow window framing his mind. He can't perceive the fresh blue sky of Asia. Living here all these long years, I have been greatly influenced by the profound Buddhist teachings and by the sublime Taoist philosophy of unassertive action, though I remain an adherent of Christianity."

"I seem to remember that you can read and speak Chinese."

"Unfortunately, a big disadvantage for me in my attempt to understand Eastern civilization is that I can't read Chinese, even though during my years in China I learned to speak Mandarin, a beautiful language that sounds like a song with full rhythm and melody. I also managed a few sentences in Cantonese. Because I can't read Chinese, I have to depend on research books written by Western scholars, which I believe contain many distorted interpretations, as well as biases."

"By the way," Davis continued, changing direction, "I am told that monk Pháp Viên is an excellent theologian, and in terms of religious rank he is considered a superior monk. I'd like to get acquainted with him, not in my capacity of a journalist, but simply in the hope of being guided by him on the path to enlightenment. Do I understand correctly that you maintain a close relationship with him?"

In truth, I knew well the ways of monk Pháp Viên. He lived in profound quietude and meditation, preferring to stay away from the limelight, especially in connection with the press. But Davis might be the type of person that the monk would like to meet.

"Monk Pháp Viên", I answered, "is very good in classical Chinese and Sanskrit, but he is not familiar with modern foreign languages. That lack is a major hindrance in his efforts to find a suitable way to conciliate with Western thought. Because of this, a number of uninformed American journalists think that he exhibits a xenophobic attitude. At present, as a protective measure by the Saigon government, he is in isolation under what amounts to house arrest.

"When he returns to his pagoda, I will introduce you, so that the two of you can play chess together. As a highly-skilled player, he will be able to understand clearly your character just by watching your moves and your way of getting out of a stalemate. He is possessed of a very artistic mind. The good relationship between him and myself certainly does not stem from the fact that I am a sympathetic journalist, but because he knows I was formerly a painter.

"Incidentally, I have concluded that the Vietnamese press currently is at a stifling impasse. I am planning to return to the brush and easel, and for that reason I have agreed to teach after Tet at the College of Fine Arts in Hue."

Davis laughed with pleasure, and reminded me of what he had said the first time we met. "Triet, see what I told you? I said sooner or later you would return to painting, because you are a true painter. I have always wanted to lead the life of an artist like you. This has been a dream I've nurtured since childhood, but have not been capable of realizing, which leaves me no choice but to continue making a living in journalism."

"But you are gloriously successful in this career, even if it was not predestined by desire. You've achieved the ultimate goal, which is the dream of all beginners."

Our mutual praise of each other's accomplishments had gone beyond ordinary politeness. Davis seemed sincerely happy with my comments. He picked up a telegram from his desk and showed it to me.

"It is clear that images of the pain and suffering caused by war in Vietnam are still popular. Just before you arrived, I received this cable from Hong Kong informing me that the International Association of Journalistic Photography has decided to give this year's award to me for the photos I took of the large battles which transpired in the highlands during the rainy season. The Vietnam War has treated me so generously. Glory associated with blood and tears is such an irony. Perhaps I will ask to be transferred to our Paris bureau, where I can begin writing books on Vietnam – something I have long desired to do."

"So, when are you going to Paris?"

"Not now. That will have to wait for a while, as it may take a year to find someone who can replace me here. As you know, Vietnam is still a focal point in international news."

The fact that Davis's presence in Vietnam was necessary to his paper prompted me to think of the situation of Phuong Nghi, a widow who was my acquaintance. Given her skill in English, there would be no problem in communication, and I wanted to introduce her to Davis.

"Listen, Davis," I said, "if you are interested, you can have an assistant who can help you with your demanding work here. I know one who is capable. This woman's fiancé, a young army doctor, has just been killed in a battle near Da Nang. She had a child with him, and as you can imagine, she is in a difficult situation. I believe that she can efficiently assist you, and this will help her make a living."

"Yes, of course, bring her here. Even if she doesn't want to work for the paper, I think I can introduce her to some other kind of job suitable to her abilities. But I don't understand. How is it the doctor was killed, when normally he would have been with the headquarters facility and therefore not directly in the midst of a battle?"

"Normally it would be as you say, but in this case the battle spread rapidly over a large area, and the headquarters facility was overrun and almost totally destroyed. As you know, at this point in time, the war is no longer confined to guerrilla warfare, but waged by large units engaging in intense battles. This is evidenced by the fact that in recent months eight army doctors have been killed."

Our talk about the young woman, Phuong Nghi, made me think of Như Nguyện, my young woman. My heart sank. At one of the recent press receptions, when mentioning the trip to Geneva of the Minister of Foreign Affairs, one of my colleagues unintentionally asked no one in particular whether Như Nguyện had gone with the delegation as the irreplaceable private secretary of the Minister. Though not knowing how much truth there was in his snide remark, what I heard brought doubt and pain.

"By the way, I haven't seen Như Nguyện around for quite a while," Davis said. "I want to invite the two of you to dinner at Kyo, an authentic Japanese restaurant which has just opened. Certainly, Như Nguyện knows Japanese food better than you and I."

"Như Nguyện has just left for Geneva, I don't know for how long. If it's convenient, perhaps instead I can bring along your possible assistant, Ms. Phuong Nghi."

Davis and I agreed on a dinner date at Kyo Restaurant. I left his paper's offices and moved toward the elevator, the unfounded rumor about Như Nguyện haunting me to no end.

CHAPTER IX

"This is my last night in Vietnam," General Hunting told the two of us, Davis and I.

"What?" I exclaimed. "Has your tour of duty already terminated here? Why do you leave, when the Thuong people and the highlands still need you?"

"It's not my wish to abandon them; nothing like that. After more than a year here, it's time I return to America."

"I hope to see you again."

"Oh, no," he protested. "I want to return to Vietnam as a country in peace."

I laughed and told the General that I would like to see him come back as a tourist. Hunting said he was very sad to leave Vietnam. During his several-decade-long military career, he had been posted in many countries, but had never felt attached to any of them the way he had been to this country, a devastated and exhausted land whose brave and courageous people still fought to protect it. In the presence of friends like Davis and myself, these words from the mouth of a military officer seemed sincere, devoid of diplomatic pretension. In contrast to Davis's slim and fragile physical appearance, the General was big, his face wide and heavy, his voice strong.

I continued. "Upon hearing that all of a sudden you are being transferred to another post, the Thuong people expressed their regret that they will no longer be seeing their benefactor. Nay Ry, a Thuong intellectual has, with fear, predicted that some unfortunate thing will happen in the highlands. Is there something out of the ordinary in your return to America? Nay Ry said that you were posted in An Khe for only a little over a year."

"Such a short period has been enough to take a great slice out of my life," Hunting replied. "There's nothing out of the ordinary in my military life; there is only discipline and orders from above. My only regret is that I have to abandon the civil operations programs we have begun, programs which, among other things, send army doctors deep into mountainous villages to treat illnesses and distribute medicines to ethnic tribes. I am not sure the programs will be continued as we wish."

Though he did not delineate the difficulties, I could well appreciate the various internal problems the General had had to confront: from the brazen-faced Tacelosky to the undisciplined Green Beret units who fought valiantly like mercenaries, and, on a higher level, I could not but think of Dr. Ross.

As usual, Davis assumed the humorous tone of voice typical of Asia when he joined in. "Can you think of any other American general besides General Hunting who received in one tour of duty an American Silver Star, a National Order Medal which is given by the Vietnamese government to foreigners who have rendered great service to Vietnam, plus a National Gold Medal from the President of Korea, an award to honor foreigners who have contributed to the welfare of his country. The General's return to America to work at the Pentagon can be seen as a promotion in the same way that Westy, General Westmoreland, was promoted."

General Hunting smiled rather bitterly. "A veteran combat general assigned to a desk is no different than a retired general. There's no comfort in it. While in the highlands, I was so busy and so tired that I did not have time to think about anything. But now that I am in Saigon doing nothing but awaiting my return to America, the thought has occurred to me that after all, I am already over fifty. Davis, isn't it amazing that it has been 25 years since the Second World War when we got to know each other as neighbors, when you were still a teenager going to the same high school I had attended? Let's drink to our twenty-five-year-old friendship. And you too, our reporter, won't you join us?"

While gulping down a glass of wine, I suddenly thought of the image which the celebrated writer Nhất Linh had mockingly applied to himself when he left *Suối Đa Mê*, 'Stream of Many Passions' in Dalat, to run a journal in Saigon. The image was that of an old elephant in a zoo, which image could equally well be applied to General Hunting when he was installed at the Pentagon in Washington.

Abruptly, the General returned to the question of the highlands in addressing both Davis and myself. "Do you think the Kinh-Thuong conflict is so serious as to be described as beyond conciliation and mediation, which is the point of view of a number of Americans like Tacelosky?"

A reply from my position as a Kinh person might not be considered an objective assessment, so I deferred it to Davis.

"The conflict is there, no doubt about it, but it's not a clear black-and-white picture; it's somewhere in the gray area," Davis began. "There is absolutely no racial discrimination in the proper sense of the term, like the way the Germans treated the Jews, like the hatred between blacks and whites in America. This is evidenced by the fact that in the history of Vietnam there has never been a campaign of genocide like Hitler's extermination of the Jews, or a movement in the nature of the KKK in America. What's wonderful is the ease with which multiple ethnic groups and various religions have coexisted for several thousand years on this continent. The synthesis in Vietnam of three religions – Buddhism, Taoism, and Confucianism – is eloquent proof of that.

"In my opinion, the fundamental cause of the drawn-out tragedy in the highlands did not originate from racial conflict, but from inequality between Kinh and Thuong in terms of rights and opportunities for advancement. The point worth noting is that, given the abject poverty of the Thuong, the inequality is much sharper than a mere discrepancy between poverty in rural areas and the material comfort available in cities. In any event, both of these cases of disparity demand a suitable solution, which is no less than a *revolution for social justice.* The ongoing war will, as a matter of course, die out gradually when the very reason for it ceases to exist."

I was astounded that Davis could come up with such a calm and clear assessment of the situation, which obviously required an extensive knowledge of Asia. I was certain that no other American had similar ideas.

By way of describing the complex nature of the co-existence of so many ethnic groups in Vietnam, I related to the General and Davis the myth of the birth of one hundred clans from a hundred eggs. The story is centered around the marriage, in a remote mythical past, between Lady Âu Cơ, a fairy from the mountains, and Lạc Long Quân, a dragon king from the sea. Lady Âu Cơ gave birth to a pouch containing a hundred eggs, from which emerged a hundred sons. These sons of a fairy-and-dragon match were the ancestors of *Bách Việt*, the hundred Viet clans, who continued their existence in this land until the present day.

I concluded. "The people of Vietnam live in their predestined land, haunted by the historical threat of a southward expansion and annexation by China. Because of that common fear, they conduct their lives in relative harmony and unity, sharing a history of over four thousand years."

Davis further elaborated my view to Hunting. "And what's remarkable is that out of those four thousand years, they survived more than a thousand years of Chinese domination without being assimilated, which fact kept intact the territory and culture of Vietnam as we know it today. Against the obvious edification provided by such a historical lesson, I believe that many, including a number of Americans, made a mistake when they exploited small conflicts in the hope of creating a historic separation in this weakening nation. We Americans have come here to resolve a war, but at the same time we ourselves are sowing the seeds of another war. It's about time we put an end to that delusory undertaking."

Seemingly uninformed of secret factors behind political troubles in the highlands, the General voiced his puzzlement. "But there must be some sound reason for Americans to engage in such an action. As I understand it, in the years before 1954, the Central Highlands were the place where communist guerrillas for a long time set up ambushes, and this mountainous region was also a bloody battlefield upon which many allied French-Vietnamese troops died.

"Since the beginning of this present war, the highlands have been the primary concern of the American military. More than sixty fortified SFOBs were built for no other purpose than to control the highlands as a springboard from which to lock out all possible infiltration from the border areas. One must admit that due credit should be given to the first Green Berets from Fort Bragg who established the first effective system of defense in the highlands. And I am told that up until now, their relationship with the Thuong has been good and warm. It's also worth noting that the Green Berets have been quite successful, not only in Vietnam, but also with many half-civilized ethnic groups in other countries."

Davis displayed a half smile, the smile of one who knew too much and comprehended many things and their deepest secrets. He said, "Right. They were trained to engage in unconventional warfare, but I don't think that is sufficient reason for them to support a naive movement to turn the Central Highlands into one more state of the United States. You have to be completely ignorant about Asia to believe in such a silly scheme. While President Kennedy enlarged the number of Green Berets in the wish that they become valiant fighters for freedom and liberation, almost all the countries where they have been did not quite accept their presence and looked at them as saboteurs and experts in overthrowing governments."

It seemed that Davis was the only American very much dissatisfied with the role of the U.S. in the Vietnam war. The heated discussion was growing rather tense, not suitable for the occasion – which was meant by the General to be a farewell dinner. In an attempt to lighten the atmosphere, I joked that if it was true that America had been so involved in so many different things that whatever good or bad occurrence that transpired in Vietnam could be attributed to the work of the CIA, then America was quite a superpower and both the General and Davis should be proud of it.

Davis did not share my humor. "That fact," he said, "is actually damaging to the reputation of America, and it is our power that will isolate us from the rest of the word. Returning to the case of Vietnam, and specifically the highlands matter, I have written so many times expressing the idea that it's time Washington make a clear-cut choice between their illusory short-term interests and viable relations with their allies. No matter how much the State Department attempts to explain away, everyone knows that Washington has provided support, secretly if not officially, or has intentionally looked the other way, as a number of Americans have overtly trampled upon the sovereignty of this nation, even as they fight side by side with the South Vietnamese against the communists.

"When back there in Washington, using your position, you must inform the leadership that even when engaging in an unconventional war America cannot abandon basic agreements made with their allies. There's not much time left before we enter the twenty-first century, a time long past the golden colonial period so enjoyed by the white man. The Pacific Ocean is there to put a stop to the inexhaustible westward movement of some Americans."

Abruptly Davis stopped, apparently sensing the tension caused by his argument. He then lowered his voice and calmly continued. "We are in a period that witnesses great leaps in conquering outer space. We have stepped upon the moon and we must live up to the demands of the times."

Davis's thought appeared to have made a deep impression on the General. Among close friends, Davis shed his normal reserve and enthusiastically expressed himself. "Contemporary history of Vietnam," continued Davis, "has more than once proved this point: a Cochinchina belonging to France, and cut off completely from the territory of Vietnam, was an impossible dream of the French, as it went against the wishes of the Vietnamese themselves who inhabited that part of the country. This was so even though at that time the French government in Paris supported the policy of acquiring colonies, and the anti-colonial movement worldwide had not yet begun to hinder their design.

"Like the French, what the Americans intend to do in the highlands will not go anywhere; rather, the result will only leave an ugly mark in the history of relations between Vietnam and the U.S., presenting nothing but bitter experience for other allies to contemplate. Even granted that fighting communism is our ultimate aim, that aim cannot justify the means we are using here.

"I also don't believe that more than sixty SFOBs, no matter how solid and strong, are capable of tightly closing the border to outsiders. Otherwise, fierce battles would not have been waged during the last rainy season, during which encounters you yourself had to fight so hard. In my view, it is the Kinh-Thuong conflict that is being exploited, weakening the defense system of the highlands, and in the end only the enemy benefits from it all."

Laughing gently, the General commented. "It's no wonder that a number of Americans consider you Asianized. Is that a correct description, Davis?"

"Just like you, Hunting. You are thought to be too humane with regard to tactics in a war that has turned unconventional. And I ask myself whether humaneness or humanity is something we should be ashamed of."

Changing the subject, the General asked Davis when he would be transferred to the Paris bureau.

"You know," Davis replied, "just like you, I don't feel like leaving Vietnam, even for Paris, an assignment desired by many."

Davis went on to remark that if no big changes came to his life, he would remain here indefinitely, living in the vicissitudes of Southeast Asia. He asserted that the difficult years spent in Asia were a string of happy days to him.

Hunting laughed. "Your happiness will be complete if and when you marry a very pretty Asian woman. My wife Marcolina always wonders when you will say goodbye to the bachelor's life."

As usual, Davis grew embarrassed and rather ill at ease at the mention of women. I thought of Phuong Nghi and a possible turning point in his future.

Hunting addressed Davis. "The painting that you send along will be treasured by Marcolina. She is very keen on art, and I am sure she will love it."

It was my painting entitled "Serenity" he was talking about. It was responsible for the start of the relationship between Davis and myself. Hunting expressed pleasure upon learning that I was the creator of the painting, and he was very surprised when told that I had stopped painting to enter journalism.

"Tell Marcolina," said Davis, "that I am sending her the painting with a lot of cherished memories behind it. And I particularly thank her for the care she gives my lonely old mother back there."

Davis also asked Hunting the favor of delivering two new cassette tapes, which served as a means of communication between him and his mother. I promised Davis that when in Hue, if I could paint again, I would send him another painting to cover the empty stretch of his wall. Hunting teasingly said that if he ever returned to Vietnam as a tourist, along with his wife, he hoped he would be able to visit me at an art studio, rather than at a newspaper's office.

CHAPTER X

had not imagined that Như Nguyện's trip abroad could have left me with the joyless days I was now experiencing. Indeed, other than hours busy with work, I spent the rest of my days in a dark mood of longing.

This morning, the newspaper's office looked deserted. As soon as he saw my face, the editor began to nag. Even though I appreciated the agony he suffered, stemming from the fact that his son, having just graduated from a college in France, decided to go to Hanoi instead of returning to Saigon, I could not help being annoyed. That the printing house was experiencing electricity failure added to his foul mood, which he took out on anyone who happened to be in his path. My cool and forgiving response seemed to provoke him, for he talked to me in an irritated tone of voice.

"Where have you disappeared for almost a week now?" he asked. "For what reason did you go up to the highlands so often? Why was it so necessary for you to attend that conference on the Thuong matter? You have to make a choice, being an anthropologist or a journalist."

He had never talked to me in quite that way before. Silently, I walked toward the window and looked down upon traffic flows lining the roadway below. Swarming ants. On the other side of the street, a sentinel of oil drums painted white and filled with cement surrounded the entrance to a high-rise building complex where only Americans were seen. I still derived pleasure from being a journalist under the present circumstances, and had not definitely made up my mind on another choice. The agreement to teach at the College of Fine Arts in Hue was made more on impulse than on serious consideration. Acting as though there was no reason to think of destiny, I felt I could freely chart my future.

Only when the editor's face appeared calmer did I try to start a conversation. I asked him about a press delegation that had been invited to visit Korea.

He remembered it, and immediately said to me, "Your time would be better spent on that kind of trip. If you want, I will suggest that you be included in the group. The Koreans' ten-year-long experience in rebuilding their country after a destructive war is something we should examine and learn from. The Vietnam war will end sometime. Preparing ourselves to receive peace while the country is at war is an intelligent and necessary attitude."

Since he always treated me with kindness and sincerity, no matter what he said, I knew he would not prevent me from going to the highlands again. For this reason, I could not terminate my service with his small paper in order to work with Davis.

From a drawer, the editor extracted a big envelope and handed it to me. "Two days ago, a lieutenant colonel came to look for you. He left this package and said that it was a gift sent to you by General Thuyet before he went back to I Corps after a short visit in Saigon. How come you seem so close to the General?"

"We are not exactly close. I have met and had meals with the General a few times, that's all. His deep warm feelings, if any, are due to the reputation and prestige of our paper."

The editor appeared moved by my heartfelt comments.

In the envelope were specially printed copies of two booklets of essays by General Thuyet which had just been published, and a very nice portrait photo of the General himself, in color, complete with his autograph. I smiled inwardly. It was common knowledge among the literary circle that the General's entourage included an advisory group among whom were a couple of ghostwriters who helped him turn into a published author. These two works undoubtedly constituted an effort to promote the image of this rather controversial officer.

The first work, *Victory in the Rainy Season*, dealing with large battles fought and won in the Central Highlands, was meant to show the General as a Young Turk endowed with excellent combat skills. The second, *Thoughts on the Two Revolutions*, was obviously a clever borrowing from the title of the book by President Nasser of Egypt, *The Philosophy of the Revolution* published in 1959, which had a great impact on the Young Turks, the powerful elite of the military forces of South Vietnam after the 1963 Revolution had put an end to the government of President Diem. By this intentional borrowing, the General's advisory group seemed to entertain the thought of elevating him to the level of the dynamic Egyptian leader. Just as Nasser talked about social and agricultural reform as the main reason behind the 1952 Revolution which toppled King Farouk and which was led by Nasser himself, a colonel at the time, General Thuyet's essay focused on his thoughts on the social revolution South Vietnam sorely needed. The work was thus designed to highlight the General's potential as a politician.

When I showed the booklets to him, the editor expressed surprise. "Hmmm, I didn't know the General also writes books. I have never heard about that."

A glance at the first few lines of one of the works was enough to tell me that it was the typically oratorical and bewitchingly persuasive language of the writer who was the principal advisor to the General. Like many other authors who had moved south when Vietnam was temporarily divided in 1954, this writer had expected to enjoy a freedom of expression that the communist north would not allow. The authoritarian rule of President Diem's family, with its absolutely strict censorship, crushed that hope, making him pessimistic and despondent. Then the 1963 Revolution liberated his pen, and now he was free to wield it under the wing of the General.

I offered the booklets to the editor. "I will leave them here for you to read first. It appears that the General has plenty of goodwill toward the press, so I don't really understand why American journalists resent and detest him so much. I have not seen any article by Americans on Vietnamese military leadership which includes positive comments about him. This is so much the case that I have the impression there is a campaign by the Western press to smear his name, particularly with regard to matters connected with his tough policy in the highlands."

I told the editor that during one of my trips to Pleiku, General Thuyet had sent me as a present a rather large sum of money, which I had a difficult time declining. The General had said that it was no more than his habitual gesture of goodwill toward all journalists covering news in the highlands.

"I still think journalistic independence is possible only when supported by financial independence," I continued. "I want to be free in expressing my true judgment and evaluation of the General, voicing criticism and praises wherever they are due, so that in any situation I won't feel that I am not playing fair with him."

The editor leaned back in his chair, pushed down the frame of his glasses against the bridge of his nose, and spoke in a gentle soft voice. "I completely agree with your independent attitude. I have never regretted placing so much trust in you. With more than forty years in journalism, I am proud to have kept myself clean to this day. Right now, temptations abound. People have promised to contribute a lot of money to expand the paper, money said to be without strings attached. But I have firmly refused their offers."

The editor's experience and position on money matters proved the contrary to the statement which the writer-advisor to the General had expressed at one time: that making a living in Vietnamese journalism in the long run would necessarily force one to become a hack writer or likely a bitter soul. After many ups and downs, the editor remained a person holding to many conservative ideals. But no matter how much he was pleased with my work, he still found at least one weakness to criticize, one constraint upon my ability to successfully function as a liberal journalist.

"The only problem is, you are too much of an artist," he continued. "It is not that I don't like it. I only want to say that once you have chosen a career in journalism, you must accept its discipline, and only when you have adapted yourself to it do you have the potential of becoming very good in your work."

In the editor's view, what was potentially good about my ability was always to be seen in the future, in just the manner that a great book imagined to be in the making is always formed by lines as yet to be written. And just as in my painting career a great work was always in the process of being created! I smiled, staring at his lethargic gait as he walked away, a gait like that of an old monk. How secretly tickled I was with that comparison!

After he had left, I began my routine work. Among a pile of mail from readers that lay in disarray, I recognized a letter from Takashi with French stamps on it. We had known each other a few years back when Takashi Oka was posted to Saigon as a reporter for the Christian Science Monitor. We had at that time often exchanged news and discussed political events. Since he had been transferred to become the bureau chief in Paris, he had not neglected to send me a postcard now and then, expressing the usual niceties and stating his hope of keeping our friendship intact. This gesture of unconditional loyalty and warmth could only be expected from an Asian, especially from a Japanese, I thought.

The rest of the mail was to be sorted out by the secretary. The office also received plenty of books and newspapers, which I had no time to read properly and seriously. The 500-page book written by Do, the cover of which I designed, came with a truly flattering line of dedication: "This is the book most favored by its author for its beautiful appearance."

What caught my attention was a special issue of the Student Association's paper focusing on Vietnamese sovereignty in the Central Highlands. The appraisals expressed were bold and extremist in nature, even as they exhibited the purity of the students' thoughts. The major theme that the highlands was being pulled every which way was presented by a political cartoon featuring a horse cart with three drivers upon it, each facing and pointing his finger in a different direction. The drivers wore three different hats with three little flags of America, Hanoi, and Saigon attached to them. The U.S. side was most strongly attacked and disparaged by the student writers. Nor was General Thuyet able to escape their attack, which was a pity. So, it turned out that two of the three mutual enemies could well equally be considered the opposition by a removed third party, in this case the students, a third party whose only power was the power of resistance.

I had the intention of meeting and talking with these amateur journalists. They might provide me with numerous new ideas, one of which I had already picked up: their suggestion that a Department of Anthropology be established as part of the University of Saigon to support research done by the Department of Highlands Affairs. Only these young students could be hoped to bring new vitality to the highlands. Once again, I saw that General Thuyet had had good reason, in this case for wanting to invest in the younger generation.

My watch said it was 6 o'clock, the usual time of day I turned on the radio to catch the brief evening news report from the U.S. Army station. Perhaps my watch was running a couple of minutes ahead of time, as when the machine was flipped on only a piece of music in between programs could be heard. It was a familiar piece, every note of which was a fervid kiss triggering memories of the first days I lived with Như Nguyện. Those were days I truly lived my life contentedly beside a woman. I did not have any plan for the future, but I thought perhaps Như Nguyện was the woman I could marry. Given my lifestyle at present, a traditional wife, gentle and well-behaved, was out of the question.

The first item of the short five-minute-news bulletin jolted me with an electrical surge. In despair, I heard the shocking news that the communists had attacked the Thuong refugees from Dakto village who had been safely installed in a resettlement center. Almost six hundred villagers had been killed, an event labeled by the American radio station in Saigon as "Vietnam vengeance". It was no doubt the highest number of civilian casualties in a single incident recorded since the war transited from guerrilla warfare into regular warfare.

Turning off the radio, I drove in haste to Davis's newspaper's office. It was closed. Returning to my office, I found it deserted save for the secretary still working at some last task of the day. I placed many telephone calls to various places with the hope of locating Davis, but without success. The only thing I could do was to show up for my dinner date with him at Cercle Sportif, the sports club inherited from the French.

I was early for the appointment. People were still at their match on the tennis court. A beautiful woman sat among a group of children playing in the water of the pool, her dreamy eyes full of joy. I casually looked around and was annoyed to see Tacelosky sporting his thin mustache in the company of another Asian woman. Though his special mission concerned highlands affairs, he was seen in Saigon very often. His thick face, forever nonchalant beside a glass of alcohol and in the smoke of a cigarette, made me wonder about his work habits. Tacelosky recognized me immediately. When I related the news of the massacre, his face remained cold, betraying no emotion.

"Did that really happen?" he asked, making display of his usual nonchalance. "Perhaps the journalist Davis knows about it better than I. Why don't you seek him out?"

Politely, he pulled up a chair for me. "Would you like cognac and soda?"

I had to admire his superior memory. We had met only once, but he remembered even such an unimportant habit of mine. Being a member of the press, I had learned to tolerate all sorts of people I talked with, even when they did not like me much. I said my thanks and sat down. In no time at all, Tacelosky brought up the name of General Thuyet. I realized that it was not merely a casual mention for the sake of conversation when he mockingly remarked, "I didn't know that in your democratic society, there still live among you some mandarins of the Nguyen dynasty."

I simply smiled as if agreeing and appreciating his apt comparison, while my inner self was anxiously waiting for Davis's arrival. In the end, Davis did not show up for the dinner appointment, which was something he rarely did. I drove to his office and saw him in a state of agony.

In a voice choked with emotion and tears, Davis said, "You couldn't find a single person among more than six hundred Thuong villagers who survived intact, unmaimed. That was a most savage act of vengeance. Not being able to draw the refugees to their side, the communists mobilized their forces to destroy the resettlement center. They even used flamethrowers to burn women and children who hid themselves in underground shelters. The whole place was reduced to piles of burned wood and hundreds of corpses."

I voiced my puzzlement about the government's role in the protection of the center.

"As you know," Davis speculated, "in theory, depending on the territorial divisions of the highlands, security is entrusted to either the Vietnamese or the Americans. This particular resettlement center was located in a division for which an American Special Forces camp was responsible. The communists could in no way penetrate such a fortified location. But they did. Given the ongoing conflict between the American Special Forces and the Saigon government, perhaps this was one of Tacelosky's schemes: practice non-intervention, leaving it to General Tri and the ARVN to protect the very Thuong group they had previously rescued from the communists. This could be a very good way to prove the incompetency of the ARVN in the eyes of Thuong resistance fighters. If that was the actual scenario, it was most barbaric."

Tacelosky would definitely be one who could act like that, I thought. He was capable of sacrificing six hundred lives just to prove a point: security and happiness of the Thuong people can only be effectively guaranteed by the American Green Berets.

Not being able to control himself, Davis wept when showing me photos of the devastated resettlement center and piles of dead bodies. There was a photo of a mother holding her baby, both charred by flamethrowers.

Suddenly Davis' room turned cold. The crossbow and arrows were no more than dark marks on the white wall, a painful memory evoking the tragic lives of the six hundred. My eyes sought respite in pausing upon the blue and white sections of a big map spread across the coffee table. I saw nothing but blotches of color.

On his typewriter, Davis had written his first lines describing the tragedy. *"The dream of the Thuong people to survive is being crushed by the barbaric forms of vengeance employed by all sides involved in the war in the highlands."* He then posed the ultimate question. *"What do the responsible people expect the world to think of this bloody massacre?"*

This question had to be answered by people like General Thuyet and Tacelosky, as well as by FULRO. I myself was professionally interested primarily in recording facts and events, and for that reason I planned to go back to the highlands the next day to dig deeper into the last hours of the tragedy.

CHAPTER XI

What do they expect the world to think of this?

The whole planet answered Davis' question with shock, extreme anger, and indignation. The foreign press uniformly called it *a Vietnamese way of vengeance.* In the highlands, the days immediately after the massacre were the most traumatic, a time of loss and grief experienced by the Thuong minorities who lived in perpetual darkness and whose only hope was to survive. The Thuong separatist movement took full advantage of the tragedy, using it as a just cause for agitation. Even the conciliatory and moderate intellectuals, Y Ksor and Nay Ry, attempted to mobilize their people to sign a petition to the government, the essential message of which was their demand to have the right to live and be protected in their own lands. As to the American Special Forces, the loss of six hundred lives was regarded as a triumphant confirmation of their superiority vis-à-vis the ARVN. These soldiers found staunch support from the Thuong Civil Irregular Defense Groups and by the whole lot of their interpreters. Nay Ry compared the mass of Thuong people to a square piece of cloth, each corner being yanked and pulled vigorously by one side in the conflict toward its field of influence.

When I arrived, two days after the event, the resettlement center was still very much a battleground soaked in the strong smell of death. All was burned to ashes, save for twisted sheets of corrugated metal. Even though the corpses, or what was left of them, had been collected and buried in a mass grave, the fetid smell still lingered in the air. A scene parallel to that of Picasso's *Guernica* appeared before my awareness, but one with fierce and sorrowful colors. On banners of coarse white cotton flown on poles driven into the ground were painted words in lines of gaudy red, words with their English translations condemning the communists and calling for Kinh-Thuong unity in a spirit of common progress. People looked for a significant echo from the mass grave.

"You may be interested to know," said the Vietnamese captain who had guided me to the resettlement location, "that during the same night this transpired, a group of Thuong separatists stealthily found their way here and hung the tricolor flag of their proclaimed autonomous homeland *Dega*. They scattered propaganda leaflets accusing the communists and the Saigon government of being accomplices in plotting to annihilate the Thuong ethnic minorities. They also requested that America re-examine its policy of aid to Vietnam. Further, they even called for intervention by the UN through Phnom Penh, which they proclaimed would be strongly backed by the Congress of Indochinese Ethnic Groups, an organization set up by the French."

The Captain had the strong heavy face of a military person. He spoke the dialect of Bui Chu, a predominantly Catholic area of North Vietnam, and was likely an extremist Christian. He handed me some leaflets.

"See for yourself, Mr. Reporter," he demanded, handing over a sample. "Judging from the quality of the paper and the printing technique, one cannot help but reach the obvious conclusion regarding its origin. Right smack dab from the helping hands of the USIS!"

The Captain's observation was not unreasonable when you considered that the Thuong, living in isolation in the jungles, forever threatened and hunted, still managed to establish contact with the outside world and conduct their activities by use of modern technology.

"Do you know, Mr. Reporter," he continued in vexation, his thick eyebrows drawn together, "that the Thuong asked the Americans for help to chase the Vietnamese out of the highlands, so they could establish an autonomous nation under American protection? In my opinion, we will eventually take control of the situation and then all the troubles in the highlands will disappear. This won't be difficult to accomplish given that the Thuong are of such small numbers and scattered over the mountains."

I was not sure how to measure the extent of ruthlessness in the Captain's statement, but it brought to mind the strange idea expressed by American military officers.

"Captain," I said, "to solve the problem is not the same as to outright kill it. I am afraid that advocacy of such drastic measures sounds no less bizarre than the declaration by American military officers that they could easily beat the communists in Vietnam if they had not to contend with Vietnamese allies."

The Captain's face fell, and he kept silent. Obviously, he was not pleased with my expressed point of view. He declined to continue the conversation. This was all the better, as aside from the need of transportation provided by him, I was also in need of silence for contemplation. I expressed my wish to visit other resettlement camps besides this place of tragedy. The present event had proven once again that history forever consisted of repetitions. Many more lives would be sacrificed, given that each side wanted to yank and tear a bigger fragment of the cloth for itself.

Contrary to the temperament of the typical military man, who by discipline had few words, the Captain could not stay silent for long and was ever ready with his verbal expressions.

"I do not agree," he began again, "with General Tri's current policy of entrusting to the Americans the distribution of relief to the Thuong people – even when the Americans are Minister and Mrs. Denman. The barbaric savages are grateful and obedient only to those who press food into their mouths. Therefore, it is not without reason that the Americans have tried to monopolize relief operations – even back during the time of General Thuyet. I myself quite agree with the unequivocal standpoint maintained by General Thuyet."

Once again, I was made aware that General Thuyet by his firm policy had left his mark and influence in the highlands. For certain, the massacre must have evoked in him strong reactions and even indignant anger. Situated in Da Nang-Hue area, the General still considered the highlands his second home, a place to which he was bound by many spiritual responsibilities. Indeed, during the various times of trouble in the past, he had always provided moral support to his subordinates. These loyal onetime subordinates continued to believe that it would not be long before General Thuyet returned to the highlands.

"Mr. Reporter," the Captain continued, "have you heard anything about the news that General Tri is about to be promoted to the rank of lieutenant general?"

"Yes, I have heard something to that effect. On this coming national day, quite a few generals will earn another star. But I did not hear the name of General Thuyet among those mentioned."

The Captain's lack of enthusiasm for General Tri was clearly revealed in what he decided to confide in me.

"You know," he said, "sometimes promotion is part of a smooth transition in an officer's departure for some other place. In my view, General Tri is not of a high enough caliber to deal with both the communists and the Americans. As an officer of lower rank, when witnessing the way Tacelosky behaved toward General Tri, I myself felt ashamed and sorry for the General. Let me ask you something: What the hell is this American other than a lieutenant colonel retired from Special Forces now representing USAID in the highlands? Is he CIA? Even if so, why does the General seem afraid of him?"

I myself certainly knew why the General was intimidated by Tacelosky. Having lost control of his wife, the General had gone deep into many dirty businesses, everything from appropriation of others' land to corrupt practices in the development of An Khe. Knowledge of all that was the trump card held by Tacelosky, which conveniently allowed him to blackmail the General any time he chose. As a result, the General's policy was to practice smooth conciliation and tolerance until the time he could leave his post peacefully.

The deeper he got into conversation with me, the more clearly the Captain showed himself to be a perpetually dissatisfied person.

"I'd like to tell you something else," he said in a confidential tone of voice. "You know that I am a Catholic refugee from the North, very keen on anti-communism and, therefore, willing to agree to the American presence. However, I did not expect that in the middle of the twentieth century there still exist blatant American colonialists like Tacelosky. The presence of people like that spoils the good intentions behind the American assistance and aid programs."

I had been told that the Captain was a stubborn individual who, like the majority of other officers transferred to the highlands, had been sent there as a form of exile. It was clear that he still held many illusions about the selfless goodness of the Americans. I asked him what he thought about the role of Denman and his wife. The Captain's eyebrows drew together in a fierce manner.

"No place in the highlands has been spared their footsteps," he answered. "It was thanks to them that American Special Forces were able build their camps in mountainous villages. Though I am a genuine Christian, deep in my heart I do not believe in the almost purely social agenda of Christian missionaries. From the point of view of one who knows how to draw valuable lessons from history, I cannot help but come to that realization."

I was rather surprised that the Captain could articulate so well. He also told me of the direct influence the Minister and his wife exerted on Tacelosky.

"In my own view," he concluded, "Tacelosky, Minister Denman, and General Hunting represent different ways of doing things by the Americans – all directed toward one goal. Sometimes I feel that the goal lies beyond all the facts I know. The more I consider it, the more contradictions I find."

Talking about contradictions, I was shown one such in the manner by which the Thuong around me responded to the dregs of Western civilization. Mountain girls awkwardly wore sandals, while some Thuong men donned skirts. The person who took me on a tour of his village was an elderly man who walked barefoot and had solemnly put on a jacket to go with his traditional loincloth. The different pieces of clothing they wore were castoffs, euphemistically called gifts from the American people to friends in the free world.

I then ran into Denman and his wife, through whom my conversations with the Thuong became easier. I intended to use the remainder of the morning on a photojournalism project focused on the mountainous villages I visited.

"Minister," I jokingly said to Denman, "the man in the red skirt over there presents a strange, unusual image. And for a journalist, he can become a news item."

At other times, perhaps, the Minister would have laughed and appreciated my humor. But today his face remained quite serious, his eyes reflecting still the devastating pain experienced from the tragedy. Like a professor of psychology, he formulated a psychological reading.

"As you may imagine," he said gravely, "these days the Thuong tribes live their lives in utter confusion and fear. It's extreme fear that usually leads to unimaginably violent acts. You know that to them both the communists and the southern nationalists are all Vietnamese, and even though the crime was committed by the communist side, we ourselves must bear the consequences. I am afraid that one day they will suddenly rise up all over the highlands. No one can predict to what extent massacres will be perpetrated on both sides in this conflict."

I noted the Minister's clever way with words when he included himself in the inclusive "we", here alluding to Vietnamese. Had I not known his true intent, I would have easily shared his point of view. I kept quiet and listened to what he next had to say.

"In my view, as the saying goes, sooner or later what belongs to Caesar must be returned to Caesar. That requires wisdom and clear-sightedness from both Vietnamese highlanders and lowlanders – and from the Americans too. People like General Thuyet and Tacelosky are not gentle hands that effectively soothe the wounds of the highlands... By the way, what do you think of General Tri? He seems a rather amicable person, don't you think?"

To praise a general for his amicability was no less than to show reservations about his military abilities. I was sure Denman knew better than anybody else that General Tri was weak and could be directly manipulated by himself, who would be the natural choice of a mediator in any negotiations between the two opposing sides.

After the event of the massacre, a big unit of the 1st Air Cavalry Division was posted near the headquarters facility across from the military hospital. Streams of helicopters and tanks, one after another entering the area, lifted and spread red dust through the air, choking carpets of green grass when it settled.

The few surviving Thuong persons were all injured to one or another degree, mostly suffering from shrapnel wounds caused by grenades. A doctor led Denman and I to the bed of a mother and child. The mother was still deep in a coma.

"The mother was very seriously burned," the doctor told us. "Actually, her entire back was burned, while the child was unharmed. I suppose that at the point of danger, the mother used her back as a shield to protect her child from a flame thrower."

With respect to the mother's critical condition, the doctor was very pessimistic.

"Over fifty percent of her burns are of the third degree. There's no hope she will survive until tomorrow," he said.

Except for the child who was four years old, the whole family was killed. The Minister expressed his wish to take care of the child.

"I will entrust the little girl to my wife who can nurse her to health. Then I will send her to the journalist Davis. Davis often says he wishes to adopt a child like this."

I knew that Davis had sponsored a blind child he had found wandering alone in an isolated mountainous village. Now, the child lived in comfort with young friends of his in Australia.

In my career as a journalist, this was the first time I used my camera to capture images of such horrible destruction to the human body as those of the woman victim.

At the invitation of the Minister, I visited his home for the second time, the first being in Davis' company. The current conflict between American Special Forces and the Saigon government had so much jeopardized the security situation that Dr. and Mrs. Denman no longer lived in the Rhadé village as before. They had moved all their modern household effects to the town center of Pleiku, and sent their daughter back to America for her education.

"We moved not simply because of anxiety over lack of security, as having lived here for many years, my wife and I are used to such a tense atmosphere," the Minister explained. "The main issue has to do with the matter of delivering relief to new Thuong hamlets. The number of these hamlets is increasing steadily, which makes the hard job even more difficult, and I don't want to disappoint the General. I am sure you know my happiness now is identical to that of the Thuong people, and the Central Highlands can be said to be my second homeland."

General Thuyet, Minister Denman, and perhaps even Tacelosky, all wanted to consider the wild highlands their homeland. That desire to monopolize this mountainous part of the country was the root cause of conflict, I reflected.

The new home of the Denmans, located next to the former Emperor Bảo Đại's Royal Summer Palace, surrounded by a garden of deep green trees, was larger and much more beautiful than their previous residence. Stepping into the living room, I discovered that Denman was an amateur painter. An easel, a stretched canvas, a palette, palette knives and paint brushes were neatly arranged, perhaps by the tender hand of Mrs. Denman. What was missing, perhaps, was the carefree air of creative disorder typically associated with an artist's world.

"I heard from Davis that you are a talented painter. Is that right?" Denman asked. "I myself had only a single occasion to view your paintings, when I paid a visit once to Davis' newspaper's office. To me, the happiest life, perhaps, is that of a genuine artist."

I had no thought to offer, so I only smiled in reply.

On the canvas sitting upon the easel was an unfinished painting of a strong and healthy Thuong young woman, half-naked, busying herself with a few slats of bamboo in the process of weaving. The bright colors were still freshly wet. I was rather surprised to observe that the nakedness of the woman – which through Denman's religious vision should have been as natural as the air she breathed – was in fact awash with a sense of sexuality. I looked for an explanation in the idea of a sexually repressed ecclesiastic. The Minister seemed anxiously, rather awkwardly, awaiting my comments.

Tapping the bowl of his pipe against a ceramic ashtray, he said in a defensive tone, "I have just learned to paint, and realize that painting is an enjoyable entertainment. A writer yourself, I am sure you appreciate that sometimes it's virtually impossible to write anything, for example during the time of grief and tension these last few days."

Seeing that I had not much enthusiasm for the subject of painting, Denman adroitly switched to another topic. "Relative to painting, when talking about colors, one thinks at once of harmony," he redirected his line of thought. "Harmony is also a necessary ingredient of our lives, and it is equally so in the Kinh-Thuong relationship, as I see it. We must, accordingly, consider the matter of face-saving and suitable methods of reconciliation acceptable to both sides. To establish an independent *Dega* nation is a utopian plan on the part of the separatist movement, whereas the Vietnamese intention to eliminate the ethnic minorities, with their unique cultures and history, is another utopian scheme. Even a moderate journalist like Davis was mistaken when criticizing Americans for their attempt to redefine and redraw the map of the nation of Vietnam. It is not the Americans as Davis maintained. The true authors of such a re-drawn map were the French. Therefore, we have to resolve the highlands problem without any obsessive bias connected with the past. Everything has to be studied afresh. In view of this, I wonder why we don't adopt some form of federation, a federation which includes both the *Dega* and Vietnamese nations. You know that, as an American, I can't publicly express such opinions for fear of being misunderstood by both sides."

CHAPTER XII

returned to Saigon and discovered that, after all, my last journey in the highlands was to be of no real value. The editor told me that my investigative work had to be immediately terminated. The newspaper had encountered much difficulty, difficulty coming not only from the Information Bureau, but also from the National Security Office. A summons from the latter had to be taken as a serious warning – in this case, a warning against jeopardizing the spirit of the American-Vietnamese alliance and thereby intentionally causing trouble for the government. The accusation was truly ill-founded and the punishment unpredictable. Given the delicate position of the newspaper, it was clear that we were walking a very tight rope, full of danger. Many times, I told myself that I could not remain silent any longer, but then what kind of noise could we effectively make by voicing our critical comments on social facts? The survival of the newspaper and the practical means of livelihood for many people depended on what I chose to do under the circumstance. But it was clear that under all circumstances, we first had to survive. It followed that the new series of articles I was working on, which had only just begun to be published, had to be cancelled. It occurred to me that without the right atmosphere, it would be a long time before I resumed writing. Given the present situation I found myself in, it was doubtful that I would survive long in journalism. My mind went blank, there were no thoughts, no ideas.

I vaguely heard the sound of a door being opened. A moment later, the secretary appeared and told me that a professor had earlier in the afternoon come looking for me, just after I had taken leave of the office. He had left a business card and a note. I was surprised to see the name of Professor Hoang Thai Trung.

"So, you also know Professor Trung?" the secretary asked. On her happy face, I caught a glimpse of mischievous questioning eyes as she closed the door behind her.

Professor Trung had read my last few articles in the paper, and his attention had been very much drawn to the issues I had raised, especially the angle taken in relation to manipulation by the Americans. He expressed surprise that after only a short time engaged in journalism, I had such a firm grasp of the highlands issue, and a very serious view about it. Therefore, he hoped to have a chance to meet with me again and to discuss that Promised Land within Vietnam. In his opinion, after the war ended – for which war would not eventually end – the future of Vietnam depended more on that wild territory than on the Mekong delta with its rivers and canals. I read over and over many times the lines of his note, and each time they conveyed a new thought and a new feeling. I opened my drawer and clipped the business card to the cover of the file of materials he had earlier sent, of which I had barely finished reading one third. I slipped his note into the file. In contrast to my weary thoughts only a moment before, there came again that inner urge motivating me to continue my writing before the facts became worn out and lost their significance.

That same evening, Davis invited me to a farewell dinner for Dr. Ross, who was returning to America. Ever since Minister Denman had briefly mentioned Dr. Ross during my first meeting with him, the actual role of Ross had been an intriguing question to me. There were different, if not contradictory opinions about the man, which rendered his background all the fuzzier. It would be accurate to say that under the very ordinary facade of his day-to-day activities there lurked many formidably tricky schemes.

Even through the well-informed Davis, I could only gather very little information about Ross. A member of the Michigan State University Advisory Group, Dr. Ross had been tasked to teach political economy at the two schools of law, one at the University of Hue and the other at Saigon University. He spoke fluent Vietnamese, employing precise words. He entertained friendly relations with members of the Vietnamese intelligentsia, especially with student leaders. During the first couple of years in Vietnam, he had been a close and reliable advisor to President Ngo Dinh Diem. However, after disturbances caused by opposition forces, his role was questioned. This was particularly due to his close relations with various groups, many members among which were political rivals of the Diem regime. Not only the Central Intelligence Office – which reported directly to the President – but also many high-ranking Vietnamese government officials sensed that underhanded incitement had been committed by the Michigan State University Advisory Group, most notably due to their transparent connection to the rebellion of a number of Thuong villages.

One after another, members of the Group met with difficulties during their stay, and were subsequently deported by the Diem government. Dr. Ross himself had been detained by public security people for a while, then released. He had subsequently stayed away from Vietnam and only returned after the military coup in November of 1963 had toppled President Diem's regime. Presently, he appeared at many meetings of new influential groups. Well-informed people considered him a roving ambassador of Washington, wielding a lot of authority.

Dr. Ross was a close friend of General Thuyet, and earned great respect from the General. For this reason, upon Ross' request, the General did not hesitate to free the students who opposed the government and who adopted an anti-American stand. He was the only American whom this group of leftist students accepted as their ally. Ross also won a lot of warm feelings from Buddhists for his support and help throughout their struggle. Davis often teasingly called Ross "Passe-Partout" – one who can pass through any door, overcome any obstacle – if only by virtue of the fact that he was simultaneously considered an ally by two opposing sides, without suffering negative consequences of this circumstance.

It being dinner time, Van Canh Restaurant was full, all tables around the dance floor occupied. Dr. Ross had telephoned to make reservations early in the afternoon; as a result, one table with five chairs was available when we arrived. Music and conversation mixed, ballooning into a big noisy clatter. We were given special service not so much due to the number of people in our group, but because Davis knew the manager well. Rumor had it that the manager's name was officially used for operation of the restaurant, while in reality this establishment was yet another financial base of one of the generals. Its clientele included all kinds of people, of different nationalities and various age groups. It was a rendezvous where political affairs were discussed and schemed, where black market tricks were devised. Both revolution and treason could begin right here.

Dr. Ross commenced our discussion. Though he was returning to America the next day, and could leave everything behind, he could not help being concerned about the student unrest originating at the Medical College this morning. A kind of teach-in at the College had begun, focused upon a benign subject: it was time to restore the active role of the Vietnamese language in colleges and universities. The issue was not new, but it very much appealed to the crowd. Anger and resentment stemming from injured self-esteem found a free outlet for full expression. Students sharply criticized the dependency of Vietnamese universities on a foreign language for instruction. In their view, it was high time for Vietnamese universities to belong to Vietnam, the land for which the indispensable symbol was the Vietnamese language, a mysterious invincible source of emotion that made Vietnamese strong and secure against threats of assimilation and loss of identity.

Dr. Ross addressed all of us. "What do you think of Professor Hoang Thai Trung? Myself, I think he's truly a communist. There is very clear evidence of that fact, most of all from what happened this morning."

He referred to Professor Trung's presentation during the teach-in at the Medical College. The students' spontaneous demonstration immediately followed his talk, which, aside from its anti-government content, was colored with anti-American sentiment.

"Quite so," the Minister of Education agreed. "Just look at his published newspaper articles. The argument presented in them is no different from what you can read in books and newspapers from Hanoi. Many people who know him well agree with me."

"His writing itself is not worth being concerned about," Ross opined, "but its effect is palpable when thrown to the crowd directly." Ross spoke in French because Davis' Vietnamese was poor and everyone at the table spoke excellent French.

The Foreign Affairs Minister, a rival of Professor Trung, who was afraid of the professor's influence, refrained from expressing his own view. He was content with mentioning a known fact. "Professor Trung has a brother who is a high-ranking communist cadre in the north, still alive and well."

"Yes, that's true," Ross confirmed. "So, I have been told by people at the University of Hue, even by General Thuyet."

The Education Minister chimed in: "Even if one supposes Professor Trung is a nationalist, one is surprised to see that he holds forth with only one line of argument, disparaging America and smearing our nationalism. We haven't seen him use the same sharp and sarcastic expressions to criticize the communists. Even those close to him, who want to defend him, find themselves baffled on this point."

I laughed and reminded them that Professor Trung was a Catholic. Ross, displaying his good knowledge of the issue, said that some among the Catholic circle also rejected Professor Trung, considering him as non-Christian or even as one who betrayed his religion.

"It is precisely the Christian appearance that protects him and provides him with such a safe path to tread," Ross added.

There was no close connection between Professor Trung and I. But I felt something had to be said when the accused was not present to defend himself. "The younger generations, particularly students, regard Professor Trung a progressive Catholic element," I said.

The Education Minister again proved himself virulently anti-communist. "There is *nothing* that can defend Professor Trung's behavior, which only benefits the communists."

The Foreign Affairs Minister, of a sly nature, brightly smiled as he said to Ross in an ironic tone of voice, "Do you see that his ambiguous case represents a weak point in the democratic regime you Americans want to create in this country?"

Never uttering an accusation directly, always couching his thought in the language of diplomacy, the Foreign Affairs Minister obviously was trying to knock down Professor Trung like one beat on the head of a snake.

Ross turned to me, and in a conspiratorial tone of voice whispered that this present government might not last long, and that the Foreign Affairs Minister would then best serve as the Ambassador to the United States. At the present time, when the anti-war movement led by American intellectuals was becoming intense, an eloquent diplomat like him was needed. The current Ambassador was efficient, but too over-enthusiastic in his defense of America – to the extent that sometimes he made people like Ross blush.

"There is one popular trick the present Ambassador doesn't seem to know," Ross proclaimed. "One can go a long way with us Americans by adopting an anti-American attitude. If I very much appreciate your difficulties, I don't mind minor irritations arising from negative sentiments." In the past, Ross had apparently bluntly stated his mind on this subject to many Vietnamese.

The pre-ordered dishes, hot from the kitchen, were brought to our table. Ross declined wine, a cocktail or other hard liquor, preferring instead "33" beer, a little of which was enough to send a red color across his cheeks.

When he spoke again, Ross' voice was touched with humor. "The luggage I've packed for my return to America contains nothing but a few cases of this "33" beer," he said.

His big and hairy hand lifted a heavy beer mug. He gulped the amber liquid. White foam settled on one side of his moustache.

The Foreign Affairs Minister laughed and joined in the lighthearted mood. "Everything comes down to a matter of habit. I myself cannot stand American cigarettes. Whenever I go abroad, I have to carry along a couple of packs of blue Bastos made in Vietnam."

I gathered that that was the first and only thing American to which he could not adapt himself.

The conversation during mealtime followed that line of trifling chitchat. I eventually asked the Foreign Affairs Minister about the piece of news that General Thuyet might be replaced by someone else. He confirmed it and explained that the replacement could be the first step taken by the Saigon government in an attempt to regain centralized authority and power.

The reason Saigon had previously asked for the General's help in controlling the city of Hue was because he was originally from that area, being a member of the former royal family, and also a Buddhist – the attributes which made him an insider and might serve him well in dealing with the local population. Saigon judged that only General Thuyet had the guts to suppress the leftist student groups and the Buddhists in Hue. At the same time, it was Saigon's scheme to use the struggling Buddhists as an excuse to oust him in the event he failed in his task of suppressing them, which the central authority believed would be the case. A military commander forever obsessed by the role of hero, General Thuyet had accepted the suggestion that he be transferred to the I Corps. Following his transfer, the government's policy toward the highlands underwent major changes.

With regard to the students who were causing trouble in Hue, the Foreign Affairs Minister characterized them as an unruly bunch, and believed that the only way to restore law and order in that city was to draft them all into military service.

"Well, come to think of it," he said, "there's nothing General Thuyet is afraid to do. If anyone would dare adopt such a measure, he would."

The Education Minister was concerned about the same issue. "This is what I think," he offered. "After the Revolution of '63, the force of the youths has been like a torrent that bursts its banks and can't be stopped. There are no constructive activities into which they can channel the energy and characteristic enthusiasm of youth. Moreover, being young and inexperienced, they are vulnerable to outside influence, and undoubtedly have been incited by the communists. In my view, all the recent agitations and troubles result from these reasons. For their participant role in the overthrow of the Diem regime, they have credited themselves with revolutionary merit making, and have become impatient and arrogant. To stabilize the political atmosphere, we must find some way to keep them busy. You may have noticed that they hold demonstrations and teach-ins with zealousness only at the beginning of an academic year. At the end of the year, too busy preparing for final exams, they abandon all such activities. The responsibility of the government right now is to make them preoccupied with the social life within their schools and colleges. But the main obstacle to this is the lack of an adequate budget."

Dr. Ross nodded knowingly and said with enthusiasm, "The students themselves are advocating a movement to commit themselves to the service of the rural areas. We can make use of their own noble motivations."

The Education Minister was not finished with his laments. "Look," he said, "with allocations for education being only four percent of the national budget, I can't do anything better than I already am."

"Don't worry," Dr. Ross assured him, "AID funds can compensate for the shortfall. The main requirement is that innovations must originate from the Government of Vietnam itself."

The Foreign Affairs Minister quickly offered his advice. "Hold on," he said. "Whatever bears the trademark of the government can easily arouse biased suspicion. Youth activities will best take shape within their own circle. At least it should appear that way on the surface."

Dr. Ross was in full support of the Minister's view. "You are right, Minister," he agreed. "The psychological issue is a big obstacle. As regards the budgetary matter, I can find ways to send funds to them in the guise of aid from private American citizens. What the students are concerned about are ulterior political motives."

The Foreign Affairs Minister had a more optimistic assessment. "You people loudly revile corruption in the government. But hand out millions of piastres to those student leaders and see what happens. Sooner or later they will all burn themselves out, long since having forgotten political agendas."

That comment made Dr. Ross more enthusiastic.

"Education Minister, have you an idea to start with?" Ross asked. "I know a number of student leaders in Saigon, Dalat, and Hue. I can ask them to help you."

"Thank you. There are many details that need to be discussed and tackled. I am sure I will have to meet with you many more times."

"I am going back to America for three months to enjoy my summer vacation. But I can be back here at any time, if necessary. When you need something, please just let me know. I will do my best to assist you."

In spite of Ross' assurance, the Education Minister was still full of doubt. "It's possible to do what you suggest in Saigon. But so far as other areas are concerned, my authority is limited because of the regional generals."

"It can be done; don't you worry," Ross confirmed. "I am very close to many generals. I know you are concerned about the Hue area. But I think the real difficulty lies in Saigon. I guarantee your success in Hue."

The increasing volume of noise from conversation and laughter at the surrounding tables made it impossible for us to continue the discussion. Soon, the evening's entertainment began. The lights went out amidst rounds of excited applause. Into a spotlight lithely walked a young woman wrapped in a gown of intense red. Very slowly, naturally, elegantly, each part of her body was freed of its covering, revealing in her pose an image suggestive of a lotus bud. The perfect beauty of a statue drew frenzied, hot desirous stares from the men. The blossom unfolded in the pool of red about its stem. Her skillful style in executing each gesture strongly aroused the audience. Loud rock music in the background gave rhythm to the movement of a naked provocative body, teasingly whirling around, now flailing the loose red gown as if burning flame leaping from a fire. The scene was accentuated by noisy foot stamping and banging of hands on tables by a number of soldiers. Perhaps these men had just returned from some battlefield, feeling alive once more after moments facing death. Only women and sexual desire could pull them back into life.

CHAPTER XIII

Saigon's atmosphere was riddled with electricity, seemingly poised for a coup d'état. In anticipation of trouble, the government decided to do away with all celebration ceremonies on National Day. The ruling power also strictly banned troop movements from one area to another, and ordered all commanders to stay put wherever they were stationed. These adjustments suggested that the focus was on General Thuyet in the Danang-Hue area, a man who had a number of combat units – airborne divisions, marines – ready to follow his bidding. As for General Tri in II Corps, the official orders robbed him of an opportunity to lead a parade along Saigon streets, with himself riding an elephant followed by Thuong soldiers wielding machetes and colorfully dressed in their traditional outfits. In the midst of such tense and heated atmospherics, the controversial tragedy of Dakto, with almost six hundred innocent people killed, lost its significance, except for those directly connected with it, among whom was General Thuyet.

In fact, the writer-advisor to the General looked me up when he came to Saigon. He told me the General was very concerned about recent developments in the Central Highlands, that he was indignant and angry with regard to secret manipulations behind the scenes. The General still saw himself responsible for the Thuong peoples, peoples who had pledged loyalty to him, and although he was posted away from them, he wanted to continue attending to their welfare.

"The General likes your writing very much," said the writer. "If only you could move to Hue, start a paper there, and bring together some other brother journalists."

I was reminded of Professor Trung's suggestion that I go to Hue and revive a certain newspaper, the ultimate purpose of this paper being far different from what the General had in mind. If Như Nguyện and I decided to move to Hue, it would certainly not be because of my promise to revive or create either paper. Rather, the move would signal my final departure from journalism in hopes of resuming my painting.

"Excuse me," the writer said, abruptly changing the subject, "have you seen superior monk Pháp Viên again recently? If possible, would you arrange for the two of us to meet with him? It would be more convenient if you were present. I am sure you know I came to Saigon this time as the General's envoy."

He informed me that even though the Buddhist resistance movement had been suppressed, its spirit still smoldered in the Buddhist population. It was as if General Thuyet were sitting on a basin of burning charcoal, deceptively covered with layers of ash. The General could not once and for all settle the trouble without the collaborating support of the superior monk. It was obvious, then, that the writer's mission was none other than to secure the spiritual support required by the General.

"But what will the General say to explain his harsh treatment of the Master's disciples?" I asked.

After a moment of reflection, the writer gave his reply slowly, carefully, and in sufficient detail as to be sure there could be no misunderstanding. "We must admit that this time the Buddhists went too far. The General was in an awkward position, as he could not go against policies established in Saigon. When you think about it, it must be clear that without the General's concessions, the struggle could not have remained active for so long as it has. Moreover, the Master must have realized that the counteraction schemes did not come from the General or those under the General's authority. These schemes were the work of the colonel commanding the Military Security Service, the counterintelligence arm of the ARVN which reports directly to the Office of the Presidency. In fact, the major component of the counteraction forces was the Police Field Force unit, which is directly under the command of the National Police Directorate."

It was my understanding that a person of many principles like monk Pháp Viên was hardly inclined to accept a compromise, even one proposed by General Thuyet. The only hope remaining to the General was that when the struggle failed, the monk would again become flexible enough to adapt to the new situation. During the last few days of his hunger strike, when he grew very weak, the monk seemed to have seen things more clearly and became quite aware of the exhaustion felt by the Buddhist public. They still revered him, but at the same time were too tired to continue with the struggle wholeheartedly. They could only muster enough energy to come and prostrate to him as to a living Buddha, praying that he would live and hence would not abandon them. The situation was so hopeless that a few people even considered monk Pháp Viên cruel, in that he could abandon Buddhist followers but would never give up the aim of the Buddhist struggle.

I was brought back from my pondering to the present by a sudden question from the writer. "Excuse me," he said, "what do you have in mind by considering work in Hue with Mr. Trung? There is plenty of evidence showing that he has communication with the communists. The General has the evidence in hand."

He did not tell me anything sensational, like a new discovery. I had heard the same thing from the Foreign Affairs Minister and also from Dr. Ross. I still had faith in my relations with Mr. Trung, and did not think there was anything to re-consider with regard to this matter. Anyway, my planned move to Hue was for quite a different purpose.

I explained this to the writer. "If I wanted to continue my job as a journalist, I would not have to take the effort to go all the way up to Hue; I can do it well enough right here. My girlfriend praises Hue without reservation, and I myself also want to live there. To me, quietude is a necessary ingredient for a proper atmosphere in which to return to painting."

The writer gave me a strange look. His voice humorous, he said, "A quiet Vỹ Dạ village is there, to be sure, but it's not certain you can be at peace living and painting beside such a well-known person as her."

Though Như Nguyện spent little time in Hue, it was exactly as the writer said: the whole city was aware of her notoriety. As always, I felt uncomfortable when someone mentioned her, and thought that the harsh public opinion in a way had drawn me closer to her. As though sensing my discomfiture, the writer turned to another subject. He related to me events associated with the recent awarding of literary prizes performed in Hue.

"The good will of the government was there, to be sure," he said, "but care should be taken to consider the real talent of writers. A million piastres' worth of prizes should not have been given to the authors of a bunch of anti-communist propaganda writings of no literary value. In my opinion, before we talk about the content and purpose of a piece of writing, we should be mindful that the vehicle which carries it must be worthy of attention. I am talking about the art of creating literature."

"As it appears now, to satisfy both requirements at the same time is beyond the capability of an artist."

Apparently not sensing the sarcasm in my statement, the writer continued in his serious tone of voice. "You know, there are numerous materials out there ready for use in the creation of great works of literature. They are not exclusively related to the situation in Vietnam; rather, they encompass the future tragedy of humankind. Many times, I have asked myself whether Vietnamese creative powers, corresponding to our short stature and small bones, are inadequate for the production of great works."

"The tragedy of Europe," I suggested, "brought humankind great works of literature only after several years had elapsed following the Second World War."

As though he had just been shown a way out, the writer seized the moment to elaborate on his belief. "I hope this is so here, too," he concurred. "We need time for things to settle down. A writer cannot create when he's caught up in social upheavals like those at present."

Conversations with the writer never failed to open up distant and immense horizons. One had to admit that at his age, his voice still retained much power of attraction, even to the younger generation. He next invited me to partake of a meal with himself and another close advisor to General Thuyet, the law professor who was a member of the Committee for Postwar Economic Development, a US-sponsored agency. I had to decline the invitation, as I already had previous arrangements with Như Nguyện. I promised him, as requested, that, if the government allows me access to Master Pháp Viên, I would try my best to arrange for a meeting with the monk.

In no time at all after this conversation with the writer-advisor, there came news from the city of Hue that General Thuyet had heavy-handedly dealt with protesting students and Buddhists, while in Saigon monk Pháp Viên had had to submit himself to government protection, a euphemism for house arrest. By myself, I visited the Master in his prevailing circumstances, and succeeded in writing up a five thousand-word interview with him, which the editor-in-chief considered an extraordinary feat for a non-professional journalist like myself. Unlike what he had conveyed to the foreign press, this was the first time the reserved monk agreed to openly express his attitude toward communism. He showed himself a revolutionary fighter having strong reasons to believe in inevitable victory for his Buddhist struggle. Nonetheless, he thought the struggle would go on for a long time because, up in Hue, it was not supported by any military forces that could stage a coup to change the situation, as might be the case in Saigon.

Indeed, what the Buddhist movement hoped for had not materialized, and excessiveness in the struggle had led to, so to speak, a confused front and an exhausted rear. Saigon was still calm except for scattered demonstrations by women and children, one leading to the next, which were experienced by them as little more than big games. In addition, there were signs of internal division within the Buddhist organization.

I agreed to give Davis priority in utilization of the interview report. It was the only way I could be sure that the written words would remain intact, for, with Davis, there would be no necessity of going through censorship by the Vietnamese Information Bureau, which would surely cut and delete the text beyond recognition. Davis asked me to check the translated version before he sent it directly to the U.S. through the teletype machine.

It was a Friday afternoon in Saigon, or morning in Washington, D.C., where it was too early for anyone – except perhaps those who chose journalism as their career – to get up and begin any serious work. We sat and smoked in Davis' office, inattentively gazing at paintings on the wall and waiting for the machine to swallow up the rest of the tape containing news items that had to be dispatched. The black teletype machine, with a dimly lit dot of light, lay quietly at work, its sound reverberating like waves splashing against a windless shore. Near a window, by the warm intrusion of light, the teletypist punched out the last lines of the interview on a roll of paper spilling down onto the floor. Looking through a glass door and over the terrace beyond, I noted on the other side of the street that the Caravelle Hotel was brightly lit, even though Tu Do Street was emptied of foreign visitors, most probably because of the present insecure condition of Saigon.

The phone rang. Information came in about the progress of an ongoing Buddhist demonstration. I took leave of Davis and hurriedly rushed to the streets below, finding myself among confused traffic that ran helter-skelter. Restaurants were closed. Pedestrians were in a panic. From one end of Le Loi Street, beginning at Fountain Circle in front of City Hall, all the way down to Quach Thi Trang Square in front of the central Bến Thành Market were seen dozens of big trucks and armored personnel carriers filled with troops fully equipped with weapons and wearing metal helmets. Alongside them were fire engines equipped with water cannons, police jeeps, and also jeeps marked with painted white stars belonging to the American military police. The atmosphere was stifling, filled with the threat of suppressive engagement, recalling the heated environment surrounding the student demonstrations against the dictatorial Diem regime in August of '63.

The demonstrating group consisted of no more than a hundred women and children, barefooted, their clothes soaking wet, holding bricks and stones and sticks. Some among them were in possession of nylon bags to protect themselves against tear gas. Seemingly fearless, together they marched. Their shouts echoed through the streets. Bulky banners displayed complaints and demands. Pulsated with echoing shouts and cheers, a whole section of the city turned into an arena where every impulse was given free rein. A great number of press correspondents, as well as curious people, formed a tight human belt around the demonstrators. This wave of humanity was stopped at an intersection, at which point there began a rain of bricks and stones hurling at the police, all of whom ran away without responding in kind.

The growing crowd again moved forward, triumphant, feeling fermented in confrontation. The wind stretched the banners and whipped them every which way, making the slim bodies holding them slightly swayed, staggered. There suddenly appeared before the surging body a target in the form of an unattended jeep painted with white stars. A group of children demonstrators rushed for it. So many weak arms together were powerful enough to eventually turn the vehicle on its side, its gas tank bursting into flames. The hot flames shot up in the midst of reddened eyes and shouts and screams.

From afar, the urgent warning sound of a siren came closer, bringing up behind it truckloads of soldiers equipped with shields, tear gas canisters, and bulky gas masks. Tear gas canisters were thrown into the crowd, creating empty spots among the aggregation. Several American correspondents, hanging on to their cameras, staggered as if drunk. A child, sneaking through a gap between the soldier's legs, got hold of a tear gas canister and was about to hurl it toward a fire engine, but made a misstep and fell down. The crowd was pushed by police into adjacent alleys. Fire hoses splashed water onto the burning jeep.

Across the large breadth of street there remained only the soldiers, a few news correspondents with swollen red eyes, and a confusion of trash, bricks and stones. But again, there echoed in the distance the sound of a siren: the demonstrators seemed to have re-gathered in another section of the city. A hundred children fighters were strong enough to create disorder all over the city. This was another new face of the war, one which might be too new for Davis' comprehension. In all the streets the demonstration had passed through, big garbage piles burned high, while up above reverberated the deafening noise of jet aircraft flying low.

I stopped by the general hospital for some first aid to my teary and sore eyes, and there ran into Davis. He had also witnessed the demonstration and in the melee got his forehead nicked by a stone. His eyes were swollen and red. Davis asked me to help him get access to a telephone so he could call his paper's office. When leaving the telephone room, he appeared really tired. I suddenly realized clearly that Davis was not in the same league with other foreign journalists. They were a rather large group, most of whom were young, impatient, and disposed to action, who lived rich comfortable lives in a Saigon that bore few concrete signs of the war. Their particular zeal was absent in Davis, who lived privately and quietly. His American friends and acquaintances compared him to a bamboo stalk standing alone, away from the clump. Two flights of steps led us to a nice room. Davis dropped his whole weight on the couch, turned and talked to me in a sad voice.

"What more do you think the Americans must do here?" he asked.

Not waiting for my reply, he continued, his voice weary. "The Americans may shed their blood in the highlands and in muddy rice fields to defeat the communists and achieve great victories. But they have their hands tied experiencing one defeat after another in the cities. It would seem that it takes only a small number of women and a group of unarmed teenagers to numb all fire power, topple a government, and cause trouble even for the U.S."

"It seems your sole concern is about the Americans' victory or defeat," I observed. "Obviously, to the Vietnamese people, that's not the issue. They don't want to see Vietnam as a battlefield, and at this point they agonize over the question of what they must do to insure the survival and future of their country."

Still in the same bitter tone of voice, Davis continued voicing his thoughts. "I am thinking of those American soldiers who must remain in the jungle, participate in battles where they must kill or be killed, of those who have been injured, of those who have witnessed the fall of their comrades. What would they think and feel were they to set foot in the city only to be stoned, to see with their own eyes slogans and banners asking them to return to their own country?"

I could not help but smile at his words. I wanted to tell him that though he had lived here for a decade, he still did not understand the Vietnamese any better than when he had arrived.

"I have heard a few Americans angrily say that we Vietnamese are ungrateful," I replied. "You Americans cannot see anything beyond equating the anti-American sentiments generated by the impact of your Army upon Vietnam with opposition to America itself, its larger agenda -- but that is not the real issue. To an intellectual Vietnamese like myself, this war, in and of itself, carries the whole weight of being an international problem, an adventurous experiment full of danger, for which the solution cannot depend purely on fire power. The major impasse lies in the ideological dogmatism long ago developed by both sides. It's time both become conscious of the fact that war destroys everything, including the dreams of a people, their future. So, both sides must try to wake up and find a way out of the deadlock.

"As for that group of women and children, they represent our desperation, our exhaustion after twenty years of conflict. They will keep on demanding one thing and another, demanding anything but the devastation of war and the finality of death. They urge one another to get into the streets, to shout and to fight, to struggle with all their desperate energy. You must understand what that force indicates. There is a great Vietnamese writer who calls these women and children fragments of bombs, shell casings, shards scattered upon battlefields, spent, forgotten, inanimate. Given this state of being, the question of gratitude or ingratitude is irrelevant, don't you think?"

Davis was silent with his thoughts. He seemed genuinely concerned with the complexity of the issue.

"It's not true that all Vietnamese condemn or denounce America," I continued. "But the imprint of foreigners on their homeland, growing more and more pronounced as the days go by, gives them pain in their hearts. To them, each Viet Cong being killed means the death of another Vietnamese. Some people insist that this is an invasion by the North, but essentially it is a civil war, an internecine war. For enlightened Vietnamese, it's not a matter of choice between the two sides, but a matter of finding an acceptable solution."

Confounded by the perplexity of the problem, Davis shrugged his shoulders. He walked toward the window. "I have been considered an expert on Vietnam, but really, at this point, I don't seem to understand anything."

We both felt weary. Whatever subject we broached seemed to promise no positive future. As he turned to the desk by the window, Davis called out to me, his voice pleasantly surprised.

"Lo! You still keep this photo?" he exclaimed. "It's one I took three years ago."

I shook my head and reminded him that we were in the office of a friend of mine who worked in the hospital. This friend had been a faithful Buddhist, a person zealously participating in the Buddhist struggle in 1963. But after that, he returned to the life of a genuine student, and did not have much regard for monks of the present day.

Gazing at the photo, Davis declared that it had been the first and only time he had agreed to witness a pre-arranged suicide. I promptly observed that there seemed to be some misconception on the part of Western journalists when they called self-immolation suicide, which was not at all what it meant in Buddhist philosophy.

Davis conceded this. "I have been told that much – early this year after my recent book was published in America. I received a letter from Giác Nghiệp, a young Vietnamese Buddhist monk and an excellent disciple of Master Pháp Viên, who had studied at Yale University. He objected to the term suicide used in my description of a monk's self-immolation. According to monk Giác Nghiệp, self-immolation is not the same as suicide, much less an expression of an attitude of denouncement and opposition. Suicide is the cowardly act of running away from a dilemma whereas self-immolation requires a conscious decision to confront it with courage. Moreover, from the Buddhist point of view, life is not confined to the existence of the physical body. To tell the truth, I can't in any way understand and accept these kinds of arguments, which are both new and alien to me. I am a Christian. Though I don't go to church often, I have a deep faith in the religion. To me, faith is your pure beliefs; there can be no room in it for human attempts to explain the will of God."

Throughout his many years of living in Vietnam, Davis was highly credited for his knowledge of Asian affairs, but he achieved fame during the Buddhist struggle under the Diem regime. It was also during that time that he earned a Pulitzer Prize for journalism.

His eyes distant in recollection, Davis confided in me. "You know, a month before the actual event, I had heard rumors about a plan for self-immolation of two monks who fought for five Buddhist aspirations; but then it slipped my mind. Suddenly, one morning, I received a special phone call from the young monk Giác Nghiệp telling me what was about to happen. This privileged information was such a great honor for a journalist, and naturally I became well-known as a result of that. The photos I took of the event appeared in newspapers all over the world and evoked a tremendous emotional response. It was also because of those photos that the American press collectively criticized the anti-Buddhist policies of President Diem, while Buddhist nations in anger protested against the U.S. China distributed all over Asia, Africa, and Latin America millions of copies of the photos to propagandize what the Chinese dubbed a self-immolation act to oppose American imperialism. As for me, to tell you the truth, after that instance of glory, my conscience became haunted with remorse. Subsequently, I was again informed beforehand of other self-immolation events, but I chose to absent myself. That surprised many people, especially my colleagues, but in this situation, I had no choice."

Greenish-brown eyes focused deep in memory, the voice of Davis alone touched the quiet night. "I have not forgotten the image that moved me to tears: that of a monk with a facial expression of gentle loving-kindness, a monk who looked like a living Buddha, sitting not on a Buddha's dais, but in the lap of a fierce red flame that enveloped his entire body. His face contracted because of the intense heat, but it was a marvel that he sat calmly, motionless in the glowing flame, while around him people wept uncontrollably and screamed hysterically."

It was past midnight. The silence around us was unusual, eerie – a paucity of traffic noise, absence of the sound of artillery, no thunder of a distant air strike. The office phone rang loudly, startling us. On the other end of the line, a police doctor said that a group of demonstrators, in defiance of the curfew, was marching toward the national radio station, and that the army had been given orders to disperse them. We could not tell from this what would transpire, but we thought we ought to be there nonetheless. This would be another sleepless night for us both, which marked the beginning of another week sure to be filled with bricks and stones, tear gas canisters, a multitude of tears.

CHAPTER XIV

BBC broadcast the news that a quiet bloodless military overhaul, approaching a purge, had occurred in Saigon, led by General Thuyet, who had come down from I Corps for that purpose. Immediately after the conclusion of the act, the purpose of which was to remove some old generals, General Thuyet, accompanied by several Young Turks, paid a visit to the American Embassy to explain the reasons for the event, reasons he referred to as internal corrections aimed at restoring strength and power to the army. In truth, the generals involved in this internal correction affair, after their united efforts to suppress the resistance activities of the Buddhists, had shown signs of incipient rivalry and potential fractionation. Saigon displayed its ordinary appearance, this time without pocket demonstrations staged by women and children. During the evening of the same day, General Thuyet gave an excellent speech on national radio, addressing his hope that the dawn of a Nasser-type social revolution had shown its face.

Following in the General's wake, the writer-advisor hurriedly came to Saigon. Upon meeting with me again, he attempted to explain the dilemma faced by the General which had forced him to use drastic measures against the student and Buddhist resistance in Hue.

As regards the superior monk Pháp Viên, perhaps having realized that the struggle could not continue after his death, he terminated his hopeless hunger strike which had been prolonged for many days. Upon return to his pagoda, he was no more than a skeleton, his heart heavy with bitter experience from a period of intense struggle. This was the first time since the so-called "'63 Revolution" that a prevailing government had succeeded in overpowering the Buddhists. Another occurrence which the Master had not expected was the formation of a clear division among his followers in the final stage of the resistance.

And then there was the lack of impartiality – or rather, too much pragmatism – on the part of the American Embassy. With regard to the reality of this issue, the American Embassy was keenly aware that the Buddhist resistance was a determining factor in the success of the '63 Revolution that toppled President Diem. Its leader, monk Pháp Viên, had been hailed by the American press as a person who touched the American heart, but after that successful coup d'état, realizing that the Buddhist movement was excessive and hence an unsuitable vehicle for American policy in Vietnam, the American Embassy did not extend any support, while the Buddhists had been led to believe it would provide assistance. Naturally, monk Pháp Viên became very disappointed with the Americans. Since his return to the pagoda, he had withdrawn from the limelight and refused all contact with the outside, especially with the press.

The morning after the military overhaul, a press conference, chaired by General Thuyet, was held by the Council of Generals drawn from the Joint General Staff, the supreme command of the South Vietnamese Army, Marines, Air Force, and Navy. Nothing new was added that had not been said in the General's speech on the radio the night before. At the end of this official public appearance of the generals, I chanced to meet General Tri again. Courteously, I congratulated him on his promotion. The General smiled half-heartedly and displayed no trace of joy. Maybe he understood that gaining another star was also a sign of old age, which signaled to younger generals that they could retire him. He no longer wore the imperious arrogant air he had displayed in the highlands, but instead seemed inclined to court the press. General Tri mentioned my series of investigative articles on Dakto printed in the paper, some of which he had read in full.

"I followed that series," he said. "The first impression I have is that you want to place the whole burden of responsibility for the tragedy on our side. As a military man of honor, I never deny due responsibility. But, truly, in this case, we did our best to help them re-locate, and as to what happened afterwards, we had no control over it."

I explained to the General that the series of articles actually had not been completely written, that my only desire was to simply expose facts, and that it would require a book to cover interpretation and critical analysis of those facts. I was still hoping to write such a book.

"We can only understand the tragedy in the larger context of the future of the Central Highlands," I added.

He did not seem to catch on to what I had said, so I did not go further into it. From the professional habit of not letting go of opportunities for information gathering, I asked the General about the story of the Green Belt, the strategic defensive belt of SFOBs created by American Special Forces and strung across South Vietnam, Laos, northern Thailand, and into northern Burma.

"I've heard about that secondhand," he replied. "Personally, I don't know how true the thesis is. Politics, by nature, is dubious, and often goes beyond observable facts. In my opinion, leadership in the Central Highlands should now be a political role, not a military one, but I myself am a purely military person, so I cannot fulfill this new role. For that reason, I have already sent the central government a petition explaining my concern."

I asked General Tri what he thought about the possibility of General Thuyet returning to the highlands and of his new influence in the central government.

"I have also thought about such a possibility," answered General Tri. "However, I've heard many voices of protest against it, including that of the Americans. This is for your ears only: the central government does not much cherish his obstinacy. But there is one thing about him all must recognize and respect, and that is he is very firm and upright. I personally will always prefer a comrade-in-arms like General Thuyet."

I repeated to General Tri the observation made by Minister Denman that the American military circle, and even the American Embassy, quite agreed with the appointment of General Tri to replace General Thuyet, and that as a result, the American press subsequently seemed less inclined to criticize the Vietnamese government.

"But it is precisely because of this replacement," the General said wearily, "that I am caught in the middle between many opposing sides. The highlands problem is still there. How can we tell for how long the area can be pacified and when the latent explosives lying about will erupt? Because of many conflicting interests, until now, there has not appeared satisfactory solutions to the problems endemic to the Central Highlands."

Not wanting to specifically mention the Captain from Bui Chu who had guided me to the scene of the massacre, I attributed to public opinion the Captain's argument that the Vietnamese government had made a mistake in entrusting to the Americans full authority to distribute aid to the Thuong refugees. General Tri did not respond heatedly, as might have been expected. He gently justified his position.

"I am well aware of the controversy," he began, "and I am not blind to the one truth about the Thuong people: they obey and feel grateful only to those who put food into their mouths. The Americans know this as well, and they utilize the circumstance when they attempt to monopolize the effort to win the hearts and minds of the Thuong. General Thuyet was not successful with the policy of having aid handled by the Vietnamese authorities; it clearly did not work well, and the problem of aid distribution became more and more difficult. As of now, the compromise is to entrust the relief operation to Minister Denman – and his wife, of course. As an almost Vietnamized American, the Minister has won goodwill and respect from a majority of the Thuong population, and as a result it can be seen that everything is proceeding with care and quite satisfactorily."

I smiled at the idea of Vietnamization being applied to the Minister. Aside from changes that could be observed on the outside, his pragmatic way of thinking still bore the essential mark of an American personality. The image of a blue-eyed and red-bearded clergyman energetically preaching about the existence of God and about hopes for happiness in an afterlife in front of a large flock of believers, humble and poverty-stricken, transported me back through the last few centuries of human civilization. The events of those times revealed a ruthlessness unpleasant to think about, but one had to admit that the milieu was full of seduction and excitement for adventurous souls like Tacelosky and the American Special Forces soldiers.

General Tri inquired about the journalist Davis. "I was surprised to meet such a polite and modest American journalist like him," he commented. "The Dakto massacre must have made him very sad."

"Davis cried upon hearing the terrible news… Incidentally, I wonder what General Casey, who replaces General Hunting at An Khe, thinks about the highlands' situation."

"General Casey has suggested a joint investigation of overall security conditions, but I don't think this will go anywhere, because, aside from commanding the 1st Air Cavalry Division, this general has no authority whatsoever over American Special Forces camps. The irony is that the acting American 'Consul to the highlands' is not General Casey, but Tacelosky, who is a perverse colonialist. It is this same Tacelosky who has corrupted many good American friends upon their arrival in the Central Highlands. In truth, he is afraid only of General Thuyet."

It would seem that the necessity of having a hero for the highlands was imperative. However, if, as General Tri said, the general controlling the highlands had to assume a political role, there was no certainty this would suit General Thuyet's capabilities, unless he received constant advice from his writer-advisor, and the law professor he was close to who was involved with the Committee for Postwar Economic Development.

A bell rang for a meeting of some sort. I left General Tri with his insistent and awkward preoccupation. Exiting the Joint General Staff compound, I noticed on the flagpole in the parade grounds the fluttering standard of General Thuyet, who would soon return to I Corps after having accomplished his special mission in Saigon. A sulfur light beat through dark clouds patch-worked across an oppressive sky, a light which caused a headache in all those, like myself, without protection of a hat.

Back at my paper's office, I was told that Kux, a German professor from Berlin University, had just returned from Hue and wanted to see me. Kux had been stuck up there for many days because of the uninterrupted Buddhist struggle. He appeared clearly tired due to the rigors of this trip. Kux was a very close friend of Davis'. He was writing a book entitled *The Road to Asia*, which was a research work on Buddhism and communism in Asia. His trip to Vietnam was for the purpose of this research. Introduced by Davis, who was off in Thailand, Kux had looked me up at my paper's offices and asked for my guidance. I had spent a busy week taking him around to visit various places and the leaders of major religious bodies. I was too preoccupied with work in my office to leave Saigon, so Kux had had to organize his subsequent solo trips on his own, among them the one to Hue.

Toward midnight tonight, Kux was to leave for Tokyo.

In the afternoon, I took him to the outskirts of Saigon, where I expressed regrets that he had not been able to spend a period in the countryside, as, in truth, the war inflicted significant damage only there.

"Collateral damage is inherent to every war. I had such experience in Germany," Kux said.

I asked Kux what he thought of Buddhism in Vietnam, especially after his visit to Hue.

"I feel that a number of Buddhist leaders were mistaken when they conceived their powerbase in the image of a brigade of holy war fighters," he reflected. "To me, Asians are by nature moderate and tolerant, more or less influenced by Taoism. In consequence, they cannot become extremists like believers of Islam or of some other religions – which is a fact that has been proven by history. Just as many people thought, the forces opposing communism do not lie only in the Christianity which came from the Western world. I am thinking about a kind of spirituality that is deep-rooted in the social life of the multitude, which has a determinative influence on future conditions in Asia. South Vietnam, at present, is not simply a test battlefield where nationalism and communism clash, it is also a challenging experimental ground for the Buddhists to reckon their real strength: I am talking about engaged Buddhism."

On our way to the outskirts of Saigon, we found a greater presence of the police and the army in the streets, and at several public offices. This was no doubt in the aftermath of the workshop and subsequent riotous demonstration targeting the national radio station, which had occurred this morning – both initiated by the General Association of Students. Leaving the city behind, our car ran very smoothly along the highway. Kux asked about the construction projects we passed by.

"They are the recent implementation of projects drafted in President Diem's time," I answered. "Not to mention the mistakes committed by his regime, we have to admit that President Diem was a very far-sighted person. That's something we cannot say of the present leadership."

Kux expressed surprise. "You are the first person I have met here who mentions President Diem in a tone of respect."

"No, that's not quite correct. In the last years of his presidency, I took a stand against him. However, as friends or foes who loved or hated him, everyone, including the Americans, have to bow in reverence for a few of his personal human qualities. Those supporting the '63 Revolution deny everything good about President Diem, but I believe that history will judge him more fairly than it has during the first few years after his fall."

Kux laughed and asked if I was not afraid of being labeled as anti-revolutionary.

I remained calm. "Everyone realizes that the collapse of his regime was inevitable, and I myself think his death was necessary to avoid a chain of disturbing events. But it's still too early now to accuse or defend whatever has only recently happened."

On our way back, Kux invited me to join him for dinner at the Caravelle Hotel where he stayed. We both did not have the time to go elsewhere to a Vietnamese restaurant. The Caravelle was an ultramodern hotel serving as the headquarters for the crowd of international press correspondents. There could be no more extreme elegance than that of its lobby. A world of ostentation and diaphanousness: from the high up clusters of delicate yellow lights gently spread the lumen of luxury, down over marble slabs to the carpets tread upon below. A space of cold contradictions.

"When I first arrived in Saigon," Kux said, "I was overwhelmed with many impressions. For one, Saigon suggests the image of a Russian princess after the proletarian revolution, who had to wander all the way to Paris where she attempted to live in a haughty noble fashion to mask her reduced circumstances. I am sure the American dollar enlarged and improved the whole city in a flash. But all the new features are still fresh, having yet not a personality."

From the tenth floor of the hotel, Saigon appeared fragmented, a matrix of slots dotted with light. Silhouettes of ships were seen lying tired, puffing up smoke, waiting for the next deposit of cargo before leaving port. The evening sky was heavy with dark shadow movements. In the direction of Tan Son Nhat Airport, once in a while, flares were shot into the air, shining on columns of white smoke. From here, that much only of the war could be seen.

Kux wondered about my appearing to be deep in thought. My feelings at this moment were really confused, and I told him so.

"Let me see how I can explain this to you," I said. "Perhaps I want to tell you that when you extend your vision beyond and away from these high-rise buildings around you, you see that down below, there is nothing but the poverty and cramped living conditions of the common people. All four thousand Vietnamese villages are like that. The effects of the American dollar do not reach far."

Kux smiled a knowing half-smile. "Isn't that the way American aid always goes? It never reaches far."

Through tinted glass panes, the electric lights turned the leaves of the trees along the boulevards a reddish color. I imagined that at this time of night street walkers were waiting under the trees to solicit clients. From the airport, Phantom jets took off, throwing behind them sparks of fire and thundering sound. Their echo rattled the glass windows. Then silence reigned, only to be broken by Kux.

"Triet," he called my attention, "at noon today, on my way in from the airport, I stopped by a steam bath, its name being something like Bao An. The establishment is elegant, and best of all, it's not a brothel in disguise. I stepped into a room that was so hot and steamy that everything was blurred. Listening to voices, I knew only men were present, most of them Americans. All of us were naked, but the steam was so thick I could not see anything further than half a meter from me. Suddenly the big form of an American loomed before me. 'How long have you been here? From what state?' he asked. I told him I am not American, but a German journalist. 'Then you must really be a happy person, as you have no obligations here,' He observed. Surprised, I asked him what he meant. As he rubbed a towel against his body, the man answered vaguely: 'Because I am a pilot, day-in day-out carrying bombs to drop everywhere and anywhere, including north of the demilitarized zone.' His voice was truly weary and insensate. After those few words, he turned around and soon merged into a cluster of other Americans."

It was a bare story, with feelings sunk below the surface.

In the same dry tone, Kux continued. "He and I did not see each other's face clearly. We won't recognize each other if we meet again on the street. The encounter was rather curious, and it makes me think. I wonder about American pilots like him who drop bombs every day, fighting with no apparent conviction like that. What will they think when they have to fly and drop bombs over North Vietnam, or when they are shot down? When that happens, does President Johnson or does Christ take responsibility for their deaths?"

If only Kux had encountered American Special Forces soldiers, I thought. In his eyes, American soldiers were all sadly engaged in the Vietnam war, with bewildered and lost feelings.

Như Nguyện traced me by telephone and said that she and two friends were waiting for me at my newspaper's offices. Kux and I took an elevator down to his room on the fifth floor where I bid goodbye and stated my regret that I could not see him off as promised, even though his departure point, the Pan Am office and airport limousine service, was near the hotel.

CHAPTER XV

t was a day of calamity and grief for the American Special Forces in Asia. During the same day, two Air America planes were downed: one in the northeast of Laos on the Plain of Jars in Xieng Khouang, with a group of fourteen Special Forces soldiers onboard, all considered missing in action; the other, a STOL, a Short Take-Off and Landing plane, was shot down in northern Burma, probably by anti-aircraft ground fire. As a result of the second incident, heated tension erupted between Rangoon and the White House. The Burmese government strongly condemned American clandestine air missions aimed at providing aid and support to separatist ethnic minorities who took refuge in the deep jungle of northern Burma. Once again, the U.S. was caught in an embarrassing position, and did not know how best to deal with the matter. To satisfy Rangoon's demand for a public apology was something that the American Department of State could easily do, but such action would be tantamount to an official acknowledgement of Washington's plotting to overthrow the legitimate government of Burma, and the consequences of such an admission on the diplomatic front were imponderable.

This piece of news about the Air America disaster was a very small item lost among all the reports of many national events. But to a journalist of my inclination, it was valuable as a meaningful confirmation of the story of the Green Belt, a strategic defensive belt of territory designed to keep the mainland Chinese out of Southeast Asia. Gradually, I came to have a fairly accurate view of the importance of events in the highlands in the larger context of international relations. With that understanding, I believed I would be able to avoid excited and emotional responses when venturing into a search for the significance of new events.

The war caused bloodshed in the highlands, burned a swath across the countryside, and led to disturbing demonstrations all over the city of Saigon. But if one was a member of *la Haute Société*, the upper echelon of society, one would still be able to find quiet places to relax. After having slept-in the whole morning, Davis arranged to meet me for lunch at the Cercle Sportif. Though I did not belong to the bourgeois class who patronized this sports facility, I still came here now and then because of the need to establish and maintain contacts essential to my job. The water in the club's swimming pool was clear and blue as ever, and its grounds were blessed with cool shadows cast by tall trees. At this time of day, few Vietnamese were around. The sun was very hot and bright, and no breeze was felt. Even so, a few scantily clad young women were sunbathing, their skin tanned to a dark shade of bronze. Davis and I chose a table near the edge of the pool. Occasionally, we had to close our eyes against blobs of sunlight reflecting from the rippling surface of the water.

A sexy young woman stepped out of the pool, followed by a hairy-chested American man. Davis recognized Tacelosky before I did, but coolly showed no sign of recognition.

"That guy Tacelosky is a curious specimen," Davis said to me in a low voice. "This is not only because whenever and wherever you meet him, you see him with a new woman. Rather, it's the legend of his life: three times having parachuted into North Vietnam; three times having returned intact. No one else is fated to survive better than he. When it comes to knowledge of Asian mountains and jungles and ethnic groups here in Vietnam, he has no equal. He will be a dangerous adversary if you choose to oppose him. He has caused so much difficulty for General Thuyet."

I remembered something and asked Davis about it. "Is he one of the two persons who were deported at the same time in 1963 by the Diem government, the other being the journalist Martin?"

"The exact same person," Davis replied. "After being thrown out of Vietnam, he was sent to Vientiane, specifically tasked with organizing, in Upper Laos and Northeastern Thailand, units of Hmong fighters. These well-trained combatants effectively limited infiltration of communist soldiers from North Vietnam down the Ho Chi Minh trail. Their area of operation is considered the most formidable section of the Green Belt. It's too bad for Tacelosky that when he returned to the Central Highlands, he no longer had full authority to do what he pleased, and therefore he has carried a grudge against General Thuyet ever since."

Davis proceeded to elaborate on Tacelosky's background. Originally sent to Vietnam from Fort Bragg, Tacelosky was now a retired Special Forces lieutenant colonel, at present ostensibly chief representative of the USAID office responsible for the highlands. It was common knowledge that Fort Bragg is the primary location where the Green Berets are trained before being sent to the far away corners of the world, be those corners the thick jungles of Africa or the isolated coastal areas of Latin America. But, at present, their major operational area was Southeast Asia, where multiple ethnic minorities are scattered over high mountains and green jungles stretching from the eastern seaboard to near the foot of the Himalayas. Into each country, Special Forces overtly or secretly sent its special operations troops who, being well-acquainted with local customs and languages by virtue of their elaborate training, adapted themselves quickly to the local scene, and helped local people improve their lives as a way of winning their hearts and minds.

Subsequently, the responsibility of Special Forces soldiers was to do their best to organize units of local combatants, ensuring that they were well-trained, malleable, and under reliable command of American officers. Their current great ambition was to establish a well-controlled, solid Green Belt of jungle terrain which they believed efficacious in fighting against all forms of communist guerrilla warfare. One could say that this strategic operation was a semi-official experimental project of both the CIA and the Special Forces, which Washington and the Pentagon had not acknowledged as such. In truth, Special Forces soldiers were the President's cherished children who enjoyed preferential treatment and unlimited privileges, but that would not stop them from becoming illegitimate unrecognized children when their secret mission was exposed. Evidence of their activities was found in the recent rebellions in the highlands, and now in Air America's mishaps in Laos and Burma. In addition, the international press often exposed subversive activities of Special Forces against existing legitimate governments of allied countries.

"Coming from Eastern Europe, Tacelosky became a naturalized American after the Second World War," Davis added, returning to the individual under discussion. "He has lived in Asia, especially Vietnam, for many years, and has gained a lot of experience dealing with communist guerrillas. After many tours of duty, he went back to America only soon to volunteer to return again to Vietnam. Though he rarely comes to Saigon, he keeps a room at the Continental hotel; whenever he is in town, he never fails to appear at this place around noontime. Besides his excellent skills as a sharpshooter and in wielding a knife for lethal purposes, he is also a good tennis player – and with a billiard cue, he's a person to be reckoned with. In addition, he is known for cruelty toward his women."

Tacelosky emerged from the room where one changed clothes after swimming, his face directed toward where Davis and I sat. The man was big and snuggly outfitted in a white short-sleeved shirt and light slacks. His face had grown crimson red from the sun and from plenty of alcohol. He rushed over to our table and gave Davis' shoulder a hard punch as Davis stood in greeting.

"Hey," Tacelosky addressed Davis, his voice loud and familiar, "I've thought you'd gone off to Djakarta a long time ago. How come Martin in Hongkong told me that?"

The two of them standing side by side were a study in contrasts. Davis confirmed that he would be going to the capital of Indonesia at the beginning of the following week.

At that moment, Tacelosky's companion came out of the changing room, her straight and long legs moving on light steps. Instead of verbal greetings, she merely smiled, her eyes all the while warmly responding to the hot desirous looks thrown at her from around the pool. It was to me very unsightly for a woman to pull out a chair for herself while accompanied by a Western man, which was exactly what this woman did at that moment. Tacelosky did not seem to care about this, and virtually ignored her presence. Coolly, he talked with Davis in French, his heavy accent bearing a trace of German. He presented a smart appearance. The thick skin of his face marked with big pores made no great impression. But to compensate for that, his heavy thick lips betrayed a sensual lust, and they were set off by a dandy vulgar moustache. Unconcerned for common propriety, Tacelosky pulled up a chair for himself and sat with us without invitation. He ordered more food and drinks. As usual, I only asked for a glass of cognac diluted with soda. Davis preferred wine, and Tacelosky indulged himself immoderately with whiskey, as though it was only water.

"Minister and Mrs. Denman asked about you, Davis," Tacelosky began. "The Minister received your book. It seems he doesn't agree with you on many points, especially with your viewpoint on highlands issues. As for a bastard like General Thuyet, you can't talk to him about promises and morality. I'm sure you know that he's just dissolved a few CIDG camps manned by Montagnard people, camps which were operating under the direction of a Special Forces B-Team located near Da Nang; and then incorporated these camps into the Ruff-Puffs, uh, the RF/PF, the Regional Forces-Popular Forces. But the 'Yards in these camps did not accept that, and almost all of them deserted. If we hadn't found a covert way to help them out, these tribes would all have become 'Yard communists.

"What is it that makes Saigon hesitate to kick out once and for all a general who is incompetent, ignorant, and as arrogant as a feudal mandarin? His loud-mouthed anti-communism is but a cover for his unrivalled corruption: all aid resources handled through him disappear without a trace, never reaching the 'Yards. Troops and tanks under his command haven't been seen engaged in military operations even once. All of them stay in the city to guard and protect his headquarters, making it as strong and secure as a medieval fortress. Added to that, he's also found various ways to cause difficulty for American soldiers, even for Minister Denman. Fortunately, he was thrown out of the Central Highlands and dispatched to I Corps, where, if not the Buddhists, then the communists will destroy him."

I had not expected that Tacelosky would be so abusive toward General Thuyet. Davis, in my presence, appeared embarrassed by the kind of language used by his compatriot.

In his typical adopted Eastern calmness and humor, Davis said, "Well, General Thuyet will not be destroyed, as his fame and power are on the rise, and there is hope that he will become President."

Davis' words aroused a furor in Tacelosky. "If that is to be the case," the man retorted, face getting redder, "we Americans should sign the South over to the communists right now, so we don't squander more young American blood or waste energy in a useless fight."

Davis addressed his response to Tacelosky as if the thought had just come to him. "Incidentally, it's curious that I have not heard from any American official, including Minister Denman, a single good comment about their Vietnamese allies in the highlands. The target of their most intense criticism has been General Thuyet and his subordinates. Yet, as for General Tri, who has replaced General Thuyet, the situation appears to be quite different."

"Do you know," asked Tacelosky facetiously, in ready reply, "only incompetent corrupt people from all over the country have been sent to work in the highlands? This is an administrative measure: these elements are sent into internal exile in lieu of penalties given out by law courts. Only recently have I come to understand why our aid program has failed after being handled for many months by such elements. They're really a lazy bunch which knows nothing other than stealing and betraying – unlike the 'Yards, who are ignorant, but subservient and simple.

"As I see it, in Asia, corruption has become an enduring and incorrigible tradition. If the Americans do not take upon themselves to assume all responsibility and a leading role, in no time at all this country will fall into communist hands. When will the Embassy and our American generals begin to realize the uselessness of their agreements with the GVN and their pledges to Saigon in the midst of having to confront the present difficulties of unconventional guerrilla warfare? Given the strategic importance of a region like the Central Highlands, the Tri-Border Area which is a springboard for infiltration into the Mekong delta and across to the coast, its security, and the authority to manage it, must be entrusted completely to us. I'm definitely sure that a mountainous region without the Vietnamese presence, managed exclusively by the Montagnards and the Green Berets will no longer see a single communist."

From his language and personality, one could easily see projected the true nature of a white adventurer of the 19th century. Tacelosky was, indeed, a person with a lot of dangerous tricks up his sleeve, a fact which he took no care to conceal. Davis realized that the man was a catalyst for change in the present situation, and his presence in the highlands surely would lead to new arrangements and new events.

"Damn it," Tacelosky continued, "we merely play an advisory role, but we have to bear the consequences of the advisee's failure. Certainly, we can't accept such terms of service. Moreover, the honor of the U.S. Army and of America is tied to what happens here. We can't afford failure and defeat. Those two words don't exist in Green Beret vocabulary."

The man kept on filling his glass with alcohol and emptying it in single gulps. His woman tried to restrain him by coyly removing the still-full glass from his clasping hand. Tacelosky embraced her and leaned down to give her a deep kiss on the lips. The woman accepted it, with a perfunctory gesture of protest. He showed his notice of my presence when he turned to the subject of painting.

"Look," he said to Davis, "if your friend wanted to paint a nude figure, I would guarantee that this woman has a perfectly beautiful body for that purpose."

The woman blushed with embarrassment at this impudent observation. Tacelosky said to her: "Are you not proud of your beauty?"

Then, turning to us, he proceeded like an experienced playboy to explain his preference for Asian women. "The attraction of Asian women lies perhaps in their inherent shyness. It's not as though I can't see beauty in American women, but I find that women here have an exciting and unusual appeal."

Davis commented in good humored manner that such unusualness was a projection of Tacelosky's preference for variety, or of his exotic taste.

Unexpectedly, Tacelosky dropped his playful talk and turned to challenge Davis. "Now, how will you American journalists write about these ungrateful people who are ready to beg for money from us, but still hold demonstrations against us, burn our cars, demand peace, and want to kick us out of here and back to America? Fuck the peaceniks is what I say! The American leadership has never before been weak as of now, not daring to commit themselves all the way to a war long in progress. Their present attempts to inculcate a so-called democracy here shows that they know absolutely nothing about the traditional way of ruling society practiced in Asia. People here can only be ruled by force and severe punishment. Those Chinese emperors whose reigns lasted for long periods knew this fact well. The current policy of Mao Tse Tung, which follows this philosophy of force, is but a variant."

Given the existence of the likes of Tacelosky, I now appreciated the reason for General Thuyet's fury – and his responses, which could be seen as unreasonable and extremist. It was in the General's nature not to tolerate excessive demands, even when they came from the students in Hue.

I excused myself, leaving Davis with Tacelosky's rant.

In the evening, the writer-advisor to General Thuyet drove to my paper's office to pick me up. He told me that

General Thuyet wanted to meet me because he thought well of the newspaper articles I wrote about the highlands. In turn, I mentioned the excellent speech the General had delivered on the radio the day before, and praised it as an extraordinary feat of language. For the first time, the writer did not seem honored by the compliment. He declared that trifling skills in language were not what made good works of literature, that what was important was a fiery ardor in writing which existed only in the younger generation.

"To tell you the truth," he continued, "it was the brain trust that wrote the speech for the General, whereas my contribution was no more than a few suggestions." There was a sigh. "You wait and see, these youngsters are very good," he proudly observed, "only they have been greatly influenced by the American type of democracy."

This brought to mind copies of an underground paper which came to my newspaper's office through the regular postal service, without any indication of where they had come from. I agreed with the writer about the American influence on the younger generation. As if on cue, at this point VOA ended their evening news report and, right after a piece of music between programs, presented an interview with several Vietnamese student leaders who were presently in Washington, D.C. Four of Dr. Ross' students had arrived in America to begin a long journey across various states and to many university campuses. As usual, one again heard their familiar forceful voice defending American intervention into the war in South Vietnam, and approving acceleration of the bombing of North Vietnam. I switched channels to the evening music program of an FM station.

"When did they go to America? Why did I hear nothing about this?" the writer asked me, puzzled.

"A few days ago, I saw them with Dr. Ross at the Information Bureau," I replied. "Nothing goes on without his involvement."

"Professor Ross is a very close friend of General Thuyet, but there seems to have been some fissure between them resulting from their disagreement on the highlands issue. Incidentally, I hear that Dr. Ross will be sending three Thuong students to America to study for five years, without it being necessary to acquire approval from the government committee in charge of overseas education."

"He holds no official position and role," I observed to the writer, "but, as I said, nothing seems to transpire without passing through his hands."

The writer was deep in thought behind the steering wheel. "I think President Diem was courageous and sensible when dealing firmly with Dr. Ross, especially after his involvement with disturbances in the highlands in the early 60s."

The section of road immediately leading to the General's private residence in Saigon was barricaded, strung with barbed wire, and guarded by soldiers. The writer slowed to a stop. A paratrooper bent down and looked into the car. Recognizing the writer, he politely saluted and gestured for the car to move on. This brought to mind the criticism which Tacelosky had earlier in the day directed toward General Thuyet's behavior while he was still in command of the highlands, and which I had also seen in the American press: that the general's headquarters always looked like a strong fortress protected by the best of military means. This might also be true to a lesser extent with regard to his private residence in the capital. The mansion was very posh, separated from the outside world by bamboo latticework and high hedges formed of broadleaf evergreen trees with interlaced branches.

The General was today seen in civilian attire. He was stripped of the fierce appearance of a military officer, and suggested instead the image of a tame tiger without his stripes. He was happy to see the writer. Pleasantly, he shook my hands and praised me for the constructive ideas in my newspaper articles.

"The situation of the country is gradually improving," he informed me. "I have given orders to ease pressure on struggle movements, especially in Hue. To begin with, this morning the Police Field Force unit withdrew and returned to Da Nang. I am also asking the government to end the protective measures applied to monk Pháp Viên, provided that he does not return to Hue."

Then, in the next breath, the General took pains to justify what he had done in response to the Buddhist struggle in Hue. He maintained that in the position of representing the government, it was his responsibility to restore public order and security, but his deep aspiration was still progress toward a true democratic regime. With regard to monk Pháp Viên in particular, the General admired and respected him, but being pressured by the central government, the General could not do anything differently.

Here in the General's residence, I met again the lieutenant colonel in charge of the II Corps Tactical Zone's Psychological Warfare Bureau, and Major Y Ksor, both having just arrived from the highlands. It was clear that General Thuyet still had a hold on his former subordinates.

The General turned to Y Ksor and announced: "I am applying pressure to suggest that the central government raise the Bureau of Highlands Affairs to the rank of a ministry like any other ministry in the government. And perhaps you, yourself, Major Y Ksor, will take the responsibility for that ministry."

Y Ksor could only bow his head in submission.

As he turned toward the Colonel, the General's voice took on an exasperated tone. "And now, Colonel, how are your people doing their jobs up there so that the communists are so often allowed to rob buses and kill passengers? And what is the truth behind this business of Thuong Local Forces killing two Vietnamese soldiers before the whole company fled to Cambodia with their weapons? What in the world is General Tri doing?"

The Colonel confirmed the news and explained that the problem originated with the Thuong who were elements of the Civilian Irregular Defense Group, CIDG, those Thuong fostered by the American Green Berets.

General Thuyet could not hold back his fury. "Already, two years ago, I warned the government about this, saying that all those Thuong groups had to be dissolved so we would have a military force unified under one command, the Vietnamese high command."

His angry eyes glaring, the General dismissed the two officers after having arranged to see them again the following day before they returned to the highlands. After they left, the General's facial expression noticeably softened. Cannily, the writer chose this moment to mention a positive public response to the speech the General had given on the radio. The General laughed and forgot all about his troubled feelings of a few moments earlier. The dining table was set for twelve people. On the right of the General sat the writer, with myself next in line. The remaining people were all very young and the core members of the

General's advisory staff. Besides the inevitable presence of the law professor, there counted among them a naval lieutenant commander, two captains from the Joint General Staff, a Ph.D. in the social sciences, a journalist, two experts in repatriating displaced villagers back to pacified villages, and, notably, a student leader.

The General displayed an agreeable and easy-going manner toward us. The young people, not suffering from self-consciousness, conversed rather freely. The sociologist talked about the necessity of incorporating social justice into the government's agenda for revolution in society. The journalist offered a very sound assessment of the insecurity felt by the masses when they experienced themselves losing their identity, a sense of which served to confirm their existence and their presence among others. In his turn, the young naval officer touched upon the philosophy of military revolution as exemplified by the experience of Nasser in the Middle East, wherein each soldier of the future was to be at the same time a political worker, an educator, or an agriculturist. As might be expected, the student leader strongly criticized the current educational system, and demanded reform for universities, with a view to establishing new standards of value. Discussion and debate on all these issues were directed to the General's attention, by way of making him aware that it was time leadership must be handed over to the younger generation, if one wanted to have a modernized society in the future.

CHAPTER XVI

It was a day like any other day, a day I was to be on time at the newspaper's office so as to work on the layout of news items for the front page, which would go to press in the afternoon. But I arose late, probably because of the heavy dose of alcohol consumed at General Thuyet's residence the night before. I did not go straight up to my office, but stopped by the small shop selling refreshments at the entrance to the alley. I recognized the same familiar grimy faces of printing shop workers and machinists. Also present was the disabled soldier who had lost his legs. They discussed impending demonstrations and various strategies considered by the Buddhist leadership. The name of monk Pháp Viên came up often, accompanied by contradictory comments about him. Eventually, the conversation shifted to the explosion at one of the hotels built especially for the richer American clientele, a hotel located in Cholon, the vibrant commercial area of the Saigon municipality inhabited mostly by Chinese. The deafening early morning explosion had rocked many surrounding streets.

A machinist directed his gaze toward the high-rise building across the street. "As long as the Americans live in that building, chances are we here will get the brunt of a bomb attack," he observed.

His words did not sit well with Miss Tam, owner of the shop, whose superstitious beliefs decried his ominous tongue. Rather piqued, she whirled around to walk toward the back of the shop, her skin-tight nylon blouse revealing the allure of flesh and curves, so much so that a writer sitting there proclaimed that they were a live petition. The sexual drive was usually activated in me only when my body was tired. I had gone to sleep late last night and now my head was a little groggy.

Sluggishly, I walked up to the paper's office. As soon as he saw my face, the editor started to nag. "Where in the world were you the whole of last night?"

He must have thought that I had not returned home at all last night. Whatever the insinuation, his question was not proper. I recognized a sharp edge in my voice even as I tried to reply calmly.

"I slept in my home as usual. Yesterday morning I attended the press conference at the Joint General Staff compound, then in the evening I had dinner at General Thuyet's residence. Why, was something wrong?"

From the way the secretary regarded me, and from the anxious look in the editor's eyes, I had a premonition that something out of the ordinary was about to happen. Could this have something to do with the possibility of the paper being shut down? That was the only very important issue which could weigh upon the fate of many people at the paper. It was a Damoclean sword hung by a single hair which at any time could drop and chop us off at the neck.

"Have we been served with another warning about having our paper closed down?" I asked the editor.

"No, that's not it. Actually, we can consider that threat gone for now. Let me ask you truthfully: besides working as a journalist, are you engaged in any other kind of activities?"

"Yes, previously I painted, and right now once in a while I still do. But you already know that; why do you have to ask again?"

Without further utterance, but with an expression akin to commiseration, the editor handed me an official summons affixed with a bright red seal. I was completely stunned for a minute, but pulled myself together soon afterwards. It was a notification from the Military Security Service specifically instructing me to immediately present myself, the purpose of which would later be revealed to me. For a moment, I recalled my relationships with various people and thought over all I had worked on, but I could not identify any reason that might lead to the interest the MSS had in talking with me. The secretary informed me that early in the morning two jeeps, bearing false license plates, brought plain-clothed security agents who rushed into the office to look for me. Not finding me, they recorded statements from all employees and wrote down relevant addresses, then requested that the editor try by all means to contact me.

The editor displayed great anxiety and concern for me in face of this new development. Then, considerately, and in the voice of one who had experienced much in life, he solicitously talked to me. "Try to remember and consider clearly all your connections and associations, and see if you have, in some measure, allied yourself with someone politically. As I see it, this is some serious issue above and beyond a journalistic matter. I am sure they have posted their people to keep your place under surveillance. That you have not been detained by them by now is pure luck. I suggest that you stay hidden somewhere and wait for me to find out the reason for this summons before you reappear. Once you are taken by them, it will be very difficult to find a way to get you free."

I considered his advice and conjectured that what I had written about the highlands was the root of my trouble. Meanwhile, seeing the editor's extreme agitation, I felt obliged to calm him down. I firmly assured him that none of my activities was illegal to the extent that it could land me in jail. As for contacts and relations, as a journalist I had the right to meet anyone, from a priest to a monk, from military leaders to anti-government elements; and that could not be conceived of as a crime. I, myself, felt less anxious when considering that it was preferable to appear publicly before the General who was the Director of the Military Security Service, rather than to be arrested in the shadows by his violent and irresponsible underlings.

Upon this thought, I calmly decided that I would present myself right away, agreeing with the office's staff that if I did not return after six hours it would mean that I had been arrested. I also asked the secretary to give Như Nguyện a call and inform her that I would go to Hue tomorrow – as if things were in their normal order. I truly did not want her to worry about me in relation to such unknown troubles as suggested by this incident. It was rather surprising that at this moment of vulnerability my only thought was of Như Nguyện.

In the afternoon, to the delight of the editor and my fellow employees, I returned to the newspaper's office. My guesswork had turned out to be incorrect, because the reason for the summons was not my writing about the highlands problem. Rather, it resulted from the five-thousand-word interview article on monk Pháp Viên which I had allowed Davis to use. The monk's criticism of the military, as recorded in that article, had aroused anger from several generals, which led to my meeting with the general who was the Director of the MSS – a meeting conducted in an atmosphere fraught with warning and threat.

The MSS general had been promoted to his present rank thanks to his success in suppressing the Buddhist movement in Hue. After I had been shown in, he threw down on the glass surface of his desk a complete photocopy of the teletype article that had been sent from Davis' office. I noted that on the same desktop lay a Smith and Wesson pistol, and beside it a stubby grenade launcher holding down stacks of brand-new U.S. dollars. Now firm, now flexible were his words to me; but in the main his accusations were vague, ill-founded. He accused the press of having stabbed the military in the back, and considered me an efficient spokesman for monk Pháp Viên. Seeing me in that role was precisely what made the General furious with me.

It was my understanding that since he was escorted to Saigon from Hue, the monk had been kept completely in isolation, as the government wanted his name to fade from the memory of the people. This was indicative of the government's lingering fear of the monk's spiritual power and influence. According to the General, what I did with my interview of monk Pháp Viên was no less than a heavy blow to the government's policy regarding him, and it could very well have affected public opinion in America. Once again, I was given guidance as to how and in what direction to do my job as a journalist, this time by the General, a man who had no expertise whatsoever in this field of activities.

The irony of this would be matched only by my offering to be a security advisor to him. On the other hand, it must be said that after a ninety-six-minute meeting with the general in charge of MSS, my prejudice toward him decreased and I liked him better. He was the rash and impulsive type, but straightforward and disposed to tell the truth even to his opponents. The tendency in me to firmly confront problems seemed to have evoked the willfulness inherent to him, so that he looked pleased, as though having found a kindred soul. He did not have the wicked brazenness which I had imagined of one in his career and position. For all that, I considered myself lucky to have entered the main door and to have met him personally.

But misfortune never comes in singlet, as declared by folk wisdom. Indeed, the next day I escaped death by just a thin line. The communists always claimed that they only targeted Americans in their attacks, but this time for sure no American was harmed, and the high-rise apartment building across the street from my paper's office still stood haughtily, completely intact. Very often, one's fate depends on a slight change of habit, like sitting leisurely in Ms. Tam's shop with a cup of coffee early in the morning, which I usually did and which I neglected to do this very day.

Learning of the news of the bomb attack, a panicked Như Nguyện drove to my office to look for me, even though many streets were still barricaded. Photojournalists, like a flock of vultures, surrounded a heap of dead bodies. Như Nguyện cried with happiness upon seeing me; she embraced and kissed me passionately. Having just gone through shock, my chest heavy with pressure, I did not respond in kind.

"Are you all right?" she asked, worried. "Let me drive you home. You need to rest a few days so you can feel well enough to go to Hue with me."

I was touched. "Don't worry. I don't need to go home. I can go with you anywhere you like from now until the evening."

She changed the subject. "What did you do to be called to the Military Security Service?"

When I expressed surprise that she knew about it, Như Nguyện smiled. "There's nothing you do that I don't know about. Why did you give me that lie about going to Hue instead of the MSS? Don't you want to have me care for you?"

Her loving reproach had the effect of removing all my uncomfortable feelings about her personal life. Recently, I had heard much about her – mostly negative. Indeed, Như Nguyện was too often mentioned with much jealousy and envy. She was a necessary presence for many people, and it was pathetic that every one of the men courting her felt that she reserved special treatment for him alone. In my vision now was a gentle woman whose clear voice was that of purity. Nothing could spoil my good thoughts about Như Nguyện.

"Darling Triet, I am thinking of visiting Hue even before you start teaching there. Let's go to Hue for this coming Tet celebration. I would like to take you to Vỹ Dạ village to relive my days as a teenager in that wonderful place."

In a voice that sounded distant, she continued. "When reaching a certain age, we begin to see things slip through our fingers as if in a dream."

I told Như Nguyện that given what had just transpired, I definitely wanted to quit journalism, and perhaps would be content to move to Hue and teach at the College of Fine Arts. I needed quietude, and hoped I would be able to paint again up there.

"You don't have to worry about that. The house where I stay in Vỹ Dạ village is surrounded by a large garden and a stand of trees perched on a bank of the Perfume River. In the afternoon, all you hear is sounds of the breeze gliding over tiny waves."

This woman carried in her heart many memories of a childhood spent in her home village. I imagined a breeze rippling the surface of the river and caressing the long dark hair of a Hue girl. But the sudden thought of the disturbances transpiring in that city brought me doubt.

"You have not been back to Hue for a long while," I said. "The city has undergone many changes in the meantime. Hue is full of revolutionary struggles now. It's no longer quiet and calm as in the old days."

"I think those disturbances are only temporary, and in the main journalists tend to be attracted to noisy events only. The real face of Hue is seen elsewhere, behind edges of green plants and flowers – edges that must be discovered. It's dormant, calm, and cool, like the soul of a true Hue man."

I smiled at the thought of Như Nguyện's true Hue man.

She informed me that she had officially been recalled to the Ministry of Foreign Affairs in Saigon and probably would work as a special assistant to the Minister for a while. Như Nguyện lived a carefree life, and was accustomed to changes. My skylark should be able to fly high and sing its song, I reminded myself.

Như Nguyện insisted on giving me a ride home. I did not protest, but requested that we stop by Davis' office on the way. Davis was not there, and we were told that he was at the AP news agency and would return shortly.

We waited. It was in a congenial atmosphere that we greeted one another upon Davis' return. There was no indication that he knew of the latest explosion this morning, and I did not want to talk about an unpleasant experience. No introduction was required, as Davis and Như Nguyện had met each other many times at the Ministry of Foreign Affairs and were thus well-acquainted. Như Nguyện did not drink. Davis knowingly gave me a cognac and soda, while he preferred straight whiskey. His small office was cozy, the familiar map of Southeast Asia in its usual place on the pure white wall. Davis had just returned from a two-day trip to Tokyo. After all, moving about was the way of life for journalists.

Turning toward Như Nguyện, Davis said, "In Tokyo, I had dinner with the Vietnamese Ambassador and asked about you. Only then did I learn that you have returned to Saigon to work as a cultural assistant at the Ministry."

"There is nothing definite about that. Besides, dealing in foreign affairs, I do not wish to stay at any one place for long, especially when it is in Vietnam," she replied.

Both Davis and I laughed at her statement. The freewheeling lifestyle she chose was by no means mirrored in her face, a face that displayed the characteristics of a traditional Asian beauty.

"Oh, Triet!" Davis exclaimed. "I have just remembered: I also met Kux in Tokyo. He mentioned that you like André Malraux. So, he sent you the English version of Malraux's *Anti-Memoirs* which has just been published."

Holding the book in my hands, I flipped through the pages and looked at the last one. It was my habit to begin a book by reading some of its last lines.

At that moment, Dr. Ross arrived, big and loud and bubbling with joy, like a gust of wind unexpectedly blowing in. He had not been back in the U.S. very long before turning around and showing up in Vietnam again. I did not know the reason why his scheduled three-month vacation was cancelled. At present, he was extremely busy helping the Ministry of Education promote the program called "Youth and Students for the Countryside". It was a summer activity aimed at sending students and other youths to rural areas to offer social services, the ultimate political purpose of which was to neutralize the opposition tendency among this younger generation by, essentially, keeping them too busy to think of causing unrest.

While casually extracting for himself a bottle of beer from a small refrigerator, Ross abruptly broached the subject of a seemingly new discovery. "I must admit that the protection system in apartment buildings built for Americans is absolutely superb. Only when witnessing the explosion this morning did I realize well that fact."

Davis hastily inquired, "What explosion? A new one? Where? Being in this air-conditioned room, I could only have felt the windows rattle."

"You didn't know? How could you miss the news? It happened at the biggest of apartment buildings, the one recently built on Pham Ngu Lao Street. The remarkable thing is that no American was injured, even when the blast was caused by suicide attackers strapped with some dozens of kilograms of plastic explosive."

Như Nguyện looked surprised when I said nothing. Hearing the street name mentioned, Davis turned to question me. "Triet, if I am not mistaken, your newspaper's office is on that same street. Don't you know anything about it either?"

"Well, actually, it happened right across the street from my office. I was on the phone at that moment, and the impact of the blast threw me off the chair. I felt chest pain caused by the pressure wave and suffered some cuts from the broken glass fragments."

The ensuing conversation centered upon details of damage, followed by speculation and hypotheses. Looking through transparent glass window panes, Ross said to Davis in a reprimanding voice, "I've told you many times to have someone secure those glass panes with tape. Even distant explosions can become dangerous when you don't take care of little things like that."

Davis cracked a wisp of a smile, the smile seen on a calm person who has experienced plenty of exposure to dangerous mishaps. "Real threat to this fifth floor comes only when the communists resort to using rockets."

We all laughed, casual and calm. War-related accidents had become too much an ordinary part of life to deserve much attention from anyone.

Davis asked Ross about the progress made by Vietnamese students in their mission of neutralizing the anti-war movement raging on American university campuses.

His voice full of enthusiasm, Ross replied happily. "Tremendous success! I didn't expect that they could be that good. They had a bit of a rough time initially when they were suspected of being sent by the Vietnamese government. But after that, things have been running smoothly, wheels turning on axle grease. As you all know, university professors and students, like the rest of the American people, don't know anything to speak of about the situation here. Therefore, American public opinion has to be reshaped. I'm planning to arrange for the students to make a tour of Europe after the U.S. That's also a way of rewarding them for their efforts."

I expressed interest in knowing how the three Thuong students were doing, those who had been sponsored by Ross to pursue their higher education in America.

"They're not college students yet," Ross replied. "They've just finished high school, and were Dr. Denman's students. The Minister was afraid that they would quit school and escape to the jungle to join the separatist movement, so he wanted to send them to America. The fact is: most Thuong students want to drop out and enlist in a Mike Force, a special assault group and reaction team recruited, armed, provisioned, and commanded by American Special Forces personnel – or to go into Cambodia and join the separatists."

He stopped to consider the matter, then in a thoughtful tone reiterated Minister Denman's viewpoint. "Return to Caesar what belongs to Caesar. I'm afraid that giving back the right of self-government to ethnic minorities is something inevitable. The important point is: one should not waste any more flesh and blood."

Elsewhere, Ross had again and again mentioned that inevitability, or in his words, *The Inevitable Day*. He observed that Vietnamese often showed they were very sensitive about the racial issue, but for some unknown reason they were not conscious of the unavoidable reality that would and must happen.

Davis shifted the subject to Ross' present residence after his journey to America. "Listen, do you still live in the villa on Duy Tan Street? I visited it once and met no one but a few student leaders there."

Ross gave Davis a mischievous smile and gestured with his hand while talking. "I've just rented a very beautiful villa on Hien Vuong Street. Each of you, please do come for a visit. It is replete with a tennis court, and a pool by which one can enjoy sunbathing. I let the young people use the Duy Tan villa as a meeting place, and also allow the youths from IVS, International Voluntary Services, to stay there whenever they come to Saigon to work. By the way, this afternoon I am holding a cocktail party at my new residence, to which I have invited a number of Vietnamese writers for the purpose of introducing them to the lady writer Beko, who is the new cultural attaché at the Embassy. I gather Ms. Như Nguyện will accompany the Foreign Affairs Minister. I'd like to extend my personal invitation to our fine painter here, and to you, Davis."

Without waiting for our reply, Ross continued by asking me about two writers by the names of Dao Khiem and Ho Lam. His question triggered my memory of a rumor about an association of free writers that was to be formed in the near future through Ross' arrangement.

"You can ask me anything about painting," I replied. "As to the two writers you mentioned, I have heard their names but have not read any book written by them."

What he said next proved that Ross was very knowledgeable about many issues in many fields. Indeed, he had gathered correct and essential information on the said writers. "It appears that both of them are rather well-known," Ross proclaimed. "Ho Lam is an author of the 1940's generation, strongly anti-communist, who highly praises the leading role of the middle class. Dao Khiem, on the other hand, is a champion of literary experiments who leads a group of young innovative writers. I regret that my Vietnamese is too limited to allow me the pleasure of reading them. But it would seem that both men are very much influenced by French culture. Is that correct?"

Since entering the field of journalism, I had acquired the virtue of tolerance for lengthy and winding dialogues, especially one in the present circumstance with Dr. Ross. I could not give him any extra, albeit firm, information on any relevant issue, as what he knew and expressed was already well-founded.

Ross continued. "I'm thinking of the absence of a research journal like *Học Tập*, 'Studies and Practice', produced in the North, in which expressed ideas come from those who engage in practical application of knowledge. But here in the South, the brain is at one place and the arm at another. The danger for us is precisely that point."

I myself was thinking of the current trend in the South of creating and advocating doctrines or philosophies related to social reform, of the book Thoughts on the Two Revolutions by General Thuyet — and once again recognized that Ross' observations and his concerns were not misdirected. Some time ago, in appraising Americans in Vietnam, Davis had come up with a sharp remark: the majority of them could not adapt themselves to the local scene, for they were arrogant and pompous out of ignorance, devoid of imagination and creativity. Against the background of that crowd, Ross was undoubtedly an exception, one above and beyond Davis' generalization.

The anesthetic I had been given wore off, and the stitches caused some pain. The tetanus shot began to take effect and made me feel feverish. My forehead was wet with perspiration. Như Nguyện looked at me with both loving and alarm. Ross had finished his third bottle of beer. I went to the bar and poured myself half a glass of Scotch and drank it in a gulp. I could feel the liquor run down and heat up my entire chest. Ross bid goodbye to us in order to go teach a class on international law at the university.

Davis closed the door after Ross, turned around, and exclaimed, "How can he take on so many things like that? I know that some Vietnamese senators have even sought his help in resolving difficulties within the national assembly."

"He is a super mind," I said. "He can be involved in many things at the same time without showing lack of proper attention to any of them."

Next, Davis produced a gift for me he had bought in Tokyo, a copy of the published catalog of the collection of the world's paintings acquired by President Sukarno, who, besides having a very beautiful young concubine, proved to be an experienced playboy with an artistic orientation. The collection featured old and modern paintings from around the world, from Picasso's cubism to the soft ethereal atmosphere in some selected Vietnamese paintings on silk.

"Sukarno has not seen your paintings," Davis commented, "otherwise he would have kept at least one of them for his collection."

Như Nguyện smiled at that. In my dimming consciousness, the image of her receded, becoming a luminous imprint upon the cloak of a dark, distant backdrop. I was tired, truly tired, and now wanted to plunk myself down any place and go to sleep, like on the sofa in Davis' office – had Như Nguyện not been with me.

In the dark elevator carrying the two of us down to street level, Như Nguyện pulled my head down toward her and kissed me.

"You need a rest," she said caringly. "For the rest of the day, I will not let you go anywhere. I myself will cook for you whatever you want to eat. We don't have to eat out."

Though exhausted, I wanted to make some gesture to express my appreciation for her care. I placed a light kiss on her fragrant hair – a gesture saying many words, as silent as in a dream. I had the intention of painting her, capturing the fleeting image that had presented itself to my mind's eye only a moment ago, the image of an enlivened brilliant face on a dense sepia background.

Như Nguyện stayed with me for the rest of the day. The woman's skill in tidying up my many things brought a changed cozy atmosphere to the front room. Sweet gentle notes of music served as a backdrop for her crystal-clear words and laughter. She did not go to the reception for writers at Ross' residence. We also cancelled our dinner appointment with Davis. All we consumed for dinner was soup and fruit juice.

Như Nguyện tried to lull me to sleep. She lay beside me reading until midnight. I attempted to resist the force of exhaustion that rendered me dead to the world, but sleep came nonetheless in the form of a pleasant dream: a cock's crow greeting the dawn; a few notes of birdsong trembling tree leaves; sunlight sprinkled with a powdering of dust pouring poetically through the window; tears, and a cheerful voice enfolding hope. Happiness could be as simple as the sweet near awakening from exhaustion when your woman kissed you in your dreams.

CHAPTER XVII

Ever since I learned of the possibility that General Thuyet would return to the highlands, I decided not to let slip any opportunity to meet with him again, so as to find out more about him. As everyone knew, after the military overhaul, the General had returned to the Da Nang-Hue area as a hero, where he made another dramatic step and was successful with it: by his order, all CIDG camps, operating under the direction of the American Special Forces B-Team located near Da Nang, were formally incorporated into the Regional Forces-Popular Forces – not without a great deal of difficulty in securing logistical support, because of opposition from the Americans' MACV.

During my last meeting with him in Saigon, the General could not hide his pride and happiness when I mentioned that public opinion considered him a necessary element for stability of the highlands. He expressed a desire, perhaps eagerness, to return to the mountainous region when someone could replace him as commander of the border area, I Corps; but at the same time, he felt depressed at the thought of his own irreplaceability. The Americans realized that, at present, he was the only person who could hold the lowlands of central Vietnam, and the greatest achievement he could boast was having brought about a conciliating attitude on the part of the Buddhists.

In spite of that, however, a few days earlier in Saigon a rumor was heard that there were signs of unrest again in Hue. Seeing that this was a golden opportunity to witness the way General Thuyet operated, I accompanied the government delegation to Hue in anticipation of renewed turmoil in that city. At the same time, I tended to believe in Dr. Ross' assessment that it was hard to see how the people of Hue could return to protest and agitation after the departure of monk Pháp Viên, the soul of all struggles there.

Viewed among clouds from an airplane, Hue is an isolated island set against the Truong Son mountain range, or 'Annamite Cordillera', which is ragged with rocks, foliage, and stones. The city itself is enclosed by a few very gentle low mountains, and its appearance is further softened by the slowly flowing, glass-like water of the Perfume River. It was a place from which the Nguyen dynasty had ruled the country without much glory for about a hundred and fifty years. Hue had been an ill-chosen location for a capital, which presented much difficulty in terms of transportation. In short, besides its historical relics, it was a city without a future, without any value in military strategy, and without any economic potential, a city which, out of self-esteem, many local people had dressed up in the brocade gown of culture.

Universities mushroomed. The city could boast only civil servants and students. In fact, the number of students had multiplied tremendously, and their choice of studying right in their hometown had rendered congested the academic environment. Culture was a responsibility far too tiresome and time consuming to work consistently upon, while the immediate impact of the war made the students lose their patience. It took them only a short step to move from quiet cultural undertakings to lively revolutionary activities, from tranquil lecture halls down noisy streets shouting and yelling in a show of the spirit of protest – with a lesser degree of responsibility than that required in works of culture.

The Cessna landed smoothly midway down the narrow runway. At the far end of the field was seen an old moss-covered citadel wall separating the airport from its urban environs. Our car took us away from the restricted military zone of the city. After that, I got out and walked on my own toward the heart of Hue.

The quietude around me was deeply palpable. A breeze wafted the subtle fragrance of lotus flowers blooming in Tịnh Tâm lake, 'Lake of the Serene Heart', located within the Imperial Citadel. In the glorious days of a former life, this lake and its flowers had been meticulously taken care of to be viewed by the Nguyen emperors from their royal boat. The flowers' fragrance blended itself with the scent of burned sandalwood and joss sticks emanating from quiet small temples. Like the Buddhist philosophy of peace and harmony, the dark quiet atmosphere of Hue was not a suitable home for extremist protest movements.

Quite a big gap could be discerned between the reality of Hue and the news about it, which the press tended to blow out of all proportion. After many weeks of what was called struggle, Hue displayed nothing remarkably unusual in the demeanor of its daily life, save for banners bearing slogans hung and pasted here and there, and for painted words still legible on walls calling for a school and market boycott. Students at Đồng Khánh High School for girls had gone back to their classes as usual, displaying their shoulder-length raven hair and wearing the white áo dài uniform. At a crossroads, a traffic policeman waited in anticipation, hoping to see enough cars on the road to give him a chance to perform his job of directing them. American marines were busy unloading boxes of foodstuff and ammunition from their LST, Landing Ship Tank, onto the dock dubbed bến Tòa Khâm, 'landing by the French Resident Superior's residence'. During French times, local people had used that mansion as the landmark to name the landing area across the street from it, and the name had stuck, even though at present the University of Hue stood where the residence had been. Children came around and played with the American soldiers. That was all one could see as evidence of what the press dubbed days of blood and fire.

The first place I went was the post office, where I sent a cable to my paper's office, and where I ran into Vy, an old acquaintance. Being an omnipresent person in all types of protest movements, he looked thinner and paler after having been released from detention. With the same old expression of misery on his face and a touch of sadness in his bright eyes I had seen before, Vy warmly greeted me. He supposed that I had just come from Da Nang together with General Thuyet's delegation. I only smiled a non-answer, and asked him instead about the Congress of the Youth and Students' Struggle Movement in Central Vietnam to be held the next day. Vy taught at Khải Định High School for boys. At the same time, he attempted to prolong a student's life by hanging on to a Ph.D. dissertation yet to be completed on hát bội, 'Vietnamese classical opera'. Though he seldom wrote poetry, Vy was a real poet. One of his poems had been set to music, resulting in a ballad throbbing with emotion. Disposed to social protests, while endowed with a richly artistic soul, Vy viewed revolution through the prism of pre-Second-World-War Vietnamese romanticism, rather than by contemplating it in the reality of the present.

"What do you think of General Thuyet?" Vy all of a sudden asked.

It was the same question I myself wanted to pose to those in the camp of protestors. Not knowing for certain the purpose of his query, I gave Vy a half answer, then presented him with another issue.

"I only know a little about General Thuyet when he was still in command of the highlands," I replied. "In the military, he is a talented general. But I don't really know for certain how he fares in other areas. Judging from his manner of resolving problems with ethnic minorities and dealing with the Americans, I would say that he is tough, but politically less than astute. Anyway, I heard that recently the General has acquired more advisors, is that right?"

Vy concurred with some part of my opinion, even as he brought up contradictory views regarding General Thuyet.

"What makes the General better than the rest of that bunch of generals," said Vy, "is that he displays a patriotic nationalist spirit and a love for revolution. The people, and even Buddhist masters, have accepted him partly on that ground. The only problem is, the General is indecisive, wavering in his position vis-à-vis the central government, and so, inevitably, we have reservations about him. As of now, the students are rather sympathetic to him, and I am sure you know that they have invited him to give a speech at their Congress tomorrow."

I accompanied Vy to the city radio station. Along the way, I noticed that Vy joined his hands together and bowed deeply in reverence to an old monk sitting in a passing cyclo. This triggered some puzzlement in the back of my mind.

"About monk Pháp Viên," I turned to ask Vy, "is there any truth in the rumors we see in the press related to him?"

"They are not exactly incorrect," Vy offered. "But each person gathered only one or two details about him, attempted to blow them up like a balloon, then attributed the modified traits to the Master's personality. The real truth is that he remains simply a Zen master with the soul of an artist."

Vy further elaborated on his own knowledge of and thoughts about the person of superior monk Pháp Viên. According to him, the Master had great influence on the Buddhist laity, but he declined to mix with the crowd, preferring instead to be left alone in a quiet peaceful life. While proving excellent in theology and ancient languages, he was no less passionate about playing chess and with painstakingly producing beautiful and elegant calligraphy. Though having renounced the world, monk Pháp Viên was very much attached to life. He was known for his sharp assessment of the social situation, and his opinion often had an impact on political circles, especially on the opposition side.

"All kinds of people," Vy continued, "including General Thuyet, wish to meet with the Master in order to secure his support. But rarely has anyone had that wish fulfilled. The Master by nature is very liberal, and he doesn't like to give preferential treatment to anyone."

Vy led me inside the radio station where student leaders and members of the Committee in charge of the protest movement were busy going about their tasks. Heaps of newspapers and data sheets lay in utter confusion on a large rectangular table. All ideologies found a free outlet here: capitalism, Marxism, nationalism, Buddhist philosophy. What had been absorbed from published material, including new ideas and discoveries, was openly discussed. The radio station had long been controlled mainly by the students. The atmosphere surrounding their activities was pregnant with enthusiasm and revolutionary fervor. Written pieces were perfunctorily edited before broadcast, resulting in presentation of quite contradictory statements originating from the same perspective. One wondered how the Saigon authorities could judge these protestors and their activities when operating conditions of the two sides were so disparate. And this was but one among the many circumstances which were difficult for General Thuyet to deal with, as he could not clarify or explain how things evolved in his area of control. I pointed this out to Vy. Seemingly aware of the dilemma, he expressed a middle-of-the-road viewpoint.

"You know," he said rather apologetically, "the main issue is for the two sides not to push each other against the wall. I myself have warned those in the Committee. But most of them are too young and too eager to listen, and it's hard to tell them not to proceed with their chosen actions."

I stayed and talked with them all until late in the afternoon when, upon Vy's suggestion, I followed him to the Perfume River where we swam. After dark, we proceeded to Vy's house in the company of a musician who was well known for his folk songs. The house, an old structure of traditional design composed of three compartments, stood amidst a garden covered in knee-high weeds. The inside of it had grown dark since sunset, for it was not supplied with electricity. In fact, even the most basic utilities normally expected in a civilized society were absent.

Aside from books and other types of publications, Vy possessed nothing to indicate that he was moving with the times. I could not fathom the extent of endurance which enabled him to live contentedly with the hushed sounds of insects and grass, by the side of an equally quiet river. It was only nine o'clock, but I had the impression that midnight had arrived. We stayed up and talked until four-thirty in the morning. During the remaining few hours of sleep, I heard far and near, at the edge of consciousness, the sound of frogs and the echo of small waves generated by a passing boat, waves sloshing against small rocks along a bank.

The next morning, at the grand playhouse in town, General Thuyet read an excellent speech to the Congress full of students. He was interrupted many times by rounds of applause that rocked the house. By discussing his philosophy of two revolutions, the General achieved the goal of evoking passion in these youths, and of reconciling inherent conflicts that had added injury to the already dismal social reality.

The General's presence would have been perfectly in accord with what his writer-advisor had planned and anticipated, had there not appeared toward the end of his speech uniforms of members of the Police Field-Force – a police unit not under control of the military commander of I Corps, the position held by the General – who arranged themselves around the playhouse. That the earlier elicited moments of goodwill and acclaim vanished instantaneously only to be replaced by an air of tense antagonism was hard to grasp, the contrast being so great. The General was furious at the way things turned out, and the students were choked with indignation. The damage to their self-respect suffered by both sides was so great as to be virtually beyond salvage. At that point, the meeting was dispersed, a fact most sadly witnessed by two of the General's advisors, the writer and the law professor. General Thuyet boarded a helicopter to return to Da Nang, and no one knew what would happen in the next few days.

It was then that I met Mr. Hoang Thai Trung. Like a shuttle, he had to rush from one to another of three universities in three cities where presently he concurrently taught: University of Saigon, University of Dalat, and University of Hue. He was now in his second week in Hue during the present period of residence. When the subject of General Thuyet's speech entered our conversation, Mr. Trung expressed his admiration for the writing style, full of spirit and the fire of its author, the writer-advisor. But at the same time, he revealed his doubt as to the political role the General would fill in the future.

"How can you tell the speech was written by the writer?" I asked.

"Was there any speech delivered by the General that was not written by the writer? Moreover, as literary style is the hallmark of an accomplished author, we can be sure that such an alluring prose so full of thick vital sap could not have come from anybody else."

In this reply, I detected a subtly derisive reference to the creative applications of opium induced hallucinations.

Mr. Trung asked me about the demonstrations going on in Saigon. He also, with much anxiety, inquired after superior monk Pháp Viên's circumstances. I told him that the monk's welfare was equally a great concern for General Thuyet, who was campaigning for the monk's release from house arrest, but there was no telling if and when that would be possible. Mr. Trung subsequently brought up the matter of my practicing journalism in Hue.

"When do you think you will finalize your decision to come here to teach?" he asked. "Perhaps together we can consider publishing a paper in this city."

"I have not given the College of Fine Arts a firm date, but perhaps it will be after Tet. I would like to be able to transfer here for a quiet atmosphere, which I need if I hope to paint again."

"Maybe everything has to begin at the beginning."

I told Mr. Trung of my plan to complete research and write a book on the highlands, elaborated from the perspective that the Thuong peoples and the Kinh people share the same roots and the same origins, a view which was entirely opposite to that of Minister Denman. Mr. Trung was in agreement with my approach and offered me encouragement.

He said, "This is a topic which I have painstakingly done research on. When teaching my students at the Faculty of Letters, I always attempt to introduce and publicize new points of view like that."

I next mentioned the suggestion by a student newspaper that an institute of research on ethnic groups, as well as an anthropology department, be established as integral parts of the University. I explained my view of it. "Under your guidance, contributions to research made by students at the University will be extremely important. Hopefully, five to ten years from now, when having to do research on an anthropological issue, we will find that the School of Humanities can provide us with valuable monographs written by Vietnamese authors."

Mr. Trung appeared very concerned with the students' suggestion and projected many difficulties one could anticipate. The initiative could not come from him when the government as well as his colleagues isolated him, regarding him as a leftist and opposition intellectual. All he could do was struggle with his own individual efforts.

That evening I stayed with Mr. Trung in the living quarters reserved for university professors in an area of Hue called Bến Ngự, or 'the Royal Landing Stage'. A window in his apartment on the third floor overlooked Ben Ngu river, a river dug as a canal during the reign of Emperor Minh Mang, from 1820 to 1841. On the other side of the bridge, the sloping Nam Giao Road sunk into the dark of night. This two-kilometer-long road led to the Nam Giao Esplanade, the ceremonial altar where the Nguyen Emperors worshipped Heaven on lunar new year. In fact, the road took its name from that of this altar. Around me, the monotonous buzz of insects, the sound of river frogs' snapping at mosquitoes, and their subdued rhythm of life triggered memories of sorrowful pages of history.

How could one nurture one's strong will in such a melancholy milieu, so as to evolve into a superior mind like that of monk Pháp Viên? This puzzlement reminded me of the idea of resigned tolerance inherent to Hue men, as bitterly perceived by Như Nguyện. I now thought of her with longing and hope. Once again in my mind appeared the luminous face of Như Nguyện against a very dark background. In the future, when I came here to live in an apartment like this one, would the dear skylark fold her wings to spend happy days by my side? In the meantime, contemplating the somber quiet atmosphere of Hue, I fervently hoped it would inspire me to return to painting.

In a room where books and newspapers were stacked in utter confusion, I asked Mr. Trung, "Why didn't you bring your wife up here with you? The caring hands of a woman would make life more comfortable."

"That's true, of course," he answered. "The only trouble is, I am teaching at many places and am not quite settled in here as yet. Moreover, my wife must care for our young child and cannot move around easily. She wants to arrange to live in Saigon permanently. If I had many regrets in life, one of them would be that I married early."

Mr. Trung's talk gave me the impression that he did not have a happy family life. Respecting his privacy, I did not pursue the matter further.

Pouring hot coffee into white porcelain cups, Mr. Trung continued. "Lately, my mind seems to be stagnant. Because of that, my writing no longer flows easily. Reading back over what I have written, I find the words dry and dull. I should have realized this earlier and stopped at that point. Everything has to be re-examined and re-evaluated from the beginning, if one hopes to find new directions."

In the eyes of young students, Mr. Trung was an idol, or a committed intellectual, to use his own terms. Even so, he was not above doubt and disappointment. He was lonely in the adoration of others. With his bright and sad eyes seen through glasses with thick lenses, Mr. Trung looked isolated, a dark solitary figure in an impoverished space. I wanted to drag him out of the deep depressed mood he had arrived at while talking about a group of student journalists who often criticized him. Happily, soon enough, when it came to rational consideration of circumstances, Mr. Trung never failed to keep his sharp sense of proportion.

"As I said, everything has to be re-examined and reconsidered from the beginning," he reiterated. "I see myself responsible for having initiated a force of resistance and opposition of a negative sort among the people. That kind of opposition – a means of avoiding constructive action – is precisely an obstacle to attempts at national development."

I recalled my earlier visit to the students' newspaper office. The visit informed me of a free and democratic spirit embedded in the activities of those amateurish writers, and made me aware of the extent to which they were able to go in their protests. I, myself, liked these young journalists, and thought of them as catalysts for national construction.

"There is no way of knowing where a dialogue with those students will lead," said Mr. Trung. "Many times, I have felt shamed by their criticism, but afterwards thought I understood them better. Besides, to me, avoidance of confrontation is a big mistake committed by their seniors. This avoiding act can be compared to an ostrich hiding its head in the sand in an attempt to escape danger. But in the end, we all have to face reality and truth."

The filtered coffee had gone cold, and left a bitter taste on the tip of my tongue.

As always, Mr. Trung's voice displayed sincere eagerness. When having a heart-to-heart talk with students, it sounded as though he were carrying out an interior monologue, probably because he was, like them, struggling to find an answer for himself. There were signs of change in his standpoint; this was noticeable in subtle signals of an inclination toward entertainment of an alternative. He seemed to have lost his patience. His strength had been centered around his ideas and his writing, but recently he tended to believe more in the effectiveness of action. I thought of a parallel observation made by Kux, that the strength of Buddhism did not lie in violence, but, ironically, Buddhist followers had the tendency to be drawn to violent action.

The law professor and advisor to General Thuyet, along with his wife, stopped by for a visit. We discussed all sorts of things until midnight. When in bed, I felt tension in every muscle and weariness in my soul, so much so that I did not even want to raise a finger.

I woke up very early in the morning when mist still clung to the landscape. Noise and voices resounded by the river: women carrying their wares to market; the girls of Hue fetching water. Through the window I stared at leaves wet with dew; I secreted glances at girls in white blouses washing clothes on the riverbank, chattering cheerfully to one another, singing in low voices. From afar came toning of the bell at Từ Đàm Pagoda on Nam Giao Road, vibrations lulling the soft clouds into passivity and silencing the chirping of birds. The shimmering bell echoed from a time past, the year 1963, a time when, under Catholic President Diem's regime, this very same pagoda served as the center for the Buddhist movement to demand freedom and equality for Buddhism.

Perhaps Như Nguyện would be persuaded to come live in this city with me for a while, in the secluded and quiet world of mausoleums and tombs, where we could again find a suitable milieu for painting and happiness.

CHAPTER XVIII

went to Phu Bai airport, about 15 kilometers south of Hue, and waited to board a plane to Da Nang. This aircraft finally came from Saigon, bringing with it the Buddhist Patriarch. The Patriarch, looking exhausted and aged, had to be helped into a car in the presence of a crowd of Buddhist followers who bowed very low in reverence as he went past them. The special reception room at the airport was decked out with Buddhist flags. A long line of vehicles stretching over a kilometer, complete with flags and banners, had been waiting to welcome and to escort the Patriarch's delegation to the city. The Patriarch's trip to Hue at this point, in spite of his old age and ill health, would confer a calming effect on the current state of agitation felt by the Buddhist laity. Among the line of cars, I recognized vehicles of the government and of the military, all carrying the splendid five-color Buddhist flag. The sight made me think of General Thuyet's double-bind position, wherein he had to compromise with the protesting Buddhists in

Hue, while at the same time obeying orders from Saigon to keep the city under control.

I was preoccupied with that thought throughout the flight to Da Nang. The purpose of my trip was twofold: I wanted to meet with the General in Da Nang after his recent difficult encounter with the Hue students, and I also had in mind a visit to a number of Thuong Civilian Irregular Defense Group camps that had been incorporated into Regional Forces-Popular Forces. I had a strong feeling that the highlands, with green valleys and rolling mountains, submerged in bright sunlight and saturated with the fragrance of wild flowers and grass, appealed to me much more than the Hue struggle that thinly spread over a few locations in the city, a subdued city that seemed never to awaken from its long sleep.

The writer-advisor informed me that General Thuyet had just gone to Saigon on urgent business. There was no indication of any serious upheaval, but there certainly was friction in the central government that demanded his mediation. The writer was no less busy without the General around, but thoughtfully he still managed to arrange many visits for me.

After a whole day going from the dry hills in the Lệ Mỹ area to the hot sand beaches of Chu Lai, I suffered from heat exhaustion. I told myself I would sit down in the evening, as was my habit, to record what I had witnessed, before I grew lazy and my mind stagnant. But, at the same time, I felt that I had never experienced such difficulty in focusing, unexpectedly losing my ability to connect with reality. So many things should be written, but where or with what image should I begin, I asked myself.

Should I start with the healthy, red, fleshy face of a lieutenant colonel named Clark, or with the pale, lead color of skin seen on a Vietnamese peasant? Should I begin with the American base camp in Chu Lai, 56 miles south of Da Nang, or with the Lệ Mỹ camp? The latter, a locality in Da Nang, was the landing point for the first U.S. Marine Brigade in 1965. The name of the place was curiously ominous: literally translated from the colloquial, Lệ Mỹ means "tears of the Americans". Actually, both components of its Sino-Vietnamese compound-name mean 'beautiful'. However, because it was one of the places where the Americans suffered a lot of damage from the war, the local people, through a habit of word play, saw an uncanny correlation between this dark reality and what the name sounds like in vernacular Vietnamese, which translates as "tears of America". And thus, came their conversational dubbing of Lệ Mỹ as "tears of the Americans".

In any event, I was sure I should describe the much-altered face of the countryside around these areas by contrast to my first visit to them a few months before. From amongst the dried-up trees and the fields of stagnant muddy water, villagers and their villages had been moved to tracts of burning hot sand that heated up both sides of sheet-iron roofs, a scorching sand where only cacti and a type of hard, thorny plume grass could grow.

The law professor came looking for me and told me that the General might be returning from Saigon in the late afternoon. He would like to invite me to dinner, but before that, as a courtesy, he wanted me to go with him to the airport to receive the General. As a journalist, I wanted all the more to see the General now, after his trip to Saigon. Perhaps I would be lucky to extract many hot news items from him.

Afternoon approached, casting light shadows on tree tops. Far out on the runway Phantom jets took off in pairs, throwing behind them sparks of fire and thundering noise. Air force fighter aircraft and grey helicopters took turns taking off and landing, creating a zone of uproarious sound. The Caravelle, a new aircraft belonging to Vietnam Airlines, was supposed to arrive at four o'clock. It was now four-thirty, and we, the anxious crowd, had been waiting here since three. Some foreign journalists grimaced their impatience. So as not to waste time, they proceeded to write their news items in a refreshment shop. On top of the low stone tables in front of them were glasses and bottles of soft drinks and wine.

I sat with three men: the law professor, the veteran journalist writer, and a well-known businessman of Hue origins. Because all of them, to a greater or lesser extent, had close relations with the General, their conversation evolved around disturbances after the students' Congress, and General Thuyet's attitude toward these disturbances. They were men who moved with the times, who had begun to energetically engage in social activities after the '63 Revolution when, in the confusing stage of transition, the role of the military was essential. This was also the reason why the intelligentsia vested themselves heavily in the ruling generals.

"To tell you the truth," the professor confessed, "I myself am not revolutionary, but I very much want to see a social revolution transpire. And that's the reason why I must help the younger generation to progress."

His words had a ring of sincerity. Notwithstanding the fact that revolution always requires a lot of hardship, the law professor wanted to maintain his lifestyle on a high social level, and as a result his social commitment bore the mark of condescension.

It was the businessman's turn to voice his thoughts. "I am very weary of politics. I am close to the General for friendship's sake, that's all. I have no ulterior motive whatsoever."

As if to prove his weariness of politics, in the next breath he passionately proceeded to recount the torture and imprisonment he had at times experienced during the nine years of the Diem regime. At that time, he was accused of engaging in economic and financial enterprises for the communist side, but he maintained that in reality he was doing all that for the sake of a non-communist social revolution.

"It's still frightening," concluded the businessman, "to recall being tortured by the secret police. I was lucky not to be killed by them. Come to think about it, being alive now to reflect on the near death then gives me a feeling of pleasure."

That he was among the select few who benefited immensely from the revolution which Diem's overthrow constituted must be the greatest pleasure the businessman enjoyed, I mused.

Though showing no symptoms of narcotic withdrawal for lack of opium, the writer did not contribute much to this discussion. It was hard to deny that his literary style was abundant with alluring vital sap. He often said that he shared with many the aim of revolution, but he was completely in disagreement with them as far as the means to that end were concerned. While his writing made him famous, his oratory turned him into a theorist, I noted.

The writer eventually voiced his opinion. "When talking about opposition, by implication we want to support something contrary to what we oppose. Frankly speaking, during President Diem's time, when we discussed anti-communism, we meant to defend his democratic regime. Such a clear-cut perspective no longer exists. From the Prime Minister to a student, everyone talks as his own moods move him. Listen to the Young Turks' reckless, ostentatious declaration regarding the necessity of having an extremist revolution, a revolution which calls for a lot of weapons and a gorging of blood. They profess to be anti-communist, but they want to act exactly like the communists. What kind of righteous struggle is that?"

It was commonly thought that revolution had to involve fire and had to be energized. The writer, on the other hand, apparently came to the revolution with a cool heart. People thought of him as a member of the older generation. On the contrary, he did not consider himself among the age group to be forgotten and discarded from consideration; rather, he wanted to progress side by side with the younger generation. After all, he possessed a store of experiences in resistance against the French and the communists.

He made a decisive statement: "Communism is no longer viable. At this point, it is not necessary to prove that fact, as it is self-evident. But our present struggle must have something fundamental to hang on, no mere hook. Focusing exclusively on the idea of opposition does not automatically provide us with a righteous cause. What I want to say is, it's time we return to our ultimate homeland."

Old people share the tendency of talking much about their past. The writer differed from his friends and contemporaries on this point. Like young people, he preferred thinking about and discussing the future.

For a minute, I was rather preoccupied watching eagerly anxious faces and imagining the joy of those who had gone outside near the runway and were waiting to welcome and shake hands with the General. Sensing that the writer had directed his discussion toward me, I half-heartedly offered a response. "It's true that Marx and Lenin are no longer around to see that they were wrong. A world community only exists in utopia. Any worthy righteous struggle has to be directed toward a homeland. There is no such thing as International Communism; there is only Chinese Communism or Russian Communism... To return to one's homeland is no other than to return to one's national boundaries."

The writer reacted strongly against my words, which contradicted his ideas. "No, that's not what I meant," he exclaimed. "I am talking about returning to a homeland of cells, the microcosm. Only physiologists, who observe with their microscopes the operation of these microcosmic forms of life, have the requisite authority to determine their significance vis-à-vis the macrocosmic universe."

His statement made me realize that the person engaging in this dialogue with me was not only a writer, but also a person very well read in physiology. I had to admit that his language exhibited something bewitchingly attractive, and that explained why he won the General's trust and respect.

The writer continued in a lower voice. "I have great ambition. My endeavor is geared not simply toward solving small national problems on a short-term basis, but also toward what concerns the future of humanity as a whole."

Unexpectedly, in the midst of soaring on his own ambition, the writer jerked as if startled, and his voice faltered. "On second thought, national affairs alone are already too big, beyond our reach. I only have enough energy left to talk, not to act. I tried hard to publish a newspaper through which to say important things, only to have it closed down."

He stopped in silent bitterness, without any gesture of protest, as if his energy had dissipated completely. He was a curious type of individual, having enough of the bitterness of an aged person and more than enough of the superficiality and naivety of a youth. He had lived under various regimes, and had experienced honor and humiliation, ascent and descent in his journalistic career. Immediately after the '63 Revolution, he honestly and sincerely confessed having prostituted his pen during the previous regime, and expressed his gratitude to the military coup for giving journalists a chance to be human again. He was a better person than his contemporary friends because of that courage to tell a dark truth; and telling the truth itself constituted the power of written words. Perhaps that was the reason why the government was weary of him and found a way to shut down his newspaper.

The writer believed that only Central Vietnam, specifically the city of Hue, was the authentic homeland of revolution and journalism. That belief explained why he had chosen to leave his family behind in the south while he lay down exhaling opium smoke in this ancient capital, performing the inconsequential role of an advisor and living colorless days of waiting for better things, better times. His youthful appearance was regarded as a bridge connecting the old and the new generations, between which the distance was palpable during this historical period of tremendous social change.

The Caravelle aircraft of Air Vietnam landed. Soon, the professor came back to our table to inform the rest of our group that the General had not returned this evening as planned, because the big meeting of the Council of Generals in Saigon at the last minute was extended for a few more days. The four of us got in the car to drive back to the city. I sat on the back seat with the writer. The other two, in the front seat, continued their discussion on the issue of the reform of the government, even as the writer started his conversation with me by explaining his own assessment of the social situation and of leading political figures.

"All nationalist politicians are the same," commented the writer, directing his gaze toward the back of the law professor's head. "Look at the professor: he loves to talk about struggling for liberation. But how? He himself has not got hold of a concept of nationalism suitable to the times and the people. He has engaged in social struggle from many standpoints, not having definitely focused on any one of them. The danger for him is precisely the tendency to change his position easily."

On any subject, the writer never failed to turn the direction of discussion to himself. "As for me, after being released from prison, not only do I distrust politics, I also loathe it. In my opinion, the only thing worth considering is a revolution, a fundamental radical revolution."

Surprisingly, contrary to his usual demeanor as a man who did not talk much, this evening the writer revealed his feelings to a great extent. No matter what issue he touched upon, he never failed to open up for me distant and immense horizons. Once again, I found his language bewitchingly enticing. I tended to think that his oratory was all he had possession of, a faculty which he had cultivated through years of living in the north. He was some sort of impenetrable and spreading darkness. Between him and life at present there existed contradictions, and a very bizarre gap.

The next day, the professor came to let me know that the General had just returned to Da Nang – earlier than anticipated. That evening, the businessman threw a party in honor of the General. The number of invited guests was small and restricted mostly to those close to the General. In spite of that, the professor said that if I wanted, he would take me along. I accepted his invitation, even though I had grown very tired after another day of traveling around.

The party was an attempt to duplicate the world of ostentatious elegance and luxury in Saigon, and transplant it into a huge room at Trung Uong Hotel: warm candle light; wine served in crystal glasses; roses in full bloom placed upon pure white napkins. After a few short, hurried meetings with the General in the past, this was the first time that I actually had a chance to leisurely and closely observe the physical appearance of this person who was thought to exert major influence on events in the highlands. He was tall and big, but his size belied his rather amiable and soft disposition, certainly not as stern as people thought. On his low forehead was a hollow where a bullet had hit. Many sharp lines and angles defined his face, which often shifted its expressions. Most striking were his very white and even teeth, exposed often by his wide and winning smile.

Looking toward the professor, the General said, "How about it, professor? I heard that up in Hue they are planning to go on strike again, is that correct? Your students always create disturbances there."

The professor tried his best to explain away the trouble by saying that it was not really a matter of concern, as there was no longer any legitimate reason for continued unrest. "General," he said, "I once told you that among the students there are several pro-communist elements, but I am sure you know more than I do. To restore order, you have to have all these elements arrested."

I was surprised at the professor's request that his own students be detained. As for the General, he was so gratified with this petition that he bestowed a big smile on the professor. "Professor, don't worry about that. I was able to suppress even the blood-thirsty barbaric savages, so these minor disturbances are not worth serious consideration. To arrest these students or not is simply a matter of timing. Moreover, as of now, I do not wish to create any disquietude in the people's psyche."

After a short pause, the General continued in a confidential tone. "Representing the standpoint of the government, when I have to talk to the press, I always express my opposition to revolt and unrest. But at the same time, I take on for myself responsibilities of a citizen keen on freedom and democracy, and as such there is no reason for me to suppress them and not allow them to go on with their struggle. Furthermore, formerly, I was a struggle-oriented student myself, perhaps even more ardent than any of them today."

The General was quite cheerful this evening. His voice took on a tender tone when he recalled his past embroiled in struggle, especially the days of danger and difficulties he had experienced in the highlands. Then, in a sudden turn of direction, his voice became hard when the present was brought into the picture. "Listen, Professor," he said, "please relay the message that I am very lenient with the dear students, but once they allow themselves to be taken advantage of by the communists, I won't hesitate to use harsh measures. Mark my forewarning, for if things go that way, not only will I crush their struggle movement, but also have some of them shot to make an example."

The General possessed all the strong traits of a military person: an imposing stature, hot-temper, and impulsive responses. He was one of the young generals who were credited with great service to the revolution, and at present he was surrounded by a host of advisors, to say nothing of the American military advisors. The majority of his Vietnamese advisors included intellectuals, journalists, university professors, and also specialists in one thing or another. All these people saw themselves as excellent strategists, who came with their own differential mindsets and ambitions to volunteer their services to the General, and, evidently thanks to their presence, the General had made discernable progress. From a less-educated military man, he had reached a point where he could engage in a relatively smooth discourse on different isms and revolution. He consistently ascribed to the military a historical mission in the two revolutions he envisioned for the future. The General also did not neglect the area of culture. At a certain meeting, which he felt had just the right environment, he even went so far as to try discussing human existence through contemporary intellectual representations, those after the fashion of Sartre and Camus. He liked Camus best. The reason given for this preference sounded similar to the viewpoint expressed by the writer, his very close friend.

This evening the General drank and talked a lot. The few strangers present, like myself, found ourselves included in his circle of friends to whom he was amiable. Taking advantage of this favorable circumstance, I struck up a conversation by asking him about war and revolution. He mentioned Nasser quite a bit, and eagerly discussed the two revolutions essential for our society at present. When going a little deeper into the reasoning, the General's standpoint proved to be hazy, inconsistent. At one point he definitely stated he believed in the necessary presence of a hero, a strongman; at another, he indicated an inclination to support the ranks of youths and students, and praised the struggle for freedom and democracy. Seemingly sensitive to my puzzlement, the veteran writer-advisor attempted to point out that in the General's view there were no strange contradictions at all. "Wholesome revolution," he said, "is the ultimate aim, and, of course, there are many paths leading to it."

It was not clear to me along what path the writer himself had chosen to move in order to achieve that aim. What was clear was that, in his writings related to this question, there was revealed an entanglement of contradictions. He was an elderly fighter, a fighter with thirty or forty years of struggling for freedom and democracy, including freedom of the press. Yet, it was he who called for the appearance of a dictator, and likewise it was he who had drafted a neat contingency plan to close down many newspapers and to restrict freedom of the press. In this respect, he was in the same league with the professor who, having fought elbow to elbow with the students against dictatorship in order to build freedom and democracy and to defend university autonomy, turned around to ask the General to arrest the students who opposed people of different viewpoints.

And I now came to realize where the General's dilemma lay: he had overcome the difficulty of gathering many advisors around him, but he lacked an eye sharp enough to make the right selection among them. Consequently, the General demonstrated his patriotism with equal passion in contradictory policies. People expected much more from him, a talented military man, strong like an elephant and hard working as a buffalo. Ironically, he was one without skill in politics, one who had been forced by social circumstances into roles unsuitable, roles in which he felt discombobulated.

In a voice full of intimacy and trust, the General directed his gaze toward the professor. "The Saigon government is planning a reshuffle and they have asked for my opinion. If that actually comes to pass, I have the intention of inviting you to take charge of the Ministry of Youth Affairs."

Though the General said this in a low voice, it was still overheard by the writer and the businessman, who expressed surprise. The professor himself, taking a minute to suppress his excitement, answered in a cool indifferent tone of voice. "Dear General, to tell the truth, I love teaching and never wish to be away from the students. Moreover, if I left, what would the Law School have to offer? I do not like politics, and have participated in it because of circumstances, that's all. I also think that at this point not much can be achieved. But, if push comes to shove, I will accept the job only when you agree to become the Prime Minister, General."

The favor bestowed was so cleverly and flatteringly acknowledged that the General was extremely delighted. He continued in the same sweet and confidential way. "Actually, the Americans themselves perceived the messy situation in Saigon, so they sounded me out. To tell you the truth, they are weary of me and don't like me much after a few nasty concessions they had to make in the highlands. But they also understand that my role is essential, so they have flirted with me. I agree with you, Professor, that the time is not right. Let them fight and compete with one another down there for a while longer. It will take only an instant when the right time comes for me to act."

The businessman smiled his no-comment smile, while the writer quietly nodded a few times in complete agreement. At this point, waiters brought out and placed in the middle of our table a roasted piglet – crispy, browned, and smelling delicious. A half-Chinese man followed behind them, babbling something unintelligible.

The businessman turned to me and explained. "That man is the manager of this hotel. He has just won the contract to manage all clubs at airports, including that at Tan Son Nhat airport in Saigon. That's why he is so happy, and very grateful for the General's support."

"Mind you," the businessman added. "he is a top chef. You can search all over Saigon and you won't find any place with better food."

The dishes were prepared the Chinese way, and the most sumptuous banquets could not have offered more – from abalone to bird's nests, to cite but two. Everyone began to partake of the feast. The pork skin crackled sharply in our mouths.

All of a sudden, the General looked toward the Minister of Transportation. "Well now, Mr. Minister," he said, "does the central government intend to starve us up here? Not even one-third of the five-thousand bags of rice meant for last month have yet come to us, while we are about to use up the rice in our stocks. Is there something wrong in Saigon?"

The Minister, very young for such a post, was one of the General's protégés. He said that the matter, since it was connected with central Vietnam, about which he was particularly concerned, had been managed smoothly in Saigon. But upon arriving up here, he had been surprised to see this problem, now mentioned by the General. He had thought it might have been a consequence of the scandal of maritime shipping to the I Corps. The scandal involved various forms of corruption that delayed the transport of goods to the northernmost provinces of central Vietnam by ship − as the war had made travel by land completely insecure. What was even more terrible was that some portion of the shipped rice cargo was stolen to be sold to the VC.

"Some among you will have to be shot before things are settled," the General admonished. "It's another stealing operation, that I will bet you. Listen closely: I task you to have the matter resolved between the time you return to Saigon and before the month is out. Otherwise, you all will not be at peace with me."

The General did not hide his pride, albeit in a sad manner, about the busy nature of his position, of his irreplaceability. "Up here, we are dealing with one serious problem after another, the 'Return to Home Village' operation after a flood evacuation, for instance, to say nothing of the nonsensical religious issue. I work myself to death here, while things remain messy down in Saigon. I am beginning to feel disgusted with everything. Adding to that, ever since I left the Central Highlands, the savages have revolted there repeatedly."

Surrounded by many advisors, the General nonetheless appeared alone. In good humor, the press often dubbed him the hero of "a solitary room" − an idiomatic expression alluding to the lonely situation of an unmarried woman, or a woman whose husband has gone away. The fact that the General had remained a bachelor up to the present moment was a mystery which provoked the imagination of many people.

The wine had the effect of calming him down, and let loose his words. "During these last seventeen months," the General confided, "I wished to have a completely free day to spend on a deserted beach where I could sit and leisurely drink a very cold glass of beer without having to be bothered by anything. But up until now, my wish has remained that, a wish."

Indeed, this evening the General showed himself a poetic soul, free from his normal fierce behavior, a behavior characterized by curses and orders to shoot people.

Among us, an old doctor had kept his silence throughout the dinner discussion. He chose this moment to offer encouragement to the General. "Incidentally, General, the refugee evacuation project in our area is being well handled. We are confronted with the very messy matter of relief supply, but, fortunately, I am used to negotiating with the Americans, so you don't have to be concerned about it."

Dragged back to the present, the General immediately became as enthusiastic as his position called for. "Really, doctor? It is such a very big project that the Americans have suggested that a Ministry of Refugee Affairs be established. If you can make that project run as smoothly as the last flood evacuation, that will be good enough. I can't ask for more."

The doctor laughed gleefully, quite gratified. "I can guarantee that. You don't need to be concerned. Seeing that our resettlement program was being well carried out, waves of villagers have come to the refugee camps. The Americans were surprised at this outcome and asked me about it. I told them that one of our lieutenant colonels said that wherever the military operation proceeded, many people rushed to our units and begged to be taken along to a camp. But truly, evacuation of villagers is an exhausting affair, even more exhausting than fighting the VC."

Had I not known well enough about this doctor, I would have admired him tremendously. But the truth of the matter was the reverse of what he said he had accomplished. I had to restrain myself from telling the General that the evacuated villagers were being baked on stretches of hot sand and were being fed with garbage discarded by American soldiers. I also could not bluntly describe the desperation of villagers who forced themselves to follow soldiers simply because they wanted to flee for their lives before their villages were designated as being in a free-fire zone.

The doctor continued in his slimy voice. "Given this momentum, only another two weeks will see the number of evacuees exceed the government's ability to provide for them, even with the wholehearted contribution of the American army. Our winning of the hearts and minds ironically has become a burden to our side, but we can't possibly send the villagers back to our enemy. Therefore, I have become so bold as to be drafting a strategic plan which I will submit to you, General. I have considered it thoroughly, and my idea is to let the people return to their villages where they themselves will participate in defending their own communities, with the support of the central government."

The General was overjoyed with this news of victory in the battle for people's hearts and minds. He was even more pleased by the doctor's far-sighted consideration of the problem. As for me, I was doubtful about the effectiveness of the flood-relief-like short-term strategy which the General had apparently come to consider as the ultimate solution. While the General turned his attention back to the professor, the businessman showed he was very much in agreement with the doctor.

"Great," the businessman declared. "When the Ministry of Refugee Affairs is established, who else but you should be the Minister?"

The writer leisurely cast his eyes around the table to check on each and every face of those who might be considered by the General as candidates for one or another position. Slightly lifting a corner of his mouth, he laughed a brief laugh with the noble air of a philosopher. I glanced at the General, whose face took on a softened peaceful expression. The strong wine, a lot of it, made me a little drunk. Faces before me were enlarged, entangled, and dreamlike. I suddenly thought of Như Nguyện, who compared herself to a little bird fleeing from snow, and visualized a painting I would paint of her, a nude woman luxuriating in the warmth of a pink carpet.

CHAPTER XIX

t was another regrettable coincidence, as explained away by the U.S. Department of State, when thirty American Green Berets arrived in Argentina to establish a training camp for the government's army, only to be confronted with exposure in a Buenos Aires newspaper called Garceta, which pointed out that before this thirty, other groups of American Green Berets had appeared along the borders of Tucuman Province where they secretly trained anti-government rebels. The spokesman for the State Department acknowledged only that a group of advisors had been dispatched, and did not say a word about the Argentine government's recent arrest of thirteen rebellious fighters associated with the Green Berets.

The writer-advisor expressed surprise at these rather irreconcilable facts, which made no sense to him. For myself, on the other hand, a news item like that carried a lot of meaning, for it was no less than written evidence shedding light on the actual role of American

Special Forces in the Central Highlands. A "regrettable coincidence" was a term used by the U.S. State Department as a palatable explanation for hard-to-explain happenings of such contradictory nature. Sending Green Beret troops as advisors to the military of a foreign government, while at the same time helping subversive elements topple that government, was a U.S. move in a big card game where it hid an ace up its sleeve. When the deception was not easily detected, that might be a cunningly clever scheme. As for General Thuyet, notwithstanding his being firm and tough, he was not fully aware of this sort of double-dealing.

In the meantime, it looked like the General was not quite successful at incorporating the CIDG into the chain of command of the regular army within his area of responsibility. A Vietnamese regular army officer advisor to the Regional Forces-Popular Forces had been killed, and the General had yielded to pressure to replace him with a Vietnamese Special Forces A-Team. The most evident mark of failure was the shrinking number of CIDG troops, the majority of whom were Thuong soldiers; and this was obvious immediately after the order was issued to have them assimilated into Regional Forces-Popular Forces. Except for a few commanding members, who agreed to stay with a view to being promoted to the ranks of officers, the remaining Thuong soldiers who had not deserted became dispirited and weary. Besides the material aspect of their standard of living, which was quite poor in comparison to what they had enjoyed previously while living in American Special Forces camps side by side the American Green Berets, these Thuong soldiers were haunted by their experience of being mistreated by Vietnamese officers. From that feeling of distrust, sooner or later, one after another, they would leave. Their destination would not be the deep jungles where they would be isolated, but the welcoming arms of the American Special Forces in numerous border camps.

The General might or might not know about this, but it was certain that he did not have a far-sighted view founded on the basics, or he would have grown concerned. His apparent strong action, including the way he dealt with the Americans, originated from self-esteem, from the practice of face-saving which was valued by Asians, more than from a carefully considered plan. Even a sharp thinker like the writer, his close advisor, was not astute enough to correctly assess the importance of events in the highlands. The General's main objective seemed centered on a reshuffle of the Saigon government and on finding a way to maintain peace and harmony with Buddhist leaders. Looking around, I failed to identify even one ally who would rekindle concern for the troubled highlands. Indeed, the tragedy of Dakto, with its more than six-hundred dead bodies, had been relegated to oblivion.

I returned to Saigon with a feeling of being let down. This might be because there was such a big gap between the legendary image and the real person of the General. My feeling about this might also have resulted from a realization that the General's political role had been overestimated, whereas, in essence, he was simply a leading general, a talented military man in the proper sense of the term. However, in spite of that, I still believed that his possible return to the highlands promised good things to come.

This optimistic view did not help change the fact that I was quite exhausted both physically and mentally after this trip. I planned to take the weekend off and go to the beach by myself in order to restore my health and to find myself again, find that self which seemed to have been sucked unwittingly into so many historic events. Indeed, as things turned out at this point, I was confronted with a circumstance unfortunate for an artist like myself, an artist in an unsettled state of mind, faced with having to make a choice between staying on in journalism and quitting it. The cause of this dilemma was a deadly psychological blow which at first prompted me, out of weakness, to opt for the second alternative. It came in the less-than-creditable form of an anonymous letter, but one with a very brief and decisive message. It was possible – in fact I was almost certain – that it came from the communist front that wanted to forestall an unfavorable psychological effect following the Dakto massacre, which my pen might evoke. It would be less than honest to say that I had no fear when being labeled anti-revolutionary and threatened with death. And this was so very ironic, because my writing had also once been accused by the Director of the Military Security Service of being like that of a communist who would stab the ARVN in the back and weaken the nationalists' fighting spirit!

The reality of the present stared me in the face: I was being strongly condemned by the communists. When I decided to pick up my pen to write only exactly what I witnessed or heard first hand, I had been well aware that danger would come from many directions, a complication that would make it impossible to identify the real enemy. I was equally disheartened to contemplate the possibility that I might not be accepted by those Thuong people whose ultimate aim was peaceful co-existence and progress, much less by the separatists. Many times, Như Nguyện had reiterated her observation that my single individual effort would not amount to anything in face of the present devastating situation, and if I was to be killed – which was all the more likely now – this effort would have been proved absurd and futile. Moreover, she insisted that since I was essentially an artist, it only made sense that I returned to painting, my real native world and natural occupation.

I wished I had not entered this tiring and dangerous occupation of a journalist. But at the same time, I could not conceive of returning to the world of painting as a way of escaping from my current perilous circumstance. So terrible was the present feeling of isolation, of being rejected by society! But at the same time, one also felt that being solitary was itself that which promoted one's growth. This consideration instantly helped reassure me, so that I was again ready to continue with my chosen path, even if I might fall. Without any challenge, I argued to myself, a time would soon come when life appeared colorless and dull – et soudain je m'aperçois que je n'ai aucune raison de vivre – when I would suddenly become aware that I had no reason to live.

I did not like that dark vision. Rather, in the midst of a limited life span within this impermanent universe, the prospect of an impending mishap in the future made me feel more drawn to life and the acts of living it. I thought of Như Nguyện, of my family and relatives, and especially of my old mother, whom, for some reason, I had not dearly missed until now. Thereupon, I made up my mind to visit her, very much in the same way a spoiled impious child in repentance returned to his family.

When I stepped into the house, my mother was deeply engrossed in reading the book entitled Tâm và Thức của Đạo Phật, 'True Mind and Deluded Mind in Buddhism'.

I silently sat down in a chair nearby.

After a minute, it came to me as a painful shock that her hair had turned completely white. How long had it been that I was away from life here and from my mother before I recognized such a change in her appearance? And since when, since how many years back in time, had she been sitting there, in the same chair covered with brown leather, surrounded by familiar objects frozen in their allotted locations?

The image of her evoked a feeling of peacefulness mixed with a touch of sorrow. Looking at her dry thin fingers, I felt tears welling in my eyes. I wanted to be able to embrace and kiss her on her forehead, bury my face in her chest, and hold her hands, those hands which had bestowed love and tenderness throughout my childhood. But the air, filled with religious devotion and asceticism, held me back. It felt like a distance had sprung up that withered the comfort and intimacy of the mother-child relationship, and the voice of love and care was reduced to a silence of heartrending reflection.

My mother was still alive, but far from this world of attachments. I could no longer hope to find again that gentle kind mother of my memories. And correspondingly, it would seem definite that my own heartlessness and neglect in years past had killed the last rays of longing in her. My repentance could in no way restore such a big loss.

It was perhaps the first time I spent a night without sleep, growing anxious about the condition of my bone-dry eyes staring at darkness. I had to wait until the curfew was over the next morning before going downtown.

Luxurious Saigon was still in its slumber, so the pure and fresh air of the early hours helped calm my heart somewhat.

Vans transporting foodstuffs from the outskirts had arrived in the city. From my home to the newspaper's office, I was stopped and checked twice by the security police. Even though I showed them my press card, flashlights were directed fully into my face, while I had to raise both arms into the position of one about to be executed. That associated thought sent a chill down my spine. Yet, here I was, already more than a year in journalism, with all its customary and expected frictions.

Recently, because of very strict censorship, I lost my appetite for news hunting on my own, and contented myself with reports from VNTTX, the government's Vietnam News Agency. I had to sacrifice a lot of initiative. Furthermore, exactly as the editor-in-chief wanted, for a while now, I had limited myself to describing events objectively, with neither comments nor personal impressions added. On the other hand, it was precisely difficulties and even danger that had initially attracted me to journalism, and at present I did not think I could easily abandon this poor and disordered area of city life for a return to the brush and the easel.

This morning I planned to go to work at the paper's office as usual and to keep to myself the threat in the anonymous letter that had frightened me quite a bit. I was aware that the couple of trips I had made to Da Nang-Hue did not actually bring any practical benefits to the paper; but knowing that I wanted to go, the editor had not said anything to prevent me. Such treatment toward an employed reporter like myself – as opposed to a freelance journalist – could be considered rather special. Even though there was a big gap between us, both in terms of age and of seniority in our career, our relations were always a blend of warm friendship and mutual respect. His anxious expression upon seeing me, which he made no attempt to hide, told me that he had been waiting to see me. The first sentence he uttered was contrived with a forced touch of humor by way of creating a calm and relaxing air.

"Your spirit seems to cast a dead spell on our newspaper! The Ministry of Information has sent their warning for a second time in less than a month."

I had not expected that my writing would actually bring such troublesome threats to the paper and its employees. At the moment, I felt like casting considerable blame upon myself.

"If it had not been for their consideration for me personally," the editor continued, "this paper would certainly have been closed down. But the matter has not ended there. You, yourself, author of the article, must meet with the Minister of Information to answer a number of questions. The issue seems to have touched various ministries, and caused anger to the Prime Minister, because of the severe criticism voiced by superior monk Pháp Viên as reported in your article. Each ministry has a complete copy of the translation of that five-thousand-word article teletype from Mr. Davis' office. The Minister of Foreign Affairs blamed it all on the Minister of Information. Given the circumstance, it is you, not me, who has the responsibility to explain the facts."

I had thought that after my interview at the office of the Military Security Service this matter had been completely resolved and settled. But evidently, I was far from free of the consequences of that five-thousand-word article. I knew only too well that, with regard to a figure as well-respected and very much in opposition as was monk Pháp Viên, the government's policy was to isolate him and drop him into the void of public memory. My crime was thus defined as going against the government's line, by highlighting the monk's presence. It was judged that my article had the effect of heavily embellishing the person and the legend of monk Pháp Viên, particularly so in the mind of American and European people.

Fully aware of my impatience and high self-esteem, the editor took care to advise me to show my goodwill by presenting myself at the Ministry of Information immediately. He thought it would serve me best if I displayed an obliging attitude as an indirect way of acknowledging my mistake, just as months ago the paper had admitted its mistake in publishing reports on events in the highlands, which publication the authorities attributed to our intention to cause problems for the government. I paid no mind and placed no value on accusations of that nature, when I had decided for myself that my sole responsibility was to the readers for what I published in the paper.

My eventual meeting with the Minister of Information was such a dull affair. It bore nothing approximating the provocative excitement that had characterized my previous encounter with the Director of the Military Security Service. The Minister's face was ordinary, his voice artificial. The interview, above all, was quite vapid, especially when once again in my journalistic career I had to listen to banal reiteration of writers' and journalists' responsibilities in connection with social situations of the time. His approach was very ambivalent. At one point, in the name of a colleague, he confided his own thoughts; at another, he asserted his responsibility and authority in controlling the information machine of the government during wartime. Whatever came out of his mouth, in the end, focused on the threat of taking me to court or having the secret police interrogate me for the crime which he called jumping over censorship and abetting the foreign press in undermining national security.

I grew tired, really tired at this point. My almost numb calmness and lack of response surprised him. Certainly, he was wise enough not to create a press scandal from which he could not emerge with righteousness and fame. At the last moment, he apparently decided to change his tactics: doing away with intimidation, and offering promises of material rewards, he attempted to persuade me to collaborate. The final touch came when, for the first time during the interview, he surprised me by mentioning that he knew my name was included in the list of the press delegation soon to visit six foreign countries. In a subtle way, albeit clear enough for me to understand, he said that if I was allowed to join this overseas journey, it would be because of his goodwill in intervening, as the Ministry of Foreign Affairs had already voiced their objection.

CHAPTER XX

Even though the morning sun had not completely dissolved a layer of cold mist, already I was present at the airport to join General Tri's delegation to the ceremony which would mark transfer of Daksut Camp, north of Dakto, from American to Vietnamese command. Two helicopters lifted up, carried us away from two mushroom clouds of thick red dust, and headed straight in the northwest direction. After many days and months, this was the first time that my vision was no longer restricted to the confines of a narrow and cramped room: it expanded to embrace high mountains and long rivers.

Because of an "accident", which could be called an occupational hazard, I had been hospitalized in the highlands for six months. In the same incident, Davis had been mortally wounded by a bullet through his head and died while being evacuated. For six months, I lived in the hospital bed like an outsider, struggling in solitary with the excruciating pain from my wounds, and receiving no word from Như Nguyện. Her neglect evoked longing in my heart and sharpened the realization that my skylark had spread her wings to fly high so as to abandon the past, which lay behind her as though it had never existed. I had tried to save my soul from dejection by immersing myself in intellectual pursuits and in intensive writing.

Six months were long enough a time for a conjuncture of events to affect and change the whole complexion of the country. Echo of the turmoil in the highlands seemed to have sunk deeply into oblivion, and it became a thing of the past. It looked like all the opposing sides in the conflict had finally come to realize that it would give them not an iota of benefit to continue with that game, so filled with blood and tears. In addition, the dawn of real revolution, more than once promised by General Thuyet, was far more removed from actualization when the "internal correction affair" of another military faction took place, resulting in exile from the country of three generals, including General Thuyet himself.

Meanwhile, on the other side of the Pacific Ocean, there was a sharp divide in political viewpoints. The American people had lost their patience with the Vietnam War, and they began to split into contending factions. The Americans, while successful in predicting the day when they would set foot on the moon, got bogged down in the earthy Far East. One way or another, sooner or later, the Vietnam War, itself, would have to wither. That thought was no more than a momentary consolation in face of mounting agitation among the American public. The hope of ending the war was far from becoming a reality when every day the U.S. still added fuel to the conflict in the form of billions of dollars and of thousands of tons of weapons, and when divisions of North Vietnamese soldiers, in defiance of American B-52 bombers, day and night poured down along the Ho Chi Minh Trail to continue their infiltration into the South.

From another angle, when the conflict had gone past the guerrilla warfare stage, when Hanoi had switched to confronting the Americans openly right in cities and towns, secret schemes to exploit the bloody racial separation in the highlands were no longer of sufficient strategic value to deserve continued support. That was, perhaps, the reason for the ready and smooth transfer of American Special Forces bases along the borders to the command of the local authorities. The transfer was part of the American plan for an honorable withdrawal, which went by the designation of Vietnamization of the war.

Leaving the high section of a river flowing over hill and dale, the helicopters changed direction and flew due north. The Americans surely had enough of the toxic defoliant, Agent Orange, to lay in ruin all the immense jungles spreading beneath us. Groves of trees, stripped of leaves, displayed white tops and looked very much like heads of grey hair. Life down there was breathing its last breaths. The sky lowered and rain flew among damp cold clouds. The uncovered parts of my body became numb.

After thirty minutes in the air, the helicopters began to descend and circled around, changing direction. The camp, occupying the whole top of a hill amidst surrounding valleys, was encircled by many defensive barriers. It was equipped with 105mm artillery pieces, and an airstrip designed for the C-123 Caribou − a Short-Take-Off-and-Landing-type aircraft − to land and deliver supplies brought to the high-riding camp from the lowlands. Not far from the airstrip were two hamlets, one for Kinh people and the other for Thuong people, where houses with corrugated metal roofs clustered very close to one another. This was the ninth American Special Forces camp to have been established, and it was considered the most important among a total of 62 in the whole of South Vietnam, because it served as a solid barricade to check infiltration of North Vietnamese communists from Laos. This very morning it would be handed over to a Vietnamese Special Forces A-Team. Subsequently, the twelve American Green Berets constituting the American Special Forces A-Team, A243, would board two awaiting helicopters and leave forever this camp, a camp which their efforts had made as solid as a fortress during the eight years since they had ventured to set foot on this mountainous spot, a location completely without security and quite deserted.

Of importance was the fact that precisely at this place, four years ago, a massacre of Vietnamese had occurred, which, in the aftermath, led to repeated racially-induced bloodshed. That devastating event had been a thorn stuck in General Thuyet's throat. Had he remained in Vietnam, this day would have been one of the happiest of his life, much as, in contrast, it had to be a dark and bitter time for Tacelosky and the American Green Berets, a day which only added to their difficult straits and somber demeanor. Ever since President Kennedy, the father who had created them, was assassinated, this strong and brave combat-arm had been confronted with numerous difficulties and had been stripped of all its special privileges.

On the other hand, this day offered General Tri a good opportunity to assert his role in the highlands. Right at the beginning of the speech delivered at this ceremony, he was wise enough, as he had always tried to be in his position, to highly extol the effective support given by the Americans in general and by the members of American Special Forces Team, A243, in particular. This great support was expressed in their joint effort with the Vietnamese to transform the wilderness of the locale into a strong military base, which helped both Kinh and Thuong peoples to have a comfortable life and to progress in all aspects. The General went on to say that he strongly believed that, with the continued support of the U.S., and, given all the experience they had gathered in years past, teams of Vietnamese Special Forces would be able to assume direct responsibility for management and control of all Thuong Civilian Irregular Defense Group camps.

The hand-over ceremony was conducted with full formal ritual. As a line of honor guards saluted, the head of the American Special Forces A-Team handed over the camp's standard to his Vietnamese counterpart. Both smiled and gave each other a firm handshake. Subsequently, on behalf of his team, Captain Cobb, the American leader, originally from Wellsboro, Kentucky, took the floor and expressed their impressions at the point of departure from this camp.

In a voice lightly shaken with emotion, the Captain spoke in fluent Vietnamese. "We're very sad, and we find it very hard to part from this camp, where for years American and Vietnamese Special Forces have labored and shared hard work with Kinh and Thuong MIKE Force units to construct infrastructure and develop a security system in order to protect the lives of approximately six-thousand people. Those people came from neighboring areas to settle in hamlets built near the camp's encircling belts of defense.

But, at the same time, I must also say that we're very happy to witness the beginning of peaceful co-existence, and close cooperation, between ethnic Vietnamese and ethnic minorities, with a view to building together a modernized Vietnamese nation."

It was obvious that his opening remarks conformed well to diplomatic protocol, the same protocol that made it inadvisable for him to bring up his true concerns about Kinh-Thuong antagonism still haunting him, and especially his detection of signs of protest from pro-American Thuong leaders which had appeared from the initial stage of Vietnamization of local CIDG camps.

As soon as the Captain finished his last statement, the military band played the special Green Beret march while Mike Force teams, looking fierce in their leopard-skin-patterned camouflage fatigues, marched past the review stand. And subsequently, like many times before, Vietnamese officials once again were forced to witness the ritual of buffalo sacrifice by which Thuong MIKE Force units took an oath of loyalty to the Government of South Vietnam. At the camp's central command post, the American flag was slowly lowered; then a Vietnamese flag was raised in perfect timing with the strongly accentuated beat of the familiar national anthem.

While guiding the press representatives to the two hamlets for observation, Captain Cobb proved to be well-versed in a few Thuong languages as well, when he cheerfully greeted and talked to elder tribesmen and their descendants. Filthy half-naked children, instead of shying away in fear, rushed to circle their arms around his legs, played and ran about him happily, as if they had known him intimately. An American reporter raised a question about the feeling of insecurity the Thuong people might have upon seeing the Americans depart. The Captain admitted that this was indeed an issue.

"However," Captain Cobb added, "up to the present, sympathy of the people has been with our side. They've had bitter experiences with the communists. Moreover, they would not be foolish enough to go back to the deep jungles and end up suffering from hunger and being shot at by both sides. That was also considered by MACV as solid a reason as any to hand over to the Government of South Vietnam all inland and border camps."

Additional information was supplied by a black sergeant named Wynne, a veteran Green Beret from Texas, who had been at this camp since he first set foot in Vietnam. To Wynne's understanding, the common view held by many people was that the camp was valuable as a solid and fortified military base whose function was to prevent infiltration of the enemy. But, in his opinion, the truth went beyond that, as the ultimate mission of the camp was quite political. It had to do with the campaign to win hearts and minds, and thereby to entice people to the Saigon government's side.

To end his explanation, with a smile the Sergeant leaned down to lift up and embrace a grimy-faced little girl. "The villagers," he said, "do not want to see us leave, but unfortunately that was the decision taken by our higher authorities, and it is also the wish of the Saigon government."

A few seconds passed, then Wynne added in a sorrowful voice: "How sad to be a Montagnard."

I mentioned General Thuyet's name in connection with the future of the highlands. Wynne did not hide a bitterness in his tone of voice when he responded. "Had he not left the country, today would have been the happiest of days regarding his dream of creating a kingdom."

I also talked with Raphael, an American sergeant who was the senior Special Forces medic whom the villagers addressed as Doctor. Though without Wynne's bitterness, this man also showed his sad feelings. "My long stay here has made me very attached to this place. Departing today, I feel as if I am leaving my second home."

Interestingly, also during this ceremony, I ran into one of the amateur student journalists whom I had met a few years ago when we both followed and reported on the development of the FULRO revolt in the highlands. He had graduated from medical school and no longer engaged in journalism. At present he was the chief physician of a Vietnamese Special Forces C-Team. He joked that his choice to serve here was perhaps due to his karmic relation with the Thuong. But I knew that to an idealistic person like him, the choice was a commitment to what, as a student, he had believed in and enthusiastically advocated.

He told me of his present assignment. "My current responsibility is to take charge of healthcare for all CIDG camps. However, generally speaking, supplies and logistic support still depend heavily on the Americans."

It was really incredible to me that all the issues which had yesterday been so very much the cause of severe conflict among different sides suddenly had disappeared and were no longer of any significance. I asked the doctor what he thought were the factors that helped bring about the apparently stable situation in the highlands at present. In a calm manner – this was a change I noticed in him since we last met – he offered a rather sharp observation.

"To arrive at the compromise that we see today, they had help from experiences gathered over many years now past- by 'they' I mean the Americans. Truly, their experience taught them that to take a hand in the Thuong's rebellious schemes does nothing but further tarnish their name, and in no way helps improve their present lamentable standing. But the more important factor is that both Kinh and Thuong peoples, after so much bloodshed, have come to clearly realize that given the correlation of their fates by which the action of either side affects the life of the other − môi hở răng lạnh, 'when your lips part your teeth get cold' as we Vietnamese say − they have no better choice than to come close together and join hands in building a new collective nation of Vietnam."

Though I myself had seen signs of some positive changes, I was not as over-optimistic as he was. And perhaps Major Y Ksor was correct when maintaining that to transform into reality the vision of the highlands as a Promised Land was a task that would take "longer than raising a cup of rice wine to your lips" − as a Thuong idiomatic expression goes − a long and arduous task entailing much more blood, sweat, and tears.

Bunard Camp, 1969
Delta 49

IN LIEU OF EPILOGUE

FROM THE GREEN BELT 1970
TO THE MONTAGNARDS ON BOTH SHORES
OF THE PACIFIC 2017

NGO THE VINH

VOA News, 03/15/2017. *"Six Montagnards from the Highlands seeking asylum from political and religious oppression were deported back to Vietnam on Tuesday, after Kampuchea has turned down their request. The Cambodia Daily reported that a girl under 6 years old was among the group. According to Mr. Sok Sam An, Vice Commander of the O'yadaw Border Control Station, Ratanakiri Province, Kampuchea, members of the United Nations High Commissioner for Refugees (UNHCR) escorted the group across the border into Vietnam. Meanwhile, the Cambodia Daily quoted the head of the Jesuit Refugee Service, the organization that serves the Montagnards in Phnom Penh, as stating there are currently 143 people still waiting for a decision on their fate. The first wave of Montagnards who crossed the border into the town of Ratanakiri arrived at*

about the end of 2014. However, the flow of new arrivals has slowed down after tens of forced repatriations back to Vietnam have taken place. To this day, only 13 Montagnards were issued refugee status to travel to the Philippines in May, while tens of others were deported back to Vietnam."
[end of quote]

*

THE MONTAGNARDS IN VIETNAM

"Montagnard" is the common name used to refer to the 29 different tribes living in the Highlands of Central Vietnam. They speak different languages, wear distinctive costumes, practice slash and burn farming and hunting. They live on stilt houses, raise livestock like cows, buffaloes, pigs, chickens. Nowadays, in a few hamlets, the Montagnards still practice their traditional customs and way of life that prove quite fascinating to tourists.

Prior to the hostilities, it could be said that the Montagnards led a life totally isolated and different from the Kinh or Vietnamese inhabitants of the plains. Unfortunately, that placid way of life came to an abrupt end since the Second World War.

During the Franco Vietnamese war that lasted for 9 years, for the first time, the Montagnards were forced to come into contact with the outside world. That war ended with the defeat of the French. The Geneva Accords split Vietnam in two and the entire vast Central Highlands with about 1.5 million Montagnards came under the jurisdiction of the government of South Vietnam. The Montagnards belong to various tribes and live on the eastern side of the

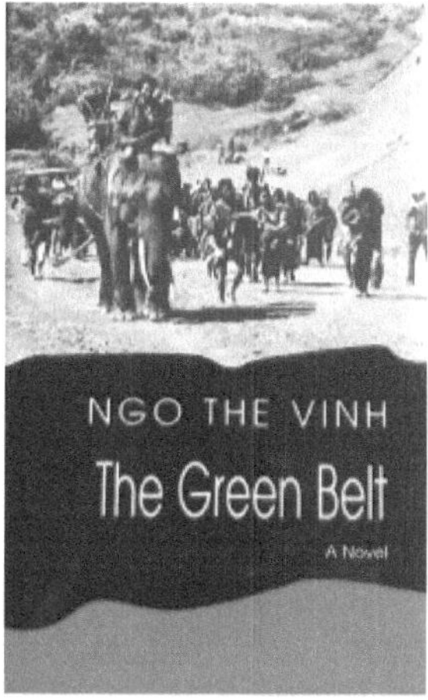

From left: Vòng Đai Xanh, publisher Thái Độ Saigon 1970,
[one copy archived in the Cornell University Library]; The
Green Belt, Ivy House Publishing Group 2014

Trường Sơn Mountain Range. Fully conscious of the strategic importance of the Highlands region, right from the start, the Saigon government has launched numerous efforts to assimilate the Montagnards into the social life of the Vietnamese with complete disregards of their culture and customs.

The status of Imperial Territory – Hoàng Triều Cương Thổ established during Emperor Bảo Đại's reign was later abolished by Mr. Diệm (in March 1955). It put an end to the privileges and special rights reserved to the minorities.

During the land reclamation program, tens of thousands of Roman Catholic refugees from the North were resettled in the Highlands encroaching on the fertile lands owned by the Montagnards for generations. Moreover, other mistakes were committed by the government of the time (i.e., ordering the closure of the Montagnards' traditional courts, banning the use of their ethnic languages, restricting the use of able and educated Montagnards in the government service). Hence, it is easy to understand the dissatisfied and uncooperative attitude on the part of the Montagnards.

At the start of the 1960's, with the direct involvement of the Americans in the Vietnam War, things began to drastically change for the Montagnards. They welcomed the Americans with open arms and mutual attachments developed between the parties. The American advisers depended on the Montagnards to provide them with intelligence on the infiltration as well as movements of the communist troops. On their part, the Montagnards trusted that their American friends would be able to shield them from the danger coming from both Vietnamese camps [communist or not], and even to guarantee their autonomy in the aftermath of the war.

And throughout the hostilities, the Montagnards had always been victims to the warring parties. In around 1972, the American military estimated that 200,000 Montagnards lost their lives to the war while 80% of their ancient hamlets or villages were totally destroyed. The ethnic maps completely lost their relevance.

In 1975, the political and military situations in Vietnam worsened. After the fall of Ban Mê Thuột, a strategic miscalculation by Mr. Thiệu to abandon the Highlands resulted in a bloody withdrawal and the total collapse of the Saigon authorities.

Under the new communist regime, thousands of Montagnards were ill-treated and incarcerated in reeducation camps on suspicion of close cooperation with the Americans. A number of their leaders were executed while those living in hamlets or villages were closely watched rendering their lives more miserable and desperate by the day.

A group of Montagnards crossing the border from Vietnam into the town of Ratanakiri, Cambodia 07/22/2004 [source: Reuters]

A number of Montagnards chose to take up arms and fled into the jungle to fight the new regime. But they suffered heavy casualties because the Hanoi military commanded overwhelming firepower. Those Montagnards were forced to escape to Laos, then Cambodia. Finally, they made it to Thailand. After much petition and red tape, a group of 213 Montagnards were allowed to move to America and resettle in North Carolina, where many of their former comrades in arms the American Green Berets were ready to welcome and help them.

In Vietnam, wave after wave of new settlers move to the Highlands. In 2000, their number reached 4 million. The vast majority was Vietnamese coming from the plains. Only about one million Montagnards were left. They belonged to 30 ethnic groups consisting of 6 large tribes: Jarai (320,000), Rhadé (258,000), Bahnar (181,000), Koho (122,000), Mnong (89,000) and Stieng (66,000). Today, the Montagnards represent a minority in their own land.

Under heavy pressure from the rapid and massive inflow of the Kinh, Vietnamese of the plains [either due to the communist government's policy or voluntary], the Montagnards seemingly are robbed of their space vital. They can no longer keep to their traditional slash and burn farming because they lost control of the territory that used to be theirs. They are reduced to live in small lots or work as hired hands in tea or coffee plantations owned by the Vietnamese. They feel being discriminated against and exploited in their ancestral lands.

The original religions practiced by the Montagnards are polytheism and animism with its many rituals like the killing of cows and buffaloes in sacrificial offerings. These customs are still being practiced in a number of their villages or hamlets in Vietnam.

However, western missionaries [French and American] became very active in the Highlands since the 1930's. An increasing number of Montagnards converted to Protestantism. Fewer [about 150,000] joined the Roman Catholic church.

Among the estimated 1 million Montagnards living in Vietnam at the present time, about 300,000 are Protestants – or also called Dega Protestants. According to Human Rights Watch, since the 1990's, Dega Protestantism proves to be increasingly appealing to the Montagnards. Not so much for a purely religious reason but also mixed with an aspiration for independence and cultural pride. A complex combination of religion and politics. In church meetings, it is not uncommon for religious preaching to be interlaced with prayers for an independent state.

Dega comes from the Rhadé expression "Anak Ede Gar" meaning "The children of the jungle..." an expression the Montagnards have politicized to embrace all of the ethnic minorities living in the Highlands. Many of them prefer not to refer to themselves as Montagnard because they regard the term as a product of French colonial time. During the Vietnam War, American soldiers called them Yard, which they more readily accept even though the word is only an abbreviation of "Montagnard".

THE MONTAGNARDS IN THE UNITED STATES

In 1975, practically, not a single Montagnard had the chance to be evacuated to the U.S. in spite of the fact that the group has worked closely with the American Green Berets during the length of the Vietnam War.

Prior to 1986, not more than 30 Montagnards resettled in different parts of the United States. Not until 1987, did we see the first wave of **Montagnard refugees arrived** from Thailand. This group of about 200 - mostly males - was transferred to the state of North Carolina.

In December of 1992, approximately 402 Montagnards crossed the border to reach the towns of Mondolkiri and Ratanakiri in Cambodia. Facing the choice of being repatriated back to Vietnam or be interviewed to resettle in America, the majority selected the second option. They included: **269 men**, 24 women and 80 children.

Up to the year 2000, the Montagnard population in the U.S. continued to grow. They came in small groups either after being released from reeducation camps by the Vietnamese authorities, immigrated under the ODP program [Orderly Departure Program], or under the Amerasian Homecoming Act for children usually born of an American father and Montagnard mother and left stranded during the Vietnam War. Most of them resettled in North Carolina.

Statistics for the year 2000 showed that more than 3,000 Montagnards resided in North Carolina. The largest concentrations were in: about 2,000 in Greensboro, 700 in Charlotte, 400 in Raleigh. [1]

In February 2001, in Vietnam, an event caught the attention of the foreign press corps and instigated reactions from human rights groups: thousands of Montagnards simultaneously demonstrated in the cities of the Highlands to demand independence, return of their ancestral land, and freedom of religion.

People were caught off guard by the fact that the Montagnards inside and outside the country had made good use of high-tech means in support of their struggle. They communicated, coordinated among themselves using cellular phones, emails, instant news exchange through the webs on the Internet [2]. The suppression by the Vietnamese communist government came strong and swift forcing almost 1,000 Montagnards to seek refuge in Cambodia. A number of them was tracked down by the Vietnamese communist troops and forcefully brought back to Vietnam. The United Nations High Commissioner for Refugees [UNHCR] intervened and the majority of the Montagnards expressed their wish they did not want to go back to Vietnam. Ultimately, an additional 900 Montagnards were granted asylum and found their new homes in North Carolina. It should be noted that the Vietnamese communities in Southern California have extended a warm welcome to these new arrivals by greeting them at the airport and offering them a symbolic gift in cash they raised among themselves.

The old and new Montagnard immigrants share the same experience of facing the difficulties of integrating into their new and totally unfamiliar environment. They may belong to different tribes but all come from the Central Highlands of Vietnam. Their languages are of the Mon-Khmer or Malayo-Polynesian groups. The Rhadé form the most numerous group.

It should be noted that the Montagnards in the Highlands do not bear any ethnic relationship with the Hmong in Laos who live in the Western side of the Trường Sơn Mountain Range as well as with the other minority ethnic groups in the uplands of North Vietnam.

14 Montagnard children at the Brookstone School, Charlotte, North Carolina. [source: http://brookstoneschools.blogspot. com .09.16.2014]

The vast majority of the Montagnards in the U.S. adhere to Protestantism. Another group of about 1,000 are Roman Catholics. The churches and religious schools gradually turn into centers of social lives for them.

Just like in the case of the Chăm [either in Vietnam or Cambodia] who decided to become followers of Islam - though it is not their customary faith, the Montagnards when they converted to Protestantism, did so in the expectation of finding salvation, an assertion of their people's identity that was on its way to extinction and a door to survival with dignity and preserved culture.

In Vietnam, the family and social life of the Montagnards followed the matriarchal tradition. Their children inherit their mother's last name. The woman assumes the dominant role in family's affairs and usually chooses her spouse within her ethnic group.

Nevertheless, among the Montagnards who emigrated to the U.S., that way of life has actually changed: both spouses have to share in their responsibility inside and outside of the house. Inter-ethnic marriages have taken place as a result of a situation peculiar to the Montagnards. The gender gap shows there are more men than women among them. Consequently, male Montagnards have gone out of their group to marry Laotian, Cambodian, Vietnamese, white or African American brides.

The first generation of Montagnards in America encountered many difficulties integrating into the mainstream. Their limited knowledge and the vast differences in custom or culture have led to unavoidable conflicts with the local population. For example, frequent violations of local laws like driving under the influence of alcohol or without insurance, failure to observe sanitary and common practices like drying meat or fish in the front yards, leaving furniture outside the house…

They had to do manual factory works, both spouses had to work, some had to keep two jobs earning minimum wages to pay for household expenses and the children's education.

The younger second generation had the ability to adapt more easily to the American way of life in things like dressing, eating fast food, speaking fluent English and attending school.

With proper guidance and without going astray, the young generation of educated Montagnards will become the leaders of their communities on both shores of the Pacific – America and Vietnam in the future.

NGO THE VINH
California, December 2003, updated in March 2017.

REFERENCE

1. *Montagnards: Their History and Culture_ CulturalOrientation.net*

2. *Repression of Montagnards: Conflicts over Land and Religion in Vietnam's Central Highlands_ Human Rights Watch, April 2002.*

3. *Window on a War: An Anthropologist in the Vietnam Conflict_ Gerald C. Hickey, Texas Tech Univ. Press 2002*

4. *The Ethnography of Vietnam's Central Highlanders_ Oscar Salemink, Univ. of Hawaii Press 2003.*

5. *Thêm 6 người Thượng xin tị nạn bị trả về Việt Nam. VOA 15/03/2017 http://www.voatiengviet.com/a/ them-6-nguoi-thuong-xin-ti-nan-bi-tra-ve- viet-nam/3767330.html*

CONTENTS